*'नाझीविरोधी बंडखोर देशभक्तीचे एक ताजे, तपशीलवार वर्णन... अपारंपरिक युद्धाच्या नैतिक गुंतागुंतीवर जोर देणारी सुप्रसिद्ध ऐतिहासिक माहिती.'*

**– कर्कस**

*'अत्यंत तपशीलवार आणि वेगवान, चार्ल्स ग्लासचे 'दे फॉट अलोन', ज्यांना दुसऱ्या महायुद्धातील प्रतिरोध साहित्याची अत्यंत आवड आहे त्यांच्यासाठी अत्यावश्यक वाचन.'*

**– ॲलन फुर्स्ट, 'ए हिरो ऑफ फ्रान्स'चे लेखक**

*'दोन विवादास्पद गुप्त एजंट्सचा एक रंजक आणि भुरळ पाडणारा वृत्तान्त, ते भाऊ, जे नाझीव्याप्त फ्रान्समध्ये अत्यंत धूर्ततेने व कुशलतेने काम करत टिकून राहिले.'*

**– ॲलेक्स केर्शा, 'ॲव्हेन्यू ऑफ स्पाईज' आणि 'लिबरेटर'चे लेखक**

*'एक जिवंत वृत्तान्त... ब्रिटिश गुप्तचर खात्याने धोके पत्करून फ्रेंच लोकांसोबत कसे काम केले यावर प्रकाश टाकतो.'*

**– लायब्ररी जर्नल**

*'चार्ल्स ग्लास... एसओई (स्पेशल ऑपरेशन्स एक्झिक्युटिव्ह) एजंट्स जॉर्ज आणि जॉन स्टार यांच्या कथेचा उलगडा करण्यासाठी त्यांचे विपुल संशोधन आणि कथाकथनाचे कौशल्य वापरतात... 'दे फॉट अलोन' एखाद्या थ्रिलरप्रमाणे वाचता येईल, पण युद्धाने जॉर्ज आणि जॉन स्टारवर झालेला मोठा परिणाम स्पष्ट आहे. २०१९ मध्ये डी-डेचा पंच्याहत्तरावा वर्धापन दिन जवळ येत असताना हे पुस्तक अत्याचाराला पराभूत करण्यासाठी काय काय करावे लागले याची वेळोवेळी आठवण देते.'*

**– बुकपेज**

*'ग्लास यांनी स्पष्टपणे लिहिलेले कार्य प्रतिकारांच्या कथेत एक महत्त्वपूर्ण अध्याय जोडते.'*

**– पब्लिशर्स वीकली**

'THEY FOUGHT ALONE' या इंग्रजी पुस्तकाचा अनुवाद

# ते एकाकी लढले

नाझीव्याप्त फ्रान्समधील ब्रिटिश सिक्रेट एजंट्स
*STARR BROTHERS*ची खरी कहाणी

**चार्ल्स ग्लास**

अनुवाद

**वृन्दा उन्हाळे**

**मेहता पब्लिशिंग हाऊस**

Please contact us at **Mehta Publishing House,** Pune 411030.

Email : production@mehtapublishinghouse.com

Website : www.mehtapublishinghouse.com



**THEY FOUGHT ALONE** by **CHARLES GLASS**



Translated into Marathi Language by Vrinda Unhale

**ते एकाकी लढले** / अनुवादित सत्यकथा

अनुवाद : वृन्दा उन्हाळे

Email : author@mehtapublishinghouse.com

मराठी अनुवादाचे व प्रकाशनाचे हक्क : मेहता पब्लिशिंग हाऊस, पुणे.

प्रकाशक : सुनील अनिल मेहता, मेहता पब्लिशिंग हाऊस,
१९४१, सदाशिव पेठ, माडीवाले कॉलनी, पुणे - ४११०३०.

मुद्रक : ट्रिनिटी ॲकॅडमी फॉर कॉर्पोरेट ट्रेनिंग लिमिटेड,
नऱ्हे इंडस्ट्रिअल एरिया, झील कॉलेज रोड, नऱ्हे, पुणे - ४१.

मुखपृष्ठ : चंद्रमोहन कुलकर्णी

प्रथमावृत्ती : ऑगस्ट, २०२१

किंमत : ₹ ३५०

P Book ISBN 9789391151881
E Book ISBN 9789391151898

E Books available on : amazonkindle Apple Books Google Play Books

---

माझ्या नातवंडांना,
लिओनोरा, अलेग्रा, इव्हा, झेल्डा, रोझ, ख्रिश्चन, आर्थर, आयरिस,
फेलिक्स, हॅरिएट, थिओ, इसहाक आणि ऑरलँडो
प्रेमपूर्वक

# पुस्तकातील पात्रांची यादी

**लेफ्टनंट क्लॉड अरनॉल्ट :** सांकेतिक नाव 'नॅरॉन' जॉर्ज स्टारच्या मदतीसाठी स्पेशल ऑपरेशन्स एक्झिक्युटिव्ह (एसओई) द्वारा पाठविलेला डीमोलिशन तज्ज्ञ.

**सर्ज अशेर :** कव्हर नेम 'सर्ज रावनेल', प्रतिरोध नेता आणि फोर्सेसचा प्रादेशिक कमांडर फ्रान्सेसेस डे ल इन्ट्रीयर (एफएफआय).

**व्हेरा ॲटकिन्स :** लंडनमध्ये मॉरिस बॅकमास्टरच्या अंतर्गत फ्रेंच विभागातील (एफ-सेक्शन) गुप्तचर अधिकारी.

**जॉर्जेस ब्यूग्यू :** रेडिओ ऑपरेटर आणि पहिला एजंट, जो एसओईने मे १९४१ मध्ये फ्रान्समध्ये घुसवला होता.

**डेनिस ब्लॉच :** सांकेतिक नावे 'डॅनियल' आणि 'कॅथरिन' फ्रेंच ज्यू रीझिस्टे, डिटेक्टिव्ह सर्किटची कुरिअर आणि त्यानंतर जॉर्ज स्टारची कॅस्टेलनाउ-सूर-ऑव्हिग्नॉनमधील सहकारी.

**मार्कस ब्लूम :** सांकेतिक नावे 'उर्बेन' आणि 'बिशप' एसओई एफ-सेक्शन रेडिओ ऑपरेटर, एक नोव्हेंबर १९४२ मध्ये जॉर्ज स्टारसह दक्षिणी फ्रान्समध्ये आला. त्याने प्रूनसच्या मॉरिस पट्र्सचुक आणि जॉर्ज स्टारसाठी प्रसारण केले.

**जान बुचोस्की :** पोलिश नेव्हल लेफ्टनंट आणि सीडॉगचा कर्णधार, जॉर्ज स्टारला फ्रेंच किनाऱ्यावर पोचवून जॉन स्टारला बाहेर काढले.

**कर्नल मॉरिस बकमास्टर :** एसओईचा एफ-सेक्शन चीफ.

**बुरेसी :** जॉर्ज स्टारचा अंगरक्षक, फॉरेन लिजनचा माजी सदस्य.

**पीटर चर्चिल :** सांकेतिक नाव 'राउल' फ्रान्समध्ये आधीचा एसओई आयोजक.

**विन्स्टन चर्चिल :** ब्रिटिश युद्धकाळातील पंतप्रधान, ज्यांनी १६ जुलै १९४० रोजी एसओईची स्थापना केली.

**ह्यू डाल्टन :** आर्थिक युद्धमंत्री, ज्यांना एसओई अहवाल देत असे.

**जनरल चार्ल्स डी गॉले :** १९४० ते १९४४ लंडन मध्ये फ्री फ्रेंचचा प्रमुख.

**लेफ्टनंट चार्ल्स डचलार्ड :** सांकेतिक नाव 'डेनिस', मॉरिस पट्र्सचुक आणि जॉर्ज स्टार यांना मदत करण्यासाठी एसओईने फ्रेंच कॅनेडियन यंत्रसामुग्री तज्ज्ञ पाठविला.

**पियरे डफोयर :** सांकेतिक नाव 'फेलिक्स' जॉर्ज स्टारसाठी कुरिअर.

**मॉरिस मॅक्सिमे लॉन ड्युपॉन्ट :** सांकेतिक नाव 'यवन' फ्रेंच सैनिक आणि व्हीलराइट सर्किट कुरियर.

**कर्नल लियोन फाये :** एलिअन्स नेटवर्कचा संस्थापक, जर्मनांनी पकडले आणि ॲव्हेन्यू फॉश येथे ठेवले.

**मेजर होरेस 'होड' विल्यम्स फुलर :** सांकेतिक नाव 'कानसुल', अमेरिकन सागरी अधिकारी आणि जेडबर्ग बुगाटी टीमचा कमांडर, जॉर्ज स्टारबरोबर काम करण्यासाठी जून १९४४ मध्ये नैर्ऋत्य फ्रान्समध्ये पॅराशूटने घुसला.

**सार्जट फर्नांड गौचर :** सांकेतिक नाव 'गॅरार्ड' फ्रान्सच्या १५० व्या इन्फंट्री रेजिमेंटचा सदस्य, ज्याने रेसेयू व्हिक्टोरचा मूळ गाभा बनवला.

अँड्री गिरार्ड: १९४३ पर्यंत कार्टे सर्किटचा फ्रेंच प्रमुख, नंतर लंडनला परत बोलावले गेले.

**जनरल हेनरी गिरौद :** फ्रेंच सैन्य अधिकारी, १९४० मध्ये पकडला गेला आणि निसटून प्रतिरोध नेटवर्कचे नेतृत्व केले. फ्री फ्रेंच सैन्याचा नेता चार्ल्स दे गॉलेपेक्षा अमेरिकन लोकांनी जास्त पसंत केले.

**डॉ. जोसेफ गोएत्झ :** ॲव्हेन्यू फॉशमधील सिचेरिट्सडिएन्स्ट (एसडी) रेडिओ विभागाचा प्रमुख. एसओई एजंट्सच्या ताब्यात घेतलेल्या रेडिओ सेट्सने त्याने फ्रान्समध्ये एसडीचा फंकस्पील रेडिओ गेम सुरू केला आणि चालवला.

**फिलिप डी गुन्झबॉर्ग :** सांकेतिक नाव 'फिलिबर्ट' आणि 'एडगर'. जॉर्ज स्टारसाठी काम करण्यापूर्वी फ्रेंच ज्यूईश जमीन मालक, गनिमी प्रतिकार नेटवर्कचा लढाऊ नेता

**कॅप्टन जॉर्ज डोनोव्हन जोन्स :** पूर्व फ्रान्समधील एक्रोबॅट सर्किटचा रेडिओ ऑपरेटर, जर्मनांनी त्याला ताब्यात घेतले आणि कॅप्टन ब्रायन डोमिनिक राफर्टीसह त्याने तुरुंगवास भोगला.

**कॉर्पोरल अल्फ्रेड फॉन कपरी :** ॲव्हेन्यू फॉश येथे एसडी अधिकारी.

नूर इनायत खान: सांकेतिक नाव 'मॅडेलिन', पॅरिसमधील एसओई रेडिओ ऑपरेटर. जर्मनांनी तिला पकडले. जॉन स्टारसह ॲव्हेन्यू फॉशमधून पलायनाचा प्रयत्न.

**स्टर्म्बॅन्फिहिहेर एस.एस. मेजर हॅन्स जोसेफ किफर :** पॅरिसमधील जर्मन एसडी हेरगिरी प्रमुख, तुरुंगवास भोगत असलेल्या जॉन स्टारला ॲव्हेन्यू फॉशवर जर्मन लोकांचे नकाशे काढण्यासाठी नियुक्त केले.

**कर्नल हेल्मुट नॉचिन :** पॅरिस कमांडर ऑफ सिचेरहाइटस्डिएन्स्ट देस रेख्सफिहिरर्स-एसएस (सिक्युरिटी सर्व्हिस ऑफ द रेखस्फिहिरर-एसएस) आणि सिशर-हीट्सपोलिझी (एसआयपीओ; सिक्युरिटी पोलीस).

**पियरे लॅबले :** मॉन्ट्रेज्यूचा दारू उत्पादक आणि एसओईच्या प्रूनस सर्किटचा प्रतिकारक

**रॉजर लॅरिब्यू :** कॅस्टेलॅनो-सूर-ऑव्हिगनॉनचा महापौर, प्रतिकारक आणि जॉर्ज स्टारचा विश्वासू सहकारी

**लुईस आणि थिओ लेवी :** जर्मन ज्यू बंदिवासातील बंधू, रेझिस्टन्सच्या सुरुवातीच्या सदस्यांनी जॉर्ज स्टारसाठी गुप्तपणे काम केले. थिओने जॉर्ज स्टारची गुप्त माहिती शाखा चालवली आणि दोन्ही भावांनी जर्मन सैनिक म्हणून वेषांतर करून काम केले. थिओने भावाला अटक झाल्यानंतर आपल्या भावाचे सांकेतिक नाव 'ख्रिस्तोफ' स्वतः घेतले.

**कॅप्टन एफ. लोफ्ट्स :** हॅम्पशायरच्या बीउलिउमधील एसओई ग्रूप बी स्पेशल ट्रेनिंग स्कूलचा (एसटीएस) कर्मचारी.

**लिओ मार्क्स :** एसओई सिग्नल चीफ व बीटीव्हन सिल्क अँड सायनाइडचे लेखक

**पियरे मार्टिन :** फ्रान्समधील डबल एजंट. याने जॉन स्टारचा विश्वासघात करून त्याला एसएस आणि गेस्टापोच्या हवाली केले.

**अल्फ्रेड आणि हेनरी न्यूटन :** युद्धपूर्व सर्कस कलाकार, एसओई प्रशिक्षण शाळेत जॉन स्टारचे वर्गमित्र आणि फ्रान्समधील एजंट.

**मेजर गिल्बर्ट नॉर्मन :** सांकेतिक नाव 'अर्चबॉड'. जॉन स्टारसह तुरुंगवास, फिजिसियन सर्किट रेडिओ ऑपरेटर.

**टॉमस गुएरेरो ऑर्टेगा :** सांकेतिक नाव 'कॅमिलो'. हद्दपार केलेला स्पॅनिश रिपब्लिक-कॅन आर्मी ऑफिसर, ग्रूप एस्पानोल डे रेझिस्टन्स डॅन ले गेर्सचा प्रमुख, स्पॅनिश ब्रिगेडचा प्रमुख, जॉर्ज स्टारने त्याच्या सैनिकांना सशस्त्र केले.

**सेकंड लेफ्टनंट एरिक ओट्टो :** पॅरिसमधील एसडी रेडिओ विभाग प्रमुख.

**कॅप्टन क्लॉड जोसेफ मॉरिस पॅरिसोट :** सांकेतिक नाव 'कैलोऊ' आणि 'स्टोन'. ऑर्गनायझेशन डी रेसिस्टेंशन डी आर आर्मी (ओआरए) अंतर्गत रेझिस्टन्सचा संघटक, आर्माग्नॅक बटालियनचा नेता, प्रतिकारातील जॉर्ज स्टारचा सर्वांत जवळचा मित्र.

**लेफ्टनंट डेनिस पार्सन :** सांकेतिक नाव 'पियरोट'. जॉर्ज स्टारला मदत करण्यासाठी हा रेडिओ ऑपरेटर एसओईने पाठविला.

**मॉरिस पट्र्सचुक :** सांकेतिक नाव 'युजीन'. एफ-सेक्शनचा एजंट. एसओईच्या प्रूनस सर्किटचा संयोजक.

**फिलिप पेताँ :** पहिल्या महायुद्धातील फ्रेंच आर्मी मार्शल, १९४० ते १९४४ दरम्यान व्हिशी येथे राज्यप्रमुख.

**मास्टर सार्जंट जोसेफ प्लेकर :** पॅरिसच्या उत्तरेस खोट्या रेसिस्टन्स सर्किटचा एसडी संघटक.

**मॉरिस पोसलेट :** कॅप्टन मॉरिस पॅरिसोटचा प्रतिकारक.

**कॅप्टन रॉबिनोविच :** सांकेतिक नाव 'अरनॉड'. पीटर चर्चिलच्या स्पिन्डल सर्किटसाठी आणि जॉर्ज स्टारसाठी एफ-सेक्शन रेडिओ ऑपरेटर

**कॅप्टन ब्रायन डोमिनिक रॅफर्टी :** पूर्व फ्रान्समधील एक्रोबॅट सर्किटसाठी एसओईचा संघटक. जर्मनांनी पकडले आणि कॅप्टन जॉर्ज डोनोव्हन जोन्स आणि जॉन स्टार यांच्यासह तुरुंगवास भोगला.

**जीन रॉबर्ट :** कॅस्टेलनाऊमधील शिक्षिका, कॅस्टेलनाऊ-सूर-ऑविग्नॉनमध्ये मॅडम डेलाट्रे नावाने परिचित. मॉरिस रौनेऊची प्रेयसी.

**अध्यक्ष फ्रँकलिन डेलानो रुझवेल्ट :** १९३३ ते १९४५ पर्यंत अमेरिकेचे राष्ट्राध्यक्ष, एसओईद्वारा प्रशिक्षित अमेरिकन युद्धकाळातील गुप्तचर संघटना ऑफिस ऑफ स्ट्रॅटेजिक सर्व्हिसेस (ओएसएस) च्या स्थापनेचे अध्यक्ष.

**मॉरिस हेन्री रौनेऊ :** कव्हर नेम 'कॅप्टन मार्टिन रेन्डियर', सांकेतिक नाव 'अल्बर्ट'. बेल्जियमचा प्रतिकारक, रिसर्च व्हिक्टोर ग्रूपचा कोफाउंडर. याने जॉर्ज स्टारला एजेनजवळील कॅस्टेलनाऊ-सूर-ऑव्हिग्नन येथे आणले.

**डायना रोव्हडेन :** सांकेतिक नाव 'पॉलेट'. जॉन स्टारची कुरियर, नंतर जॉन यंगसह जर्मन लोकांनी तिला अटक केली.

**ओडेट सॅन्सम :** एसओई कुरियर, जॉर्ज स्टारसमवेत समुद्रमार्गे फ्रान्समध्ये दाखल झाली.

**पॉल सार्रेटे :** फ्रेंच लष्करी अधिकारी, हेन्री सेवेनेटचा प्रतिकारक.

**हेन्री पॉल सेवेनेट :** सांकेतिक नाव 'रोडॉल्फे'. फ्रान्सच्या जर्मन हल्ल्यादरम्यान फ्रेंच लष्कराचा अधिकारी, नंतर एसओई एजंट आणि एसओईचा व्हेंट्रिलॉक्विस्ट सर्किट ऑर्गनायझर बॅरन फिलिप डी वोमेकोर्टचा लेफ्टनंट.

**मॉरिस साऊथगेट :** सांकेतिक नाव 'हेक्टर'. जॉर्ज आणि जॉन स्टारचा बालमित्र. रॉयल एअर फोर्सचा पायलट आणि फ्रान्समधील एसओई संघटक.

**जॉर्ज रेजिनाल्ड स्टार :** सांकेतिक नाव 'एलॉर'. एसओईने फ्रान्सला पाठवलेला

ब्रिटिश लष्कराचा लेफ्टनंट, गॅस्कोनीमधील एसओई व्हीलराइट सर्किटचा संयोजक.

**जॉन ॲशफोर्ड रेनशॉ स्टार :** सांकेतिक नाव 'एमिली' नंतर 'बॉब'. जॉर्ज स्टारचा लहान भाऊ, एसओईने दोनदा फ्रान्सला पाठविला.

**सेकंड लेफ्टनंट अर्नेस्ट वोग्ट :** अव्हेन्यू फॉचमधील एसडी दुभाषा आणि चौकशीकर्ता.

**फिलिप डी वोमेकोर्ट :** फ्रेंच संपर्क अधिकारी, एसओई एफ-सेक्शनचा वेंटरिलॉक्विस्ट सर्किट संघटक.

**ॲनी-मेरी वॉल्टर्स :** सांकेतिक नाव 'कोलेट'. जॉर्ज स्टारची कुरिअर.

**लेफ्टनंट कर्नल स्टेनली एच. सी. वूलरीच :** हॅम्पशायरच्या बीउलिउ येथील एसओईच्या ट्रेनिंग स्कूलचे कमांडंट.

**लेफ्टनंट जॉन यंग :** सांकेतिक नाव 'गॅब्रिएल'. पूर्व फ्रान्समधील एक्रोबॅट सर्किटसाठी जॉन स्टारचा रेडिओ ऑपरेटर.

# अनुक्रमणिका

# प्रस्तावना

*धैर्य हाच त्यांचा समान बॅज होता*

मॉरिस बकमास्टर

डिकन्सने म्हटल्याप्रमाणे जर्मन आक्रमणानंतरचा फ्रेंच क्रांतीचा काळ अभूतपूर्व असाच होता. फ्रेंच सैन्याच्या जून १९४० मधल्या दारुण पराभवानंतर फ्रेंच महिला आणि पुरुष यांच्यासमोर दोनच प्रकारचे पर्याय उरले होते, धैर्य किंवा भ्याडपणा, बंड किंवा आज्ञापालन, स्वातंत्र्य किंवा गुलामगिरी. दुसऱ्या पर्यायामुळे शत्रूला आणखीच बळ मिळाले असते. जे ठाम आणि शूर होते त्यांना आधारासाठी म्हणा किंवा मदतीसाठी म्हणा आपल्या पुरातन शत्रूकडे म्हणजेच इंग्लंडकडे जाण्याची इच्छा नव्हती. तरीही ब्रिटिशांनी त्यांच्या मदतीला सैन्य तर पाठवलेच पण मुख्य म्हणजे जबाबदार महिला आणि पुरुष पाठवले. त्यांचे काम होते फ्रेंचांच्या वेगवेगळ्या गटांना नीट संघटित करून त्यांना अधिक प्रभावी बनवणे.

सर्वसाधारण जनतेच्या माहितीनुसार, प्रतिकाराला रसद पुरवणारी स्पेशल ऑपरेशन्स एक्झिक्युटिव्ह अर्थात एसओई अशी कोणतीही संघटना मुळात अस्तित्वातच नव्हती आणि तसेही १६ जुलै, १९४० पर्यंत ती नव्हतीही. इंग्लंडचे नवे पंतप्रधान, विन्स्टन चर्चिल यांनी ती निर्माण केली. त्या वेळी चर्चिल यांनी एसओई प्रमुखांना सूचना केली, 'युरोपला पेटवा...' हे त्यांचे वाक्य खूप गाजले.

आपल्या सम्राज्यामध्ये बंडखोरांना निपटून काढण्यासाठी करण्याच्या कारवायांचा

अफाट अनुभव असलेल्या ब्रिटनसाठी एसओई हे काहीतरी नवीन होते. जेव्हा जर्मनीने बहुतेक युरोपियन खंड ताब्यात घेतला तेव्हा ब्रिटिशांनी त्यांच्या वसाहतीत त्यांनी ज्या बंडखोरांना दडपले, त्यांनाच आपला पाठिंबा दर्शवला. एसओईचे आदर्श म्हणजे लॉरेन्स ऑफ अरेबिया, सीरियामधील तुर्कांविरुद्ध अरबांच्या बंडाचे सूत्रधार आणि वीस वर्षांपूर्वी दक्षिण आयर्लंडमधून ब्रिटिशांना हद्दपार करणारे आयरिश रिपब्लिकन सैन्य होते. लंडनच्या ६४, बेकर स्ट्रीटवरील एसओईच्या हेडक्वार्टरला आंतर-सेवा संशोधन कार्यालय असे निरुपद्रवी नाव देण्यात आले होते. कर्मचाऱ्यांकडून कार्यालयीन गुपिते राखण्याबाबतच्या करारावर सह्या घेण्यात आल्या होत्या. अगदी त्यांच्या कुटुंबाशीही कामाबाबत बोलण्यास त्यांना मज्जाव करण्यात आला होता. आर्थिक युद्ध मंत्री ह्यू डाल्टन यांना अहवाल देणारी ही संघटना जुन्या गुप्तहेर संस्था, एसआयएस किंवा एम१६ यांची प्रतिस्पर्धी झाली. उद्दिष्टांच्या सीमारेषा स्पष्ट असूनही एम१६ ला नवख्या आणि त्यांच्या मते अपरिपक्व लोकांच्या घुसखोरीबद्दल चीड होती. एम१६ गुप्तपणे माहिती गोळा करत असे तर एसओई पडद्यामागे हिंसक कारवाया करत असे. एम १६ ची पद्धत गुप्त तर एसओईची धाडसी होती.

ॲक्सिस रुलअंतर्गत येणारा प्रत्येक देश, अगदी सुदूर पूर्वेपासून ते फ्रान्सपर्यंत, एसओईच्या एका विभागाकडे असे ज्यात स्थानिक लोकांची भरती करून, त्यांना प्रशिक्षित करून, त्यांना शस्त्रसज्ज करून आक्रमणाचा प्रतिकार करण्यासाठी सज्ज केले जाई. एसओईच्या फ्रेंच विभागाचा प्रमुख (एफ विभाग) कर्नल मॉरिस बकमास्टर, एक चाणाक्ष कमांडर आणि कर्मचाऱ्यांचा चांगला नेता होता. तो माणसांना अचूक पारखत असे. त्याने ब्रिटनच्या उच्चभ्रू इटन महाविद्यालयात शिक्षण घेतले होते आणि ऑक्सफर्ड विद्यापीठात तो प्रवेश घेणार होता, तेवढ्यात वडिलांवर अचानक आलेल्या दिवाळखोरीमुळे त्याच्या शिक्षणात खंड पडला. मॉरिस बकमास्टर त्यानंतर फ्रान्सला गेला आणि त्याने फ्रेंच भाषेवर इतके प्रभुत्व मिळवले की तो एक पत्रकार म्हणून 'ले मेताँ' या फ्रेंच वृत्तपत्रात लेखन करू लागला. नंतर, पॅरिसमध्ये फोर्ड मोटर कंपनीचा असिस्टंट मॅनेजर म्हणून त्याने तिथल्या रस्त्यांचा आणि रेल्वे मार्गांचा अभ्यास केला, ही माहिती पुढे त्याला अतिशय उपयोगी पडली. त्याचे मित्र आणि सहकारी त्याला 'बक' असे संबोधत असत. युद्धाच्या ऐन उद्रेकाच्या वेळी तो सैन्यात भरती झाला. इंग्लंडमध्ये त्याने मूलभूत प्रशिक्षण घेतले आणि जर्मन आक्रमण रोखण्यासाठी ब्रिटिश मोहिमेतला एक घटक म्हणून तो फ्रान्सला परतला. जेव्हा ब्लिट्झक्रीगचे झंझावती आक्रमण झाले तेव्हा आपल्या साथीदारांसोबत मागे हटत जून १९४० मध्ये तो डनकर्कहून इंग्लंडला पोचला आणि मार्च १९४१ मध्ये त्याने एफ सेक्शनच्या कारभाराचा ताबा घेतला. त्या वेळी तो एकतीस वर्षांचा होता. मॉरिस बकमास्टरच्या एका सहकाऱ्याने लिहिले आहे की तो एक उंच, सौम्य माणूस

होता. त्याचे डोळे नंतरच्या आयुष्यात असे दिसत की त्यांनी जवळपास सगळेच पाहिले आहे. तो रोज सरासरी अठरा तास काम करत असे. एसओईच्या सिग्नलचे मुख्य लिओ मार्क्स यांनी म्हटले आहे की एजन्टांची सुरक्षा ही त्याची प्रमुख प्राथमिकता असे.

एसओईने मे १९४१ ला फ्रान्समध्ये चोरून पाठवलेला पहिला एजन्ट रेडिओ ऑपरेटर जॉर्ज बेग हा होता. ब्रिटनने खंडातून सशस्त्र सेना आणि गुप्तचर खात्यातले मनुष्यबळ आणि इतर सामग्री हलवल्यानंतर एका वर्षापेक्षा कमी कालावधीत हा एसओई एजन्ट फ्रान्समध्ये दाखल झाला. त्यानंतर पुरुष आणि महिलांनी भयंकर धोके पत्करून पॅराशूट, पाणबुडी, सेलबोट आणि वेस्टलँड लायसँडर लाइट एअरक्राफ्टने शत्रूने व्यापलेल्या परिसरात घुसखोरी केली. एसओईच्या टीममध्ये एक संघटक, रेडिओ ऑपरेटर, वायरलेस टेलिग्राफर आणि कुरिअरचा समावेश होता. लंडनशी दुवा साधण्यासाठी वायरलेस टेलिग्राफर्सनी मॉर्स कोडमध्ये पत्रे टॅप केली, तर कुरिअर्सनी सायकली, बसेस, कार्स, रेल्वे आदींचा वापर करून संघटकांकडचे निरोप फील्ड एजन्ट्सपर्यंत पोचवले. हे कुरिअर्स जास्त करून महिला असत, कारण जर्मन्स त्यांची झडती, सैनिकी वयोगटातील पुरुषांपेक्षा, कमी काटेकोरपणे घेत.

एका फ्रेंच गुप्तचर इन्स्पेक्टरला या व्यवस्थेबद्दल शंका होती. त्याचे म्हणणे होते की इंग्रजांनी जर तिघांच्या गटात त्यांचे एजन्ट्स पाठवले, ज्यात दोन पुरुष आणि एक मुलगी असेल. पण महत्त्वाच्या बाबीकडे त्यांचे लक्ष गेले नाही की मुलीचा मित्र कोण असावा असा प्रश्न साहजिकच उपस्थित होईल आणि गुंतागुंत वाढेल. या त्रिसदस्यीय टीम्सनी प्रादेशिक रेझिस्टन्स सर्किट्स चालवले आणि बटलर, फायरमन, लेखक अशा अनेक प्रकारच्या लोकांची भरती केली जे आंतर संदेशवहन करण्यासाठी उपयुक्त ठरले असते.

या एकमेकांशी जोडलेल्या जाळ्यांमध्ये फ्रेंच पुरुष आणि महिलांना नाझींविरुद्ध घातपाती कृत्ये करण्यासाठी भरती करण्यात आले आणि महत्त्वाचे म्हणजे मित्रराष्ट्रांनी जेव्हा फ्रान्सवर आक्रमण केले तेव्हा मागच्या बाजूने जर्मनांवर हल्ला करण्यासाठी या तयारीचा उपयोग झाला.

फ्रान्समध्ये गुप्तपणे पाठविलेल्या लोकांमध्ये जॉर्ज आणि जॉन स्टार हे भाऊ होते, ज्यांचे वडील आणि आजोबा यांनी पहिल्या महायुद्धापूर्वी मातृदेशात कुटुंबाचे पुनर्वसन केले होते.

तो त्यांचा एकाकी संघर्ष होता. बायकामुलांपासून दूर राहून, नियमित लष्करी युनिटच्या सहकाऱ्यांपासून वंचित राहून, पुरवठ्याच्या सर्व स्रोतांपासून लांब राहून शत्रूच्या अगदी जवळपास फक्त स्वतःच्या जबाबदारीवर राहणे अवघड तर होतेच;

पण पकडले गेल्यास एफ-सेक्शन त्यांचा बचाव करू शकले नसते आणि त्यांना अतोनात छळ आणि हत्येला अपरिहार्यपणे सामोरे जावे लागले असते. बकमास्टरच्या संस्मरणाचे शीर्षक होते, 'ते एकाकी लढले' ज्यामध्ये जॉर्ज आणि जॉन स्टार बंधूंचे शत्रूव्याप्त फ्रान्समधले अनुभव रेखाटले आहेत. हेच शीर्षक घेणे म्हणजे बकमास्टर यांना वंदन करणे आणि जॉर्ज आणि जॉन स्टार बंधूंचे त्यांच्या असीम शौर्याबद्दल आभार मानणे आहे. युद्धकाळातील यशांच्या वर्णनांमुळे बकमास्टरच्या चमकदार चित्रणाला मार्मिकता लाभली आहे.

फ्रान्स त्या वेळी देशद्रोही, खबरे आणि संधीसाधू यांनी गजबजला होता. १९४०च्या पराभवास कारणीभूत भ्रष्टाचारामुळे, भ्रष्टाचारमुक्त फ्रान्सच्या कल्पनेवर निष्ठा असल्याने काही फ्रेंच लोकांनी जर्मनांना सहकार्य केले. काहींनी प्रगतीच्या आशेने कब्जा करणाऱ्या जर्मनांना अनुकूलता दर्शवली. अनेकांनी जुने हिशेब चुकते करण्यासाठी या संधीचा उपयोग केला. स्टार बंधू केवळ अशा काही मोजक्या पुरुष आणि स्त्रियांवर विसंबून राहू शकले ज्यांच्या देशभक्तीमुळे आणि जिद्दीमुळे त्यांनी असह्य यातना, निर्घृण हत्या किंवा छळछावण्यांमध्ये अपमानास्पद आणि निनावी मृत्यूचा धोका पत्करला.

फ्रान्सवर कब्जा करणाऱ्या जर्मनांनी फ्रेंचांविरुद्ध फ्रेंचांना अत्यंत क्रूरपणे उभे केले. डिकन्सच्या भाषेत तो अतिशय शहाणपण आणि अतिशय मूर्खपणाचा काळ होता. २२ जून, १९४० ला फ्रान्सने जर्मनीशी केलेल्या शस्त्रसंधी करारामुळे उत्तरेकडील जर्मनव्याप्त प्रदेशात आणि दक्षिणेकडील स्वायत्त फ्रेंच राजवटीत, तथाकथित झोन लिब्रे किंवा फ्री झोन या प्रदेशात देशाचे विभाजन झाले. व्हिशी येथे या फ्री झोनची राजधानी निर्माण झाली. पराभवानंतर फ्रेंचांना विभाजित करणाऱ्या अनेक घटकांपैकी भौगोलिक पृथक्करण हा केवळ एक घटक होता. इतर घटक राजकीय, वैचारिक आणि वैयक्तिक होते. अशा संदिग्ध राजकीय वातावरणात वावरणे आणि फिरणे स्टार बंधूंच्या जगण्यासाठी आणि यशस्वी होण्यासाठी तितकेच महत्त्वाचे होते, जितके लपण्यासाठी सुरक्षित घरे शोधणे, शस्त्रास्त्रांचे साठे आणि शॉर्टवेव्ह रेडिओ ट्रान्समिशनसाठीची ठिकाणे शोधणे होते.

एक सर्वोत्कृष्ट फ्रेंच इतिहासकार असलेल्या ऑलिव्हियर वायव्हिएरका यांनी लिहिले, 'फ्रेंच लोकांच्या नजरेतून या राजवटीला नक्कीच एक कायदेशीरपणा मिळाला.' फ्रान्सच्या तिसऱ्या प्रजासत्ताकाने १० जुलै, १९४० रोजी स्वतःच्या अस्तित्वाचा फारसा विचार न करता आपले मत दिले आणि वर्ल्डनचा हिरो म्हणून प्रसिद्ध असलेल्या पहिल्या महायुद्धाचे नायक वयोवृद्ध मार्शल फिलिप पेताँ यांच्याकडे सत्ता दिली. वायव्हिएरका यांनी लिहिले, की प्रतिकारात सामील होणे म्हणजे कायद्याबाहेर पाऊल टाकण्यासारखेच होते. पण डच, बेल्जिअन आणि नॉर्वेजियन

नागरिकांना त्यांची सरकारे लंडनमध्ये हद्दपार झाल्यामुळे हा धोका पत्करावा लागला नाही.

अमेरिकेने पेताँ राजवटीचे महत्त्व ओळखले आणि वरिष्ठ नौदल अधिकारी, ॲडमिरल विल्यम डी. लेही यांना व्हिशी येथील राजदूत म्हणून नेमले. अनेक फ्रेंच लोकांचा असा विश्वास होता की फ्रान्सची निष्ठा ही कायदेशीर सरकारशी एकनिष्ठतेची मागणी करते. लंडनमधील फ्रेंच जेनेराल शार्ल द गॉल यांच्या, 'माझा आवाज ऐका आणि माझ्या मागे या,' या जुलै १८,१९४० ला केलेल्या आवाहनाला प्रतिसाद देणारे देशप्रेमी फारच थोडे होते. खरेतर बहुतेक फ्रान्स जनरलचे प्रसारण ऐकण्यात अक्षम होता. फ्रेंच सैन्याने डी गॉले यांना दोषी ठरवत त्यांना फाशीची शिक्षा जाहीर केली होती. व्हिशीने भूमिगत विरोधकांना 'दहशतवादी' म्हणून फाशीची शिक्षा जाहीर केली.

फ्रेंच लोकांचे नंतर तीन प्रकारांत विभाजन झाले. रेझिस्टंट्स, ज्यांनी नाझींशी आणि व्हिशी शासनाशी संघर्ष केला, कोलाबोस ज्यांनी जर्मनांसोबत काम केले आणि अटेन्टिस्ट्स, जे बहुसंख्येने होते आणि जे कोण जिंकत आहे त्याची वाट पाहत राहिले. संभाव्य प्रतिकाराचा उघड स्त्रोत असलेले सैन्याचा अनुभव असलेले देशातील जवळपास दीड दशलक्षाहूनही अधिक तरुण जर्मनीच्या युद्धतळांवर कैदी म्हणून अडकले होते. एसओई मदतीसाठी असे लोक शोधत होती ज्यांनी पकडले जाणे टाळले होते आणि ज्यांनी सैन्यात काम केले नव्हते. त्यात प्रतिकार करणाऱ्या चळवळींच्या एकमेकांतील तीव्र स्पर्धा ही वेगळीच गुंतागुंतीची गोष्ट होती. काही जण डे गॉलेशी निष्ठावान होते, तर काहींनी हेन्री गिरौद नावाच्या फ्रेंच जनरलला अनुकूलता दर्शविली होती, जो जर्मन युद्धछावणीतून निसटला होता आणि त्याला डे गॉलेनंतर अमेरिकेचा आवडता नेता व्हायचे होते आणि ज्याचा अध्यक्ष फ्रँकलिन डी. रोझव्हेल्ट द्वेष करीत. बरेच लोक कम्युनिस्ट पक्षाशी संबंधित असलेल्या संघटनांचे होते, ज्यांनी १९४१ च्या जूनमध्ये हिटलरने रशियावर चढाई करेपर्यंत प्रतिकारास पाठिंबा दर्शविला नव्हता.

याशिवाय तिथे समाजवादी, राजेशाहीच्या बाजूने असलेले रॉयलिस्टस आणि विश्वबंधुत्व, सहकार्य अशी ध्येये असलेल्या संस्थेचे सदस्य, ज्यांना फ्रीमॅसन म्हटले जाई असे अनेक प्रकारचे लोक होते. बऱ्याच गटांनी एकमेकांकडून शस्त्रे चोरली आणि त्यांची विचारधारा, रणनीती आणि प्रदेश यांवर त्यांच्यात जोरदार संघर्ष झाला.

ब्रिटिश एजन्ट्स म्हणून काम करताना जॉर्ज आणि जॉन स्टार एखाद्याला ठार कसे करायचे ते शिकले पण अर्थातच प्रशिक्षण देणाऱ्या संस्था त्यांना कोणावर विश्वास ठेवावा हे शिकवू शकल्या नाहीत. त्यांना फ्रेंच लोकांच्या भावना समजून

घ्याव्या लागल्या आणि एक माणूस म्हणून आपल्या भावनांवर आणि आतल्या आवाजावर अवलंबून राहावे लागले. त्यांचे जगणे आणि लढ्याचे भविष्य याच गोष्टींवर अवलंबून होते.

# १

# अनपेक्षित संघर्ष

*पुस्तकाद्वारे गोष्टी करण्याचा प्रयत्न करण्याचा काही उपयोग झाला नाही. तिथे पुस्तक नव्हते.*

मॉरिस बकमास्टर

**१९४२** सालचा ऑक्टोबर महिना संपतच आला होता. फ्रेंच उत्तर आफ्रिकेच्या आक्रमणानंतरच्या ऑपरेशन टॉर्चने ब्रिटनच्या जिब्राल्टर नौदल बेस बंदरावर जहाजांची ये-जा बंद केली. भरीला शरद ऋतूतील तुफानी वारे होतेच. पण रॉयल नेव्हीने २९ ऑक्टोबरला एका खास ऑपरेशनसाठी हा निर्णय धुडकावून लावला. कारण हे ऑपरेशन इतके अतीव महत्त्वाचे होते की तुफानी वादळे आणि जर्मन यू बोटींच्या हल्ल्यांच्या भीतीमुळे ते पुढे ढकलणे केवळ अशक्य होते. त्या रात्री साडेआठच्या दरम्यान सीडॉग नावाचे एक छोटेखानी जहाज जिब्राल्टर बंदरातून बाहेर पडले. यात ब्रिटिश, फ्रेंच आणि इटालियन प्रवासी होते. जहाजावरील कर्मचारी यापैकी कुणालाही ओळखत नव्हते. त्यांच्यातला प्रत्येक प्रवासी लंडनवरून मिळालेल्या आदेशावरून मिशनमध्ये सहभागी झालेला होता. हे मिशन होते अडॉल्फ हिटलरच्या युरोपमधल्या भागात घुसून तिथे प्रतिकाराचे नवे आणि मजबूत जाळे उभारणे. ते सर्व जण त्यांच्या फ्रेंच कपड्यात अगदी नेहमीसारखे प्रवासी दिसत होते. पण ते प्रत्यक्षात वेगवेगळ्या कामांत प्रशिक्षित होते. हत्या करणे, तोडफोड, शस्त्राने किंवा निःशस्त्र लढणे, स्फोटके हाताळणे, तिजोऱ्या

फोडणे, दरोडे घालणे, बनावट कागदपत्रे बनवणे, वेगवेगळे कोड वापरून संदेश देणे यात हे सर्व जण अगदी निष्णात होते. सर्व जण ब्रिटिश सशस्त्र दलाचे अधिकारी होते. काही जणांना धूसर आशा होती की जर ते पकडले गेले तर जर्मन त्यांना जिनेव्हा कराराप्रमाणे वागवतील. मात्र अर्ध्या लोकांना स्पष्टपणे सूचित करण्यात आले होते की त्यांच्या परतण्याची शक्यता फार कमी आहे.

सोमवारी रात्री, दोन नोव्हेंबरला, वादळाने जहाजाला झोडपून काढले. आकाशात विजा कडाडत होत्या आणि जहाजाचा प्रत्येक भाग हिंदकळत होता. डेकच्या खाली एक अर्धा अमेरिकन, अर्धा ब्रिटिश प्रवासी रेडिओ ऑपरेटरला हैराण करत होता की माझ्यासाठी लंडनहून आलेला संदेश कुठे आहे? हा अडतीस वर्षीय लेफ्टनंट जॉर्ज रेजिनाल्ड स्टार होता. त्याची खात्री होती की हे मिशन स्थगित केले जाईल.

जॉर्जसोबत वाद घालणे कुणालाच पसंत नसे. त्याच्या पहेलवानासारख्या शरीरयष्टीमुळे तो त्याच्या पाच फूट सहा इंच उंचीपेक्षा मोठा दिसे. गडद तपकिरी केस, फिकट तपकिरी डोळे, लालसर त्वचा आणि घट्टे पडलेले हात यामुळे तो एखाद्या खाण कामगारासारखा दिसे पण त्याचे बोलणे मृदू असे. कडक शिस्तीची इंग्लिश निवासी शाळा सोडल्यावर आणि ससेक्समध्ये महाविद्यालयीन शिक्षण घेतल्यावर वयाच्या केवळ सोळाव्या वर्षी त्याने श्रॉपशीअर कोळसा खाणीत आत्यंतिक कष्ट उपसले आणि तो खाण अभियंता झाला.

त्या रात्री जॉर्जला जाणवत होते की काहीतरी चुकते आहे आणि ते काय हे त्याला हवे होते. तो भेकड तर नव्हताच तो त्या शेवटच्या इंग्रजांपैकी होता ज्यांनी मे १९४० मध्ये जर्मनीच्या आक्रमणाआधी बेल्जियममधून मार्ग काढला होता. तो स्कॉटिश डोंगराळ भागातल्या एसओईच्या कमांडो कोर्समध्ये त्याच्याहून वयाने लहान लोकांना सहज मागे टाकत असे आणि त्याने मोठ्या प्रयत्नाने स्वतःच्या उंच ठिकाणी जाणवणाऱ्या भीतीवर मात करत पॅराशूटमधून पहिली उडी मारली होती. त्याच्या अस्वस्थतेचा कसल्याही भीतीशी वा समुद्री आजाराशी संबंध नव्हता.

'हे अंतःप्रेरणेपेक्षा जास्त काहीतरी आहे,' तो म्हणाला. 'या भावनेने मला वेळोवेळी वाचवले आहे. जेव्हा मी काही करायला जातो आणि माझ्या पोटात वेगळे काहीतरी जाणवते तेव्हा मी ते काम करत नाही.' तो जहाजावरच्या रेडिओ ऑपरेटरला वारंवार विचारत होता की हे ऑपरेशन रद्द करण्याबाबत आणि जहाज परत जिब्राल्टर बंदरावर परत नेण्याबाबत काही संदेश आला आहे का?

सीडॉगचा प्रमुख, पोलिश नौदलातील लेफ्टनंट जान बचोवस्कीने जर्मन आणि इटालियन आक्रमणाच्या सात महिन्यांच्या काळात पाश्चात्त्य भूमध्य सागरात खूप भयंकर वादळे अनुभवली होती. जॉर्ज स्टार आणि बाकीच्या लोकांबाबत मिशन रहित करण्याच्या कसल्याही आज्ञा त्याला मिळालेल्या नसल्याने त्याने फ्रान्सकडे प्रवास

सुरूच ठेवला. तो आणि जहाजावरचे त्याचे कर्मचारी, एका पोलिश सैन्य अधिकाऱ्याच्या शब्दांत सांगायचे झाले तर पोलिश नौदलापेक्षाही जास्त राकट होते. बचोवस्कीला जर्मनांचा तिरस्कार वाटत असे, तो केवळ त्याच्या देशावर त्यांनी कब्जा केला म्हणूनच नाही तर त्याच्या पूर्ण कुटुंबांची त्यांनी हत्या केली म्हणूनही. पोलिश सैनिकांची फ्रान्समधून सुटका करण्यापासून ब्रिटन रॉयल नौदलात त्याची नोकरी सुरू झाली. त्या वेळी १९४०च्या जूनमध्ये जर्मनांचा विजय झाला होता आणि १९४२च्या एप्रिलपासून बचोवस्की गुप्तपणे जिब्राल्टर ते फ्रेंच किनारा अशा फेऱ्या जहाजातून करत असे. तो गुप्तहेर आणि टनावारी साधने फ्रेंच किनाऱ्यापर्यंत पोचवत असे आणि परतताना तिथली कामगिरी संपवलेल्या हेरांना परत आणत असे. सीडॉग एक वीस टनी, सत्तेचाळीस फुटी जहाज होते आणि त्याचा आकार नाईल नदीतल्या इतर उत्तम जहाजाप्रमाणे होता.

बोटीवरची जास्त गर्दी आणि अगदी मोडकळीला आलेली इंजिन्स सोडली तर एका सर्वसाधारण व्यापारी जहाजाचे रूप आतापर्यंत तरी जर्मन, इटालियन आणि त्रासदायक फ्रेंच गस्तीपथकांना दूर ठेवण्यात यशस्वी ठरले होते. प्रवासी दुर्गंधीची तक्रार करत असत कारण युद्धपूर्व काळात हे जहाज सार्डीन माशांची वाहतूक करण्यासाठी वापरले जाई. जॉर्ज, जर्मनांनी दोन वर्षांपूर्वी कब्जा केल्यानंतर, आता फ्रान्सला पहिल्यांदा पाहण्यासाठी आसुसलेला असला तरी त्याला सीडॉग हा काही प्रवासाचा उत्तम मार्ग वाटत नव्हता. त्याचे म्हणणे होते की हे जहाज सारखे खालीवर होते. हा प्रवास कठीण आहे. तुम्ही तेथे राहू शकत नाही. मला गॅलीमध्ये एक चांगली जागा मिळाली आहे. तिथे मी नेहमी बेकॉन आणि अंडी शिजवतो. त्याच्या चांगल्या भुकेमुळे त्याची मळमळीच्या भावनेतून सुटका झाली होती. पण त्यामुळे त्याची चिंता मात्र जराही कमी झाली नव्हती.

त्याच्या सामानातील प्रत्येक गोष्ट बेल्जियन किंवा फ्रेंच होती, अगदी रेझरपासून ते जीर्ण दाढीच्या ब्रशपर्यंत. त्याचे जुने बूट बेल्जियन होते आणि एका फ्रेंच शिंप्याने त्याचा लोकरी सूट शिवलेला होता. संवाद साधण्याची त्याची उपकरणे धातूच्या लांबट नळ्यांमध्ये दडवलेली होती. याशिवाय त्याच्याकडे १००० पौंड इतका दारूगोळा आणि साधनसामग्री होती. त्याच्या पैशाच्या पाकिटात १००,००० फ्रेंच फ्रँक्स होते. ज्यांची किंमत २५०० डॉलर्सएवढी होती. शिवाय या पाकिटात सर्ज वॅटरमेझ या नावाचे एक बनावट ओळखपत्र होते. वॅटरमेझ हा जॉर्जचा तरुण वयातला ल्वार वॅली इथे शिकत असतानाचा वर्गमित्र होता आणि जॉर्जला विश्वास होता की समजा चौकशी झाली तर वॅटरमेझचे कुटुंब आपल्याला पाठिंबा नक्की देईल. जॉर्जचे कोडनेम इलॅर होते. जिब्राल्टर सोडताना आपल्या सामानात काहीही इंग्लिश सामान राहिलेले नाही याची त्याने खात्री केली होती. त्याला कर्नल

बकमास्टर यांनी भेट दिलेली सोन्याची सिगारेट केसही त्याने टाकून दिली होती. त्यांच्यातील बहुतेक गुप्तहेरांनी सायनाईड विषाच्या गोळ्या जवळ ठेवल्या होत्या जेणेकरून पकडले गेल्यास पट्कन गिळता येतील. पण जॉर्जने विष बाळगायला नकार देत सांगितले होते की आशेवर जगणे हे माझ्या कुटुंबाचे ब्रीद आहे.

जॉर्जला १२ ऑक्टोबर,१९४२ ला ज्या शेवटच्या सूचना मिळाल्या होत्या त्यात त्याला आज्ञा दिली गेली होती की फ्रान्सला पोहोचल्यावर त्याने रोदल्फ या हेराशी संपर्क साधावा. त्याला सांगितले गेले होते की ऱ्होदल्फ तुमची वाट पाहत असेल. तो तुम्हाला सुरक्षितपणे ठेवेल, तुमच्या पहिल्या फूड कूपन्सची व्यवस्था करील आणि आवश्यक ती सगळी स्थानिक माहिती देईल.

ऱ्होदल्फ हा हेन्री पॉल सेवेनेट होता. तो एसओईचा लेफ्टनंट होता. वेंट्रीलओक्विस्टचा संघटक होता, बेरॉन फिलिप दे वोमकॉट. एसओईचे लंडनमधले अधिकारी त्याला वोमकोर्ट म्हणून ओळखत. फ्रेंच संपर्क अधिकारी म्हणून त्याने ब्रिटिश सैन्यासोबत १९४० मध्ये काम केले होते. १९४० मध्ये निसटल्यावर तो चेरबौर्ग इथून इंगलडला जाणाऱ्या शेवटच्या जहाजाने परतला होता. त्याने नवीन स्थापन झालेल्या एसओईत भाग घेतला आणि तो नंतर फ्रान्सला परतला. त्याने त्याच्या भावाच्या मानलेल्या मुलाला, हेन्री सेवेनेटला १९४१च्या सुरुवातीला सेवेत सामावून घेतले. सेवेनेटची ओळख एक अत्यंत धाडसी ऑफिसर अशी होती. तो फ्रान्सवर जर्मनीने केलेल्या हल्ल्याच्या वेळी शौर्याने लढला होता आणि जर्मनांच्या हातून दोनदा निसटला होता. दुसऱ्या वेळी तो डी गॉलेचा प्रतिस्पर्धी जनरल हेन्री गिरवूडसोबत निसटला होता. पाच फूट दहा इंच उंची, चार्ली चॅपिलनसारख्या मिश्या आणि जाड चश्मा यामुळे तो एखाद्या प्राध्यापकासारखा दिसत असे पण प्रत्यक्षात तो एक निष्ठूर गुप्तहेर होता आणि गेस्टेपो त्याला पकडण्यासाठी जंगजंग पछाडत होते.

या वेळी जॉर्जला एवढेच माहीत होते की ऱ्होदल्फ हे सेवेनेटचे कोडनेम आहे. पण तो खरेच विश्वासार्ह होता का? त्याची संघटना सुरक्षित होती का? तसे असायलाच हवे होते कारण जॉर्जचे लक्ष्य गाठण्यासाठी ते जरुरीचे होते. लक्ष्य होते, हल्ला करण्यासाठी मोठी भूमिगत संघटना तयार करा, जी संदेश मिळताच शत्रूवर तुटून पडेल.

जॉर्जसोबतचे बाकीचे हेर गुप्तहेरीच्या कामात तसे नवखे होते. एक जण लेफ्टनंट मार्कस रेजिनल्ड ब्लूम नावाचा टॉटेनहॅम या लंडनमधील उपनगरातला प्रभावी आणि आनंदी व्यक्तिमत्त्वाचा ज्यू व्यावसायिक होता. बाकीच्यांत ऑस्ट्रेलियन थॉमस ग्रूमे, फ्रेंच असलेला अॅल्फ्रेड मूवीस शूतन, इटालियन ज्याकोमिनो ज्यूवाली सरफत्ती आणि तीन स्त्रिया होत्या- मॅरी तेऱ्हेझ ले शेन, मारी कॅथेरीन हरबर्ट आणि ओडेट सान्सम.

जॉर्जला ओडेट सॅन्समबद्दल जहाजाची सफर सुरू होण्याआधीच तिरस्कार वाटू लागला होता. 'शपथ, हे माझ्या जीवनातले नवल आहे,' तो ग्लासगोहून निघताना म्हणाला. 'मला या तीन बेकार बायकांना सांभाळावे लागत आहे.' सॅन्सम ही एक सुरेख तरुणी होती जिचे लांब, घाटदार पाय, चमकते तपकिरी डोळे आणि वेगळीच मोहकता ती ज्यांना भेटेल त्या पुरुषांना आकर्षित करत असे.

पण जॉर्ज त्यांच्यापैकी नव्हता. त्याचा तिरस्कार कदाचित सीडॉगवर वाढला असावा, जिथे जहाजाच्या स्वयंपाकघरात अर्थात गॅलीत त्याने आणि ओडेटने अनेक तास एकत्र घालवले. तिथे जॉर्ज स्वयंपाक करत असे आणि ओडेट साफसफाई करत असे. ईशान्य फ्रान्समधील एमिन्स येथे २८ एप्रिल,१९१२ रोजी ओडेट मेरी कॉलिन ब्रेलीचा जन्म झाला. तिच्या वडिलांचा मृत्यू पहिल्या महायुद्धात सैन्य दलाच्या सेवेत काम करत असताना झाला. प्रकृती बिघडल्यामुळे वयाच्या सातव्या वर्षी ओडेटला काही वर्षे अंधत्व आले. नंतर तिला वातज्वराचा त्रास झाला. ओडेटला समुद्री हवेचा फायदा व्हावा म्हणून तिच्या आईने १९२५ मध्ये नॉर्मंडी किनारपट्टीवर स्थलांतर केले. १९३२ मध्ये तोपर्यंत सुदृढ आणि सुंदर झालेल्या, गडद, कुरळे केस असलेल्या ओडेटने वयाच्या विसाव्या वर्षी रॉय सॅन्सम या इंग्रजाशी लग्न केले. ते नंतर लंडनला गेले आणि त्यांना तीन मुलीही झाल्या. सॅन्सम १९३९ मध्ये सैन्यात दाखल झाला आणि ओडेटच्या वडिलांप्रमाणे सार्जंट झाला. ऑक्टोबर १९४० मध्ये नवरा लष्करी सेवेत गेला असताना, ओडेटने तिच्या आई आणि मुलींसोबत लंडनच्या जर्मनांच्या बॉम्बहल्ल्यांपासून वाचण्यासाठी ग्रामीण सॉमरसेटमधील एका छोट्याशा गावी पळ काढला. तेथे तिने १९४२ साली बीबीसीचे एक प्रसारण ऐकले ज्यात श्रोत्यांना गुप्त कामांसाठी आपले फोटो, फ्रेंच किनारपट्टीवरील सुटीच्या फोटोसह, पाठवण्याचे आवाहन केले जात होते. श्रोत्यांना 'ॲडमिरल्टी, लंडन, एसडब्ल्यू १ ' वर आपले उत्तर पाठवण्यास सांगण्यात आले होते. पण ओडेटने तिचे पत्र चुकून 'युद्ध कार्यालय, लंडन' येथे पाठवले.

पण यामुळे एसओई एफ-सेक्शनमध्ये तिची मुलाखत घेण्यात आली आणि एसओईची एक कामगिरी तिला देण्यात आली. त्यानंतर तिने आपल्या मुलींना एसेक्समधील कॅथोलिक कॉन्व्हेंटमध्ये ठेवले आणि स्कॉटलंड आणि दक्षिण इंग्लंडमध्ये प्रशिक्षण घेतले. पण तिला तिच्या शेवटच्या प्रॅक्टिस पॅराशूट जंपवर जबरदस्त धक्का बसून ती जखमी झाली. तिला पुन्हा इजा होऊ नये म्हणून, एसओईने तिला रॉयल एअर फोर्सच्या लायसंडर लाइट विमानांपैकी एकाने फ्रान्सला पाठवले. हे विमान तिला फ्रान्समध्ये एका गुप्त स्थळी उतरवणार होते. एसओई तिला बरगंडीच्या ओस्सेर येथील डॉनकेमन सर्किटमध्ये कुरिअर म्हणून पाठवत होती. टेक ऑफ

घेतल्यानंतर थोड्याच वेळात तिचे विमान इंग्लंडमध्ये कोसळले आणि ती मरता मरता वाचली. पुढे जाण्याचा निर्धार केला असल्याने ती ग्लासगोपासून समुद्रप्रवास करत तिच्या तुकडीसह जिब्राल्टरला पोचली जिथे जॉर्ज प्रवास करत होता.

तीन नोव्हेंबरच्या सकाळी आकाश बरेच निरभ्र झाले आणि सीडॉगने कॅसिसच्या रिव्हिएरा रिसॉर्टच्या दिशेने ईशान्य दिशेने कूच केले. कॅसिस आणि बंदर शहर मॅस्से दरम्यानच्या असामान्य रचनेमुळे गुप्त कारवायांसाठी हे ठिकाण आदर्श बनले होते. समुद्रामध्ये जमिनीची बोटं जणू उमटलेली होती. चुनखडीच्या दगडांचे उंच कडे वाऱ्यापासून आंतर जलमार्गाचे रक्षण करत होते आणि पाइनच्या जंगलांमुळे पर्वतरांगांवरून सर्व दृश्य अस्पष्ट दिसत होते. फ्रेंच या अरुंद प्रवाहांना कॅलाँक म्हणत. हा इनलेट्ससाठी कॉर्सिकन शब्द होता. बचोवस्कीची सर्वांत आवडती कॅलँक, तीन सर्वांत मोठ्यापैकी एक, पो-म्यू होती, जिथे त्याने मागील वेळी लोकांना गुप्तपणे सोडले होते. हे ठिकाण कॅसिसच्या दोन मैल पश्चिमेस होते. शहरातील शोध आणि धोके टाळण्याइतके पुरेसे दूर आणि तरीही सुरक्षित घरे आणि रेल्वे स्थानकापासून पायी जाण्याच्या अंतरावर ते होते. सीडॉग कॅसिसजवळ येताच, जहाजाच्या क्रूने आपले चिन्ह स्पेनमधून फ्रेंच भाषेत रूपांतरित केले. सूर्यास्ताच्या वेळी किनारा दृष्टीस पडला.

'३ नोव्हेंबर रोजी २१३० वाजता पोझिशनवर पोचलो,' बचोवस्कीने जहाजाच्या लॉगमध्ये लिहिले, 'मी पोहरेकीकडे जबाबदारी हस्तांतरित केली आणि दोन इतर लोकांसह बंदरातून पोर्ट-म्यूओ कॅलँकमध्ये जाण्यासाठी डिंगीमार्गे जायला निघालो. एका तास किनाऱ्यावर शोध घेतल्यानंतर मला एजन्ट सापडले, पण ते ठरलेल्या जागांवर थांबले नव्हते. आम्ही योग्य सिग्नलची देवाणघेवाण केली.' स्वागताला आलेल्या कार्टे रेझिस्टन्स सर्किटच्या आंद्रे मॅसॅकने व्हिस्कीच्या बाटलीसह त्यांचे स्वागत केले.

बचोवस्की सीडॉगवर परतला तिथे त्याची वाट पाहणारे एजन्ट्स होडीत दुबकून बसले होते. नंतर ते वल्हवत मासेमारीच्या बोटी आणि इतरांच्या छोट्या जेट्टी पार करून कॅलँकमध्ये पोचले. जवळजवळ एक मैल वरच्या बाजूस, बंडखोर गटाचे लोक वाट पाहत स्वागताला काठावर थांबले होते. नंतर एक एक करून आलेले एजन्ट्स हेलकावणाऱ्या बोटीतून उतरले. जॉर्जने सांगितले की 'आम्ही खाली उतरलो होतो आणि कुणीतरी मला खडकाळ किनाऱ्यावरून हात दिला. तो माझा स्वतःचा भाऊ होता.'

जॉन अशफोर्ड रेनशॉ स्टारने खडकावर त्याच्या शेजारच्या माणसाच्या चेहऱ्याकडे टक लावून पाहिले. तो त्याचा भाऊ होता. जरी दोन्ही पुरुष कमी उंचीचे होते, जॉन पाच फूट पाच आणि जॉर्ज पाच फूट सहा, ते शारीरिकदृष्ट्या अगदी वेगळे होते.

जॉन सडपातळ आणि फिकट तर जॉर्ज सशक्त आणि पिळदार यष्टीचा होता. जॉन अधिक देखणा, गोरा रंग, फिकट, तपकिरी केस आणि निळे-राखाडी डोळे असलेला होता. जॉर्जचे जरासे उग्र रूप त्याच्या भावाच्या सडपातळ आणि नाजूक वाटणाऱ्या शरीरयष्टीपेक्षा अगदीच भिन्न होते. जॉनमध्ये एक मोहकता होती, अनेकदा पालकांच्या प्रेमासाठी स्पर्धा करणाऱ्या दुसऱ्या मुलात असते तशी.

तर जॉर्ज शब्दांचा नव्हे तर कृती करणारा माणूस होता. तरीही दोन्ही भाऊ उत्कृष्ट व कुशल धावपटू आणि मैदानी खेळात निपुण असे खेळाडू होते. चांगले अन्न आणि चांगले मद्य या त्यांच्या समान आवडी होत्या. त्यांच्या पालकांना केवळ ही दोनच मुले असल्याने ते आयुष्यभर एकमेकांच्या जवळ होते. जॉनने इंग्लंड सोडल्यापासून, तीन महिन्यांपासून भावाला पाहिले नव्हते. २७ ऑगस्टला त्याने पॅराशूटने फ्रान्समध्ये प्रवेश केला होता. फ्रेंच जलमार्गावर झालेली ही अचानक भेट एजन्ट इलॅर आणि इमिल या दोन एजन्टांची भेट होती, जॉनचे कोडनेम एमिली होते. ही पहिली भेट होती आणि त्यांना पहिल्यांदाच एकमेकांचे अस्तित्व समजले होते.

'तू आता जात आहेस?' जॉर्जने विचारले. 'हे माझे रेशनकार्ड आहे,' असे सांगून जॉनने आपल्या भावाच्या हातात काहीतरी कोंबले. 'हे कदाचित उपयोगी पडेल.' असे म्हणून त्याने त्याने पाच इतर माणसांसह डिंगी बोटीत उडी मारली आणि तो परत सीडॉगला गेला.

'झाले,' जॉर्ज उद्गारला, 'तो बोटीवर चढला आणि गेला.'

लेफ्टनंट बचोवस्कीने जहाजच्या लॉगमध्ये नोंदविले, '०२००तास ऑपरेशन पूर्ण झाले. आम्ही किनाऱ्यापासून दूर गेलो आणि पुढच्या ऑपरेशन पॉइंटसाठी आपला मार्ग नक्की केला.'

**सी**डॉग परत तळाकडे परतत असताना जहाजाच्या गॅलीमध्ये अन्नाचा तुटवडा असल्याने जॉन दिवसेंदिवस भुकेला होत गेला. जॉर्ज अनेक वर्षांनंतर आठवत असे की त्याच्या धाकट्या भावाने त्याची खरडपट्टी काढली होती की तो तुझा दोष होता कारण तू खूप खाल्ले होतेस.

बचोवस्कीने १३ नोव्हेंबरला जिब्राल्टरच्या गोदीत आपले जहाज आणले. दहा दिवसांपूर्वी त्याने एका स्टार बंधूला फ्रान्समध्ये पोचवले होते आणि दुसऱ्याला परत आणले होते. लगेच पुढच्या दिवशी जॉन विमानाने इंग्लंडला गेला. लंडनमध्ये जॉनची पहिली बैठक कर्नल बकमास्टरबरोबर लंडनच्या एसओई मुख्यालयालगत असलेल्या पोर्टमन चौकात त्याच्या ऑर्चर्ड कोर्ट कार्यालयात होती. या वेळी

फ्रान्सच्या तथाकथित फ्री झोनमधील एफ-सेक्शनच्या नेटवर्कवर जॉनने त्याचे मत सांगितले. तिथे सगळाच गोंधळ माजला होता. लंडनने कार्टे नावाच्या ज्या गटावर आपला विश्वास ठेवला होता तो आंद्रे जिरार्ड नावाच्या एका फ्रेंच नागरिकाने तयार केलेला होता. त्यात कामापेक्षा कल्पनाच जास्त होत्या. जिरार्ड हा एक अनुभवी सैनिक आणि कडवा देशभक्त होता, परंतु त्यांच्या युक्तिवादाला समर्थन देण्यासाठी आणि त्याच्या म्हणण्याला दुजोरा देण्यासाठी फारच थोडा पुरावा उपलब्ध होता. जर्मनीच्या सैन्याने लष्कराच्या सैन्य दलाच्या शंभर हजार सैनिकांना व्हिशी येथील अंतर्गत सुरक्षेची देखभाल करण्यास परवानगी दिली होती. आंद्रे जिरार्डचे म्हणणे होते की त्याच्या हुकमानंतर लगेच हे सगळे सैनिक त्याच्या अखत्यारीत येतील. जॉनला काही एजन्ट्स भेटले होते, ज्यांच्यावर त्याच्या भावाला अवलंबून राहावे लागणार होते, ते जर्मनांना आव्हान देण्यापेक्षा सर्किटवर वर्चस्व गाजवण्यासाठीच अधिक काम आणि प्रयत्न करीत होते.

एफ-सेक्शनच्या फील्ड ऑपरेशन्सबाबत निराश असला तरी जॉनने फ्रान्सला परत जाण्याची आणि पुन्हा प्रयत्न करण्याची स्वेच्छेने तयारी दाखवली. रिफ्रेशर कमांडो प्रशिक्षण पुन्हा घेण्यासाठी त्याला स्कॉटलंडमध्ये लॉक मोरार येथे पाठवण्यापूर्वी बकमास्टरने जॉनला न्यूकॅसल-अंडर-लाइम, स्टाफोर्डशायर येथे त्याच्या कुटुंबाची भेट घेण्यासाठी छोटी रजा दिली. ब्रिटनच्या अधिकृत रहस्ये कायद्यानुसार जॉनला त्याच्या आई आणि वडिलांना हे सांगायला परवानगी नव्हती की त्याने त्यांच्या मुलाला फ्रान्समध्ये पाहिले आहे. ही गोष्ट इतक्या जवळच्या माणसांपासून लपवणे जॉनसाठी खूपच कठीण होते.

२

# सशस्त्र सैन्यात सेवा करण्यासाठी आलेला निरोप

*आमचे बहुतेक एजन्ट्स सामान्य पुरुष आणि स्त्रिया होते आणि असामान्य कृती करत असताना सामान्यपणा दाखवण्याची त्यांची क्षमता यामुळे ते वेगळे ठरले.*

मॉरिस बकमास्टर

**स्टा**र कुटुंबाचा इतिहास फार मोठा आणि गौरवपूर्ण होता. १६३५ मध्ये, हर्क्युलस या जहाजाने डॉ. कम्फर्ट स्टार, सर्जन आणि कॅन्टरबरी कॅथेड्रलचे खजिनदार, त्यांची पत्नी व मुले यांच्यासह मॅसेच्युसेट्स बे कॉलनीला गेले. डॉ. स्टार यांनी हार्वर्ड कॉलेज बांधण्यासाठी त्यांची जमीन दान केली आणि त्यांना तिथल्या जुन्या दफनभूमीत विश्रांती देण्यात आली. त्यांच्या मुलाचेही नाव कम्फर्ट असेच होते,जो १६५० मध्ये हार्वर्डच्या सनदेवर स्वाक्षरीचा अधिकार असलेल्या पाच जणांपैकी एक होता. स्टार्सच्या उत्तरोत्तर पिढ्यांनी अमेरिकेला सैनिक, उद्योगपती, डॉक्टर्स आणि व्यापारी दिले.

१८९९ मध्ये, कम्फर्ट स्टार मॅसॅच्युसेट्समध्ये स्थायिक झाल्यानंतर अडीच शतकांनी त्याचा वंशज जॉर्ज ऑस्कर स्टार बर्नम आणि बेली सर्कसचा व्यवस्थापक म्हणून इंग्लंडला परत गेला. त्याचा मुलगा अल्फ्रेड डेमरेस्ट स्टार जमाखर्च ठेवणारा मुख्य बुककीपर म्हणून त्याच्या सोबत होता. लंडनमध्ये हा पाच फूट तीन इंच उंचीचा बुककीपर एका अभियंत्याच्या मुलीला भेटला ज्याने ऑलिंपिया सभागृहात

प्रयोग सादर करण्यासाठी मेटल सेफ्टी पडदा बांधण्याचे काम केले होते. तिचे नाव इथेल जेमिमा रेनशॉ होते. तिच्या वडिलांच्या कंपनीने सर्कस आणि सर्कसमधल्या वन्य प्राण्यांना युरोपच्या आसपास वाहून नेणाऱ्या रेल्वेसाठी रोलिंग स्टॉक तयार केले होते.अल्फ्रेड आणि इथेल यांनी स्टॅफोर्डशायर येथे १६ ऑक्टोबर,१९०२ रोजी स्टोक-ऑन-ट्रेंटमध्ये लग्न केले.

या जोडप्याच्या पहिल्या मुलाचा, जॉर्ज रेजिनल्ड स्टारचा जन्म लंडनमध्ये ६ एप्रिल, १९०४ रोजी झाला. या मुलाने आपली सुरुवातीची वर्षे बर्नम आणि बेली आणि नंतर बफेलो बिलच्या कलाकारांच्या संचासह खंडात फिरत घालविली. नंतर तो आपल्या युद्धकाळातल्या कामगिरीचा अभिमान बाळगत म्हणे, 'लोक म्हणतात की मला बफेलो बिलच्या पश्चिमी वन्य कार्यक्रमातून काऊबॉय प्रतिमा मिळाली. त्यासारख्या नोकरीत दिखाऊपणा करण्याची आवश्यकता असते.' जॉर्जच्या खंडभर फिरणाऱ्या बालपणाचा एक परिणाम म्हणजे उंच ठिकाणांची आयुष्यभर राहिलेली भीती, कारण त्याच्या आईवडिलांनी तो केवळ दोन वर्षांचा असताना त्याला आयफेल टॉवरच्या शिखरावर नेले होते. मोठा जॉर्ज स्टार दक्षिण लंडनमधील क्रिस्टल पॅलेस प्रदर्शन केंद्राचा व्यवस्थापक झाल्यानंतर हे कुटुंब इंग्लंडला परत गेले. अल्फ्रेड आणि एथेलचा दुसरा मुलगा जॉनअशफोर्ड रेनशॉ स्टारचा जन्म ६ ऑगस्ट,१९०८ रोजी लँकशायरच्या हीटॉन मूरमध्ये झाला. अल्फ्रेड काही वर्षे त्याच्या वडिलांसाठी क्रिस्टल पॅलेसमध्ये कामावर गेला. नंतर त्याला फ्रान्समध्ये एका कारखान्याचा व्यवस्थापक म्हणून नोकरी मिळाली.

जॉर्ज आणि जॉन यांनी फ्रान्समध्ये लीसी वेंडोम येथे शिक्षण घेतले आणि ते पुढच्या शिक्षणासाठी आर्डींगली कॉलेजमध्ये गेले. जरी जॉर्जने जॉनचे ससेक्स शाळेतले शिक्षण सुरू होण्याआधी आपले शिक्षण पूर्ण केले असले तरी त्यांच्या शिक्षणादरम्यान त्यांच्या स्वभावामध्ये फरक दिसून येत होता. अंगापिंडाने मजबूत मोठा भाऊ जॉर्ज व्यावहारिक आणि विज्ञानात उत्कृष्ट होता, तर जॉन चित्रकला आणि संगीत आवडत असणारा आणि स्वप्ने पाहणारा होता. कुटुंबाचा असा विश्वास होता की जॉन त्याच्या आईचा आवडता आहे. दोन्ही मुले शाळेच्या अधिकारी प्रशिक्षण कॉर्प्समध्ये कॉर्पोरल्स बनली, पण फक्त जॉर्ज कॉर्प्स बिगुलर झाला.

जॉर्जने शोर्पशीअर कोळसा खाणीमध्ये भूमिगत काम करण्यासाठी शाळा सोडली. या उमेदवारीने त्याची अपार काबाडकष्ट करणाऱ्या माणसांशी ओळख करून दिली. 'ती माणसे, ते पृथ्वीचे मीठ होते,' तो म्हणाला, 'त्या लोकांनी मला माणूस बनविला.' त्यानंतर जॉर्जला लंडनच्या इम्पीरियल कॉलेजमधील रॉयल स्कूल ऑफ माइन्समधून अभियांत्रिकीची पदवी मिळाली आणि गलासगो येथे मॉवर आणि

कौलसन यांच्याकडे नोकरी मिळाली.

कंपनीने त्याला ब्रिटन, ट्यूनिशिया, बेल्जियम आणि स्पेनमध्ये खाण उपकरणे बसविण्यासाठी पाठवले आणि एका बाजूला त्याने एमआय६ला गुप्त माहिती पुरवली. या वेळी जॉर्जचे फ्रेंच अभिनेत्रीसोबत लग्न झाले होते पण हे लग्न फक्त एक वर्ष टिकले. नंतर स्पेनमध्ये तो गडद डोळे, निर्विवाद सौंदर्य आणि स्वतःबद्दल ठाम आत्मविश्वास असलेल्या पिलर कॅन्युडोस रिस्टल हिला भेटला. तिचे वडील जॉर्ज कार्यरत असलेल्या खाणीजवळ बार्सिलोनापासून चाळीस मैलांच्या अंतरावर मॅनरीसा येथील स्थानिक सोशल क्लबचे संचालक होते. १९३४ मध्ये जॉर्ज आणि पिलर यांनी लग्न केले आणि ते ब्रुसेल्समध्ये गेले. त्यानंतर जॉर्जिना आणि अल्फ्रेड ही दोन मुलं जन्माला आली.

जॉनने लंडन आणि पॅरिसमध्ये कलेचा अभ्यास केला आणि तिथे त्याने स्वतःच्या दैनंदिन खर्चासाठी युवेस अलेक्झॅन्डर पब्लिसिटेसाठी जाहिरातींचे पोस्टर्स बनवले. कधीकधी बेल्जियमच्या सीमेवर आपल्या भावाला भेट दिल्यावर तो युद्धादरम्यानच्या काळात पॅरिसमध्ये प्लेबॉयचे मोहक आयुष्य जगला. त्याने पूर्ण मिशा ठेवल्या आणि त्याचे छंद वेगवान कार, टेनिस आणि मासेमारी हे होते. ३० जून,१९३४ रोजी त्याने रूवेनच्या मिशेल व्हर्जिता नावाच्या फ्रेंच महिलेशी लग्न केले आणि ते पॅरिसच्या उपनगरातील जारी-लेस-मॉलिनॉक्समधील फ्लॅटमध्ये स्थायिक झाले. दोन वर्षांनंतर त्यांना एक मुलगी झाली आणि त्यांनी तिचे नाव जॉनची आई एथेलवरून एथेल असे ठेवले.

गृहयुद्धात स्पेन बळी पडले आणि फ्रान्सिस्कोच्या बाजूने फॅसिस्ट इटली आणि नाझी जर्मनी आले, तर पश्चिमेकडील लोकशाहीमुळे स्पेनच्या निवडलेल्या सरकारला अधिकाधिक प्रदेश गमवावा लागला. पिलरच्या कुटुंबीयांनी फ्रँकोला साथ दिली. जॉर्ज ते आठवून म्हणत असे, 'गृहयुद्धात आमचे घर एका मैदानासारखे होते. लोक एका बाजूकडून येत होते आणि आमच्याबरोबर राहून परत दुसऱ्या बाजूला जात होते. अर्थातच, ती एकमार्गी रहदारी होती. तिथे कम्युनिस्ट येत नसत.'

सप्टेंबर १९३८ मध्ये ब्रिटिश पंतप्रधान नेव्हिल चेंबरलेन आणि फ्रेंच पंतप्रधान एडोरॅड डॅलाडिएर यांनी म्युनिच येथे झेकोस्लोवाकियाचे सुडेटनलँड ॲडॉल्फ हिटलरकडे सोपवल्यानंतर जॉर्ज आणि जॉन यांनी रॉयल एअर फोर्ससाठी स्वयंसेवक म्हणून जाण्यासाठी घाई केली. त्यांचे वडील अमेरिकन नागरिक आहेत या कारणावरून आरएएफने त्यांना नाकारले. याला पर्याय म्हणून जॉर्ज बेल्जियममध्ये ब्रिटिश सैन्यात सामील झाला आणि जॉननेही पॅरिसमध्ये तेच केले.

फ्रँकोच्या सैन्याने मे १९३९ मध्ये प्रजासत्ताकाचा पराभव केला. उजव्यांचा विजय 'स्पेनची मुक्ती' असे म्हणणारा जॉर्ज नंतर लवकरच तिकडे गेला. तो

आपल्या नऊ महिन्यांच्या मुलाला, अल्फ्रेडला घेऊन पायी फ्रान्सपासून पायरेनिसपर्यंत गेला. ते पिलरच्या वडिलांसाठी त्यांच्या नातवास पाहण्यास अगदी वेळेत पोचले आणि दुसऱ्याच दिवशी त्या वृद्ध माणसाचा मृत्यू झाला. जॉर्ज आणि त्याचे कुटुंब दोन सप्टेंबर, १९३९ रोजी ब्रुसेल्समध्ये परत आले तेव्हाच ब्रिटन आणि फ्रान्सने जर्मनीविरुद्ध युद्ध जाहीर केले. जॉर्ज म्हणाला, 'आम्ही चेंबरलेन आम्हाला सांगताना ऐकले की आम्ही युद्धात होतो.' आणि आम्ही क्रिकेट खेळायला बाहेर पडलो. '

पिलर जॉर्जिना आणि अल्फ्रेड- वय दोन आणि एक- यांना घेऊन मॅनरीसाला तिच्या कुटुंबाकडे गेली. पण जेव्हा या निष्क्रिय बनावट युद्धातून कोणतीही लढाई झाली नाही तेव्हा ती परत जॉर्जकडे परतली.

पॅरिसमध्ये सैन्याने जॉनच्या नावनोंदणीस उशीर केला. मिशेल मग छोटी मुलगी, एथेलसह जॉनच्या पालकांकडे न्यूकॅसल-अंडर-लाइममध्ये राहायला गेली. १९४० च्या सुरुवातीला सैन्याने जॉनला प्रथम राजाच्या स्वत: च्या स्कॉटिश बॉर्डरर रेजिमेंटमध्ये तैनात केले पण लगेच त्याची बदली एफएसपी म्हणजे सुरक्षा क्षेत्रातील पोलीसदलामध्ये करण्यात आली. तिथे करण्यासारखे फारसे काम नसल्याने जॉनने आपले व्यावसायिक चित्रे काढण्याचे काम सुरू ठेवले.

बेल्जियमच्या लेजमध्ये कोळशाच्या खाणीत जॉर्ज पृथ्वीच्या पृष्ठभागाच्या खाली काम करत असताना, १० मे १९४० रोजी युद्ध सुरू झाले. जर्मन सैन्याने लुफ्टवाफे विमानाने वेअरमाट शहरावर बॉम्बफेक केली. 'मी नाइट शिफ्टमध्ये होतो आणि पहाटे साडेचारच्या सुमारास बाहेर आलो,' जॉर्ज म्हणाला. 'मी वॉशरूममध्ये होतो आणि जणू आभाळच कोसळले.' तो त्वरित ब्रुसेल्सला गेला तेथे पिलरने त्यांना सांगितले की ब्रिटिश दूतावासाने त्यांना तातडीने बोलावले आहे.

दूतावासाने पिलर आणि दोन मुलांना पॅरिस येथे पाठविले. तिथून ती मुलांना घेऊन मॅनरीसाला तिच्या आईच्या घरी गेली. जॉर्ज ब्रुसेल्समध्ये ब्रिटिश दूतावासात राहिला. त्यांनी त्याला फँटम या रणांगणातील इंटेलिजेंस युनिटबरोबर काम करण्यासाठी सार्जंटचा गणवेश दिला. दूतावास रिकामे झाले. जॉर्ज म्हणाला, 'त्यांनी मला डाऊनिंग स्ट्रीटला थेट जाणारा रस्ता दाखवला आणि मला माझ्या जबाबदारीवर सोडून दिले.' एका ब्रिटिश ॲडमिरलने दार ठोठावले आणि विचारले, 'दूतावासातील कर्मचारी कुठे आहेत?' जॉर्जने उत्तर दिले 'तुम्ही तेच पाहत आहात.' जेव्हा जर्मनीच्या सहाव्या सैन्याने १७ मे रोजी ब्रुसेल्सवर कब्जा केला तेव्हा जॉर्जने रेडिओ व दूतावासाची उर्वरित उपकरणे उडवून टाकली आणि तो डंकर्कच्या तोफखाना बॅरेजमार्गे पश्चिमेकडे ट्रकने सुसाट गतीने निघाला. दुसऱ्या दिवशी फ्रान्सपासून ब्रिटिश सैन्याने माघार घेतली आणि जॉर्ज चॅनेलच्या पलीकडे एका जहाजात चढला.

जर्मन हल्लेखोर हॉलंड आणि बेल्जियममधून उत्तरी फ्रान्सपर्यंत पसरल्यामुळे

जॉन एफएसपीसोबत मागे राहिला. त्याच्या युनिटने कमांडर्ससाठी फ्रंटलाइनवर गुप्त माहिती गोळा केली पण वेहरमॅक्टच्या विजयादरम्यान त्यांना ती वापरण्याची संधीच नव्हती. नॅन्टेस गावात जर्मन लोकांनी एफएसपीवर कब्जा केला आणि जॉन एक मोटारसायकल ताब्यात घेऊन ती वेड्यासारखी दामटत सेंट नाझाईरे या अटलांटिक बंदरात इंग्लंडला जाणाऱ्या शेवटच्या जहाजाच्या वेळी कसाबसा पोचला.

बेल्जियम आणि फ्रान्सच्या पराभवामुळे स्टार कुटुंबाचे विभाजन झाले. पिलर आणि तिची दोन मुले स्पेनमध्ये होती. मिशेल आणि तिची मुलगी इंग्लंडच्या उत्तरेकडील भागात अल्फ्रेड आणि इथेलसमवेत राहत होते. घरे आणि उदरनिर्वाहाची कामे गमावल्यामुळे स्टार बंधू लंडनला आले. जे गमावले आहे ते परत मिळवण्याचा त्यांचा निर्धार होता.

डंकर्क येथून बाहेर पडल्यानंतर सैन्याने सार्जंट जॉर्जला घरी जाण्यासाठी सुट्टी दिली. तो १७ जून, १९४० रोजी न्यूकॅसल-अंडर-लाइममध्ये त्याच्या पालकांच्या घरी आला. तिथे फ्रेंच सरकारचे नवे प्रमुख मार्शल फिलिप पेताँ रेडिओवर जर्मनीपुढे त्याच्या देशाची शरणागती घोषित करण्यासाठी आणि शस्त्रास्त्र बंदीची विनंती करण्यासाठी बोलत होते. या चौऱ्याऐंशी वयाच्या प्रमुखाचे हे बोलणे ऐकणे फ्रान्सच्या मित्रांसाठी एक हृदयस्पर्शी क्षण होता. 'मी काल रात्री शत्रूशी बोललो आणि त्याला विचारले की या भयंकर लढाईनंतर शत्रुत्व संपवण्याचे साधन म्हणजे तो आमच्याबरोबर बोलण्यास तयार आहे काय?' जॉर्जला त्याच्या वडिलांची यावरची प्रतिक्रिया आठवत असे :

> वडील हे ऐकत असताना मला आठवते. ते माझ्याकडे वळले. त्यांच्या डोळ्यांतून अश्रू वाहत होते. ते मला म्हणाले, 'तुला माहीत आहे ना की या गोष्टीसाठी ते आपल्याला कधीच क्षमा करणार नाहीत, ते फ्रेंच.' मी म्हणालो, 'आपण म्हणजे तुम्हाला काय म्हणायचे आहे?' अमेरिकन असल्याबद्दल मी त्यांची नेहमी थोडी मस्करी करत असे.'

अल्फ्रेड स्टारने ब्रिटिश राष्ट्रीयतेसाठी अर्ज केला आणि नागरी संरक्षण कार्यात स्वेच्छेने काम केले. त्यांची आशा होती की त्यांचा मूळ देश फ्रान्स आणि ब्रिटनची मुक्तता करेल जशी १९१७ मध्ये झाली होती. पण १९४० मध्ये अशी काही शक्यता संभवत नव्हती.

जॉर्ज लंडनमध्ये कामावर हजर झाला. तिथले त्याचे युनिट फँटम हे संपर्क

करणाऱ्या पलटणीचे मुख्यालय बनले. त्याच्या पहिल्या असाइनमेंटमध्ये सेंट जेम्स पार्कच्या शेजारी असलेल्या एका लॉफ्टमध्ये वाहक कबुतरांची देखरेख करणे समाविष्ट होते. जर्मनव्याप्त फ्रान्समध्ये ब्रिटिश गुप्तहेरांचे प्रमाण कमी असलेल्या भागात ही कबुतरे फ्रान्समधून आणि बाहेर संदेश आणण्याचे आणि नेण्याचे काम करीत असत. सार्जंट स्टारसोबत तेव्हा प्रसिद्ध नट डेव्हिड निवेन, सर जॅकी ॲस्टर आणि प्रसिद्ध कमांडो ऑफिसर लॉर्ड लोवात यांचे बंधू हग फ्रेसर काम करत होते.

सैन्याने जॉनची विंचेस्टरमधील एफएसपी प्रशिक्षण तळावर नेमणूक केली. तेथे त्याने युद्ध प्रचाराची पोस्टर्स आणि वरिष्ठ अधिकाऱ्यांची अनधिकृतपणे पोर्ट्रेट काढत आपल्या कलाकौशल्याला वाव दिला. तेथेच नवीन आणि गुप्त सरकारी संस्था एसओईने त्याच्याशी संपर्क साधला, जसा त्यांनी युद्धाचा अनुभव आणि चांगली भाषाकौशल्ये असलेल्या इतरांशीही साधला होता. जर्मनव्याप्त युरोपमध्ये घुसखोरी करण्यासाठी आणि मागील बाजूने जर्मनांवर हल्ला करण्याची तयारी करण्यासाठी ते लोकांना एकत्र करत होते.

जॉनने वांबोरफ मॅनोर, सरे येथे १९४१ च्या सुरुवातीला एसओईच्या युद्धशाळेत प्रशिक्षण घेतले. त्याच्या वर्गमित्रांमध्ये अल्फ्रेड आणि हेन्री न्यूटन बंधूंचा समावेश होता, जे मनोरंजनकार होते. तेही स्टार कुटुंबांप्रमाणे पूर्ण खंडाचा दौरा करत फ्रेंच शिकले होते.

एसओईच्या जोरदार आणि कठीण कोर्समध्ये शारीरिक व्यायाम, मार्शल आर्ट्स, सीक्रेट कोड आणि बॉम्ब बनवण्याचे प्रशिक्षण यांचा समवेश होता. स्कॉटिश डोंगराळ प्रदेशातील अरिसाईग येथे विद्यार्थ्यांनी कमांडो प्रशिक्षण घेतले आणि हॅम्पशायरच्या नवीन जंगलात मोंटॅगू फॅमिली इस्टेट, बीउलिऊ येथे डार्क आर्ट्सची माहिती घेतली. वरिष्ठांनी जॉनला अव्वल गुण व द्वितीय लेफ्टनंटचे कमिशन दिले.

लेफ्टनंट जॉन स्टारने अन्य दोन फ्रेंच भाषिकांची एसओईकडे शिफारस केली, त्याचा भाऊ आणि मॉरिस साउथगेट नावाचा त्याचा बालपणीचा मित्र, जो युद्ध घोषित झाले त्याच दिवशी, सप्टेंबर १९३९ मध्ये पॅरिसमध्ये आरएएफमध्ये दाखल झाला होता. स्टार आणि साउथगेट कुटुंबे बऱ्याच वर्षांपासून जवळपास होती. 'त्याचे वडील आणि आई माझ्या वडिलांचे आणि आईचे खूप जुने मित्र होते', जॉर्ज म्हणत असे, 'मी त्याच्या वडिलांना काका म्हणायचो.'

साउथगेटचा जन्म १९१३ मध्ये पॅरिस येथे झाला होता. तो तिथे गाद्या-गालिचे बनवणाऱ्या कारखान्याचे व्यवस्थापन पाहत असे. जॉन स्टारप्रमाणेच तोही सेंट नाझाईरमधून पसार झाला होता; मात्र त्याची सुटका जॉनइतकी सुदैवी नव्हती. जर्मन डाइव्ह बॉम्बरने त्याचे जहाज, लँकेस्ट्रिया बुडविले आणि तीन हजारांहून अधिक

सैनिक मृत्युमुखी पडले. साउथगेट पोहण्यात यशस्वी झाला आणि दुसऱ्या एका जहाजाने त्याच्यासह २४४६ वाचलेल्या लोकांना इंग्लंडला आणले. तेव्हापासून तो शत्रूने व्यापलेल्या फ्रान्सवरून आरएएफची बॉम्बहल्ले करणारी विमाने चालवत होता.

जॉर्जला ट्रॅफलगर स्क्वेअरजवळ, नॉर्थम्बरलँड अॅव्हेन्यूवर हॉटेल व्हिक्टोरियाच्या ३०४ नंबरच्या खोलीवर जाण्याचा आदेश मिळाला. जॉर्ज म्हणाला, 'मी तिथे गेलो. घाणेरड्या जुन्या खोलीत एक मोडलेले टेबल आणि दोन मोडक्या खुर्च्या आणि टेबलाच्या मागे एक अधिकारी बसलेला होता.' नाव न सांगणारा तो अधिकारी कॅप्टन सेल्विन जॅपसन होता. शत्रूव्याप्त फ्रान्समध्ये छुप्या कामांसाठी कोण पात्र ठरले हे त्याच्या मुलाखतीनुसार ठरत असे. स्वत: जॅपसन अस्खलित फ्रेंच बोलणारे होते. त्यांनी काही महिन्यांपूर्वी जॉनलाही विचारल्याप्रमाणे जॉर्जला विचारले की त्याने फ्रेंच भाषा बोललेली आहे काय? जॉर्जने होकारार्थी उत्तर दिले आणि जॅपसन यांनी त्याला सांगितले की तुम्ही परत फ्रान्सला जात आहात. जॉर्ज जरा साशंक दिसत होता. त्याच्या नंतरच्या लष्करी कारकिर्दीचे वैशिष्ट्य दर्शविणारी सावधगिरी दर्शवत त्याने अशी अट ठेवली की तो वेंडोम किंवा बेल्जिअन सीमेशिवाय कुठेही काम करण्यास तयार आहे कारण या ठिकाणी त्याचे जुने परिचित त्याला ओळखण्याची शक्यता आहे.

त्याच्या एसओईच्या असाइन्मेंटची वाट पाहत असताना जॉर्ज सेंट जेम्स पार्कमध्ये संदेशवाहक कबुतरांबरोबर काम करत राहिला. १९४२ च्या जुलैमध्ये, युद्ध कार्यालयाने त्याला सार्जंट पदाहून सेकंड लेफ्टनंट पदावर बढती दिली आणि अधिकाऱ्याच्या गणवेशासाठी व्हाउचर्स दिले. परत संपर्क रेजिमेंटच्या बॅरेक्समध्ये सर जॅकी ॲस्टरने त्याचा नवीन गणवेश पाहिला आणि तो म्हणाला, 'मला दिसते आहे की आपण एक अधिकारी आणि सभ्य गृहस्थ आहात.' जॉर्जने तत्परतेने उत्तर दिले, 'मी ऑफिसर असेनही पण मी नेहमीच एक सभ्य गृहस्थ आहे.'

दुसऱ्या सोमवारी सकाळी एसओईचे प्रशिक्षण सुरू झाले. बकमास्टरने वर्णन केल्याप्रमाणे या प्रशिक्षणात अनेक गोष्टींचा समावेश होता. कोड्सचा वापर, नि:शस्त्र युद्ध, फील्डक्राफ्ट अर्थात छुप्या पद्धतीने कामे करण्याचे कौशल्य, निशाणेबाजी, घातपाती कृत्ये, स्फोटकांचा वापर आणि निर्दिष्ट लक्ष्यांवर जास्तीत जास्त नुकसान पोहोचवण्यासाठी त्यांचा वापर कोठे करावा याची माहिती, संपर्काच्या पद्धती, मानसिक चाचण्या या गोष्टी त्यांच्या अभ्यासक्रमाचे घटक होत्या. एसओईने डायनामाइट कसे हाताळावे हे अनुभवी कोळसा खाण कामगाराला शिकवण्याचा प्रयत्न केला पण जॉर्ज म्हणाला, मी इंग्लंडमधील शिक्षकांना स्फोटकांबद्दल बरेच काही शिकवले आहे.

जॉर्जने लोश मोरार येथे कमांडो प्रशिक्षण घेतले. तिथेच तो इतर कौशल्यांबरोबर बोट चालवण्यास शिकला. उंचावरच्या ठिकाणांची भीती वाटण्याचा त्रास असूनही त्याला मँचेस्टरजवळील विमानातून पॅराशूटने उडी मारण्यास भाग पाडले गेले. कार्डिफ, वेल्समध्ये पाळत ठेवण्याचा सराव करत असताना त्याने अशा काही दृढनिश्चयाने पाळत ठेवली की पोलिसांनी हेरगिरीच्या संशयावरून त्याला अटक केली. साडेतीन महिन्यांपूर्वी हाच कोर्स पूर्ण करणाऱ्या जॉनने आपल्या भावाला अशा टिप्स दिल्या की ज्या एसओईच्या म्हणण्यानुसार त्याने स्वतःपुरत्याच ठेवायला हव्या होत्या. लान्स सार्जंट री यांनी ७ जुलै १९४२, रोजी जॉर्जच्या प्रशिक्षण अहवालात लिहिले, 'त्याने आपल्या भावाला इस्टन येथील संकेतस्थळी आणले. संचालक अधिकाऱ्याने नापसंती व्यक्त केली आणि तो निघून गेला.'

२१ जुलै रोजी सार्जंट री यांनी त्यांच्या रिपोर्टमध्ये वाक्य जोडले की जॉनने जॉर्जला प्रशिक्षणाबद्दल 'भरपूर सामग्री' दिली होती. री यांनी जॉर्जला एसओईचे प्रशिक्षण आणि संस्थेविषयीची गुप्त माहिती इतर विद्यार्थ्यांना दिली जाण्यातला धोका सांगितला, जी त्याला भावाकडून मिळाली होती. री यांच्या शब्दांत जॉर्ज हा 'एक आत्मविश्वासू, मला सगळे माहीत आहे,' अशा प्रकारचा होता; पण तो 'बऱ्यापैकी विश्वासार्ह'सुद्धा होता.

लेफ्टनंट जॉन स्टार ६ ऑगस्ट १९४२ रोजी चौतीस वर्षांचा झाला. एफ-सेक्शनने तो फ्रान्समध्ये तैनात करण्यास तयार असल्याचे ठरवले. त्याचे मिशन फ्रान्सच्या दक्षिणेकडील भागात प्रतिकार गटांना खाण्यासाठी अन्न खरेदी करणे आणि साठवणे हे होते. कर्नल बकमास्टर सामान्यतः एजन्टांना त्यांच्या कामगिरीवर पाठवण्यापूर्वी अंतिम सूचना देण्यासाठी भेटत असत, 'तुम्हाला अटक झाली तर अठ्ठेचाळीस तास टिकून राहण्याचा प्रयत्न करा,' असा सल्ला त्यांनी दिला. दोन दिवस त्याच्या सहकाऱ्यांना अटकेपासून बचावासाठी वेळ द्यावा लागला असता. परंतु एसओई निर्धारित करू शकली नव्हती की त्यातील कोणता एजन्ट अठ्ठेचाळीस तासांच्या असह्य वेदना सहन करू शकेल. पकडले गेलेल्या एजन्ट्सना ते स्वतःच शोधून काढावे लागले असते.

२८ ऑगस्ट, १९४२ च्या रात्री आकाशात पौर्णिमेचा चंद्र असताना, आरएएफ १३८ लढाऊ विमानांच्या तुकडीच्या हॅलिफॅक्स अवजड बॉम्बरने बेडफोर्डशायरमधील टेम्प्सफोर्ड एअरफील्डवरून जॉनला घेऊन उड्डाण केले आणि ते इंग्लिश चॅनेलला ओलांडून गेले. ती त्याची आंधळी उडी होती कारण खाली कुणीही त्याला भेटायला किंवा मदत करायला असणार नव्हते. विची झोनमधील व्हॅलेन्सच्या रोन व्हॅली शहराच्या आसपासच्या शेतजमिनीचे तुकडे खाली दिसले आणि जॉनला विमानातून खाली सोडण्यात आले. जेव्हा तो खाली आला तेव्हा जोरदार वाऱ्याने त्याला

फार्महाउसवरून उडवले. त्याने अगदी थोडक्यात कशीबशी ती धडक चुकवली आणि तो जंगलात घुसला. त्याच्या पॅराशूटने काही उंच झाडांच्या फांद्या पकडल्या आणि तो दोऱ्या कापून स्वत:ला मुक्त करेपर्यंत लटकत राहिला आणि नंतर धाड्कन जमिनीवर पडला. त्याच्या मागोमाग खाली आलेले पुरवठ्याचे कंटेनर काही अंतर पार करण्यासाठीही खूपच जड असल्याने त्याने ते आपल्या पॅराशूटसह वाळलेल्या गवताच्या गंजीखाली पुरून टाकले. त्यानंतर व्हॅलेन्सला पोचण्यासाठी तो पाच मैल चालत गेला. तिथे तो दक्षिणेकडे जाणाऱ्या रेल्वेंनी दोनशे मैलांचे अंतर कापून प्रथम मॅस्से आणि नंतर कॅन्सच्या भूमध्यसागरीय रिसॉर्टकडे पोचला. कॅन्स स्टेशनमध्ये विचीचे पोलीस प्रवाशांची तपासणी करत होते. जॉनने तिथे तो अलगद एका मोठ्या कुटुंबात जाऊन मिसळला, कारण तपासणी न होता बाहेर पडण्याचा तोच एक मार्ग होता.

कॅन्सच्या पश्चिम किनारपट्टीवर डे फ्रिजस या मार्गातील जहागीरदार हेन्री रेवल डे मालवलचा भव्य व्हिला इसाबले हे त्याच्या प्रवासाच्या मुक्कामाचे ठिकाण होते. तिथे त्याला फ्रान्समधल्या एसओईच्या पहिल्या आयोजकांपैकी पीटर चर्चिल याला भेटायचे होते. लंडनमध्ये फ्रेंच लष्करी संलग्नक म्हणून काम करीत असताना चर्चिलने युद्धाच्या सुरुवातीच्या काळात मालवलबरोबर काम केले होते. जेव्हा मालवल अगदी सुरूवातीला लढाऊ प्रतिकारक म्हणून फ्रान्सला परत आला तेव्हा त्याने आपला व्हिला चर्चिल याला फ्रान्सच्या दक्षिणेचा बेस म्हणून वापरण्यास दिला. तेहतीस वर्षांचा कॅप्टन चर्चिल कोडनेम राऊल हा त्याच्या तिसऱ्या मिशनचा अनुभवी ऑपरेटिव्ह होता. त्याचा बायोडेटा अत्यंत प्रभावी होता. स्टार ॲथलिट, पाच भाषांमध्ये अस्खलितपणे बोलू शकणारा चर्चिल केंब्रिज विद्यापीठातून पदवीधर झालेला होता. बकमास्टर चर्चिलचे मुक्तकंठाने कौतुक करत असत. ते म्हणत, 'चर्चिल इथे असे, तिथे असे, तो सगळीकडे असे. आमच्या माणसांना फ्रान्समध्ये पाठवण्याच्या पद्धती शोधत असे, नवीन एजन्टांची भरती करणे आणि अस्तित्वात असलेल्यांना प्रोत्साहित करणे, थोडक्यात दहा जणांची कामे एकटा चर्चिल करत असे.' गोल, शिंगापासून बनवलेला चश्मा आणि सडपातळ शरीरयष्टीमुळे चर्चिल एखादा अकौंटंट म्हणून सहज खपून गेला असता. एका गुप्त एजन्टासाठी ते एक सुरक्षित कव्हर होते. त्याचे सहकारी गृहीत धरत असत तसे त्याचे पंतप्रधान विन्स्टन चर्चिल यांच्याशी कसलेही नाते नव्हते. जॉन पोचला तेव्हा कोणीही त्याला व्हिलावर भेटले नाही. तो व्हिलाच्या बागेमध्ये वाट पाहत तासन्तास थांबला. अखेर मध्यरात्री चर्चिल आणि एफ-सेक्शन अधिकारी निकोलस बोडिंग्टन गेट्समध्ये दिसू लागले.

'तू इथे काय करतो आहेस?' चर्चिलने जरासे रागावून विचारले. तो आणि बोडिंग्टन जॉनला भेटायला स्टेशनवर गेले होते. पण जॉनच्या प्रसंगावधानामुळे

पोलीस तर फसले होतेच पण हे दोन एजन्टही फसले होते. पुढचा आठवडाभर जॉनने व्हिलाच्या स्विमिंग पूलजवळ सूर्यस्नान केले. त्याची लंडनची फिकट कांती दक्षिणेकडील निरोगी पिंगट रंगाची दिसण्यासाठी हे गरजेचे होते. जेव्हा त्याचा रंग बरोबर झाला, तेव्हा कार्ट सर्किटचे प्रमुख आंद्रे गिरार्ड यांनी त्याला जवळच्या अँटीबिजच्या किनारपट्टी गावाजवळच्या दुसऱ्या सेफ हाउसमध्ये हलवले. तिथल्या घरमालकीणीने तिच्या शेजाऱ्यांशी जॉनची ओळख करून दिल्यावर तर त्याला जास्तच असुरक्षित वाटायला लागले. 'तो इंग्रज आहे आणि तो पॅराशूटने आला.' तिने सांगितले.

त्याच्या यजमानांनी त्याला थोडेफार रेशन दिले पण मुळात त्यांच्याकडेही ते फारसे नव्हतेच. जेव्हा त्याने व्हॅलेन्सजवळील कंटेनरमध्ये अन्न लपवल्याचे नमूद केले तेव्हा त्याचे सहकारी ते मिळविण्यासाठी त्याला रेल्वेने तेथे घेऊन गेले. त्यांनी कंटेनर शोधले आणि डब्यांवरील इंग्रजी लेबले पाहिली. एसओईच्या अनेक स्पष्ट त्रुटींपैकी ती एक होती. जॉन अँटीबिजमध्ये आल्यानंतर त्याला जाणीव झाली की त्याचे नवीन स्थान सुरक्षित नाही. जेथे तो राहत होता तेथे समोर एक बाक होता, आणि जॉनला तिथे एक माणूस रोज दिसत होता. अर्थातच तो माणूस घराकडे लक्ष ठेवून होता. जॉन हा एक ब्रिटिश एजन्ट आहे हे माहीत असलेल्या एका पोलीस अधिकाऱ्याने त्याला सांगितले की, त्याच्या जागेवर छापा टाकला जाणार आहे. जॉनने आपल्या होस्टना हे सांगितले. त्यांनी त्यांचे ब्रिटिश ब्रँडेड खाद्य एका ट्रकमधून पाठवले आणि कॅप डी अँटिबेजच्या शेजारी एफ. स्कॉट फिटझरॅल्ड यांनी १९२० च्या दशकात प्रसिद्ध केलेल्या, प्ले डी दे गारूप येथे ते गेले. जॉन तिथे अगदी साध्या प्रकारे लपला होता. बीचवर चित्रे काढण्याची लाकडी चौकट उभी करून तो निसर्गचित्रे काढू लागला. गडद गुलाबी शर्ट, चमकदार पिवळा स्कार्फ, कॅनव्हासचे रंगीत बूट आणि विस्कटलेल्या केसांमुळे तो एखाद्या झाझूसारखा दिसू लागला. त्या काळातील पद्धतीप्रमाणे झाझू हे अमेरिकन जाझवर प्रेम करणारे संस्कृतीविरोधक तरुण होते.

उरलेल्या वेळात त्याने मोठ्या प्रमाणात खरेदीच्या वाटाघाटी करण्याचे आपले काम पार पाडले आणि गहू, चॉकलेट, वाळलेल्या केळी आणि मेंढरांचे कळप यांची येणाऱ्या सैनिकांसाठी मोठ्या प्रमाणात साठवण केली. मॅस्सेमध्ये त्याला त्यांच्या कामकाजासाठी अर्थसाहाय्य देण्यासाठी फ्रेंच फ्रँक देण्यात आले आणि पौंड स्टर्लिंगच्या बदल्यात एसओईने त्यांच्या लंडन खात्यात ते जमा केले. एका फ्रेंच प्रतिकार अहवालात असे दिसून आले की मोठ्या प्रमाणात तरतूद करण्यासाठी संपर्क साधला असता, सल्लागार म्हणून असलेल्या त्याच्या भूमिकेमुळे जॉनला वस्तू खरेदी करणे अशक्य झाले. तथापि, अहवालात असेही नमूद केले गेले की

त्याने हे काम अत्यंत मुत्सद्देगिरीने आणि काटेकोरपणे पूर्ण केले.

एसओईला त्याचे काम पसंत पडल्याने एक सप्टेंबरला सेकंड लेफ्टनंटहून लेफ्टनंट म्हणून त्याची पदोन्नती करण्यात आली. महिन्याच्या शेवटी, त्याने लंडनला, आपल्या मुलीला- एथेलला तिच्या सहाव्या वाढदिवसासाठी, बाहुली पाठवण्यास सांगितले. संदेश आला, 'बाहुली पाठविली.'

जॉन आता निराश झाला आणि त्याने चर्चिलकडे तक्रार केली की तो आपला वेळ वाया घालवत आहे. कार्टे सर्किट फारच कमी प्रमाणात अस्तित्वात आहे आणि त्यांना अन्नतज्ज्ञाची आवश्यकता नव्हती. साध्यासुध्या आयुष्यासाठी तो फ्रान्समध्ये आला नव्हता, तर नाझींच्या विरोधात संघर्ष करायला आला होता. आता निघण्याची वेळ आली होती. नंतर चर्चिल एकदा हे सगळे आठवून म्हणाला की लंडनने जॉनच्या देणी अधिकृत न करून त्याला निराश केले. चर्चिलने जॉनला लंडनला कार्टेबाबतचे अहवाल सांगण्यास सांगितले आणि त्याची जिब्राल्टरकडे जाण्याची व्यवस्था केली. त्यांनतर पॉर-मिऊमध्ये तीन नोव्हेंबरची रात्र चार नोव्हेंबरमध्ये बदलत असताना जॉनची आपल्या भावाशी अचानक भेट झाली. तो लंडनला फ्रान्समध्ये घडत असलेल्या गोष्टी सांगणारच होता, परंतु जॉर्जला इशारा देण्यास त्याला वेळच मिळाला नाही.

जॉनने पोर्ट-मिउ कॅलँक सोडल्यानंतर, जॉर्ज स्टारजवळचे पुरवठा कंटेनर्स मार्सिलीजवळील गुप्त ठिकाणी नेण्यात आले. त्यात हजार पौंड स्फोटके आणि उपकरणांमध्ये एक एस-फोन आणि युरेका होमिंग डिव्हाइसचा समावेश होता. एस-फोन्सने विमान किंवा जहाजांशी थेट संदेशवहन शक्य होते, ज्याची माहिती पकडणे जर्मन लोकांसाठी अवघड होते

शॉर्टवेव्ह ट्रान्समीटर्सद्वारे मोर्स कोडचे ठिपके आणि डॅश पाठविण्यासारखे एस-फोन्सचे काम नव्हते तर हे फोन्स एजन्टचा आवाज ओळखून त्याची सत्यता पडताळून पाहत असत. युरेका हे असे उपकरण होते जे वैमानिकास कोणत्याही हवामानात झोन ड्रॉप करण्यासाठी विमानाच्या रेबेका रिसीव्हरसाठी एक अदृश्य इशारा प्रसारित करत असे. जॉर्जच्या उपकरणांमध्ये शॉर्टवेव्ह वायरलेस ट्रान्समीटर समाविष्ट नव्हते. लहान सूटकेसमध्ये भरलेले हे रेडिओ डिव्हाइस सर्व एफ-सेक्शन टीमसाठी नेहमीची समस्या होते पण लंडनशी नियमित संपर्क राखण्यासाठी आणि पुरवठा करण्याचे एअरड्रॉप्स ऑर्डर करण्याचे ते एकमेव साधन होते. 'एफ सेक्शनची अशी अपेक्षा होती, की डिटेक्टिव्ह सर्किटने, जॉर्जला, तो लिओनला गेल्यावर, रेडिओ उपलब्ध करून द्यावा.' जॉर्ज आणि त्याचे सहकारी एजन्ट आंद्रे मार्सेकच्या

मागे किनाऱ्यावरून आणि नंतर छत्रीसारख्या पाइन्सच्या घनदाट जंगलातून कॅसिसमधील सुरक्षित घराकडे गेले.

ते तीन तास झोपले. त्यांना सकाळी सहा वाजता रेल्वे स्टेशनवर जायचे होते. जॉर्जसारखाच रेल्वे कॅशिअरही अर्धवट जागा होता. जॉर्ज सगळे प्रशिक्षण विसरला आणि त्याच्या इतरांच्या मते 'अत्याचारी फ्रेंच उच्चारण' असलेल्या फ्रेंचमधून त्याने कॅन्सचे तिकीट मागितले. परंतु त्याने हे नाव नॉर्मंडीमधील फ्रान्सच्या शेवटी असलेल्या शहराच्या नावासारखे 'कॉँ' उच्चारले. जॉर्जने त्या माणसाचा प्रतिसाद आठवला. 'तुला तेथे जायचे नाही. ते व्यापलेल्या झोनमध्ये आहे. तुला कॅन्सला जायचे आहे.'

कॅन्समध्ये पीटर चर्चिल एका ब्यूटी पार्लरमध्ये एजन्ट्सना भेटला जे प्रतिकार गटातर्फे चालवले जात होते. सीडॉगमधील पुरुष व्हिला इसाबेलमध्ये गेले. तिथे जॉन स्टारने आधीच्या ऑगस्टमध्ये सनटॅन मिळवण्यासाठी आपला पहिला आठवडा खर्च केला होता आणि तिन्ही महिला एजन्ट व्हिला ऑगस्टामध्ये राहिल्या. नवीन आलेल्या लोकांनी चर्चिलशी दक्षिण किंवा जर्मनव्याप्त उत्तरेकडील त्यांच्या ठरलेल्या ठिकाणी कसे पोचता येईल, याबाबत चर्चा केली. जॉर्ज मात्र कुठेही जात नव्हता. ट्रिपच्या वेळची त्याची अस्वस्थतेची भावना लक्षात ठेवून, त्याने चर्चिलला बाजूला घेतले आणि शत्रूव्याप्त नसलेल्या झोनच्या उत्तर सीमेवर असलेल्या लिऑनच्या सेटअपबद्दल त्याला विचारले.

चर्चिल म्हणाला की मॅस्सेच्या एका स्त्रोताकडे माहिती असू शकते आणि तो जॉर्जला भेटण्याची व्यवस्था करू शकतो, परंतु त्याने जॉर्जला ओडेट सॅन्समला सोबत घेण्यास सांगितले. चर्चिल स्पष्टीकरण देताना म्हणाला, 'तिने गोष्टींमध्ये सहभागी झाले पाहिजे आणि माझ्यासाठी काही संपर्क तिने स्थापित करावेत अशी माझी इच्छा आहे.'

सहा नोव्हेंबरला जॉर्ज आणि सॅन्सम मॅस्सेच्या पश्चिमेला १२० मैलांच्या प्रवासासाठी ट्रेनमध्ये चढले. रेल्वे स्टेशनमध्ये तिने दावा केला की एका जर्मन सैनिकानं तिच्या ओळखपत्रांची छाननी केली पण तिला जाण्याची परवानगी दिली. त्या संध्याकाळी सहा वाजता, ती टर्मिनलजवळील कॅफेमध्ये मार्सेकला भेटली. पण तो चर्चिलची कागदपत्रे आणण्यास विसरला होता. मार्सेक तिला आपल्या अपार्टमेंटमध्ये घेऊन गेला, परंतु कागदपत्रे सापडेपर्यंत रात्रीचा कर्फ्यू लागू झाला. तिने सांगितले की, तिच्या सुरक्षिततेसाठी, मार्सेकने तिला एका वेश्यागृहात ठेवले. ज्याच्या खासगी खोल्या जर्मन फार तपासून पाहत नव्हते.

जॉर्जने त्यांच्या मॅस्सेच्या प्रवासाची वेगळीच कहाणी सांगितली. सॅन्समच्या विपरीत, त्याला स्टेशनवर कोणतेही जर्मन दिसले नाहीत. म्हणजेच मॅस्से विशी-

शासित झोनमध्ये होते हे उघड होते. ते आल्यानंतर जॉर्जने रात्रीसाठी हॉटेल शोधले. हॉटेलच्या रिसेप्शन डेस्कवर, तळमजल्याच्या वरच्या मजल्यावर त्याने स्वतंत्र खोल्यांसाठी विनंती केली. रिसेप्शनिस्टांनी त्याच्याकडे असलेल्या आकर्षक युवतीकडे टक लावून पाहिले आणि जॉर्जने पुन्हा सांगितले, 'दोन खोल्या.' सॅन्समची खोली लॉबीजवळ होती आणि मागील बाजूस तिसऱ्या मजल्यावर जॉर्जची खोली होती. जेव्हा ते खाली रात्रीच्या जेवणासाठी बाहेर जाण्यासाठी भेटले, तेव्हा तिने त्याच्याकडे स्वतंत्र खोल्या का घेतल्या असे विचारले. त्याने उत्तर दिले, 'हे बघ, फ्रान्समध्येसुद्धा बंधू आणि भगिनी माझ्या माहितीप्रमाणे एका खोलीत राहत नाहीत.'

रात्रीच्या जेवणानंतर, हॉटेलमध्ये परत येण्यापूर्वी अंधारामध्ये चमकत असलेल्या सुंदर ओल्ड पोर्टसह ते शहरातून फिरले. जॉर्जच्या म्हणण्याप्रमाणे, सॅन्समने एक पारदर्शक ऑर्गेन्डी ब्लाउझ घातला होता आणि मागील बाजूस पाठीपर्यंत बटणे लावलेली होती. त्याने असा दावा केला की तिने तिला आपल्या खोलीकडे नेले आणि विचारले, 'तू आत येत नाही? माझ्यासाठी माझा ब्लाउझ काढायला मला मदत करायला?' जॉर्ज चिडून म्हणाला, 'ते तू घातले आहेस, मग तूच ते काढ.'

जेव्हा जॉर्जने सॅन्समच्या खोलीत न्याहारीसाठी कॉल केला तेव्हा तिने त्याला आत येण्यास सांगितले. 'ती तेथे होती,' जॉर्ज म्हणाला, 'तिने ब्लाउझ किंवा काहीही घातलेले नव्हते.' ती म्हणाली, 'तू मला कपडे घालण्यास मदत करणार का?' मी म्हणालो, 'बघ, तुला चुकीचा माणूस मिळाला आहे.' आणि मी बाहेर पडलो.' जॉर्ज जितका शहाणा होता तितकाच तो विवेकी होता. जरी पिलर स्टार त्यांची मुलगी आणि मुलासह स्पॅनिश सीमेवर राहत असे आणि ओडेटचे पती ब्रिटिश सैन्यात नोकरी करत होते, तरी जॉर्जचे लक्ष सुरक्षेवर होते. एजन्टांमधील प्रेमप्रकरणांमुळे ते पकडले गेले तर दबावाखाली झुकत असत. दुसऱ्याला वाचवण्यासाठी काहीही सांगण्याची या वेळी शक्यता असे. ओडेटपेक्षा जॉर्जसाठी जास्त महत्त्वाचे होते ते पीटर चर्चिलच्या मॅस्सेच्या संपर्कातील व्यक्तीला संकेतस्थळी भेटणे. जॉर्जला जाणवलेल्या अंतःप्रेरणेने सीडॉगवर त्याला आलेली शंका दृढ केली. विची पोलिसांनी लायनमध्ये जॉर्जला नेमलेल्या सर्किटमध्ये प्रवेश केला होता.

जॉर्जने जिब्राल्टर सोडण्याच्या पाच दिवस अगोदर २४ ऑक्टोबर रोजी पोलिसांनी ब्रिटिश रेडिओ ऑपरेटर, ब्रायन स्टोनहाउस आणि इंग्लंडमध्ये एसओईने प्रशिक्षण दिलेला फ्रेंच कुरिअर बलान्च चार्लेट या दोघांना पकडले. जॉर्ज म्हणाला,'लिओनची परिस्थिती पूर्णपणे बिघडलेली होती आणि प्रत्येक जण पळत होता. जर्मन माझ्याकडचा पासवर्ड व इतर सर्व गोष्टींसाठी माझी वाट पाहत होते.' त्याच्या विचित्र पोटाने परत एकदा त्याचा जीव वाचवला होता.

इतर फ्रेंच प्रवाशांत मिसळून संशयास्पद फ्रेंच सशस्त्र पोलिसांना फसवण्यासाठी

जॉर्ज आणि सॅन्सम ट्यूलॉनमार्गे किनारपट्टीवरील रेल्वेमार्गावरून कॅन्सला परतले. जॉर्जला त्यांचे आगमन आठवले, 'आणि आम्ही रात्री दहाच्या सुमारास ट्रेनमधून बाहेर पडलो आणि ती तुम्ही अंगणात जाल तसे सहजपणे बाजूच्या गेटमधून गेली. पीटर चर्चिल तिची वाट पाहत होता. तिने स्वत:ला त्याच्या बाहूंमध्ये झोकून दिले. ती भयानक बाई होती.'

आठ नोव्हेंबरला अमेरिकन आणि ब्रिटिश सैन्याने ऑपरेशन टॉर्चद्वारे फ्रेंच मोरोक्को आणि अल्जेरियावर आक्रमण केले. अल्जेरियातील वरिष्ठ फ्रेंच सेनापतींनी मित्रराष्ट्रांसमवेत शस्त्रसंधी करण्यास सहमती दर्शविली तेव्हा जर्मन लोकांनी दक्षिणेकडील फ्रान्स ताब्यात घेतला. त्यांनी त्यांच्या इटालियन मित्रांना कॉन्सिका बेट आणि कॅन्ससह दक्षिणपूर्व भूमध्य किनारपट्टीचा भाग सन्मानाखातर प्रदान केला.

११ नोव्हेंबरला इटालियन लोक आले तेव्हा जॉर्ज तिथे होता, 'मला आठवतंय की एका सकाळी आम्ही उठलो होतो आणि इटालियन लोकांनी कॅन्समध्ये कूच केले. मी त्यांना खिडकीतून पाहिले. आम्ही मुख्य रस्त्यावर होतो. इटालियन लोक लॉरीमध्ये होते आणि मॅन्डोलिन वाजवत होते.' परेडनंतर जॉर्ज आणि इतर तीन एजन्ट्स किनारपट्टीच्या खाली असलेल्या एका लहान रेस्टॉरंटमध्ये जेवणासाठी व्हिला इसाबेलावरून निघाले. जॉर्जने सांगितले, 'आम्ही चार जण होतो आणि आम्ही जेवत होतो. तिथे एक मोठी गाडी आली. त्यातून एक बारीक चणीचा इटालियन अधिकारी उत्तम कपडे परिधान करून त्याच्यावर सर्व पदके घालून आपल्या शोफरसह जेवणासाठी आला. इटालियन लोक त्यांच्या बिनविरोध विजयाच्या उत्सवात इतके गुंग झाले होते की त्यांच्यामध्ये ब्रिटिश लोक बसले आहेत, हेही त्यांच्या लक्षात आले नाही.'

कार्टे सर्किट प्रमुख आंद्रे गिरार्ड एसओईने भरती केलेल्या लोकांना मदत करण्यासाठी दोनशेहून अधिक संभाव्य प्रतिरोधक सहानुभूतीदारांची नावे, पत्ते आणि इतर तपशील गोळा करीत होता. त्याने वितरणासाठी मार्सेकला ती यादी दिली, पण मॅस्से ते पॅरिसला जाणाऱ्या रेल्वेत मार्सेक झोपी गेला. जेव्हा तो जागा झाला, तेव्हा यादी तिथे नव्हती. नंतर बकमास्टरने याबद्दल वाईट रीतीने खेद व्यक्त केला की यानंतर मोठ्या प्रमाणात अटकसत्रे झाली. गिरार्डच्या कामाबाबत असमाधानी असल्याने ते त्याला फेब्रुवारीमध्ये लंडनला परत बोलावणार होते. ब्रिटिशांनी आपला विश्वासघात केल्याचा समज झाल्यामुळे गिरार्डने अमेरिकेत स्थलांतर करून आपली छोटी कारकीर्द संपविली.

जॉर्जच्या आदेशात उल्लेख केलेला ऱ्होदल्फ म्हणजेच हेन्री पॉल सेवेनेटने पकडले गेलेल्या ब्रायन स्टोनहाउसची जागा घेण्यासाठी वायरलेस ऑपरेटर शोधत मॅस्सेला प्रवास केला. त्याचा नवीन डेप्युटी, एजन्ट इलॅर म्हणजेच जॉर्ज फ्रान्समध्ये

आला आहे हे कळताच सेव्हनेट यांनी त्याला कॅन्समध्ये शोधले आणि त्याला लियोन ऑपरेशनला पर्यायी असा दुसरा पर्याय दिला. नैर्ऋत्य फ्रान्समधील आजेन शहरात समर्पित परंतु नि:शस्त्र प्रतिरोधकांना आयोजक, प्रशिक्षक आणि शस्त्रपुरवठा करणाऱ्या माणसाची अतिशय गरज होती. दक्षिणेस स्पेनच्या पायरेनिस व पश्चिमेस अटलांटिक महासागराच्या सीमेस लागणारे डोंगर, नद्या आणि जंगलांचा विलक्षण लोकसंख्या असलेला प्रदेश गॅस्कॉनच्या मध्यभागी आजेन होते. गॅस्कॉन्स त्यांच्या आर्माग्नाक ब्रॅन्डी आणि फोई ग्रास खाद्यपदार्थाइतकेच युद्धासाठी प्रसिद्ध होते. हा एक चांगला शकुन असावा की आजेनमधील गॉथिक चर्चचे नाव सेंट हिलेअर म्हणून ठेवले गेले होते. दोन दिवसांनंतर जॉर्ज दुर्गम गॅस्कॉनच्या ग्रामीण भागात रवाना झाला. जॉर्ज आठवून म्हणत असे, 'येथूनच हे सर्व सुरू झाले. ते म्हणतात त्याप्रमाणे नैर्ऋत्येकडील माझे हे साम्राज्य होते.'

३

# एक सुरेख मैत्री

*'इलॅर हा आम्हाला जसा हवा तसा माणूस होता. स्वभावाने भिडस्त.' त्याच्याकडे तुमचे दुसऱ्यांदा लक्ष गेले नसते. हीच गोष्ट होती जी जर्मनांनी आमच्या माणसाशी करायला आम्हाला हवी होती.*

मॉरिस बकमास्टर

हेन्री सेवेनेटने जॉर्ज स्टारला इटालियन झोनमधून वेहरमॅटने व्यापलेल्या चारशे मैलांपेक्षा जास्त अंतरावरून नेले. त्यांनी गारॉन नदीवरील गुलाबी शहर आणि मिडी-पायरेनेस प्रांताची राजधानी असलेल्या टूलूसचा प्रवास केला आणि ते मध्ययुगीन आजेन शहरात थांबले. सेवेनेटने जॉर्जला बुलवर्ड कार्नोट येथील रेस्टॉरंटमध्ये रात्रीचे जेवण दिले, जिथे तो सहसा स्वतःही जेवत असे. त्यांचे जेवण संपण्यापूर्वी, मॉरिस हेन्री रौनेऊ नावाचा बेल्जिअनमध्ये जन्मलेला एक क्रांतिकारक त्यांच्यात सामील झाला. कॅप्टन मार्टिन रेन्डियर या नावाने वावरत असलेला रौनेऊ आधी खाली बसला नाही. सेवेनेटने ज्याची इलॅर म्हणून ओळख करून दिली, त्या अनोळखी व्यक्तीपासून तो सावध होता. रौनेऊ आधी बेल्जियनचा पत्रकार होता. तो नंतर प्रिंटर बनला. त्याला तो ओळखत नसलेल्या लोकांचा संशय घेण्याचे सबळ कारण होते. 'युद्धापूर्वी, उत्तर फ्रान्समध्ये कार्यरत असलेल्या जर्मन एजन्ट्सच्या विरोधी, फ्रेंच इंटेलिजन्सकरीता त्याने हेरगिरीचे काम केले होते. आक्रमणानंतर लगेचच नाझीविरोधी पत्रके प्रकाशित केल्याबद्दल, त्याला अटक झाली.' एरसमधील

एका फ्रेंच कोर्टाने त्याला देशद्रोह केल्याच्या आरोपावरून दोषी ठरविले आणि तो तुरुंगातून पळून गेला. तेव्हापासून तो लपून वावरत होता.

जॉर्ज आणि रौनेऊ यांच्यात साम्य नव्हते. रौनेऊ उंच आणि सडपातळ होता, तर जॉर्ज उंचीने कमी आणि धडधाकट होता. त्या दोघांना ओळखणारे गॅस्कॉन इतिहासकार रेमंड एस्कोलिअर यांनी या दोघांमधील वर्णन केले. त्यांच्या प्रदेशातील ऐसपैस भाषेत त्यांनी लिहिले की 'मोठे नाक, खोल, शांत डोळे आणि मृदू हावभाव असलेला रौनेऊ 'परदेशी, कमी उंचीच्या, स्वच्छ दाढी केलेल्या आणि राकट वाटणाऱ्या, खोल पाण्यासारखे व्यक्तित्व' असलेल्या जॉर्जच्या अगदी विरुद्ध होता. एस्कोलिअरला दोन्ही माणसे शांत आणि गहन वाटली.

रौनेऊला जॉर्जच्या खोलवर टक लावून पाहण्याची सवय लक्षात राहिली. ती तीव्र नजर जणू सहजपणे सर्व काही तपासत होती. जॉर्ज ज्याला भेटेल त्याच्यावर त्याची छाप पडत असे. दाट तपकिरी केस आणि क्लार्क गेबलसारख्या मिश्या यामुळे तो अॅल्बियनच्या मुलापेक्षा, डोंगरातून पळालेल्या बाल्कनसारखा वाटत असे.

रौनेऊ व जॉर्ज यांच्यातील आजेन येथील रेस्टॉरंटमध्ये झालेल्या बैठकीचे दूरगामी परिणाम त्या दोघांवर आणि प्रतिकाराच्या चळवळीवर होणार होते. जेव्हा सेवेनेटने जॉर्जला उन अमी ट्रास सर म्हणजेच एक अतिशय विश्वासार्ह मित्र असे म्हटले तेव्हा रौनेऊ जरा सैलावला आणि टेबलाजवळ बसला.

नंतर रौनेऊने साथीदारांना त्या भेटीबद्दल सांगितले की हेन्री सेवेनेटने मला इलॅरला मदत करायला, त्याची राहण्याची व्यवस्था करायला आणि सुरक्षिततेची काळजी घ्यायला सांगितले आणि मी ते केले. त्याने जॉर्जला एका सुरक्षित घरात राहण्यास मदत केली. त्याच्या मुद्रण कारखान्यातील एक सहकारी, मॅडम हॅलेन फाल्बेट यांचे ते घर होते. मॅडम हॅलेन फाल्बेटचा फ्लॅट सिटी हॉलच्या कोपऱ्यात दोन आणि तीन मजल्यांच्या राखाडी दगडांच्या अरुंद रस्त्यावर होता. जॉर्ज तिथे आठ रात्री मुक्कामाला होता आणि तो अगदी क्वचितच जर्मन सैन्य गस्त घालत असलेल्या रस्त्यावर जात असे. तो फक्त रौनेऊबरोबर बाहेर पडत असे. बावीस नोव्हेंबर रोजी, रौनेऊ आणि जॉर्ज यांनी रौनेऊची मैत्रीण राहत असलेल्या खेड्यात जाण्यासाठी सत्तर मैलांचा प्रवास केला. सायकल चालविण्याची सवय नसलेला जॉर्ज त्या डोंगराळ भागात थकून गेला. 'त्याने मला कितीतरी वेळा विचारले, अजून किती दूर आहे?' रौनेऊने लिहिले. रात्रीच्या वेळी, ते कॅस्टेलनाऊ-सूर-एल ऑविग्नॉनच्या प्राचीन दगडी वस्तीवर पोहोचले.

आजेनच्या दक्षिणेस पंचवीस मैलांच्या दक्षिणेकडील टेकडीवर वसलेल्या कॅस्टेलनाऊ-सूर-एल'ऑविग्नॉनमध्ये साधारणतः तीनशे रहिवासी होते. कमीत कमी एका शतकात तरी त्याचे छोटे शेतकरी आणि कारागीर यांचे जीवनमान बदललेले

नव्हते. जणूकाही तिथल्या निर्जनतेवर जोर देण्यासाठी, लोक त्याला कॅस्टेलनाऊ-डेस-लूप्स म्हणजे लांडग्यांचे कॅस्टेलनाऊ म्हणत असत. पाणी विहिरीतून येत असे आणि ग्रामीण गॅस्कॉनच्या या दुर्गम कोपऱ्यात वीज अद्याप पोहोचली नव्हती. कॅस्टेलनाऊ लोकांना तिथल्या दगडी किल्ल्याचा अभिमान होता; कारण त्यांच्यावरून कॅस्टेलनाऊ किल्ला हे नाव पडले होते. त्याच्याशिवाय इतर उल्लेखनीय इमारती म्हणजे बाराव्या शतकातील एक छोटेसे चर्च, अब्रिन चॅपेल आणि एक दोनमजली शाळा जी टाउन हॉल म्हणूनही वापरली जात असे. पश्चिमेस बाईज नदीवरील कंडोम आणि पूर्वेस प्राचीन बेनेडिक्टिन मठासह लहान ला रोमीउ दरम्यानच्या रस्त्याच्या दुतर्फा गॅस्कॉन चुनखडीची चौरस घरे होती. रस्ता खराब फरसबंदीचा होता. समुद्रसपाटीपासून पाचशे फूट उंच असलेल्या त्या बांधीव ठिकाणावरून ले ग्रँड ऑविग्नॉन नदीच्या सभोवतालच्या जंगलाच्या भव्य देखाव्याचे दर्शन घडत होते. व्हिशीने रेशनिंग लागू केलेल्या शहरांच्या तुलनेत गॅस्कॉनमध्ये अन्न भरपूर प्रमाणात होते. खायला गूस नावाचे हंसाच्या जातीचे पक्षी आणि बदके तसेच अंडी होती. वाइन आणि आर्मार्ग्नॅक नावाची दारू तर कधीच कमी पडत नसे. सर्वांत उत्तम म्हणजे जवळचे जर्मन आजेनपासून बरेच दूर होते.

कॅस्टेलॅनामध्ये फक्त ताऱ्यांचा प्रकाश होता ज्याच्या मदतीने रौनेऊ आणि जॉर्ज गावच्या काठावरील फार्महाउसकडे गेले. रौनेऊने दार ठोठावले. ते उघडले आणि दोघेही आत गेले. रौनेऊने जॉर्जला कॅस्टेलॅनो-सूर-ऑलविग्नॉनचे महापौर, रॉजर लॅरिब्यूची ओळख करून दिली. एसओईने तयार केलेल्या अहवालात म्हटले होते, 'वय ४७, उंची १.७५ मीटर, पाच फूट नऊ इंच, गडद तपकिरी केस; मध्यम सडपातळ बांधा, शेतकरी आणि कॅस्टेलॅना-सूर-एल-ऑविग्नॉनचा महापौर.' ब्रिटिश एजन्ट आणि फ्रेंच महापौर त्वरित मित्र बनले. इलॅर आणि माझ्या एकमेकांबद्दल काय भावना आहेत, हे मी सांगू शकत नाही असे नंतर लॅरिब्यूने रेमंड एस्कोलिअरला सांगितले. जॉर्जने त्याच्या दृष्टीतून लॅरिब्यूकडे, त्याच्या शेतकऱ्याच्या बुटांपासून ते कधीही न काढलेल्या बेरेटपर्यंत एक रंगीबेरंगी, उत्साही बंडखोर म्हणून पाहिले.

रौनेऊची मैत्रीण जीने रॉबर्ट नावाची अठ्ठावीस वर्षांची विधवा ही गावची शिक्षिका होती. तिला आणण्यासाठी लॅरिब्यूने कोणालातरी शाळेत पाठवले. रॉबर्ट लॅरिब्यूच्या घराकडे पळत आली. महापौर तिच्यासाठी बाहेर थांबले होते. त्यांनी सांगितले, 'आमच्याकडे एक पाहुणा आहे.' ती नंतर म्हणाली, 'म्हणून मी आत गेले आणि त्याने कर्नल इलॅरची ओळख करून दिली. आणि मग मी त्याला पाहिले.'

‘आम्ही एकमेकांकडे पाहिले. किती वेळ ते मला माहीत नाही. आणि मला असे वाटले की तो मला वाचत आहे. त्याचे निरीक्षण खूप प्रभावी होते. आणि मग तो हसला आणि मीही हसले.’

जॉर्जला कॅस्टेलॅना-सूर-ऑव्हिगनॉनची त्यांची ओळख आठवली, ‘गावात माझ्या पहिल्याच दिवशी मी महापौर व इतर सर्वांना भेटलो. मी उत्तरेकडून निर्वासित होतो, असे सांगितले. शिक्षिका लिलेहून आलेली असल्याने मला तिच्या मित्रांचा मित्र म्हणून स्वीकारले गेले. कोणत्याही अडचणीचा प्रश्न आला नाही.’ कॅस्टेलॅना येथे जॉर्ज सर्व बाजूंनी पसरलेल्या शेतात, पॅराशूट उतरवण्यासाठी खाली असलेल्या मैदानावरील सपाट जमीन शोधत होता आणि बहुतेक सर्व जण रहिवासी निष्ठावंत प्रतिकारी होते.

नंतर जॉर्ज बढाई मारत म्हणाला, ‘मी तिथे गेलो, आणि कोळ्याने आपले जाळे विणायला सुरुवात केली.’

पण प्रत्यक्षात जेव्हा जर्मन सैनिकांनी जीन रॉबर्टवर बलात्काराचा प्रयत्न केला, तेव्हाच्या घटनेमुळे, तो तेथे आला तेव्हा जाळे आधीच अर्ध्यावर पसरलेले होते. जून १९४० मध्ये जर्मनीने उत्तर फ्रान्समधील पा-द-कालॅ या तिच्या मूळ प्रदेशावर कब्जा केला होता आणि बेल्जियममधून जर्मन सैन्याच्या नियंत्रणाखाली आणला होता. परवानगीशिवाय कोणीही त्या निषिद्ध विभागात प्रवेश करू शकत नव्हते किंवा सोडू शकत नव्हते.

तिथे उर्वरित व्यापलेल्या फ्रान्सच्या तुलनेत पाळत अधिक कठोर होती आणि जर्मन सैन्य अधिक होते. रॉबर्टच्या पतीचा त्यांच्या लग्नाच्या अठरा महिन्यांनंतर १९३७ मध्ये मृत्यू झाला होता आणि विधवा मॅडम डेलॅट्रे या नावाने तिने तिच्या आई-वडिलांच्या हसनॉन गावातून पन्नास मैलांच्या अंतरावर असलेल्या बुक्कॉय नावाच्या खेड्यात शाळेत शिकवण्याचे काम केले. तिच्याबरोबर तिची एक वीस वर्षांची सहकारी लोलो आणि लोलोचा सोळा वर्षांचा भाऊ फर्नांड राहत होते.

१९४० च्या उत्तरार्धातील एका संध्याकाळी, दोन दणकट जर्मन प्रायव्हेट्स आणि एक नॉन-कमिशनर ऑफिसर जेवणाची मागणी करत बळजबरीने तिच्या घरात घुसले. रॉबर्टला तो ऑफिसर ठीक वाटला पण इतर दोघे उद्धट होते. ती अंडी आणि बटाटे तळत असताना त्यांनी मद्य प्याले. तिने प्लेट्स त्यांच्यासमोर ठेवल्या आणि म्हणाली, ‘इथेच थांबा. आम्ही झोपायला जात आहोत.’ ‘त्या रात्री ती, लोलो आणि फर्नांड एका खोलीत गेले आणि त्यांनी आतून दरवाजा लावून टाकला. ते एकाच बेडवर पडले होते तेव्हा शिपायांपैकी एकाने त्याच्या खांद्यांचा जोर लावून दार उघडले. त्याने लोलोवर झडप घातली आणि तिचे रात्रीचे कपडे फाडले. दुसऱ्या

माणसाने आपली रायफल रॉबर्टच्या अंगात खुपसली आणि बळजबरी करण्याचा प्रयत्न केला. रॉबर्टने सांगितले की मी किंचाळले आणि मी नॉन कमिशनर ऑफिसरला त्याच्याकडे बाजू मांडण्यासाठी बोलावले. त्याने त्या माणसांना बाहेर जायला सांगितले. त्यांनी त्याचे ऐकले व तेथून निघून गेले. सकाळी ग्रामस्थांनी नाटक केले की त्यांनी तिच्या किंकाळ्या ऐकल्याच नाहीत.

रॉबर्टने अशा प्रकरणी अपेक्षित असलेली सर्वसामान्य पद्धत म्हणून भीती आणि मौन स्वीकारण्यास नकार दिला आणि तिने तिचा चुलतभाऊ लियोन डेगंड याला शोधले. तो जर्मन लोकांचा आजीवन तिरस्कार करणारा पहिल्या महायुद्धाचा अनुभव असलेला माणूस होता. तो त्यांना लेस बॉचेस म्हणत असे. फ्रेंच रेल्वेत लिलमधील मुख्य लिपिक म्हणून काम करत असताना, जून १९४० मध्ये डंकर्कहून ब्रिटिशांनी माघार घेतल्यानंतर डेगंड अडकलेल्या मित्र राष्ट्रांच्या सैनिकांना मदत करीत होता. त्याने डोळेझाक केल्यामुळे अनेक सैनिक बॉक्सकार्स आणि मेल वॅगन्समध्ये लपून बसले जे दक्षिण दिशेला शत्रूने न व्यापलेल्या झोनकडे जात होते.

रॉबर्ट म्हणाली, 'मी लपून बसलेल्या सैनिकांसाठी कपडे शोधू लागले. तेथे इंग्रजी सैनिक, फ्रेंच सैनिक होते अर्थातच गणवेशात. ते लपून बसले होते. त्यांना निघून जायचे होते.' तिची आई, एक शिवणकाम करणारी महिला, तिने तिला मदत केली. ती म्हणाली, 'पण माझे वडील, मुळीच नाही. मला त्यांच्यावर विश्वास नव्हता, कारण ते १९१४ ते १९१८ मध्ये युद्धामध्ये होते आणि त्यांच्यासाठी पेताँ म्हणजे एक देव होता.' पकडण्यापासून बचाव करण्यासाठी सहयोगी सैन्याला मदत करणे हा एक धोकादायक उद्योग होता. याचा दंड मृत्यू हाच होता.

तुरुंगातून सुटल्यानंतर जीने रॉबर्टची मॉरिस रौनेऊशी भेट झाली. रॉबर्ट म्हणाली, 'तो माझ्या आईवडिलांच्या घरी आला, कारण तो माझ्या आईला ओळखत होता.' रॉबर्टने रौनेऊला आश्रय दिला. तो तिच्यापेक्षा दहा वर्षांनी मोठा होता आणि ते लवकरच प्रेमी बनले. तो सुमारे वीस मैल पश्चिमेस, बर्टीनकोर्ट येथे, त्याची फ्रेंच पत्नी मॅडेलिन हिच्यापासून दूर गेला होता.

रौनेऊने रॉबर्टला तेथून बचावलेल्या सैनिकांची सुटका करण्यास मदत केली. पण लवकरच कुणीतरी जर्मनांकडे त्याची तक्रार केली आणि तो २१ मार्च रोजी अनऑक्युपाईड झोनमधील लोअर प्युरनिस येथे पळून गेला आणि त्याने पाऊ शहरातील इम्प्रिमेरी कोलेट येथे प्रिंटर म्हणून काम सुरू केले.

तीन महिन्यांनंतर, जूनमध्ये रॉबर्टची वेळ आली. ती म्हणाली, 'मला गेस्टापोने शिकार केले. शाळा सुटल्यावर ते माझी वाट पाहत होते.' गेस्टापो कार पाहिलेल्या एका सहशिक्षकाने रॉबर्टला धोक्याचा इशारा दिला आणि रॉबर्ट मागच्या दाराने बाहेर पडली आणि सायकलवरून गावाबाहेर निघून गेली. तिचा विश्वासू चुलतभाऊ

लियोन डेगंडने तिला पॅरिसला जाणाऱ्या ट्रेनमध्ये लपवून पाठवून दिले. आणखी एक ट्रेन तिला ओर्थेझ येथे घेऊन गेली, व्याप्त व अनऑक्युपाईड झोन दरम्यानचा हा एक चेकपॉइंट होता. इथेही रॉबर्ट नशीबवान ठरली. तिने सांगितले, 'ऑर्थेज येथे एक वयस्कर जर्मनाने मला सीमांकन रेखा पार करू दिली.' ती ऑर्थेजच्या काही मिनिटांच्या अंतरावर आग्नेय दिशेला असलेल्या कास्टॅटिस गावात थांबली, जिथे उत्तरेकडून पळून गेलेल्या आणखी एका शिक्षकाने तिला खोली दिली. रॉबर्टने पॉझमधील एका शाळेत रौनेऊजवळ असण्यासाठी शिकवण्यास अर्ज केला, परंतु तेथे काही रिक्त पदे नव्हती. ती जेरची विभागीय राजधानी औच येथे गेली आणि पुन्हा प्रयत्न केला. शाळेच्या एका निरीक्षकाने जो स्वत: अल्सास-लॉरेनमधील निर्वासित होता, तिला बारबोटन-लेस-थर्म्समधील जागेबद्दल सांगितले. पण तेथील शिक्षकांचे निवासस्थान एका हॉटेलमध्ये होते ज्यात जर्मन सैनिक होते. त्यानंतर त्यांनी जेरच्या एका कोपऱ्यात असलेल्या कॅस्टेलना-सूर-एल-ऑविग्नॉनच्या छोट्या गावाचा उल्लेख केला. 'परंतु तेथील जागा पूर्णपणे दरिद्री आहे,' त्या भल्या माणसाने तिला इशारा दिला. 'पाणी नाही, वीज नाही.' पण तिने ते लगेचच स्वीकारले. तो म्हणाला, 'मी पुन्हा सांगतो. पाणी नाही. वीज नाही.'

कॅस्टेलनाऊच्या स्कूल हाउसमधील शिक्षकांच्या निवासस्थानात तळमजल्यावरील एक स्वयंपाकघर आणि वरच्या मजल्यावर बेडरूम्स होत्या. रॉबर्टने सर्व वयोगटातील सत्तावीस मुलांना शिकवले. तिने लिहिले, 'माझे विद्यार्थी सौम्य होते. गावातील प्रत्येक जण खूप दयाळू होता.' गावकरी शिक्षक आणि विधवेच्या मानाने तिला मॅडम डेलॅट्रे म्हणत. एका मेंढपाळानं तिला रात्री उबदार ठेवण्यासाठी एक भारी रजई दिली. एका घोडा डीलरने तिला आपला टेलिफोन वापरण्याची ऑफर दिली, तोही त्या गावातील दोनपैकी एक टेलिफोन होता. रॉबर्टला तिच्या विद्यार्थ्यांकडून त्यांच्या कुटुंबीयांची माहिती मिळाली आणि पेतॉंशी एकनिष्ठ असणारे पेन्टेनिस्ट आणि निष्ठावंत क्रांतिकारी तिला ओळखायला येऊ लागले. प्रमुख देशभक्त लॅरिब्यू महापौर होते. त्यांना पाच मुले होती, ज्यांचे वय नऊ ते वीस वर्षांचे होते आणि त्यांनी आपला नाझीविरोध आणि समाजवादी विश्वास कधीच लपविला नाही.

दरम्यान, मॉरिस रौनेऊ ज्या प्रतिकारक लोकांची भरती करायची होती त्यांच्यासाठी बोगस ओळख कागदपत्रे आणि रेशनकार्डे बनवण्यात गुंतला होता. ऑक्टोबर १९४१मध्ये बरेच स्वयंसेवक भोवती जमा झाल्यामुळे रौनेऊ मोठ्या प्रिंट फॅक्टरीत काम करण्यासाठी पाऊ येथून आजेन येथे गेला. ते ठिकाण रॉबर्टपासून पंचवीस मैलांवर होते. सुमारे तीस हजार लोकसंख्या असलेल्या आणि लो-ए-गारॉन विभागाची राजधानी म्हणून असलेल्या आजेनने भूमिगत कामकाजासाठी अधिक वाव दिला. गारॉन नदी मध्ययुगीन शहरातून वाहत असे आणि हे शहर प्लम्स आणि सोळाव्या

शतकातील जादूगार नोस्ट्राडामस यांच्या नावाने प्रसिद्ध होते. आजेन नैर्ऋत्येकडील दळणवळणाच्या मध्यभागी होते. कॅनाल डू मिडीने भूमध्यसमुद्राकडे बार्जेस घेतले आणि आजेन उत्तर-पश्चिम दिशेला बॉर्डोला आणि त्याच अंतराला दक्षिण पूर्वेस टूलूसला जोडले गेले. इंग्लंडच्या पलांटगेनेट राजांनी मध्ययुगात जिथे राज्य केले होते तिथे आजेनमध्ये जर्मन सैन्याने सैन्य आणि सुरक्षा तळ स्थापन केले.

एका गुप्त अहवालात असे नमूद केले होते की रौनेऊने तेथील एका लहान रेस्टॉरंटमध्ये बहुतेक वेळा जेवण घेतले, विशेषत: व्हिशीच्या १०,००,०० लोकांच्या आर्मीस्टिस आर्मीचा भाग असलेल्या १५० रेजिमेंट डी'इन्फॅन्टेरीचे एन.सी.ओ. येथे वारंवार येत. त्याला आढळले की बहुतेक वेळा त्यांची मते त्याच्यासारखीच होती.

आजेनच्या मुख्यालयात नॉन-कमिशनर ऑफिसर्सच्या गटाने व्हिक्टोर नावाच्या फ्रीमेसनच्या लॉजमधील त्यांच्या सदस्यत्वाच्या आधारे आधीच एक गुप्त सेल तयार केला होता. पेताँने त्याच्या रिपब्लिकन विरोधी न्यू ऑर्डरचा भाग म्हणून २७ ऑगस्ट १९४० रोजी फ्रीमेसनरीवर बंदी घातली होती. रौनेऊने त्यांच्या एका नेत्याशी मैत्री केली, पंचवीस वर्षीय स्टाफ सार्जंट पियरे वालरँड. जीन रॉबर्टने वॉलेरँडबद्दल म्हटले की तो मूळचा उत्तरेकडील पिकार्डीचा रहिवासी होता, त्या गुप्त लष्करी कारवाईचा तो आत्मा होता.

१२ एप्रिल १९४२ रोजी, रौनेऊ आणि वॉलरॅन्ड यांनी कॅस्टेलनाऊ-सूर-ऑव्हिगनॉनच्या शाळेत जीन रॉबर्टच्या स्वयंपाकघरात एक उत्कृष्ट ईस्टर संडेचे दुपारचे जेवण घेतले. त्यांचे जेवण होईपर्यंत त्यांनी रेसिओ व्हिक्टोर नावाचा एक रेझिस्टन्स नेटवर्क स्थापित केला होता. त्यांनी रॉजर आणि अल्बर्टा लॅरिब्यू यांना त्यात सामील होण्यासाठी बोलावले.

त्या जोडप्याने हे निमंत्रण स्वीकारले आणि महापौरांनी घोषणा केली की, 'माझे घर, माझी इमारत, स्वत: मी सर्व काही तुमच्या ताब्यात आहे. तुम्हाला योग्य वाटेल तसे वागा.' पॅराशूट उतरण्यासाठी इथे मैदान आहे आणि माझा मित्र पिनो नोव्हारिनी सर्वोत्तम आहे.

रौनेऊ आणि वॉलरॅन्ड यांनी ती रात्र महापौरांच्या घरी घालवली आणि पहाटेपर्यंत त्यांची योजना आणि नवीन नेटवर्ककडून अपेक्षा यांवर चर्चा केली. लॅरिब्यूने त्याचे शेजारी, जोसेफ आणि अर्जेंटिना नोव्हारिनी यांना नव्या नेटवर्कमध्ये सामील केले. सर्व जण त्यांना पिनो आणि टीना म्हणून ओळखत असत. लॅरिब्यूने म्हटल्याप्रमाणे, खेड्याच्या खाली सपाट प्रदेशात असलेल्या त्यांच्या शेतात पॅराशूट तसेच पुरवठा सामग्री उतरवण्यासाठी आणि एजन्ट्ससाठी एक उत्तम मैदान उपलब्ध होते. कॅस्टेलॅनाऊमधील रेझिस्टन्सवरील एका अहवालात असे म्हटले होते की लॅरिबियस आणि नोव्हारिनिस यांनी उत्साहाने या छुप्या संघटनेत उडी मारली.

रौनेऊने नागरिकांची भरती केली, तर वॉलेरँडने सैनिकांवर लक्ष केंद्रित केले. रौनेऊने नोंदणी केलेल्या पहिल्या लोकांत अपर राईन प्रीफेक्चरचा माजी विभागीय प्रमुख, अल्सॅटियन शरणार्थी मॉरिस जेकोब याचा समावेश होता. व्हिशीने जेकोबला त्याच्या सर्व्हिस डेस रिफ्यूजीज आणि एक्स्प्यूल्सचा संचालक बनविले होते आणि तो स्वत:सारख्या निर्वासितांना व्यापलेल्या विभागातून स्थायिक करण्यास जबाबदार होता. प्रतिकार करण्यास गुप्तपणे मदत करण्यासाठी अनेक व्हिशी अधिकारी त्यांच्या पदांचा वापर करत होते. वॉलेरँडने त्याच्या १५०व्या इन्फंट्री रेजिमेंटचा कॉम्रेड अडजूटंट सर्जंट फर्नांड गौचर याचे समर्थन लिहून ठेवले. गौचर, कोडनेम जेरार्ड याने जेरच्या उत्तरेकडील भरती मोहीम दक्षिणेकडील डोरडोग्ने विभागात पसरविली. स्वयंसेवक मात्र अगदीच थोडे होते. या वेळी सर्वाधिक प्रतिकार करणाऱ्या नेटवर्कमध्ये महिला व पुरुषांची संख्या शंभरपेक्षा जास्त नव्हती. आक्रमणाविरुद्ध उभे राहणे काहींना व्यर्थ वाटत होते. याच काळात नाझींनी युरोपवर वर्चस्व गाजवले आणि फ्रान्सच्या स्वत:च्या सरकारने त्यांच्याशी सहकार्य केले. डिसेंबर १९४१ मध्ये अमेरिकेने ब्रिटनच्या बाजूने युद्धामध्ये प्रवेश केला असला तरी मित्रपक्ष सर्वच आघाड्यांवर पराभूत होत होते. मार्च १९४२ मध्ये फिलिपिन्समधून जनरल डगलस मॅकआर्थरने माघार घेतली आणि त्याने सुमारे वीस हजार अमेरिकन आणि फिलिपिनो सैनिकांना बटाईन द्वीपकल्पात स्वतःच्या नशिबावर सोडून दिले. जपानी लोकांनी दक्षिणपूर्व आशियामध्ये आपली पकड मजबूत केली, डच ईस्ट इंडीज आणि मलाया जिंकून बर्मामध्ये जाऊन त्यांनी ब्रिटिश वसाहत असलेल्या भारताला धमकावले. युद्धाचा परीघ वाढतच होता. मित्रपक्षांनी जर्मनीच्या शहरांवर बॉम्बस्फोट करण्याशिवाय आणि जर्मन बंदरांवर अधूनमधून कमांडो छापे टाकण्याव्यतिरिक्त हिटलरच्या वर्चस्वाला आव्हान दिले नव्हते. जर्मन नौदलाने भूमध्य समुद्रापासून रॉयल नेव्हीला हद्दपार करण्यासाठी ब्रिटिशांच्या ताब्यात असलेल्या माल्टाच्या भूमीला वेढा घातला. मित्रपक्षांचे भवितव्य धूसर दिसत असताना भूमिगत प्रतिकार चळवळीत सामील होण्यासाठी अतीव धैर्याची गरज होती.

व्हिक्टोरमध्ये सामील होण्यासाठी पुरेसा विश्वास असणारे लोक प्रामुख्याने अल्सास, लॉरेन आणि इतर संबंधित भागांमध्ये थेट जर्मन राजवटीचा अनुभव असलेले शरणार्थी होते. प्रतिकार करण्यासाठी गॅस्कॉनच्या टेकड्यांमध्ये चांगल्या जागा होत्या. या प्रदेशाचा इतिहासच युद्ध आणि बंडखोरीने भरलेला होता.

गॅस्कॉनीच्या मध्यभागी असलेल्या जेर लोकांना तिथल्या १४६ किल्लेवजा वाड्यांचा अभिमान होता; कारण इतिहासात प्रतिस्पर्धी सरदारांनी अधिराज्यासाठी संघर्ष केला होता. त्या काळाची ती स्मारके होती. कॅस्टेलॅनाऊ-सुर-एल-ऑविग्नॉनसारख्या अनेक खेड्यांत कॅस्टेलनस नावाची दगडी तटबंदी आढळून येई. १३३७ ते

१४५३ च्या शंभर वर्षांच्या युद्धामध्ये गॅस्कॉनीने इंग्रजांचा प्रतिकार केला आणि त्याचे सैनिक त्यांच्या फ्रेंच अधिकाऱ्यांसाठी आणि त्यांच्याविरुद्ध लढले. फ्रेंच वाङ्मयाने धैर्याने लढणाऱ्या तलवारधारी सैनिकांचे अद्‌भुतरम्य वर्णन केले होते. एडमंड रोस्टँडचा सायरोनो डी बर्गरॅक हा एक जुना गॅस्कॉन होता, तो त्याच्या जीर्ण टोपीतील छिद्र लपवण्यासाठी तिथे एक पिस ऐटीत खोवत असे. अलेक्झान-ड्रे डूमास नावाचा एक सैनिक होता. त्याने लिहिले की आपापसांत आम्ही म्हणतो,

> 'स्कॉट्‌समनसारखा गर्विष्ठ,' बकिंगहॅम पुटपुटले. "आणि आम्ही म्हणतो, 'गॅस्कनसारखा गर्विष्ठ', द आर्टिग्नान उत्तरला, "गॅस्कन्स म्हणजे फ्रान्समधले स्कॉट्‌समेन आहेत."

पहिल्या महायुद्धात, मार्न नदीवर जर्मनांना पराभूत करणारे दोन फ्रेंच सेनापती, मार्शल जोसेफ गॅलॅनी आणि फर्डिनांड फॉश हे गॅस्कॉन्स होते.

कॅस्टेलॅनाऊ-सुर-एल-ऑविग्नॉनमधील गॅस्कॉन्स रेझिस्टन्सला, फ्रान्सवासीयांना आणि जर्मन लोकांशी युद्ध करण्यास इच्छुक असलेल्या स्त्रियांना शस्त्रे पुरवणारा इंग्लंड जवळजवळ एकमेव देश होता. जॉर्ज स्टारला एक तळ आवश्यक होता. व्हिक्टोरच्या लोकांनी त्याला एक आदर्श केंद्रक दिले ज्यावर एक मजबूत नेटवर्क तयार करणे शक्य होते, ज्याला एसओईने व्हीलराइट असे म्हटले होते.

जीन रॉबर्टने जॉर्जच्या उपस्थितीचे कौतुक केले, 'आम्हाला माहीत होते की तो आमचा प्रमुख आहे आणि आम्ही आणि आमचे नेटवर्क व्हिक्टोर एसओईच्या आदेशाखाली आहे.' जॉर्जने त्यांना शस्त्रे, स्फोटके, लष्करी प्रशिक्षण आणि सर्वांत महत्त्वाचे म्हणजे सहयोगी सैन्याने केलेल्या हल्ल्याचे वचन दिले ज्यामुळे त्यांना त्यांचा देश मुक्त करण्यात मदत होईल. रॉबर्टला कॅस्टेलॅनाऊला शिक्षिका म्हणून काम करण्याची संधी योगायोगाने मिळाल्यावर व्हिक्टोर नेटवर्कचे लोक आणि जॉर्ज एकमेकांना भेटले. युद्धकाळातील हॉलिवूड चित्रपटाच्या एका अमेरिकन नायकाने सांगितले होते, त्याप्रमाणे ही एका सुरेख मैत्रीची सुरुवात होती.

## ४

# मीही एक माणूस होतो!

*इलॅरने अस्सल रणनीतीकाराप्रमाणे आपल्या योजनेची रचना केली. अतिशय संयमाने त्याने करण्याच्या गोष्टींची यादी मनोमन तयार केली. जेव्हा आपण एखाद्या गोष्टीसाठी सर्वार्थाने समर्पित होतो तेव्हा आपण त्या गोष्टीसाठी सर्वांत चांगला आणि अंतिम परिणाम राखून ठेवतो. जर्मन सैन्याचा संपूर्ण विनाश हेच ध्येय त्याच्यासमोर होते.*

मॉरिस बकमास्टर

जॉर्ज स्टारने आपली पहिली रात्र महापौर लॅरिब्यूच्या घरी कॅस्टेलॅनाऊ-सुर-एल-ऑविग्नॉनमध्ये आणि दुसरी रात्र जीने रॉबर्टच्या शाळेत अतिथी बेडरूममध्ये घालवली. २४ नोव्हेंबर १९४२ रोजी बुधवारी सकाळी त्याने सांगितले की मला इथे बरे वाटले. मला राहायचे आहे. रॉबर्टने तिच्या पाहुण्याचे वागणे निर्दोष असल्याचे सांगितले. कपडे धुण्याचे आणि इस्त्री करण्याचे काम होते आणि माझ्याकडे सत्तावीस विद्यार्थ्यांचा वर्ग होता. संध्याकाळी मला दुसऱ्या दिवसासाठी धडे तयार करावे लागत. कर्नल इलॅर मला म्हणाले, ''कोणत्याही कामात माझी मदत लागली, तर मला सांग.''

तो स्वयंपाक करत असे, भांडी धुवत असे, बूट अगदी चकाकेपर्यंत पॉलिश करत असे. जॉर्ज तिचा खरा सोबती बनला. त्याच्या सर्जनशील असभ्यतेची ख्याती असूनही तिच्या उपस्थितीत त्याने क्वचितच एखादा अश्लील शब्द उच्चारला.

मॉरिस रौनेऊच्या म्हणण्यानुसार जॉर्ज घरातील कामे उत्तम रीतीने करत असे आणि तो एक परिपूर्ण सहकारी होता. रेमंड एस्कोलिअर यांनी नमूद केले की इलॅरइतका कुणीही नम्र नव्हता. तो केवळ आपल्या कामाबद्दलच दक्ष नव्हता तर त्याने आर्माग्नॅक वेली व द्राक्षांच्या वेलींचीही निगराणी केली. आर्माग्नॅकचा जांभळा रस सोनेरी दारू तयार करतो. जॉर्ज आपल्या पूर्व कारकिर्दीत कोळसा खाणकाम करणाऱ्यांप्रमाणेच कॅस्टेलॅनाऊमधल्या मजुरांमध्ये मिसळून गेला होता. रौनेऊने पहिले की जॉर्ज गावच्या जीवनात रुळत चालला आहे. रौनेऊच्या मते तो एक असा माणूस होता, ज्याने परिस्थितीत स्वतःला झोकून दिले आणि वातावरणाशी जुळवून घेतले. कॅस्टेलनाऊमध्ये आम्ही त्याला अनुभवी माणूस आणि शेतकरी म्हणून पाहिले.

जॉर्जच्या मिश्यांमुळे तो स्थानिकांसारखा दिसू लागला, पण या मिश्यांनी अजून एक हेतू साध्य केला. जॉर्ज म्हणणे होते की  तुम्ही पाच मिनिटांत मिश्या काढून टाकू शकता. जर कुणाला कमी उंचीच्या बेरेट घालणाऱ्या, मिश्या असलेल्या माणसाला बघून सवय झाली असेल तर ते चश्मा आणि राखाडी सूट घातलेला, स्वच्छ दाढी करणारा माणूस शोधत नाहीत. गावातील बहुतेक पुरुषांप्रमाणेच त्याने आपल्या ओठात सिगारेट अडकवण्याची सवय लावून घेतली, स्वस्त फ्रेंच-निर्मित बाल्टो सिगारेट तो ओढत असे. तथापि, खेड्यात अनोळखी लोकांकडे संशयाने पाहिले जाते, तिथे जॉर्जच्या इंग्रजी-उच्चारित फ्रेंचचा काहीच उपयोग नव्हता. रॉबर्टने इतरांना सांगितले की, तो बेल्जियमहून आला आहे. तो माझ्या आई-वडिलांचा मित्र होता. तो उत्तरेला कंटाळलेला अभियंता होता आणि आयुष्य खडतर होते. आता त्याला एक आरामदायक जागा मिळाली आणि तो तिथेच राहायला आला. ते त्याला गॅस्टन या टोपणनावाने बोलावत असत

तरी भूमिगत अतिरेक्यांनी लेफ्टनंटला कर्नल इलॅर किंवा ले पेट्रोन म्हणून बढती दिली. त्याचे खरे नाव कोणालाही माहीत नव्हते.

या बेल्जिअन गॅस्टनने जर्मन समर्थकांना सहानुभूती दाखविली. जॉर्ज म्हणाला की मी एक सहकारी असल्याचे समजूतदारपणे सांगितले आणि जर्मन लोक ठीक आहेत असे म्हणत पेताँ आणि न्यू ऑर्डरला पाठिंबा दर्शविला. जास्त अतिरेक न करता फक्त त्यांना ही भावना पोचवली. यामुळे त्याला व्हिशी समर्थक फ्रेंच लोकांच्या संशयापासून जरा सुटका मिळाली.

एसओईच्या अहवालात त्याने नमूद केले की या छोट्याशा खेड्यात मी परिपूर्ण सुरक्षिततेत राहू शकेन. मी कधीही काहीही लॉक केलेले नाही आणि इथले वातावरण पाहून मला असे वाटत नाही की त्याची गरज आहे. जॉर्जच्या आगमनाच्या आठवड्यापूर्वी एसओईने हेन्री सेवेनेटला शस्त्रे व इतर वस्तू पाठवण्याचे आश्वासन

दिले होते. म्हणून जॉर्जचे पहिले काम म्हणजे चोवीस नोव्हेंबरच्या रात्री आठ लोकांच्या रिसेप्शन समितीसह अपेक्षित पॅराशूटसाठी तयारी करणे.

जॉर्ज म्हणाला, 'हे आठही लोक एकमेकांना ओळखत होते, अगदी लहानपणापासूनच ते सोबत होते. तुम्ही त्यांच्यात घुसू शकत नाही कारण तुम्ही त्यांच्यापैकी नाही.' या संघात जॉर्ज, महापौर लॅरिब्यू, मॉरिस रौनेऊ, पिनो आणि टीना नोव्हारिनी, जीन रॉबर्ट आणि १५०व्या इन्फंट्री रेजिमेंटचे सार्जंट्स पियना वॉलेरंड आणि मूविस मॅक्सीम लिओन ड्यूपाँ यांचा समावेश होता. ते नोव्हारिनी फार्महाउस येथे भेटले. पॅराशूट ड्रॉप साइटला फ्लॅश लाइट्सने प्रज्वलित केले गेले आणि कडाक्याच्या थंडीपासून स्वतःला उबदार ठेवण्यासाठी सर्व जण आर्माग्नॅक प्यायले.

पहाटेच्या वेळी ते रिकाम्या हाताने घरी गेले. खराब इंग्रजी हवामानामुळे विमानाला उड्डाण घेण्यापासून थांबवले होते, परंतु आरएएफ पुन्हा प्रयत्न करणार होते. दुसऱ्या रात्री चंद्र मंद होता आणि तापमान अतिशीत होते. पिनो नोव्हारिनीने आपल्या शेतात एक प्रचंड ओंडका पेटवला, जो कोणत्याही विमानाला दिसला असता. रौनेऊने सांगितले की पिनो मग बाजूला गेला आणि टेबल ठेवून त्यावर स्वतः बनवलेल्या पांढऱ्या वाइनची बाटली आणि आर्माग्नॅकची अपरिहार्य बाटली ठेवली. भरपूर किस्से सांगून जॉर्जने त्यांचे मनोरंजन केले. 'वेळोवेळी एक एक माणूस उठून ऐकण्यासाठी बाहेर जायचा,' रौनेऊने लिहिले. त्यांना वाटले की त्यांनी आकाशात इंजिनचा आवाज ऐकला आहे, परंतु प्रत्येक वेळी ते चुकीचे ठरत होते.

रिसेप्शन समितीने नोव्हारिनीच्या शेतात काही रात्री नजर ठेवली. २७ नोव्हेंबर रोजी रात्री चौघे जण जागता पहारा देत होते. तेवढ्यात मध्यरात्र झाली. रौनेऊ म्हणाला की व्हाइट वाइन, आर्माग्नॅक, गप्पा यात वेळ जात होता पण अचानक एक वाजता अचानक एका मोठ्या आवाजाने आमच्या संभाषणात अडथळा आणला. आम्ही तर आमचा श्वासच रोखला. रात्रीच्या आकाशात एक इंजिन जोरात आवाज करत जवळ येत होते. जसजसे ते जवळ येत गेले तसतसा आवाज वाढत गेला. प्रत्येक जण बाहेर पळाला.

जॉर्जने लोकरी अस्तर असलेले कॅनेडियन जॅकेट घातले होते आणि त्याच्या छातीवर एस-फोन असलेला पट्टा बांधलेला होता. तो तिथल्या कुंपणाला टेकून उभा राहिला. टोकावर पांढरा दिवा आणि बाजूला दोन लाल दिवे असलेल्या त्रिकोणी प्रकाशाने जवळजवळ शंभर चौरस यार्डचे अंतर उजळून टाकले. रौनेऊ आपला फ्लॅशलाइट आकाशाच्या दिशेने चमकवण्यासाठी सज्ज असलेल्या शेताच्या माथ्यावर गेला. इतरांनी पाइनच्या राईमध्ये आश्रय घेतला. एक मिनिट, दोन मिनिटे झाली. जॉर्ज ओरडला, 'त्या तिथे ते आहे.'

रौनेऊने ढगांमधून जाणारे विमान पाहिले आणि त्याने मोर्स कोडमधील आर ही अक्षरे सावकाश–जोरात-सावकाश अशा ठरलेल्या क्रमाने चमकावली. विमान गोल फिरले आणि सुरकांडी मारत सुमारे तीनशे फूट अंतरावर गेले. जेव्हा ते परिपूर्ण ड्रॉपसाठी तयार झाले तेव्हा ते अचानक वरच्या बाजूस जाऊन उडून गेले. अत्यंत आवश्यक असणारी शस्त्रे आणि स्फोटके सोडण्याची आज्ञा देऊन जॉर्जने पायलटला एस-फोनवर बोलावले. वैमानिकाने काहीच उत्तर दिले नाही.

काही मिनिटांनंतर इंजिनाची पुन्हा गर्जना करीत विमान जणू आतला माल सोडण्यासाठी खाली आले पण परत लगेच ते उडून गेले. त्या जागेत आता फक्त एकच आवाज घुमत होता. जॉर्जचा संतापलेला आवाज एस-फोनमध्ये जणू गर्जत होता. जणू काही जॉर्जच्या टीमची चेष्टा करत विमान परत आले आणि त्याने अजून एक प्रयत्न केला. रौनेऊने मोर्स आर परत चमकावला. माल सोडण्यासाठी जॉर्ज जोरात पायलटवर ओरडला. रॉबर्टने जॉर्जला ओरडताना ऐकले, 'अरे...अरे... ते काय करीत आहेत? मला उत्तर दे. तू मूर्ख आहेस. अरे देवा, मला उत्तर दे!' काहीच उत्तर नव्हते. कोणतेही पॅराशूट नाहीत, कंटेनर नाहीत, शस्त्रे नाहीत. जॉर्जचे ओरडणे आणि रौनेऊचे सिग्नल असूनही विमान ढगांमध्ये गायब झाले. ते परत आले नाही.

कंडोम शहरात पाच मैलांच्या अंतरावर हवाई हल्ल्याच्या सायरनचा कर्णकटू आवाज आला. जर्मन लोकांनीही विमान पाहिले होते.

जॉर्जच्या रिसेप्शन कमिटीने इंजिनाचा आवाज ऐकल्यापासून एक तास वीस मिनिटांनी सहा पुरुष आणि दोन स्त्रिया घरी गेले. जॉर्ज म्हणाला, 'ती पहिली निराशा होती,' दोष त्याचा नव्हता तर एस-फोनचा होता, एकतर त्याचा किंवा विमानातील एकाचा. अतिशय निराश झालेला जॉर्ज महापौर लॅरिब्यूच्या घराकडे गेला. दुसऱ्या दिवशी सकाळी कॅस्टेलनाऊमध्ये रौनेऊने सांगितले की -

> इलॅर लॅरिब्यूच्या घरापासून बाहेर निघाला, त्याच्या ओठांमधे सिगारेट होती आणि हळूहळू पावले टाकत, गाव ओलांडत तो शाळेकडे आला. मी त्याच्या जरा आधीच शाळेत पोचलो होतो. तो पुन्हा कॅस्टेलनाऊ लोकांसाठी परका वाटत होता. एका नम्र नमस्काराशिवाय तो गावकऱ्यांशी काहीही बोलला नाही.

जॉर्जला हे माहीत होते की विमानाच्या आवाजामुळे रहिवाशांना सतर्क केले असावे आणि त्यातील सर्वच लोक बंडखोरांना सहानुभूती दाखवत नाहीत. त्यांने आपल्या एसओई हॅन्डलरना सांगितले की, 'एकूणच सगळे लोक तटस्थ होते. एक बाजू किंवा दुसरी बाजू असे काही नव्हते. त्यांना फक्त शांततेत राहायचे होते.'

ब्रिटिश विमानांनी शस्त्रे टाकली असतील या भावनेने ती शांतता विस्कळीत झाली आणि जर्मन बदला घेण्याचा धोका निर्माण झाला. तरीही नशीब जॉर्जच्या बाजूने होते. जीन रॉबर्ट गावकऱ्यांच्या मतांचा कौल घेण्यासाठी बाहेर गेली. तिला पहिल्यांदाच भेटलेल्या माणसाने सांगितले की रात्री सहा विमाने उडत होती. 'नाही,' दुसरा म्हणाला, 'बारा.' तिसऱ्याने आठ जणांच्या तीन गटात चोवीस जण असावेत असा आग्रह धरला. कोणीही एकाकी ब्रिटिश विमानाचा उल्लेख केला नाही. एक व्हिशी समर्थक तरुण, जो लष्करी बाबींविषयी स्वतःला सर्वज्ञानी समजत असे त्याने रॉबर्टला सांगितले, 'ते जर्मन विमानाने तुलून बंदरासमोर खाणीत काहीतरी टाकण्याच्या मार्गावर होते.' ही घटनेची स्वीकारार्ह आवृत्ती बनली, जिला रॉबर्टने विरोध केला नाही.

जॉर्जच्या संकटामध्ये भर म्हणून की काय त्याच्या एस-फोनच्या बॅटऱ्या संपून गेल्या. त्या कंडोममध्ये चार्ज करण्यासाठी रौनेऊने पाच मैलाच्या खडकाळ ग्रामीण भागात सायकल चालविली, कारण गावात वीज नव्हती. पुढच्या वेळी एस-फोन कार्य करेल या आशेने त्याने दुपारी जॉर्जला बॅटऱ्या परत केल्या. २७ नोव्हेंबर रोजी विफलतेच्या त्याच संध्याकाळी जर्मन लोकांनी व्हिशीच्या आर्मीस्टिस आर्मीचे सैनिकीकरण केले कारण अल्जेरिया आणि मोरोक्कोमधील बहुतेक फ्रेंच सैन्य आक्रमणकर्त्यांकडे गेले होते. जर्मन सैन्याने फ्रेंच सैन्याची शस्त्रे जप्त केली, ज्यात आजेनमधील १५०व्या इन्फंट्री रेजिमेंटची शस्त्रे होती. १५० व्या व्हिक्टोर सेलमध्ये काय शिल्लक आहे ते शोधण्यासाठी रौनेऊ २९ नोव्हेंबरला आजेन येथे गेला. लवकरच त्याला समजले की यामुळे व्हिक्टोरच्या सैन्य संघटनेचा अंत झाला आणि केवळ सर्वोत्तम सदस्यांनी संघर्ष चालू ठेवला. व्हिक्टोरमधील महत्त्वाची शक्ती म्हणजे सार्जंट पियरे वालरॅन्ड, ब्रिटिश सैन्याकडून प्रशिक्षणासाठी फ्रान्स सोडून लंडनला जात होते आणि इतरही त्याच मार्गावर होते. जेव्हा रौनेऊ वाईट बातमीसह कॅस्टेलनाकडे परत आला तेव्हा रॉबर्टने त्याला आणखी वाईट बातमी दिली. व्हिशी पोलीस रोमियूजवळच्या गावात एका माणसाला शोधत होते, तो उत्तरेकडील शरणार्थी आहे, असे त्याने सांगितले होते परंतु प्रत्यक्षात तो लंडनबरोबर रेडिओद्वारे संवाद साधणारा एजन्ट होता. रौनेऊने तिला जॉर्जला माहिती न देण्यास सांगितले. त्याच्याजवळ रेडिओ नसल्यामुळे पोलीस कदाचित कुणालातरी दुसऱ्याला शोधत असावेत.

१५० व्या इन्फंट्री रेजिमेंटच्या विघटनात जॉर्जला एक फायदा दिसला. त्याचे लोक यापुढे व्हिशीच्या सैन्य कमांडशी बांधलेले नव्हते. आणि मग अर्थातच ते पूर्ण प्रतिकारक झाले. काहींनी आपली शस्त्रे भविष्यात जर्मन लोकांसाठी लपवून ठेवली आणि कॅस्टेलनाच्या दक्षिण-पश्चिमेस मॅन्सेट गावाजवळील शेतमजुरांमध्ये बरीचशी

शस्त्रे विखुरली गेली.

१५० व्या इन्फंट्री रेजिमेंटच्या उर्वरित अनुभवी लोकांचा व्हीलराइट सर्किटसाठी आधार घेत असताना जॉर्जने प्रशिक्षण न घेतलेल्या नागरिकांचेदेखील स्वागत केले. बरेच नेटवर्क जर्मनांनी फोडले होते. शस्त्रे व दळणवळणातून ते वंचित असले तरी फ्रान्सवरील मित्रराष्ट्रांच्या हल्ल्याला पाठिंबा देण्यासाठी जॉर्जने गनिमी हल्ले व तोडफोड करण्याचे सामर्थ्य त्यांच्यात निर्माण केले. डी-डेची तारीख कोणालाही ठाऊक नव्हती, परंतु जेव्हा ते कळेल तेव्हा जॉर्जचे नेटवर्क तयार असायला हवे होते.

१९४२च्या उत्तरार्धात फ्रान्सचे मुक्त होणे केवळ स्वप्नच होते. अमेरिकन व ब्रिटिश सैन्य उत्तर आफ्रिकेवर त्यांची पकड कायम ठेवण्यासाठी संघर्ष करीत होते. पूर्वेकडील ब्रिटिश लिबियातून पुढे जात होते, तर अंग्लो-अमेरिकन सैन्याला ट्यूनिशियामधून जर्मनांना बाहेर काढण्यासाठी अल्जेरियाहून जाण्यासाठी बराच पल्ला गाठायचा होता. मित्रपक्षांनी भूमध्य समुद्राचा दक्षिणेकडील किनारा सुरक्षित करेपर्यंत युद्ध युरोपला नेण्याची त्यांची स्थिती नव्हती. फ्रान्समधील प्रतिकार संघटित व प्रशिक्षित होता, परंतु जर्मन सैन्याला परत जर्मनीत नेण्यासाठी वास्तविक सैन्य येईपर्यंत या सर्वांना अदृश्य राहणे गरजेचे होते.

प्रत्यक्ष मित्रपक्षांच्या सैन्याचा हल्ला होईपर्यंत त्याचे नेटवर्क अबाधित ठेवण्यासाठी जॉर्जने विश्वासघाताची जोखीम कमी केली, ज्याने व्हीलराइटच्या अगोदरच्या लोकांना नष्ट केले होते. तो म्हणाला की त्याची पद्धत म्हणजे केवळ विश्वास असलेल्या लोकांनाच भरती करणे आणि हळूहळू काम करणे. तुम्ही एक पायरी बांधा आणि त्यावर उभे राहा. ती तुम्हाला धरून ठेवेल. नंतर त्यावर तुम्ही उडी मारा तरीही ती तुम्हाला पेलेल. मग पुन्हा उडी मारा, तरीसुद्धा तुम्हाला ती पेलून धरेल. अशी शिडी तयार झाल्यावर थांबायचे. मग आपण अशाप्रकारे आपल्या लोकांचे रक्षण करू शकतो आणि लोकांचा तुमच्यावरचा विश्वास वाढू लागतो.

जॉर्जची दुसरी खबरदारी फक्त तोंडी संदेशावर भर देणे आणि विश्वास ठेवणे ही होती. जर एखाद्या जर्मन रोडब्लॉकने कुरिअर थांबविला असेल तर कोणताही लेखी पुरावा असणार नाही. 'मी कधीही काहीही लिहिले नाही,' जॉर्ज म्हणाला. 'हे सक्तीने निषिद्ध होते. आपल्याला ते मनापासून शिकायला हवे होते. संदेश तोंडपाठ करायचे आणि ते पोचवले की ते विसरून जायचे. संकेतशब्द मुळीच नाहीत. माझा संकेतशब्दावर विश्वास नव्हता.' रेमंड एस्कोलिअरने जॉर्जला काम करताना पाहिले, 'कागद नाही, पेन नाही, पेन्सिल नाही. लिहायचा मोह करायचा नाही.' जॉर्जचे सुरक्षा नियम कठोर परंतु आवश्यक होते, ज्यासाठी एजन्ट किंवा कुरिअरची आवश्यकता होती. त्यांच्या शब्दांत त्यांना असे बजावले गेले होते की 'पुढच्या माणसाने

सांगितल्यापेक्षा जास्त शोधू नका. संपर्क खरोखर कोण होता, तो काय करीत आहे किंवा तो कोठे राहत आहे हे शोधण्याचा प्रयत्न करू नका.' त्याने आपल्या सहकाऱ्यांना खरी नावे वापरण्यास आणि त्यांना माहीत नसलेल्या कोणाशीही बोलण्यास मनाई केली. 'आज्ञाभंग केल्याबद्दल नेहमीच कठोर शिक्षा घेण्याची शिस्त होती.' जॉर्जने त्याच्या कामातील काही क्षेत्रे त्याच्या विश्वासू प्रतिनिधींना वाटप केली. त्याने गारॉन नदीच्या उत्तरेकडील सार्जंट फर्नांड गौचर यांना नियुक्त करून १५०व्या इन्फंट्री रेजिमेंटच्या माजी नॉन-कमिशनर अधिकाऱ्यांना वेगवेगळ्या जबाबदाऱ्या देण्यास सुरुवात केली. जेव्हा विमानाने शस्त्रे सोडली जायची तेव्हा गौचर त्यांचा ताबा घेत असे.

गौचर फिउमार्कोन गावात गेला, तर त्याची पत्नी आणि मुले कॅस्टेलॅनाऊ-सुर-एल-ऑविग्नॉनमध्ये राहत होती. एकवीस वर्षांचा सार्जंट मॉरिस ड्युपॉन्ट, यवन, एक व्हीलराइट कुरिअर बनला. जॉर्जने आजेनमध्ये भाड्याने घेतलेल्या, बाहेर जाण्याचे अनेक मार्ग असलेली व्यावसायिक जागा सर्किट सदस्यांच्या वेळोवेळच्या भेटींसाठी उपयोगी पडू लागली. जीन रॉबर्टच्या स्वयंपाकघरातील टेबलाभोवती एकत्र जमलेले लोक सामान्यत: आर्मांग्नॅकच्या बाटलीवर मेणबत्त्या लावून जॉर्जला गुप्त खबरी देण्यासाठी किंवा त्याच्याकडून सूचना घेण्यासाठी भेटत. जॉर्ज टेबलाच्या मध्यभागी बसून त्याच्या युद्धपूर्व आयुष्यातल्या काही गोष्टी आणि काही कल्पित कथा त्यांना सांगत असे.

रौनेऊ म्हणाला की काही दिवस स्कूल हाउसचे खरोखरीच्या कमांड पोस्टमध्ये रूपांतर झाले. हन्री सेवेनेट आणि त्याचा बावीस वर्षांचा प्रतिनिधी पॉल सार्रेटे यांनी या युद्धाच्या परिषदांसाठी वारंवार भेटी दिल्या. १९४०च्या जर्मन हल्ल्याला प्रतिकार करणारा फ्रंटलाइन सार्जंट म्हणून त्याच्या धैर्यामुळे क्रॉक्स दे गुएरे मिळवणाऱ्या सार्रेटे याने सप्टेंबर १९४२मध्ये लिओन येथे सेवेनेटच्या आग्रहानुसार एसओईसाठी काम सुरू केले. अमेडी गोंट्रान या टोपणनावाने, एक देखणा तरुण फ्रेंच नागरिक मार्सेली आणि लिओन यांच्यात सेवेनेटचा कुरिअर म्हणून काम करत असे आणि अनेकदा त्याच्याबरोबर कॅस्टेलॅनाऊ-सुर-एल-ऑविग्नॉन येथे जॉर्जला भेटायला जात असे. शाळा अतिरेकी लोकांची कमांड पोस्ट बनली होती, जी जर्मनांचे जगणे कठीण करणार होती.

२७ नोव्हेंबरच्या अयशस्वी पॅराशूटच्या घटनेनंतरच्या आठवड्यात जॉर्ज गावाजवळच राहिला. त्याने कुरिअरद्वारे काही मैल दूर ऑपरेटिव्हला तोंडी आदेश पाठविले. त्याच्या एजन्ट्सनी आजेन आणि इतर गॅस्कॉन शहरांमध्ये डेड लेटर ड्रॉप्स हेरगिरी व्यवहाराची एक पद्धत स्थापित केले आणि तिथे त्यांनी एकमेकांकरिता कोड केलेले संदेश सोडले. फर्नांड गौचरच्या संदेश देण्याच्या अधिक कल्पनाशील स्थळांपैकी

एक म्हणजे आजेन चर्चमधील खराब पेटी होती. पण जॉर्जने लिखित अक्षरे वापरली नाहीत आणि थेट अक्षरे पसंत केली. तो त्याच्या मध्यस्थांना तोंडी निरोप देत असे आणि तो निरोप पुढच्या माणसाला दिल्यावर तो विसरून जायला सांगत असे.

१९४२ चा ख्रिसमस जवळ येताच सेवेनेट जॉर्जला सांगण्यासाठी आला की गेस्टापो पूर्वीच्या लिओन कुरिअर डेनिस ब्लॉचला शोधत आहेत. ती बावीस वर्षांची फ्रेंच महिला प्रतिकारक म्हणून आणि ज्यू म्हणून दोन्हीकडून असुरक्षित होती. जून १९४२मध्ये पॅरिसमधील नाझी-यहुदी-विरोधी कारवायांतून पळून गेल्याने तिच्या कुटुंबीयांनी अनऑक्युपाइड झोनमध्ये आश्रय घेतला होता. डिटेक्टिव्ह सर्किटची कुरिअर म्हणून ब्लॉच लिओनमधील प्रतिकारात सामील झाली होती. तिच्या अनुपस्थितीत तिला दहा वर्षांची कठोर शिक्षा ठोठावण्यात आली होती, पण तिने अटक टाळली होती. जॉर्जच्या आगमनापूर्वी व्हिशी पोलिसांनी रेडिओ ऑपरेटर ब्रायन स्टोनहाउस आणि कुरिअर ब्लान्च चार्लेट यांना अटक केली होती. पोलिसांनी लिओनच्या रस्त्यावर रक्ताने माखलेल्या स्टोनहाउसला फरफटत नेताना तिने शांतपणे पहिले होते. पॉल सार्रेटे याने २६ ऑक्टोबरला तिला सोडविले आणि दोनशे मैल दक्षिणेस मॅस्से आणि नंतर भूमध्य सागरी मासेमारीच्या विलेफ्रान्च-सुर-मेर गावात नेले. तेथे त्याने तिला आपल्या चुलतभावाच्या पत्नीच्या आईच्या सुरक्षित घरात सोडले.

डेनिस ब्लॉचचे सौंदर्य आणि पाच फूट दहा इंचाच्या उंचीमुळे तिला ओळखणे सोपे होते. तिने ब्यूटी पार्लरमध्ये तिच्या तांबूस केसांना ब्लीच केले आणि तिचे कोडनेम 'डॅनियल' वरून 'कॅथरिन' केले. सेवेनेट जानेवारीच्या सुरुवातीला विल्लेफ्रान्चेकडे गेले होते की ती जिवंत होती पण गेस्टापोंच्या माहितीनुसार तिला जाळून टाकण्यात आले होते. सार्रेटे लवकरच तिला ट्रेनमधून टूलूस येथे घेऊन आला.

सेवेनेटने जॉर्जला ब्लॉचविषयी इशारा दिला की ती त्यांची सुरक्षा धोक्यात घालीत आहे. तिने तिच्या आईला पाठविलेल्या टेलिग्राममुळे व्हिशी पोलीस तिला आणि तिचे काही संपर्क यांना ओळखू शकले. सेवेनेट म्हणाला की फ्रान्समध्ये जॉर्जच्या अस्तित्वाविषयी तसेच त्याच्या कोडनेमविषयी पोलिसांना कळण्यास ब्लॉचचे अविवेकी वागणे जबाबदार होते. मागील नोव्हेंबरच्या आदेशानुसार तो लिओनला गेला असता तर ट्रेन थांबताक्षणीच त्याला अटक झाली असती. ब्लॉचच्या एसओई फाइलमध्ये सेवेनेटचे मत तिच्याबाबत चांगले नाही, ही टीप आहे परंतु दुसऱ्या एसओई अहवालात परिस्थितीची तीव्रता अधोरेखित केली आहे-

> या विषयावर चर्चा केल्यानंतर इलॅर म्हणाला की तिला सोडविणे हाच एक उपाय आहे. सेवेनेटने कोणतेही उत्तर दिले नाही. तथापि, शेवटच्या क्षणी सेवेनेटला असे वाटले की ती फक्त उपद्रवकारक असल्याने तो

> तिला ठार मारू देणार नाही आणि त्याने तिला स्पेनमध्ये पाठवण्याचा निर्णय घेतला.

जानेवारी १९४३ च्या सुरुवातीच्या काळात ब्लॉच आणि मॉरिस ड्युपॉन्ट स्पॅनिश सीमेवर असलेल्या ओलोरन-सेन्टे-मेरी शहरात बसने गेले. तेथून ते पायरेनीस चढले. एफ-सेक्शनच्या अहवालात असे लिहिले होते की, ड्युपॉन्ट तिच्यासाठी दोनदा थांबला होता आणि तिच्या पातळ शूजसाठी बर्फ खूपच भारी होता, म्हणून त्याने तिला पुन्हा टूलूसला नेले. हॅलेन फाल्बेटने ब्लॉचला आजेनमधील तिच्या सेफ हाउसमध्ये एक खोली दिली आणि तिथून ब्लॉच टूलूसला त्या माणसाला भेटायला गेली, जो तिला सोडण्यास तयार होता.

प्रथमच एका आकर्षक तरुण मुलीशी बोलताना जॉर्जने तिला सोडण्याचा निर्णय घेतला नाही. त्याऐवजी, त्याने तिला आपली कुरिअर बनविले आणि ब्लॉचने कॅस्टेलनाऊ-सूर-एल-ऑविग्नॉनमधील शाळेत प्रवेश केला. 'मी तिला पहिल्या मजल्यावरील एक लहान बेडरूम दिली,' रॉबर्टने सांगितले. मॉरिस ड्युपॉन्टला तिने दुसरी खोली दिली आणि ती स्वतः स्वयंपाकघरातील एका सोफ्यावर झोपली. ड्युपॉन्टने तिच्या विद्यार्थ्यांना जिम्नॅस्टिक शिकवले आणि रॉबर्टला दररोज एक तास दिला. देशभक्त सार्जंटने शाळेसमोर फ्लॅगपोल उभारला आणि जर्मन हुकमाचे उल्लंघन करीत दररोज सकाळी मुलांना सॅल्यूट करण्यासाठी फ्रेंच झेंडा चढवला.

बऱ्याच संध्याकाळी रॉबर्टने तिच्या स्वयंपाकघरात जॉर्ज, ब्लॉच आणि ड्युपॉन्टसाठी तसेच प्रसंगी लॅरिबियस आणि नोव्हारनिससाठी जेवण तयार केले.

> जॉर्जला लवकरच गॅस्कॉनच्या आहाराची सवय झाली. गॅसकॉन्सची फक्त एकच गोष्ट जरा विचित्र होती, ती म्हणजे ते लोक भाज्या अजिबात खात नसत. तुम्हाला गॅसकॉन डिनरमध्ये आमंत्रित केले गेले असेल तर कोणताही भाजीपाला, अगदी एक किसलेला बटाटासुद्धा अपमान समजला जाई. गॅस्कॉन डिनर म्हणजे मांसाचे वेगळे तुकडे, वेगवेगळे सॉस, परंतु भाज्या अजिबात नाहीत, कोशिंबीरदेखील नाही.

ब्लॉचची शिस्त आणि निःसंशय शौर्याने तिला प्रभावी प्रतिकारी बनवले. कधीही संदेश न लिहिण्याच्या जॉर्जच्या सूचनेचे पालन करून, तिने लोकांपर्यंत पोचवण्याचा प्रत्येक शब्द आठवणीत ठेवला. नंतर एसओईने ब्लॉचच्या मूल्यांकनावरून निष्कर्ष काढला की,

> ती एक जगाची माहिती असलेली एक अनुभवी महिला आहे. तिच्यात धैर्य आणि दृढनिश्चय आहे आणि जर्मनांबद्दल द्वेष आहे. स्वतःबद्दल तिला खात्री आहे आणि कसलीही परिस्थिती हाताळण्यास ती सक्षम आहे.

सेवेनेटला ही नियुक्ती आवडली नाही. परंतु जॉर्जने सेवेनेटपेक्षा ब्लॉचवर जास्त विश्वास ठेवला. दोघे जण प्रतिस्पर्धी बनत होते. जॉर्ज लेफ्टनंट असला तरी कॅप्टन सेवेनेटकडून ऑर्डर घेण्यास टाळाटाळ करत होता आणि सेवेनेटने जॉर्जच्या ब्लॉचला कायम राखण्याच्या हेतूवर संशय व्यक्त केला होता. पॉल सार्रेटे याच्या एफ-सेक्शन डिब्रीफमध्ये अशी टीप आहे की 'लवकरच इलॅरची ओळख डेनिसशी झाली तेव्हा ती त्याची प्रेयसी बनली.' हे खरे असल्यास एजन्टांनी आपापसात प्रेमप्रकरणे करू नयेत या स्वतःच्याच आदेशाचे जॉर्ज उल्लंघन करीत होता.

ब्लॉच प्रेयसी असो वा सहकारी, त्याच्या विस्तारित क्षेत्रामध्ये जॉर्जचा परिचालकांशी एक विश्वासार्ह दुवा बनली. सार्रेटेने ब्लॉचचे एक बेइमान साहसी असे वर्णन केले आणि त्याच्या रिपोर्टमध्ये लिहिले की डेनिसला मी आणि सेवेनेट दोघेही आवडत नाही आणि ती इलॅरचा कान असल्यामुळे तिने त्याला पटवून दिले की तिच्या हालचालींची कहाणी पूर्णपणे खरी आहे. तिने पूर्ण श्रेय स्वतः घेतले आणि आम्हा दोघांची बदनामी केली. जॉर्जच्या लंडनशी वायरलेस संपर्काच्या अभावामुळे स्पेन आणि स्वित्झर्लंडमधील ब्रिटनच्या दूतावासांमधील एसओई स्थानकांवर त्यांचे संदेश पोहोचवण्यासाठी कुरिअरवर अवलंबून राहणे त्याला भाग पडले. ज्यात कधीकधी आठवडे निघून जात. जानेवारी १९४३ मध्ये एक बदल झाला. सेवेनेट जॉर्जला सांगण्यासाठी कॅस्टेलॅनाऊला आला की आणखी एक एसओई संघटक साठ मैलांवरच्या टूलूसमध्ये आला आहे. तो प्रिनुस सर्किटचा प्रमुख लेफ्टनंट मॉरिस पट्र्सचुक होता.

पट्र्सचुकने जॉर्जला सर्वांत जास्त आवश्यक असलेली गोष्ट ऑफर केली ती म्हणजे एक रेडिओ ऑपरेटर. तो कॅप्टन मार्कस ब्लूम होता. तो माजी व्यावसायिक होता आणि नोव्हेंबरमध्ये जॉर्जसमवेत सीडॉगहून किनाऱ्यावर आला होता. पोलंड आणि रशियामधील सनातनी ज्यूचा मुलगा ब्लूम याचा जन्म २४ सप्टेंबर, १९०७ रोजी ब्रिटनमध्ये झाला. त्याच्या वडिलांनी त्यांना १९३० च्या दशकात पॅरिसला पाठविले आणि त्या कुटुंबातील मेल-ऑर्डर टेक्सटाइल कंपनीची फ्रेंच शाखा त्याने चालविली आणि मार्च १९३८ मध्ये त्याने जर्मेन फेव्हियर या फ्रेंच महिलेशी लग्न केले. १९४०च्या सुरुवातीच्या काळात जेव्हा व्यवसाय ढासळला, तेव्हा तो लंडनला परतला, परंतु जर्मन हल्ल्याच्या दरम्यान फ्रान्समध्ये तिच्या कुटुंबीयांना भेट देणारी जर्मेन तिथे अडकली. ब्लूमने १९४१ मध्ये रॉयल तोफखान्यात स्वयंसेवी काम केले

आणि त्याला अधिकाऱ्याचे कमिशन मिळाले आणि त्याच्या अस्खलित फ्रेंचने लवकरच एसओईने त्याची दखल घेतली. त्याला भरती करण्यात आले आणि त्यानंतर थॉम पार्क, ऑक्सफोर्डशायर येथे पाठवले गेले जेथे त्याने वायरलेस टेलिग्राफर होण्यासाठी मोर्स कोड आणि गुप्त सायफरचे प्रशिक्षण घेतले.

पाच फूट-आठ इंच असलेल्या ब्लूमचे वर्णन गुलाबी इड असे केले जात असूनही त्याच्या शिक्षकांनी त्याला सर्वोत्कृष्ट ठरवले. स्कॉटलंडमधील लढाऊ कोर्सनंतर ब्लूमच्या मूल्यांकनात लिहिले होते की त्याच्यात खूप हिंमत आहे आणि तो एक अत्यंत सक्षम माणूस आहे. ब्लूमने अर्बैन आणि बिशप ही दोन कोडनेम्स वापरली.

लिओनजवळील पिंपेंटो सर्किटचा अँथनी ब्रूक्स, कोडनेम अल्फोन्स यांच्याबरोबर काम करणे ही त्यांची मूळ कामगिरी होती. वीस वर्षांचा टोनी ब्रूक्स एफ-सेक्शनचा सर्वांत तरुण ब्रिटिश फील्ड ऑपरेटिव्ह होता आणि फ्रेंच व इंग्रजी भाषेत पारंगत होता. टूलूसमध्ये आल्याबरोबर लगेचच ब्रूक्सने ब्लूमला भेटण्यास सांगितले होते. ब्रूक्सच्या शब्दांत, 'फक्त तीन दिवसांनंतर, एक छान केसाळ ट्वीड सूट आणि रिबनमध्ये फेफरेसचे पंख असलेली पोर्क पाय हॅट घातलेला माणूस पाइप ओढत आत आला.' ब्रूक्सने त्याला फ्रेंचमध्ये अभिवादन केले, परंतु ब्लूमने इंग्रजीत उत्तर दिले. युद्धकालीन फ्रान्समध्ये सुगंधित बाल्कन सोबरानी पाइप तंबाखूचे सेवन केल्याबद्दल ब्रूक्सने आश्चर्य व्यक्त केले आणि ब्लूमला दोन दिवसांपासून कोठे राहत आहेस हे विचारले असता त्याने उत्तर दिले की, मी ज्या मित्राबरोबर राहत आहे त्याला तुला भेटायचे आहे. त्याचे नाव युजीन आहे. ब्लूम ब्रूक्सला युजीन कोडनेम असलेल्या पट्र्सचुकला भेटण्यासाठी ट्रॉफ डी क्वेर्सी नावाच्या काळ्या बाजाराच्या रेस्टॉरंटमध्ये घेऊन गेला. जॉर्ज स्टारचे वर्णन ब्रूक्सने 'फ्रान्समधला एसओईचा एक उत्कृष्ट गनिमी नेता' असे केले होते. पट्र्सचुकने ब्रूक्सला अधूनमधून कामासाठी ब्लूमला घेता येईल का, असे विचारले. ब्लूमपासून सुटका करून घेताना ब्रूक्स म्हणाला, मला वायरलेस ऑपरेटरची आवश्यकता नाही. मी लंडनबरोबर हे बोलेन.

रेडिओच्या प्रतीक्षेत असताना जॉर्जने लोकांची भरती केली. मुख्यत: कंडोममध्ये त्याने काही उत्तम लोक निवडले. प्रूनसचा मॉरिस पट्र्सचुक, फिलिप गुन्झबॉर्ग आणि लुई लेवी ख्रिसटोफे यांना तो भेटला. लेवीचा धाकटा भाऊ थिओ नंतर जॉर्जचा मौल्यवान सहकारी ठरला. सर्व जण ज्यू होते आणि वेगवेगळ्या पार्श्वभूमीचे होते. पॅरिसमधील रशियन ज्यू पालकांच्या पोटी जन्मलेला आणि बारा वर्षांचा होईपर्यंत इंग्लंडमध्ये वाढलेला एकवीस वर्षाचा पट्र्सचुक एफ-सेक्शनचा सर्वांत तरुण एजन्ट होता.

डेनिस ब्लॉचने त्याचे वर्णन 'उंच, अगदी सडपातळ, चेहरा जणू लाकडातून

कोरून काढल्यासारखा आणि नाकापर्यंत खाली येणारे घाणेरडे केस, सहजपणे फ्रेंच म्हणून खपून जाईल असा, अगदी एखाद्या कलाकाराच्या मॉडेलसारखा,' असे केले. फ्रेंच आणि इंग्रजी भाषेवर प्रभुत्व असलेल्या पट्र्सचुकने सेवेनेटसह इंग्लंडमध्ये एसओई प्रशिक्षण घेतले होते आणि प्रूनस सर्किट आयोजित करण्यासाठी मागील एप्रिलमध्ये फ्रान्समध्ये तो परत आला होता.

बालपणातील बॉय स्काउट्सपासून त्याला ओळखत असलेल्या गुन्झबॉर्गच्या चुलतभावाच्या माध्यमातून पट्र्सचुकला गुन्झबॉर्ग, कोडनेम फिलिबर्ट आणि एडगर सापडले. गुन्झबॉर्ग हा एक धाडसी, काळे केस असलेला, फ्रेंच ज्यू होता. १९४१ मध्ये त्यांची लहान बहीण अमेरिकेत पळून गेली होती. पण ती संधी त्याने नाकारत प्रतिकार तळ म्हणून वापरण्यासाठी त्याने आजेनजवळील पोंट-डु-कासे येथे शातो द बार्सालु विकत घेतले, जे त्याला प्रतिकारकांचा तळ म्हणून वापरायचे होते. त्याच्या छुप्या कामाची सुरुवात जानेवारी १९४२ मध्ये कॉम्बॅट नेटवर्कपासून झाली, परंतु त्याची निष्ठा जॉर्जवर होती. एका फ्रेंच अहवालात गुन्झबॉर्गबद्दल खालील टिपण्णी होती.

> त्याच्या लेखी दोन गट महत्त्वाचे होते. पहिला कम्युनिस्ट आणि दुसरा इंग्लिश. त्याला कम्युनिस्टांसोबत काम करायचं नव्हतं. त्यामागे त्यांच्या कल्पना फार चांगल्या नाहीत, हे कारण नव्हतं, तर तो ज्या व्यवस्थेत वाढला होता, त्या व्यवस्थेनं किंवा शिक्षण व्यवस्थेनं त्याला त्यासाठी तयार केलं नव्हतं. त्यापेक्षा इंग्लिश गटात आणि त्याच्यात बरंच साम्य होतं.

त्याच्या एका सहकाऱ्याने लिहिले की गुन्झबॉर्ग हा एक फ्रेंच माणूस होता; पण त्याच्या वागण्यामुळे त्याला कधीकधी इंग्रज समजले जात असे.

लेवी बंधू संकोच न करता जॉर्जच्या संघटनेत सामील झाले. लुई, कोडनेम ख्रिसटोफे तीस व थिओ सत्तावीस वर्षांचा होता. जन्माने जर्मन म्हणून त्यांनी फ्रान्समध्ये जाण्यासाठी नाझींच्या छळातून पळ काढला होता. जेव्हा जॉर्जला जर्मन्स म्हणून वावरण्यासाठी एजन्टांची गरज भासू लागली तेव्हा चोरून आणलेल्या जर्मन गणवेशात या भावांनी काम केले. ते कंडोमच्या दक्षिणेला वीस मैल विकफेजेन्साक गावात, लॅक आणि त्याची पत्नी मेरी-लुईस नावाच्या लोखंड व इतर धातूंचे सामन विकणाऱ्याच्या कुटुंबासह ज्यू आणि प्रतिकारक म्हणून लपून राहत होते. अग्रगण्य प्रतिकारक, हेन्री मॉनेट यांनी लॅकविषयी लिहिले की १९४२च्या अखेरीस त्यांनी ऑपरेटरद्वारे संपर्क स्थापित केले, एजन्ट आणि रेडिओ ट्रान्समीटर स्थापित केले

आणि असंख्य सेवा दिल्या. मेरी-लुईस लॅक हिने तिचे बरेच उपक्रम पतीपासून लपवून ठेवले. तिच्या टाइपरायटरवरून तिने लेवी बंधूंसाठी आणि इतर ज्यू निर्वासितांसाठी ओळखपत्रे बनविली. तिच्या शेजाऱ्यांपैकी एकाने पट्‌र्सचुकला प्रूनस सर्किटचे पहिले पॅराशूट उतरवण्यासाठी आपले कुरण देऊ केले.

जेव्हा ब्लूमने पट्‌र्सचुकसाठी त्याचे रेडिओ ऑपरेट करण्याचा प्रयत्न केला, तेव्हा तो प्रसारित करण्यात अयशस्वी झाला. जॉर्जच्या एस-फोन प्रमाणेच, कदाचित लंडनला ते उपकरण चेक आउट न करता सोडले असेल, अशीही शक्यता होती. पट्‌र्सचुकने आणखी एक रेडिओ ऑपरेटर कॅप्टन ॲडॉल्फे रॅबिनोविच या इजिप्शियन रशियन ज्यूला तो दुरुस्त करण्यास सांगितले. रॅबिनोविच दोन्ही भाषांत प्रवीण होता आणि पूर्वीचा लाइट हेवीवेट बॉक्सर होता. पंचवीस वर्षांचा रॅबिनोविच पाच फूट नऊ इंच उंच होता आणि शरीराने बलदंड होता. जॉन स्टारने वॅनबरो मॅनोर येथे त्याच्याबरोबर अभ्यास केला होता, जेथे त्याच्या प्रशिक्षकांनी त्यांची लोकप्रियता आणि दृढनिश्चयाची नोंद केली होती. रॅबिनोविचचे मित्र त्याला अलेक म्हणत आणि त्याचे कोडनेम अरनॉड होते. २८ ऑगस्ट, १९४२ रोजी फ्रान्समध्ये पॅराशूटिंग केल्यापासून, त्याच रात्री जॉन स्टारने आपल्या पहिल्या मोहिमेची उडी मारली होती तेव्हापासून तो पीटर चर्चिलसाठी संदेश पाठवत होता. रॅबिनोविचने ब्लूमच्या रेडिओच्या दुरुस्तीचे काम फोनसोर्ब्सजवळील चाटेउ डिसक्वेअर येथे केले. हे ठिकाण टूलूसच्या दक्षिणेस होते जिथे ब्लूम राहत होता. सोमवारी आणि गुरुवारी जॉर्ज आणि ब्लॉच सायकलवरून प्रवास करत बावीस मैलावर असलेल्या आजेनला गेले आणि पट्‌र्सचुकला भेटण्यासाठी नंतर रेल्वेने टूलूसला गेले. तो तरुण एजन्ट त्यांना कॅफे रिच येथे भेटला. जिथे त्याने जॉर्जच्या सर्किटसाठी पैसे दिले आणि ब्लॉच आणि जॉर्जच्या खरेदीच्या याद्या जिनिन मॉरिस हिला पाठवण्यासाठी दिल्या. तिच्या कपड्यांच्या शिलाईमध्ये बेमालूमपणे लपवलेले संदेश ब्लूमला देण्यासाठी मॉरिस वीस मैल सायकल चालवीत शातो डे एस्क्वायरसला गेली. ब्लूमने जॉर्जला आवश्यक असलेल्या सामानाची यादी आणि त्या कुठे पोचवायच्या ती ठिकाणे रेडिओवरून प्रसारित केली आणि टी -२५ सारख्या कोड नंबरसह सर्व चिन्हांकित केले. जेव्हा इंग्लंडमधून विमाने बाहेर पडतील तेव्हा बीबीसीवर प्रसारित करण्यासाठी फ्रेंचमधली काही अर्थहीन वाक्ये त्याने पाठवली.

फ्रान्सच्या मुक्तीत आपली भूमिका बजावणाऱ्या गुप्त सैन्यासाठी अर्थसाहाय्य, वेगवेगळी साधने आणि शस्त्रे मिळवण्यासाठी असे कम्युनिकेशन जॉर्जसाठी अत्यंत आवश्यक होते. त्याच्या नव्या सहकाऱ्यांना मात्र तो सगळ्या सामानाची डिलिव्हरी मिळवू शकेल का, अशी शंका होती. ब्रिटनकडून स्पष्ट व निश्चित अशा आधाराच्या अनुपस्थितीत त्याचे सहकारी कम्युनिस्ट आणि इतर प्रतिकार करणारे गट यांच्याकडून

अपमान सहन करत होते की ते त्यांच्या सहयोगी नियोजनाचा भाग नव्हते. जर जॉर्जला आपले नेटवर्क भरून काढणे आणि पैसे देणे शक्य झाले नसते तर जर्मन लोकांशी ऐन मोक्याच्या वेळी लढाईसाठी आवश्यक असलेल्या लष्करी शिस्तीत सहकाऱ्यांना ठेवणे त्याच्यासाठी अवघड होते. सुदैवाने ट्यूनिशिया आणि लिबियातील जर्मन पराभवांच्या अनुषंगाने ब्लूमचे रेडिओ प्रसारण जॉर्जचे हात बळकट करत होते आणि मित्रपक्ष जिंकू शकतील आणि जॉर्ज यशस्वी होऊ शकेल असा विश्वास वाटू लागला होता.

पण कोणतीही शस्त्रे आली नाहीत. मॉरिस रौनेऊने आपल्या साथीदारांची कटुता व्यक्त केली, 'हिवाळा, पाऊस, बर्फ, धुक्यामुळे प्रत्येक ऑपरेशन ठप्प केले.' जॉर्जवरील ताण निद्रानाश किंवा चिंताग्रस्त होण्याऐवजी सोरायसिस, लाल आणि खाजलेल्या त्वचेचे ठिपके या स्वरूपात उदयास आला. त्याचे तीन निकटचे सहकारी रौनेऊ, रॉबर्ट आणि ब्लॉच यांना भीती वाटली की, तो नैराश्याला बळी पडत आहे. रॉबर्टने त्याचे सांत्वन करण्याचा प्रयत्न केला आणि म्हणाली, 'ऐक. तू काळजी करतोस तेव्हा मला सांग. जेव्हा तुला करमत नसेल आणि कुटुंबाची आठवण येईल तेव्हा तू माझ्याशी बोल. मी कोणालाही सांगणार नाही.' पण जॉर्जने तक्रार केली नाही.

१० जानेवारी १९४३ रोजी रविवारी सकाळी जॉर्ज अतिशय वाईट मनःस्थितीत जागा झाला. रौनेऊला समजले की त्याला आपली पत्नी आणि मुलांची खूप आठवण येत आहे. त्यांना मॅनरीसाच्या सीमेवर राहत असताना माहीत नव्हते की तो त्यांच्यापासून फक्त २६० मैल उत्तरेला राहत होता. जॉर्ज फ्रान्सला रवाना होण्यापूर्वी एफ-सेक्शनने जॉर्जला त्याची पत्नी पिलरबद्दल विचारले होते, 'तुम्हाला वाटते का की ती आम्हाला मॅनरीसा येथील सेफ हाउससाठी मदत करेल?' त्याने उत्तर दिले, 'मला खात्री आहे की तुम्ही नुसते विचारले तरी ती हे करील.' जॉर्जच्या मते स्पेनमधील सर्वांत मोठ्या तस्करांपैकी एक म्हणून ओळखल्या जाणाऱ्या एका काकाच्या मदतीने तिने फ्रान्स आणि लंडन यांच्यात संदेश पाठविला. तेथून पळून जाणाऱ्यांना कागदपत्रे पुरविली आणि जिब्राल्टरपर्यंत पोहोचण्यास मदत केली. तिच्या नेटवर्कला स्टटझ लाइन म्हणणाऱ्या एसओईने तिला कधी सांगितले नाही की तिने रिले केलेले काही मेसेज तिच्या पतीकडून आले आहेत. जॉर्ज म्हणाला, मी इतका फार दूर जाईन याची तिने स्वप्नातही कल्पना केली नव्हती.

त्याच्या कुटुंबाशी इतके जवळ असणे त्याच्यासाठी कठीण फार होते, परंतु त्यांच्याशी संवाद साधण्यात तो अक्षम होता. जीन रॉबर्टने जानेवारीच्या एका सकाळी एक दुर्मिळ पांढरी वाइनची बाटली देत जॉर्जचे मनोबल वाढवण्याचा प्रयत्न केला. जॉर्जने तिला सांगितले की आज मी मद्यपान करणार आहे. जॉर्जला आठवले की

रॉबर्टच्या एका विद्यार्थ्याने फक्त एक बाटलीच नव्हे तर तीन बाटल्या आणल्या होत्या आणि त्यांच्यात जवळजवळ दोन हजार खेचरे मारण्याची क्षमता होती इतक्या त्या जहाल होत्या. ती वाइन प्यायल्यानंतर आपण जणू जगाच्या शिखरावर आहोत असे जॉर्जला वाटू लागले. तेव्हा त्याला कॉफीची आवश्यकता होती, परंतु शिध्यामध्ये कॉफी नव्हती. महापौर लॅरिब्यूकडे कॉफी असेल असा विचार करत तो त्यांच्या घरी गेला. ती जर्मन चिकरीच्या चवीची कॉफी त्याला आवडली नाही. म्हणून महापौरांनी त्याला होममेड आर्माग्नॅक दिले. रौनेऊच्या मते ते एक श्रेष्ठ आर्माग्नॅक होते परंतु अतिशय कडक होते. रौनेऊने सांगितले की एक बाटली गेली, नंतर दुसरी गेली. इलॅर अर्थात जॉर्ज मग जरा जास्त बोलू लागला. तिथे गावातून एक बेल्जिअन मिरवणूक चालली होती. जॉर्ज बाहेर गेला, त्याने ज्या घरात कधीही प्रवेश केला नव्हता अशा घरात त्याने सर्वांना आमंत्रित केले. अधिक पांढरी वाइन, अधिक आर्माग्नॅक आणि जॉर्ज अधिकाधिक बोलू लागला. रॉबर्टने जॉर्जला शांत राहण्याची विनंती केली. गुराढोरांच्या व्यापाऱ्यांच्या मौपोमेहून जॉर्ज नोव्हारिनिसच्या शेतापर्यंत चालत गेला. रौनेऊला भीती होती की अल्कोहोल जॉर्जला अधिक बोलके बनवत आहे, तरीही त्याने कबूल केले की जॉर्जची जाणीव कधीच हरवली नाही. जेव्हा हा खेळ बराच चालला आहे असे जाणवले, तेव्हा तो लॅरिब्यूकडे झोपायला गेला. जॉर्जला झोप येत नव्हती. मग त्याने चर्चची घंटा वाजवायची दोरी खेचण्याचा निर्णय घेतला. म्हणून तो बाहेरून वर गेला आणि घंटा खेचू लागला. 'जर्मन लोकांनी चर्चच्या घंटा वाजवण्यावर बंदी घातली होती; परंतु आत्ता ते इतके दूर होते, की त्यांना बेल ऐकू गेलीच नसती.' जॉर्ज म्हणाला, 'त्यांनी मग मला ब्लॅक कॉफी दिली आणि मग मी अचानक उठलो आणि थेट माझ्या स्वत:च्या पलंगाकडे गेलो. मीही अखेर एक माणूस होतो.' नंतर जॉर्ज इतका लोकप्रिय झाला की रॉजर लॅरिब्यूने त्याला गावचे ॲडजेंट डू मेयर, उपमहापौर असे नाव दिले.

५

# एक शापित दिवस

*आपल्याला आपले डोके वापरावे लागते.*

मॉरिस बकमास्टर

**१९४३**च्या सुरुवातीस, फ्रेंच उत्तर आफ्रिका आणि सोव्हिएत युनियनचे जर्मनीविरुद्ध युद्ध सुरू होते. नोव्हेंबर १९४२मध्ये मोरोक्को आणि अल्जेरियात दाखल झालेले ब्रिटिश आणि अमेरिकन सैन्य आफ्रिका खंडातील जर्मनीचा शेवटचा आधार असलेल्या ट्यूनिशियामध्ये घुसत होते. जुलै १९४२ मध्ये जर्मनीने स्टॅलिनग्राडला वेढा घातला. पुढे सोविएत सैन्याने स्टालिनग्राडला वेढा घालून बसलेल्या जर्मनीच्या सहाव्या सैन्यालाच प्रतिवेढा घालून पूर्ण सैन्याला युद्धबंदी बनवले. जानेवारीपर्यंत जर्मन सैन्याने रेड आर्मीला पराभूत करण्याचे स्वप्न व्होल्गाच्या काठावर गोठले होते.

युद्धाच्या पुढील टप्प्याचे नियोजन करण्यासाठी मित्रराष्ट्रांनी १४ जानेवारी रोजी फ्रेंच मोरोक्कोमधील कॅसाब्लाका येथे परिषद घेतली. फ्रँकलिन रुझवेल्ट आणि विन्स्टन चर्चिल यांनी जेनेराल शार्ल द गॉल आणि हेन्री गिरीड यांच्यात विभागलेल्या फ्रेंच नेतृत्वाला दहा दिवसांचा कालावधी दिला. स्टॅलिनग्राडच्या सभोवतालच्या लढाईमुळे जोसेफ स्टॅलिन अनुपस्थित होते. तरीही इतर मित्र राष्ट्रांना अशा हुकूमशहाची उपस्थिती जाणवली, ज्यांचा देश जर्मनीविरुद्धच्या युद्धात सर्वाधिक भार उचलत आहे. अमेरिकेचे गैरसमज असूनही फ्रान्समध्ये जमीन आणि पाणी

अशा दोन्ही प्रकारे लँडिंगच्या प्रयत्नापूर्वी सिसिली आणि इटालियन मुख्य भूमीवर आक्रमण करण्यासाठी या नेत्यांनी सहमती दर्शविली. चोवीस जानेवारी रोजी कॅसाब्लांका परिषदेच्या समाप्तीच्या वेळी रूझवेल्ट यांनी जाहीर केले की, जर्मन, जपानी आणि इटालियन युद्धशक्तीचे निर्मूलन म्हणजे जर्मनी, इटली आणि जपानने बिनशर्त आत्मसमर्पण करणे होय. युनियन जनरल युलिसिस एस. ग्रांट यांनी कॉन्फेडरेसीवरील युद्धाकडून घेतलेली 'बिनशर्त शरणागती' हा पहिला शब्द होता. बिनशर्त शरणागती म्हणजे वाटाघाटी न करता केलेला युद्धविराम, जो पहिल्या महायुद्धाच्या अखेरीचा ठरला आणि दुसऱ्या महायुद्धास कारणीभूत झाला. जानेवारी १९४३च्या उत्तरार्धात आफ्रिका, रशियामधील मित्रराष्ट्रांचे आणि अर्थात जॉर्ज स्टारचे चांगले दिवस होते. हवामानातील बदलामुळे रखडलेल्या आरएएफ हॅलिफॅक्स बॉम्बरने कॅस्टेलनाऊ-सूर-एल-ऑव्हिग्ननला शस्त्रे आणि स्फोटकांचा साठा पोचवला. जॉर्जच्या रिसेप्शन समितीने गावाच्या प्राचीन चर्चमधील मध्ययुगीन अंधारकोठडीत हा साठा लपवला. या यशस्वी कारवाईमुळे सावध फ्रेंच लोकांमध्ये प्रतिकारकांची प्रतिष्ठा वाढली आणि इतर भागातील विरोधकांनी जॉर्जकडे शस्त्रे मागितली. व्हीलराइट नेटवर्क गॅस्कोनीमध्ये एक शक्ती बनत होती.

निरभ्र आभाळ आणि मार्कस ब्लूमच्या परिश्रमपूर्वक रेडिओ प्रसारणामुळे जॉर्जच्या नशिबात बदल घडला. पण प्रत्येक मिनिटाला ब्लूमचे प्रक्षेपण जर्मनच्या सर्वव्यापी रेडिओ डिटेक्टर व्हॅनला जवळ आणत होते. कपडे धुण्याचे ट्रक व इतर नागरी वाहनांच्या रूपात जर्मन व्हॅनने रेडिओ लहरींचा स्रोत शोधण्यासाठी शहरी व ग्रामीण रस्त्यांवर गस्त घातली. ब्लूम दुर्गम साइट्स शोधण्यात कल्पक असल्याचे सिद्ध झाले. कधीकधी हातात रेडिओ एरियल असलेली तार जोडलेला फिशिंग रॉड घेऊन त्याने मच्छीमाराचे सोंग वठवले. त्याने पस्तीस टन जड शस्त्रे, हलकी शस्त्रे आणि दारूगोळा मिळविण्यात मदत केली आणि हा साठा शातो डी एस्क्वायर येथील भाजीपाल्याच्या बागेत पुरला. रौनेऊने सांगितले की ब्लूमने आमच्यासाठी रेडिओ ट्रान्समिशन किंवा रिसेप्शन कधीच चुकवले नाही. ब्लूमवरील एका फ्रेंच गुप्तचर अहवालात म्हटले होते की, तोडफोड करण्याच्या बऱ्याच कार्यात त्याने मदत केली, विशेष म्हणजे जानेवारी १९४३ मध्ये शत्रूच्या रेल्वेचा नाश करण्यात त्याने मदत केली.

मात्र, ब्लूमने पत्नी जेर्मेनला यापाठोपाठ त्याच्यासोबत राहण्याचे आमंत्रण देऊन सुरक्षेचे उल्लंघन केले. फ्रान्समध्ये तसेच त्याच्या बेसवर आपल्या उपस्थितीबद्दल तिला माहिती देताना प्रूनसच्या जोखमीचा धोका होता. गेस्टापो किंवा नाझीची गुप्तचर संस्था, सिचेरिट्सडिएन्स्ट अर्थात एसडी यांच्याकडून खरा धोका होता. फिलिप गुन्झबॉर्गला आधीपासूनच चाटो डी एस्क्वायरबद्दल चिंता होती कारण तेथे

बरेच लोक लपलेले होते. त्याने उपहासाने लिहिले की जवळपासचे रहिवासी असलेल्या जर्मन लोकांनी हे ठिकाण शोधून काढले होते आणि हे स्पष्ट आहे की मिशेल ब्लूमला हे ठिकाण शहरापेक्षा अधिक आलिशान वाटले.

**फ्रें**चांनी रेझिस्टन्स आणि जर्मन सुरक्षा सेवांच्या दरम्यानच्या लढाईला सावल्यांचे युद्ध असे म्हटले होते. तिथे देशद्रोहाने घर केले होते. पुरुष आणि स्त्रिया कुठल्या तरी कळकट खोलीत भेटत, जर्मनीचा नाश करण्याचे कट रचत आणि हे सर्व स्वत:च्या जिवाची बाजी लावून.' त्यातील काही जणांनाच ते नेमके काय करत आहेत, ते समजले होते. संकेतस्थानी आपल्या सहप्रतिकारी असलेल्या माणसाला भेटले तर पाळत ठेवली जाणे, अटक होणे आणि मृत्यूची शक्यता होती. एजन्टचा सर्वांत विश्वासार्ह स्रोत कदाचित दुसऱ्या बाजूला कार्य करीत असेल, अशीही शक्यता होती, कारण गेस्टापोकडे रेझिस्टन्समध्ये एजन्ट्स होते आणि गेस्टापोमध्ये रेझिस्टन्सचे लोक होते.

हेच धोकादायक क्षेत्र होते ज्यात जॉर्ज ऑपरेट करीत असे. वातावरणात सतत संशय आणि भीती असे. धोके अगदी अनपेक्षित स्वरूपात येत असत. टूलूस कॅफेमध्ये त्याच्या एका संपर्काची प्रतीक्षा करीत असताना जॉर्जने जोरदार ब्रिटिश भाषेत एक जण कॅशिअरला म्हणताना ऐकले, 'आम्ही, आरएएफ अधिकारी, आपण आम्हाला मदत करू शकता?' बोलणारा आणि त्याच्या साथीदारांनी आरएएफचे निळ्या रंगाचे युद्ध पोशाख घातले होते. बावचळलेल्या वेटरच्या हातून पेयांचा ट्रे गळून पडला आणि फुटलेल्या पेल्यांच्या काचा सगळीकडे विखुरल्या. अंडरकव्हर रेसिस्टंट्सने त्या लोकांना बाहेर काढले. जॉर्जला दोन पायलट्सची गुप्त रीतीने स्पेनला रवानगी करण्यास सांगितले गेले.

दोन अमेरिकन पायलट्सना स्पेनमध्ये पळून जाण्यासाठी व्हीलराइटनेही मदत केली. रौनेऊने लिहिले की फ्रेंच सरकारमधला एक अधिकारी ज्याच्याकडे तंबाखूची मक्तेदारी होती तो गिरोनडे या छोट्या शहरात आमची पहिली भरती झालेला प्रतिकारक होता. तो मला सांगण्यासाठी आला की सेंट-नाझीरेत गोळीबारात जखमी झालेले दोन अमेरिकन वैमानिक त्याच्याकडे ला राओलला आले आहेत. मी त्यांना भेटायला गेलो. त्यांना फ्रेंचचा एक शब्द माहीत नव्हता. रौनेऊने त्याच्या आजेनमधील जुन्या प्रिंट फॅक्टरीमध्ये त्या माणसांची छायाचित्रे घेतली आणि त्यांच्यासाठी बनावट ओळखपत्रे बनविली. स्पॅनिश सीमेवरील गुप्त माहितीसाठी त्याने ॲचन्टोईन मर्चेज नावाच्या आजेनमधील प्रतिकारक नेत्याशी सल्लामसलत केली. त्या बेचाळीस वर्षीय बेल्जिअनने रौनेऊला सांगितले की त्याची मुलगी मॅग्यु हिने पायरेनीजमध्ये

सुरक्षित पद्धतीने लोकांना पोचवण्यासाठी आधीच सुरुवात केली होती आणि ती त्या दोघांना स्पेनला जाण्यासाठी मदत करील. दोन दिवसांनंतर, फर्नांड गौचर याने प्रतिबंधित झोनच्या सीमारेषेवर त्या दोन पायलट्सना सोडले तेथून स्थानिक मार्गदर्शकांनी त्यांना घनदाट जंगले आणि डोंगराळ प्रदेशातून स्पेनला नेले. स्पॅनिश एस्केप लाइन सुरक्षित करताना जॉर्जने आपल्या नेटवर्कमध्ये नवीन सदस्यांची भरती केली आणि लंडनमधून अधिक शस्त्रे मिळवली.

तथापि, जेव्हा त्याने कॅस्टेलनाऊ-सूर-एल-ऑव्हिग्नन सोडले तेव्हा प्रत्येक वेळी त्याला पकडले जाण्याचा धोका होता. १९४३ च्या सुरुवातीच्या काळात तुलुजमधील संकेतस्थळी पट्‌र्सचुकला भेटल्यावर जॉर्ज रौनेऊला भेटला. रौनेऊने लिहिले की ठरलेल्या दिवशी आणि ठरलेल्या वेळी, मी कॅफे रेजिना येथे तुलुजमधील स्टेशनसमोर उभा होतो आणि जॉर्ज पळत सुटला आणि त्याने मला दुसऱ्या दिशेने जाण्यासाठी खूण केली. जेव्हा रौनेऊ कोपऱ्यात गेला तेव्हा जॉर्ज त्याच्यामागे गेला आणि कुजबुजला, 'तुमच्याकडे तिकिटे आहेत?' तुलुजच्या पूर्वेस १२० मैल पूर्वेकडील पॉऊला जाण्यासाठी रौनेऊकडे दोन तिकिटे होती. 'अच्छा,' जॉर्ज म्हणाला, 'चला. कॅफेवर जाऊ आणि ट्रेनची वाट पाहू.' कॅफेमध्ये जॉर्जने हेन्री सेवेनेटबद्दलच्या त्याला वाटणाऱ्या शंकेवर जोर दिला. जॉर्जने सेवेनेटवर तो धोकादायक खेळ खेळत असल्याचा आरोप केला होता, हे रौनेऊला आठवले. तो सतत गेस्टापो एजन्टकडे जात असे आणि त्याच्याकडून त्याला महत्त्वाची माहिती मिळेल अशी त्याची अपेक्षा असे.

जॉर्जने असा दावा केला की सेवेनेटला त्याची जर्मनाशी ओळख करून द्यायची आहे, परंतु त्याने त्याला भेटण्यास नकार दिला. त्याला खात्री होती की गेस्टापो त्याच्या मागोमाग आहे.

टूलूसहून जॉर्ज आणि रौनेऊ लोअर पायरेनिसच्या एका संपर्काला संकेतस्थळी भेटण्यासाठी रेल्वेने पॉझला गेले. तो संपर्क केलेला माणूस संशयी होता आणि त्याने जॉर्ज हा ब्रिटिश एजन्ट असल्याचा पुरावा मागितला. जॉर्जने पडताळणीसाठी कागदाच्या तुकड्यावर काही शब्द लिहिले. जेव्हा तिघे विभक्त झाले, तेव्हा प्रत्येक जण वेगळ्या दिशेने गेला. दुसऱ्या दिवशी त्या माणसाने रौनेऊला विचारले, 'तू काल ज्या माणसाबरोबर होतास त्याच्याविषयी तुला खात्री आहे?' रौनेऊ म्हणाला, 'एकदम का?' 'पण त्याचे जर्मन उच्चार जोरदार होते.' रौनेऊ हसून म्हणाला, 'जर्मन उच्चारणातून इंग्रजी कसे सांगायचे ते आपल्याला माहीत नाही?'

'पण तो इंग्रज नव्हता.' तो माणूस ठामपणे म्हणाला. 'तो जर्मन होता.'

नंतर रौनेऊने जॉर्जला हे संभाषण सांगितल्यावर जॉर्ज हसून म्हणाला, 'त्यांना मोठ्या गोष्टी करायच्या आहेत, परंतु त्यांना कोणताही धोका पत्करायचा नाही. या

दोन गोष्टी एकत्र जात नाहीत.'

संकेतस्थळी भेटल्यानंतर, रौनेऊ आणि जॉर्ज पॉसच्या हॉटेल कॉन्टिनेन्टलच्या कॅफेमध्ये टूलूसला पुढील ट्रेनची वाट पाहत होते. अचानक प्रवेशद्वाराकडे पाहत जॉर्ज म्हणाला, 'तो तेथे आहे! टूलूसचा गेस्टापोचा माणूस.' एक उंच, सडपातळ गडद सूट घातलेला जर्मन त्याच्या तितक्याच उग्र वाटणाऱ्या साथीदारासोबत तिथे उभा होता.

'आम्ही निवांत दिसण्याचा प्रयत्न केला.' रौनेऊने सांगितले,' मी हळूहळू माझ्या खिशातील रिव्हॉल्व्हरवर हात ठेवला.' त्याच्याकडे कोणत्या प्रकारचे रिव्हॉल्व्हर आहे हे रौनेऊने सांगितले नाही, परंतु जॉर्ज नेहमीच जर्मन मॉसर पिस्तूल ठेवत असे.

ते दोन जर्मन जॉर्ज आणि रौनेऊच्या टेबलाकडे गेले आणि बसले. कोणीही बोलले नाही. 'दहा मिनिटे,' रौनेऊने नंतर लिहिले. 'दहा शतके!' तणाव असह्य होऊन रौनेऊने पुरुषांच्या प्रसाधनगृहात जाण्याचा निर्णय घेतला.

'क्षमा करा, महाशय,' तो गेस्टापो एजन्टांपैकी एकास म्हणाला. 'मला जायला जरा जागा देता का?' तो एजन्ट रौनेऊपाठोपाठ प्रसाधनगृहाकडे गेला आणि त्याच्यासोबत परत टेबलाकडे आला. ते चौघेही परत बर्फाळ शांततेत बसून राहिले. शेवटी, रौनेऊने जॉर्जकडे वळून विचारले, 'आपण निघायचे का?'

खिशातले रिव्हॉल्व्हर घट्ट पकडत तो पुढे निघाला. या वेळी परिस्थिती कठीण आहे, त्याने विचार केला. मांजर आणि उंदराचा खेळ सुरू झाला होता. टेरेसवर जर्मन सैनिकांशी बोलण्यासाठी गेस्टापो एजन्ट्स थोडे थबकले. जॉर्जने रौनेऊला कॅफेपासून दूर नेले आणि एसओईने त्यांना ब्रिटनमध्ये शिकवलेली प्रति पाळत ठेवणारे तंत्र वापरले. सामान्यत: कॉन्टिनेन्टल ते ट्रेनपर्यंत चालण्यासाठी पंधरा मिनिटे लागतात. त्याऐवजी, जॉर्जने दुसऱ्या दिशेने रौनेऊला नेले आणि ते बेफिकीर असल्याचे दाखवत रमतगमत फुटपाथवर फिरू लागले. 'आम्ही दुकानाच्या खिडक्यांजवळ थांबलो आणि आम्ही खिडक्यांमधील गोष्टींवर चर्चा करीत असल्यासारखे दाखवले. प्रत्यक्षात आम्ही प्रतिबिंबात आमच्या मागे काय चालले आहे ते पाहत होतो.' रौनेऊने सांगितले. आपापसात आणि त्यांच्यामागे येणाऱ्यांच्या दरम्यान अंतर ठेवून ते एका बाजूच्या रस्त्यावर वळले. जेव्हा जर्मन लोक नजरेआड झाले तेव्हा जॉर्ज आणि रौनेऊ ला मिनाउडिएर नावाच्या चहाच्या दुकानात घुसले. तिथे केक्स खाऊन त्यांनी बाहेर रस्त्यावर नजर ठेवली.

एक तासानंतर त्यांनी पैसे दिले आणि स्टेशनकडे चालू लागले. कोणीही त्यांचा पाठलाग केला नाही. ते तुलुजला जाण्यासाठी ट्रेनमध्ये गेले, पण लॉर्ड्स येथे लवकरच उतरले.

तेथील एका हॉटेलमध्ये त्यांना काही लठ्ठ जर्मन अधिकारी जेवताना आणि खूप

गोंधळ करताना दिसले. त्यांना वाटले की आपण एका मोठ्या धोक्यातून सुटलो आहोत, परंतु खात्री नव्हती. दुसऱ्या दिवशी दोघेही कॅस्टेलनाऊ-सूर-एल-ऑविग्नॉनला परतले.

**त्या** वसंत ऋतूमध्ये जॉर्जने चर्चच्या पायऱ्यांमध्ये युरेका होमिंगची उपकरणे बसविली आणि विमानांना थेट ड्रॉप झोनमध्ये जी काही दृश्यमानता असेल तेथे मार्गदर्शन करण्यासाठी मदत केली. एप्रिलच्या सुरुवातीस आरएएफ हॅलिफॅक्सने कॅस्टेलनाऊ-सूर-एल-ऑव्हिग्नॉनला आणखी दोनदा सामान वितरित केले. नऊ कंटेनर आणि दोन पॅकेजेसमध्ये मशीनगन, दारूगोळा आणि नोव्हेंबरमध्ये अयशस्वी झालेल्या एस-फोनऐवजी नवा फोन पाठवण्यात आला. सेवेनेट आणि रौनेऊ यांनी गॅस्कोनीमधील जॉर्जच्या भागाच्या उत्तर आणि पश्चिमेकडील रेसिस्टंट्सचे नेटवर्क वाढविले. एका एसओई फील्ड रिपोर्टने सेवेनेटवर टीका केली की

> ऱ्होदल्फ अर्थात सेवेनेट लियोन आणि ले पुई येथे जुन्या नेटवर्कचे धागे एकत्र करण्यासाठी गेला होता आणि इलॅर नैर्ऋत्येकडे काम वाढवत होता. तो उत्कृष्ट नेटवर्क बांधत असताना ऱ्होदल्फने खूप कमी, जवळपास नगण्य मदत केली. म्हणून एटीयन, रॉलँड आणि ह्युबर्ट या स्थानिक नेत्यांनी अतिशय निराशाजनक अहवाल दिला. या काळात इलॅरची आणि ऱ्होदल्फची भेट फक्त दोनतीनदा झाली.

जॉर्ज आणि सेवेनेट यांच्यातले वैर वाढत होते. सेवेनेटने एफ-सेक्शनला सांगितले की जॉर्जने टूलूस येथे त्याला इशारा देण्यासाठी भेट दिली की त्याने आजेनला अटकेचे वॉरंट पाहिले होते, ज्यावर सेवेनेटचे नाव आणि छायाचित्र होते. एफ-सेक्शनने जॉर्जच्या विश्वासार्हतेवर प्रश्नचिन्ह लावत नमूद केले की गेस्टापो कार्यालयात इलॅरने वॉरंट कसे पाहिले असेल हे समजणे कठीण होते. एफ-सेक्शन असा विचार करत नाही की इलॅर मुद्दाम खोटे बोलला परंतु सेवेनेटने देश सोडून जावे म्हणून त्याने ही गोष्ट अतिशयोक्तीने वाढवून सांगितली असेल. जॉर्ज सेवेनेटला फ्रान्सच्या बाहेर पळवून लावण्याचा प्रयत्न करीत होता. सेवेनेटच्या टूलूसझ येथील संपर्कांपैकी एक, हॉटेल दे पॅरिसचे मालक आणि त्याचे सहायक पॉल सार्रेटे पकडले गेल्यामुळे जॉर्जला तातडीचा धोका वाटला. जर त्यांच्यापैकी कुणी अत्याचाराला बळी पडून तोंड उघडले असते तर सेवेनेटचे नक्की ठिकाण समजले असते आणि तो संपला असता. सार्रेटेने अटकेचा प्रतिकार केल्यावर पोलिसांनी त्याच्यावर गोळ्या झाडल्या आणि त्याला क्लेमोंट-फेरेंड या औद्योगिक

शहराच्या कारागृहातील रुग्णालयात नेले. पण त्याची कुणी चौकशी करण्यापूर्वीच तो निसटला.

जर्मन सीमेवरील गस्तीने सार्रेटेचा स्वित्झर्लंडला जाणारा मार्ग अडविला, म्हणून तो सेवेनेटला भेटण्यासाठी परत तुलुजकडे निसटला. सेवेनेट आणि सार्रेटे यांनी एकत्र स्पेनमध्ये आणि नंतर इंग्लंडला पळून जाण्याचा निर्णय घेतला. सेवेनेटने कॅस्टेलनाऊ-सूर-एल-ऑविग्नॉनला शेवटची भेट दिली. रौनेऊने सांगितले की, तो निघण्यापूर्वी त्याची इलॅरबरोबर भयंकर वादावादी झाली. त्यांचे दृष्टिकोन पूर्णपणे भिन्न होते आणि सेवेनेट यांना इलॅरची मदत स्वीकारणे अशक्य होते. फेब्रुवारीमध्ये निघण्याचा त्यांचा पहिला प्रयत्न अयशस्वी झाला, कारण जर्मनांनी नुकतीच पॅट एस्केप लाइन तोडली होती. पॅट एस्केप लाइन एसओईच्या फ्रेंच एस्केप नेटवर्क, डीएफ सेक्शनद्वारे चालविली जात असे आणि ती एजन्ट्ससाठी सुरक्षित घरे आणि मार्गदर्शकांची बनलेली होती. तिथून चोरट्या मार्गाने आलेले विमान कर्मचारी, शरणार्थी आणि प्रतिकारी स्वयंसेवकांना स्वित्झर्लंड, स्पेन आणि किनाऱ्याच्या ठिकाणी लपूनछपून पाठवले जाई आणि तिथून जहाजांनी ते परतू शकत.

२२ एप्रिल रोजी फ्रँकोविरोधी स्पॅनिश मार्गदर्शक आणि फ्रेंच शरणार्थींच्या एका पार्टीसह त्यांनी प्रचंड बर्फातून उंच पायरेनीसमधून प्रवास केला. त्यांच्या ट्रेकला तेरा दिवस लागले. स्पेनमधील त्यांचा पहिला थांबा मनेरेसा होता, जेथे एसओईचा संपर्क पिलर स्टार होती,परंतु सेवेनेटने तिचे सुरक्षित घर वापरले किंवा बार्सिलोनाला जाण्यासाठी तिची मदत घेतली का हे नोंदीतून कळत नाही. सेवेनेट आता मार्गातून दूर झाल्याने जॉर्जला प्रूनस संघटक पट्र्सचुककडे अधिक लक्ष देता आले. पट्र्सचुक आजेनजवळील पोंट-डु-कॅसे येथे गुन्झबॉर्गच्या घरी त्याची दोन मुले आणि त्यांची सुंदर पत्नी अँटोनेट केन डी'एव्हस्‌ऱ्यांच्यासोबत राहत होता. गुन्झबॉर्गला समजले की पट्र्सचुक अँटोनेटच्या प्रेमात पडला आहे आणि नोव्हेंबर १९४२ मध्ये त्यांनी एकत्र काम करण्यास सुरुवात केली तेव्हापासून तो खूप बदलला आहे, हेही त्याला जाणवले. पट्र्सचुक खूप थकलेला वाटत होता म्हणून त्याची काळजी अजून वाढली कारण थकव्यामुळे चुका होऊ शकतात आणि चुका झाल्या तर अटकही होऊ शकते, हे त्याला कळत होते. पण विनाशक कारवाया सुरू करण्यासाठी आणि मुख्य म्हणजे शस्त्रपुरवठ्यासाठी ब्लूमच्या माध्यमातून लंडनला संदेश पाठविण्यासाठी जॉर्जला पट्र्सचुकची आवश्यकता होती.

एप्रिल १९४३ पर्यंत, इतर रेझिस्टन्स नेटवर्क रेल्वेमार्गावर महिन्यात शंभराहून अधिक हल्ले करीत होते.

व्हीलराइटला आता आपली भूमिका निभावण्याची आवश्यकता होती. लंडनने रेडिओवरून संदेश दिला होता की शस्त्रास्त्रे आणि पुरवठा करण्याच्या पार्सलव्यतिरिक्त

पुढील पॅराशूटमध्ये फ्रेंच कॅनेडियन तोडफोड तज्ज्ञ लेफ्टनंट चार्ल्स डचलार्ड कोडनेम डेनिस पाठवला जाईल. थकलेल्या पट्र्सचुकला मदत करण्यासाठी आणि जॉर्जला तोडफोड करण्यास मदत करण्यासाठी डचलार्डला प्रूनस प्रदेशात पॅराशूटने उतरवण्याची योजना एसओईने आखली.

तीन जून, १९१५ रोजी सास्काचेवान येथे जन्मलेला डचलार्ड फ्रेंच स्थलांतरित आई-वडिलांसोबत किशोरवयीन म्हणून पॅरिसला गेला आणि तेथेच तो इलेक्ट्रिशियन झाला आणि फ्रेंच सैन्यात दाखल झाला. जून १९४०च्या पराभवानंतर तो इंग्लंडमध्ये पळून गेला आणि एसओईमध्ये दाखल झाला. एसओईमध्ये त्याच्या शिक्षकांचे त्याच्याबद्दल काही आक्षेप होते– फ्रेंचमध्ये इंग्रजी किंवा कॅनेडियन उच्चारण, स्त्रियांबद्दल नको तितके आकर्षण, सतत बडबड करत राहणे आणि पक्षपाती वागणे. पण त्यांनी पट्र्सचुक आणि जॉर्ज यांना यापैकी काहीही सांगितले नाही.

एसओईने जॉर्जला सांगितले की डचलार्ड ११ एप्रिलच्या रात्री लॉट-एट-गारॉनमधील पट्र्सचुकच्या प्रदेशात पॅराशूटने उतरेल. त्याला नेण्यासाठी आणि त्याच्या सुरक्षेची हमी देण्यासाठी विश्वासू प्रतिकारकांची गरज आहे. जॉर्जने मग पिएरे लॅबले नावाच्या मॉंट्रेज्यूमधील जाडजूड दारू गाळणाऱ्या माणसाशी संपर्क साधला. सत्तेचाळीस वर्षीय लॅबलेने प्रतिकार दिवसांच्या सुरुवातीपासूनच पट्र्सचुकसह प्रूनससाठी काम केले होते. जॉर्जसाठी त्याने केलेल्या कामात बिअर कॉक्समध्ये पेट्रोल लपवणे आणि खाली उडणाऱ्या विमानांना पळून जाण्यास मदत करणे यांचा समावेश होता. आपल्या चार विश्वासू साथीदारांसह लॅबेल ड्रॉप साइटवर गेला आणि त्याने डचलार्डचे फ्रान्समध्ये स्वागत केले. जॉर्जने त्याला हलविण्याच्या आदेशाची प्रतीक्षा करण्यासाठी डचलार्ड लॅबेलच्या सुरक्षित घरात लपला. तथापि, ११ एप्रिल हा येण्यासाठी धोकादायक काळ होता.

**मॉ**रिस पट्र्सचुक, जेव्हा आपल्या प्रूनस सर्किटचे आयोजन करीत होता, त्याच्या आणि जॉर्जच्या नेटवर्कसाठी शस्त्रे मिळवत होता आणि ब्लूमला त्यासाठीच्या पुरवठा ऑर्डर पाठवत होता तेव्हा तो अगदी क्वचितच झोप घेऊ शकत असे. पकडण्याच्या भीतीखाली वावरत असतानाही लो-ए-गारॉन आणि लॉन्द विभागात त्याने केलेल्या मोहिमेवर परिणाम झाला नाही. १२ एप्रिल रोजी टूलूस येथील कॅफे रिच येथे जेव्हा त्यांनी डेनिस ब्लॉचला त्यांच्या नियमित संकेतस्थळी सोमवारी त्याने भेट दिली तेव्हा त्याचा आत्यंतिक तणाव स्पष्ट दिसत होता. ब्लॉच म्हणाली की तो खूप काळजीत आहे. पुढच्या गुरुवारी, १५ एप्रिल रोजी त्याच कॅफेवर पुन्हा भेटण्याची योजना त्यांनी आखली. पट्र्सचुकला काहीच माहिती नव्हती. नंतर फ्रेंच

सैन्याच्या चौकशीनंतर असे निष्कर्ष काढले गेले होते की, प्रूनसचे दिवस भरत आले होते. कारण शत्रूच्या एजन्टने त्यात शिरकाव केला होता.

१२ एप्रिलच्या संध्याकाळी, जर्मन लोकांनी शातो डे एस्क्वायरसला वेढले. त्यांनी तेथे लपलेल्या मार्कस ब्लूम आणि इतर एजन्ट्सना अटक केली. ब्लूमची पत्नी नॉर्मंडीला रवाना झाली होती आणि त्यामुळे तिचे आपल्या पतीबरोबर पकडले जाणे टळले होते. गेस्टापोला ब्लूमचा रेडिओ सापडला, परंतु भाजीपाल्याच्या बागेत पुरलेली पस्तीस टन शस्त्रास्त्रे त्यांच्या लक्षात आली नाहीत. एसओईच्या नोंदीनुसार गेस्टापोने प्रूनसचे नऊ सदस्य पकडले, पण गुन्झबॉर्गने हा आकडा पंधरा असा सांगितला. ब्लूम आणि आणखी एक प्रतिकारक तेथून पळून जाण्यात यशस्वी झाले. नंतर ब्लूमच्या साक्षीवर आधारित एक अहवाल आला की ब्लूम आणि एक स्पेनचा रहिवासी, ज्याचे ख्रिश्चन नाव रॉबर्ट होते, यांना गेस्टापोने अटक केली आणि त्यांना एकत्र बेड्या ठोकल्या. त्यांना तेथून दूर नेले जात असताना ब्लूमने त्या स्पॅनिश माणसाला एक ठरलेला इशारा केला. त्या माणसाने तत्काळ गेस्टापोच्या पायांमध्ये स्वतःला झोकून दिले आणि ते तेथून पळून जाण्यात यशस्वी झाले. हे दोन्ही कैदी काही मैल पळत गेले आणि आपला माग लपवण्यासाठी नदी ओलांडून पलीकडे गेले. जेव्हा तो स्पॅनिश माणूस अतिशय थकला तेव्हा ते टूलूसजवळील गावात जेंडरमेरीकडे गेले. स्पेनच्या माणसाने ऐकले होते की तेथील जेंडरम सैन्याचा कॅप्टन डी गॉलेविषयी सहानुभूतिशील आहे.

ते पहाटे पाच वाजता जेंडरमेरीला पोचले. पण तो प्रमुख तिथे नव्हता. एका ब्रिगेडियरने त्यांना मदत करण्याचे वचन दिले, परंतु त्याऐवजी त्याने गेस्टापोंना बोलावले आणि त्यांना पुन्हा अटक झाली. एसओईच्या अहवालात नमूद केले गेले आहे, ब्लूमच्या मते कॅप्टन आणि ब्रिगेडियर दोघेही दोषी होते. आणखी एका एसओई अहवालात म्हटले आहे की, जेव्हा जर्मन लोकांनी ब्लूमला अटक करून टूलूसमध्ये नेले गेले तेव्हा ब्लूमला लोकांनी पहिले. त्याचा चेहरा रक्तबंबाळ झाला होता.

शातो डे एस्क्वायरसला एसडीला ब्लूमचा रेडिओ, त्याची कागदपत्रे आणि ब्रिटिश आर्मीचा गणवेश परिधान केलेला पट्र्सचुकचा फोटो सापडला. पट्र्सचुकला सावधानीचा इशारा देणे कुणालाच शक्य नव्हते.

संध्याकाळी अँटोनेट गुन्झबॉर्गने टूलूसमधील ले फ्रीगेट नावाच्या रेस्टॉरंटमध्ये जेवणासाठी पट्र्सचुकची भेट घेतली. तिथे तिने अतिशय धोकादायक अशी पतीची कागदपत्रे त्याला सावधपणे दिली. त्या दोघांनी रात्रीचे जेवण केले आणि अँटोनेट गेल्यानंतर वीस मिनिटांनी रात्री अकरा वाजता तो पिल्सच्या घरी सापळ्यात सापडला. पिल्स हे रॉबर्ट व्हुलीमोट यांचे कुटुंबीय होते आणि ते ई देस पायरेनिस

येथे टूलूसमध्ये राहत होते.

जर्मन सुरक्षा सेवांच्या सशस्त्र एजन्ट्सनी व्हुलीमोटच्या घरात प्रवेश केला आणि इतरांच्या येण्याची वाट पाहत असताना सर्वांना बंदुकीच्या धाकात बसवून ठेवले. पट्र्सचुकच्या कुरिअरने लिहिले की घरात प्रवेश करणे सुरक्षित असण्याचा एक संकेत म्हणजे खिडकीतील कॅक्टस वनस्पती होती. ती खिडकीत असेल तर सर्व आलबेल आहे असे समजले जाई. पण जर्मन लोकांना हे माहीत असलेच पाहिजे, कारण वनस्पती त्या ठिकाणीच राहिली. कॅक्टस खिडकीत दिसल्यामुळे आश्वस्त होऊन पट्र्सचुक घरामध्ये गेला. गेस्टापोने पट्र्सचुकला पकडले आणि व्हुलीमोटची मुलगी कॅथरीनने पट्र्सचुक आपला वाग्दत्त वर असल्याचा दावा केला. जर्मन लोकांनी सर्वांना चौकशीसाठी नेले. लिओनमधील तरुण ब्रिटिश एजन्ट टोनी ब्रूक्स यांनी नंतर एफ-सेक्शनला माहिती दिली की गेस्टापोला रॉजर बार्डेटच्या नोटबुकमध्ये व्हुलीमोटचे नाव आणि पत्ता सापडला होता.

जरी बार्डेट डबल एजन्ट असला तरी युद्धाच्या काळात प्रतिकार करणाऱ्या अनेकांना विश्वास होता की रेझिस्टन्समधील विश्वासघात करणारा जॅक मेगलच होता. नंतर लिओनमध्ये गेस्टापोचे प्रमुख क्लाऊस बार्बीसाठी काम करणारा मेगल रूई देस पायरेनीस येथे झालेल्या बैठकीला गेलेला होता.

**१२** एप्रिल, १९४३ हा दिवस आणि रात्र केवळ फ्रान्समध्येच नाही तर इतरत्रही शापित असल्याचे दिसून आले. लंडनमध्ये नव्याने पदोन्नती मिळालेला लेफ्टनंट कमांडर जान बचोवस्की, जॉर्ज स्टारला पोर्ट-मिउ येथे घेऊन जाणारा आणि जॉन स्टारला नोव्हेंबर १९४२ मध्ये बाहेर काढण्यासाठी आलेल्या सीडॉगचा कर्णधार रजेवर होता. त्याच्या साहसी भूमध्य सेवेसाठी, मुक्त पोलिश सरकारने त्याला तलवारीसह शौर्यपदक आणि गोल्डन सर्व्हिस पदक प्रदान केले होते आणि ब्रिटनने विशिष्ट सेवा ऑर्डरने त्याला सन्मानित केले होते. त्या रात्री उशिरा, बचोवस्की पिंप्लिकोमधील नौदल सहकाऱ्याच्या पत्नीच्या फ्लॅटमध्ये गेला. तो सहकारी अचानक घरी आला. त्याने बचोवस्कीला आपल्या पत्नीबरोबर पाहिले आणि त्याला गोळ्या घालून ठार केले.

**प**ट्र्सचुकला अटक झाल्यानंतर तीन दिवसांनंतर टूलूसमधील कॅफे रिच येथे डेनिस ब्लॉचबरोबर त्याच्या नियमित गुरुवारच्या बैठकीला तो अर्थातच आला नाही. ब्लॉचने एसओईला सांगितले की ती त्याची वाट पाहत आहे. तिने कॅफेच्या

मालकाकडे चौकशी केली, पण सोमवारपासून तो आला नव्हता असे सांगण्यात आले. तिचा पुढचा माहितीचा आधार म्हणजे पट्र्सचुकच्या एका मैत्रिणीचे घर होता, पण तीही नाहीशी झाली होती. ब्लॉचने स्पष्ट निष्कर्ष काढला आणि जॉर्जला ही माहिती देण्यासाठी ती आजेनला परत आली. त्याला रेडिओ सेट देण्यासाठी टोनी ब्रूक्सने ट्रॉफ डी क्वेर्सी रेस्टॉरंटमध्ये पट्र्सचुकबरोबर बैठकदेखील ठरवली होती. त्याने सांगितले की

> आणि जेव्हा मी रेस्टॉरंटमध्ये गेलो तेव्हा एक महिला जिने आम्हाला सर्व्हिस दिली होती आणि जी या ब्लॅक मार्केट रेस्टॉरंटची मालक होती ती माझ्याकडे आली म्हणाली की तुम्ही आपल्या मित्राचा शोध घेत आहात का? त्याला आम्ही जीन-लुईस बॅरॉलॉट म्हणतो, कारण तो फ्रेंच चित्रपट अभिनेत्यासारखा दिसतो. आणि मी म्हणालो, 'हो, मी फक्त त्याचा शोध घेत होतो. मजेदार माणूस आहे तो.' आणि ती म्हणाली, 'त्याला अटक झाली आहे. तुला माहीत होते की तो ब्रिटिश गुप्तचर अधिकारी आहे?' आणि मी म्हणालो की बिलकूल नाही आणि मी तिथून निघून आलो.

पट्र्सचुक आणि ब्लूमला पकडणे हा प्रूनसचा शेवट होता. जॉर्जने आपला निधी आणि लंडनशी असलेला त्याचा रेडिओ संपर्क गमावला आणि जर पट्र्सचुक किंवा ब्लूमने छळ असह्य होऊन तोंड उघडले तर त्याचा जीव गमावण्याचा धोका होता. जरी जर्मनांनी दोन कैद्यांना आठवड्यातून अनेकदा घृणास्पद वागणूक दिली असली तरी दोघांनाही महत्त्व दिले गेले नाही.

प्रूनसच्या सुटकेच्या प्रमुख डॉ. फर्नांड हॅनॉन यांनी एसओईला सांगितले की जर्मन लोकांना बाथरूममध्ये पट्र्सचुकच्या कागदपत्रांचा एक मोठा साठा सापडला. ही कागदपत्रे सहकार्य नसले तरी जॉर्ज आणि व्हीलराइटच्या इतर कार्यकर्त्यांना अडचणीत आणू शकली असती.

रौनेऊने या वेळेला 'अतीव चिंता करण्याचे तास' असे म्हटले कारण कॅस्टेलनाऊ येथे सर्व जण अटक होण्याच्या भीतीखाली वावरत होते. या अटकेसंदर्भात लंडनला सूचित करण्यासाठी जॉर्जने पीटर चर्चिल, आणि त्याचा भाऊ जॉन यांना कॅन्समध्ये संपर्क केला आणि त्याने वायरलेस ऑपरेटर ॲडॉल्फी रॉबिनोविचची तात्पुरती मदत मागितली. रॅबिनोविच, चार महिन्यांपूर्वी ब्लूमच्या रेडिओ सेटची दुरुस्ती करून, फ्रान्सच्या दक्षिणेकडून चर्चिल आणि ओडेट सॅन्समसोबत अल्पाईन येथे लपण्याच्या ठिकाणी गेला होता. चर्चिलच्या तळापासून काही मैलांच्या अंतरावर असलेल्या सेफ

हाउसमधून त्यांने संदेश पाठविले आणि चर्चिलच्या स्पिन्डल सर्किटसाठी स्वित्झर्लंडमध्ये कुरिअर सेवा चालविली. चर्चिलने त्याला जॉर्जची माहिती लंडनला कळवण्यास सांगितले की पट्र्सचुक, ब्लूम आणि इतरांना अटक झाली आहे. एसओईच्या उत्तराने ते चकित झाले. एसओईने सांगितले की, आपले आधी बघा. आम्ही काय करीत आहोत हे आम्हाला माहीत आहे. लंडनने रॉबिनोविचला कळवले की, ब्लूमच्या अटकेविषयीच्या त्याच्या संदेशाविरुद्ध, ब्लूमचा रेडिओ नेहमीप्रमाणे प्रसारित केला जात होता आणि आरएएफने त्याने विनंती करत असलेला पुरवठा करण्याचे नियोजनही केले होते.

कोणीतरी रेडिओ ऑपरेट करीत होते, परंतु तो मार्कस ब्लूम नव्हता.

# ६

# कंटेनर्सचा अक्षरशः पाऊस पडला

*सामान्य फ्रेंच नागरिकांनी आम्हाला दिलेला धाडसी आणि निश्चयी आधार मिळाला नसता तर आम्ही कधीच कार्य करू शकलो नसतो.*

मॉरिस बकमास्टर

ब्लूमच्या रेडिओमुळे नाझींच्या सुरक्षा प्रतिवाद सेवेला फ्रान्समध्ये त्याच रेडिओची प्रतिकृती बनविण्याची संधी मिळाली. अगदी असेच यश लष्करी गुप्त माहितीच्या जोरावर त्यांच्या प्रतिस्पर्ध्यांनी हॉलंडमध्ये मिळवले होते. ६ मार्च १९४२ रोजी डच एसओई एजन्ट ह्यूब लाऊवर्सच्या अटकेनंतर संरक्षण विभाग, हॉलंड, बेल्जियम आणि निषिद्ध झोनच्या प्रतिस्पर्धी संरक्षण विभागाचा मेजर हर्मन जोसेफ गिस्केस याने एसओई रेडिओ चालविला होता. त्याच्या संदेशांनी एसओईची फसवणूक केली आणि हॉलंडमधील संरक्षण विभागाकडे शस्त्रे आणि जवानांना पॅराशूट करण्याविषयी पटवून सांगितले होते. १९४२च्या अखेरीस, गिस्केसने चौदा एसओई रेडिओ ट्रान्समीटर नियंत्रित केले आणि तीन हजार ब्रेनगन्स मिळवल्या. 'लंडन कॉलिंग नॉर्थ पोल' या युद्धानंतरच्या संस्मरणात जोसेफ गिस्केसने इंग्लंडस्पील अर्थात इंग्लंडचा खेळ असे संबोधले. पॅरिसमधील एसडी प्रतिवाद प्रमुख, स्टर्मबेन्फिफिरर,एसएस मेजर हॅन्स जोसेफ किफर याने टूलूसमध्ये ब्लूमची चौकशी करण्यासाठी त्यांचा रेडिओ तज्ज्ञ डॉ. जोसेफ गोएत्झ याला पाठवले. पूर्वीचा शालेय शिक्षक गोएत्झ हा रेडिओ विभागाचा प्रमुख अनटेर्स्टर्मफीफिरेर (सेकंड लेफ्टनंट)

एरिक ओट्टो याचा नाममात्र दुभाषी होता, परंतु प्रत्यक्षात त्याने ही सेवा चालविली. तुलुजमध्ये आल्यावर त्याने ब्लूमच्या रेडिओचा वापर फ्रान्समध्ये एसडीचा स्वतःचा फंकस्पिल नावाचा रेडिओ गेम सुरू करण्यासाठी केला.

टोनी ब्रूक्सने नंतर सांगितले की पॅरिसचा प्रसिद्ध जर्मन प्लेबॅक तंत्रज्ञ गोएत्झ टूलूस येथे आला आणि त्याने उरबाईन अर्थात ब्लूमला त्यांचा रेडिओ सेट परत मागे फिरवायला आणि चालवायला भाग पाडण्याचा प्रयत्न केला, परंतु ब्लूमने नकार दिला. अत्यंत वाईट रीतीने छळ करूनही त्याने जर्मनांना कोणत्याही प्रकारचे सहकार्य केले नाही. डॉ. गोएत्झकडे ब्लूमचे कोड होते, परंतु त्याचा सुरक्षा आकडा नव्हता. प्रत्येक ट्रान्समिशनमध्ये नियमित अंतराने एक निरर्थक शब्द घातला जात असे. शत्रू रेडिओ चालवत नाही, हे सुनिश्चित करण्यासाठी एसओईची सुरक्षा तपासणी प्रणाली बनविली गेली होती. याशिवाय, लंडनमधील ऐकणाऱ्याला सतर्क करण्यासाठी ते ओळखत असलेल्या मॉर्स कीज टॅप करण्याची प्रत्येक ऑपरेटरची स्वतःची शैलीही माहीत होती.

पूर्ण सुरक्षा तपासणी न केल्याने, ब्लूमच्या रेडिओवरील गोएत्झच्या पहिल्या संदेशाने एसओईला फसवले आणि ब्लूम आणि पट्र्सचुक कैदी असल्याच्या जॉर्जच्या अहवालावर शंका निर्माण झाली.

अंतर्गत एसओईच्या अहवालात असे मान्य केले गेले की लंडनने यावर विश्वास ठेवण्यास नकार दिला. खरेतर जर्मन त्यांना खेळवत होते आणि परिणामी बऱ्याच लँडिंग ग्राउंड्स उघड झाल्या.

त्यानंतरच्या सततच्या संदेशांनी मात्र लंडनला संशय आला आणि प्रक्रियेनुसार एसओईने ब्लूमला वैयक्तिक प्रश्न विचारले ज्याचे उत्तर फक्त तोच देऊ शकत होता. बेकर स्ट्रीटमधील मँचेस्टर आर्म्ससंबंधित ग्रीन पब याबाबतच्या प्रश्नाला उत्तर देण्यास जेव्हा गोएत्झ अपयशी ठरला, तेव्हा लंडनला समजले की त्यांचा वायरलेस ऑपरेटर पकडला गेला आहे. गोएत्झने कबूल केले की चार आठवडे हे फसवणारे ट्रान्समिशन चालू होते परंतु त्याचे व्यावहारिक मूल्य नव्हते. त्याचा डाव अयशस्वी झाला होता, परंतु इतरही मार्ग होतेच.

**मा**र्च १९४३ मध्ये जॉन स्टार आणि पीटर चर्चिल यांची लंडनमध्ये भेट झाली.

जॉनने आपले कॅप्टन म्हणून प्रमोशन झाल्याचे सांगून आता आपल्या जुन्या मैदानावर परत येण्याची उत्सुकता असल्याचे आपल्या जुन्या साथीला सांगितले. मग एसओईने त्याला एक असाइनमेन्ट दिली, नैर्ऋत्येकडील त्याच्या भावापासून दूर, पूर्व फ्रान्समध्ये एक्रोबॅट सर्किट संघटित करणे. हा भाग एक महत्त्वाचा एसओई

बेस होता. आल्प्स, बरगंडी आणि जर्मनीच्या फ्रेंच सीमेचा बराचसा भाग त्याने व्यापला होता. जॉर्जच्या गॅस्कॉन टेकड्यांपेक्षा जास्त दाट लोकसंख्या असलेल्या या भागात जर्मन सैन्याच्या तुकड्यांचे आणि सुरक्षा एजन्ट्सचे प्रमाण खूप जास्त होते.

धोके खूप असूनही, जॉनला इथे आल्यावर एक लाभ झाला, जो जॉर्जला मिळाला नव्हता- एका वायरलेस सेटसह कार्यरत रेडिओ ऑपरेटर त्याला मिळाला. हा ऑपरेटर पंचेचाळीस वर्षांचा लेफ्टनंट जॉन यंग होता. त्याचे कोडनेम गॅब्रिएल होते आणि तो इंग्लंडच्या उत्तरेस असलेल्या न्यूकॅसलजवळील टायनेचा मूळ रहिवासी होता.

एप्रिलच्या शेवटी, जॉन यंग आणि जॉन स्टार, ज्यांचे कोडनेम आता एमिलेवरून बॉब झाले होते, आरएएफ टेम्प्सफोर्ड येथे हॅलिफॅक्स बॉम्बरमध्ये चढले. जेव्हा ते आल्प्समधील त्यांच्या ड्रॉप झोनमध्ये पोहोचले तेव्हा पायलटला जमिनीवर प्रतिसाद देणारे दिवे दिसले नाहीत आणि ते इंग्लंडला परतले. दोन आठवड्यांनंतर पंधरा मे रोजी त्यांनी पुन्हा प्रयत्न केला. जर्मन अँटीएअरक्राफ्टने त्यांच्या आरएएफ हॅलिफॅक्स बॉम्बरच्या एका इंजिनचा स्फोट केला आणि पायलटला जबरदस्तीने त्याचा अतिरिक्त मालवाहू सामानासह कसेतरी परतणे भाग पडले. तिसरा प्रयत्न एकोणीस मे रोजी झाला. पायलटने इंग्रजी चॅनेलवरून हॅलिफॅक्स नेले आणि ते जर्मन किनारपट्टी ओलांडून गेले. फ्रेंच आल्प्सच्या जुरा विभागातील बलायजवळ पाइनच्या जंगलांवर हे विमान फिरत राहिले. मग त्यांना रेझिस्टन्स ड्रॉप झोनचे चिन्हांकित करणारा प्रकाशित त्रिकोण जवळपास सोळाशे फूट उंचीवरून एका मोकळ्या जागेवर दिसला. विमानातील लोकांनी जाळीचा दरवाजा उघडला आणि त्या दोन एजन्टांनी गडद रात्री खाली झेप घेतली.

फ्रान्समध्ये त्याच्या पहिल्या पॅराशूटच्या अनुभवासारखे न होता जॉन झाडांमध्ये अडकविल्याशिवाय तेथे उतरला आणि स्थानिक प्रतिकारकांची त्यांना मदत मिळाली. फ्रेंच लोकांनी पॅराशूटची विल्हेवाट लावली आणि डोंगरावर चर्चगार्डमध्ये जाण्यासाठी पंधरा क्रेट शस्त्रे, पुरवठ्याचे सामान आणि एक रेडिओ ट्रान्समीटर एका ट्रकमध्ये भरले. यंगने विचारले की एसओई संघटक, जन्माने आयरिश असलेला ब्रिटिश कॅप्टन ब्रायन डोमिनिक राफर्टी त्यांना भेटायला तेथे का नाही आला. त्या लोकांना काही माहीत नव्हते, परंतु त्यांच्यातील एकाने यंगला सांगितले की त्याच्या जॉर्डी उच्चारामुळे तो अडचणीत येऊ शकतो म्हणून कमी बोल.

त्या रात्री जॉन आणि यंग फ्रेंच लोकांसह राफर्टीची वाट पाहण्यासाठी सेफ हाउसवर गेले. दोन दिवस राफर्टीची वाट पाहिल्यावर हे दोन नवीन एजन्ट दोनशे मैलांच्या पश्चिमेस प्रसिद्ध वाहन-कारखाने असलेल्या कलेर्मंट-फेरेंडकडे गेले. तेथे एसओईच्या सहकाऱ्याने त्यांना नेरॉड नावाच्या फ्रेंच कुटुंबातील अपार्टमेंटमध्ये

ठेवले. जॉनजवळ राफर्टीच्या रेडिओ ऑपरेटर कॅप्टन जॉर्ज डोनोव्हन जोन्ससाठी तीन लाख फ्रँक आणि गुप्त रेडिओ कोड ठेवलेले होते. जोन्सची वाट पाहत असताना जॉनने बालपणीच्या मित्राशी फ्लाइट लेफ्टनंट मॉरिस साउथगेटशी संपर्क साधला ज्याची त्याने एसओई रिक्रूटर्सना शिफारस केली होती. साउथगेट, कोडनेम हेक्टर चार महिन्यांपूर्वी, २१ जानेवारी १९४३ रोजी जॉर्ज स्टारने ठरवलेल्या ठिकाणी फ्रान्समध्ये पॅराशूटने उतरला होता. एफ-सेक्शनच्या स्टेशनर सर्किटचे प्रमुख बकमास्टर साउथगेटला त्याचा एक उत्तम आयोजक मानत. साउथगेटने जॉनला सांगितले की नेरॉडचा फ्लॅट असुरक्षित आहे, कारण तेथे बरेच एजन्ट जमा होत होते. राफर्टी आणि जोन्स त्या जागेचा वारंवार वापर करीत आणि राफर्टी आठवड्यातून चार वेळा तेथे जायचा आणि प्रत्येक वेळी पाच जणांना तरी भेटायचा. कॅप्टन जोन्स तीन दिवसांनी कलेरमोंट-फेरेंडमध्ये दाखल झाले. जॉन त्याला ब्रिटनमधील त्यांच्या एसओई कोर्समधून गाय या प्रशिक्षण नावाने ओळखत होता. त्याला तो चांगला आठवत होता. कॅप्टन इंग्रज होता, उंची सुमारे ५' ६'' आणि वय ते बत्तीसच्या आसपास होते. डोक्यावर विरळ होणारे पांढरट केस असलेला कॅप्टन जोन्स एका डोळ्याने आंधळा होता. जॉनने त्याला तीन लाख फ्रँक आणि नवीन रेडिओ कोड दिले

काळ्या बाजाराच्या रेस्टॉरंटमध्ये एकत्र जेवणानंतर जॉनने आपल्या सर्किटच्या इतर सदस्यांशी स्वतःचा परिचय करून देण्यासाठी दोनशे मैल मागे जुराला जाण्यासाठी एक ट्रेन घेतली. त्याला भेटायला आलेल्या एका फ्रेंच व्यक्तीने त्याला स्टेशनवर गंभीर बातमीसह भेट दिली. जॉनच्या पॅराशूटच्या ठिकाणी जात असताना जर्मनने ब्रायन राफर्टीला पकडले होते. डीजोनच्या तुरुंगात आयरिश राफर्टीची चौकशी चालू होती. काम चालवण्यासाठी कुरिअर नसतानाही जोन्सला ही माहिती देण्यासाठी जॉनने कलेरमोंट-फेरेंडला परत जाण्यासाठी आणखी एक लांबचा धोका पत्करला. जेव्हा तो अपार्टमेंटजवळ आला तेव्हा तो थांबला. आधीच फ्लॅटच्या सुरक्षेचा संशय घेत तो चुपचाप पळत वरच्या मजल्यावर गेला आणि बेल वाजवली आणि पुन्हा खाली पळत सुटला. दरवाजा कोण उघडेल हे पाहण्यासाठी त्याने लपून पाहिले, मॅडम नेरॉड किंवा जर्मन अधिकारी दोनच शक्यता होत्या. मॅडम नेरॉड बाहेर डोकावल्या. जॉन वरच्या मजल्यावर गेला आणि त्याने मॅडम नेरॉड आणि त्यांच्या मुलींना रडताना पहिले. नेरॉडने सांगितले की एसडी रेडिओ डिटेक्टर व्हॅन जोन्सच्या वेव्हलेन्थला शोधत शहराबाहेरील सुरक्षित घरात घुसली होती. जोन्स आता राफर्टीसमवेत तुरुंगात होता.

एसओईच्या अहवालात असे लिहिले आहे की आयसिडोर अर्थात जोन्स याने बऱ्याच सर्किट्ससाठी प्रसारण केले आणि एकाच घरातून बऱ्याच वेळा प्रसारण

केले गेले. जॉनला, जोन्सला दिलेल्या तीन लाख फ्रँकपैकी एक लाख फ्रँक सापडले आणि लपून राहण्यासाठी त्याने ते नेरॉड्सबरोबर वाटून घेतले. रेडिओ कोड मात्र गहाळ झाले. जॉनची तेथून निघून जाण्याची वेळ आली होती.

त्याने कलेरमोंट-फेरेंडच्या अंधाऱ्या, निर्जन रस्त्यांवरून रेल्वे स्थानकाकडे कूच केले. तो कुठेही जाण्यासाठी पहिल्या ट्रेनची वाट पाहत असताना, फ्रेंच पोलीस सैनिकाने त्याचे कागदपत्रे पाहण्याची मागणी केली. मग त्यांनी त्याला त्याच्या बॅग उघडण्यास सांगितले. जॉन म्हणाला,

> 'या प्रकरणात पोलिसांना शंभरच्या नोटांचा एक गठ्ठा व काही फ्रँक सापडले, जे मी गायच्या, म्हणजेच जोन्सच्या लेटरबॉक्समधून घेतले होते. पोलिसांनी मला सांगितले की मी त्याच्यासोबत जाऊन त्यांना समजावून सांगावे. मी तिकिटांच्या प्रतीक्षेत असलेल्या रांगेतून घुसलो आणि स्टेशनच्या बाहेर पळत निघालो आणि लगेच पुढच्या दरवाज्यातून परत गेलो. पोलीस माझ्या मागे रस्त्यावर पळाले.'

जॉनने चालत्या ट्रेनच्या फुटबोर्डवर उडी मारली आणि तसाच पुढच्या स्टेशनवर गेला. नंतर तो आत चढला. गाड्या बदलत तो डोंगरावरच्या आपल्या पहिल्या सेफ हाउसवर परत गेला, जिथे यंग त्याची वाट पहात होता. जर्मन लोकांनी कॅप्टन राफर्टी आणि जोन्स यांना अटक केली असा संदेश जॉनने एन्कोड करून प्रक्षेपित केला. कोणीतरी ब्रिटिश एजन्ट्सचा विश्वासघात करीत होते त्यामुळे जॉनचे फ्रान्समधील दुसरे मिशन पहिल्यापेक्षा जास्त धोकादायक बनले.

**जॉ**र्ज स्टारचे प्रश्न त्याच्या भावापेक्षा वेगळे असले तरी ते भीतिदायकच होते.

एप्रिल १९४३ च्या शेवटच्या दिवसांत, त्याचे ध्येय कोसळण्याच्या मार्गावर होते. तो म्हणाला की पाचच महिन्यांपूर्वी विमानाशी बोलण्याकरिता एस-फोनशिवाय मी कपडे आणि पैशांनी भरलेले सुटकेस घेऊन आलो होतो. आता त्याचे कपडे विटले होते, पैसे खर्च झाले होते आणि एस-फोनचा भरवसा राहिला नव्हता. कोणताही संघटक दळणवळण, पुरेसा निधी आणि पुरवठ्याशिवाय प्रतिकारक नेटवर्क तयार करू शकत नव्हता. आता हार मानायची आणि घरी जायचे की नाही याचा सतत विचार जॉर्ज करत असे. या सगळ्या ताणतणावामुळे त्याच्या आरोग्यावर परिणाम झाला. 'तुम्ही खूप जास्त करत आहात,' एका स्थानिक डॉक्टरने त्याला सांगितले. पांढरी वाइन बंद करण्याचे सांगितल्यावर जॉर्ज म्हणाला, की गॅस्कॉन्स

त्या वाइनने आपले दात धुतात. ते सतत पीत असतात. मी कधीतरी पितो तीही थोडीशी. पण ठीक आहे. आता ती सोडतो. त्याचा सोरायसिस आणखी वाढला: त्याची त्वचा पांढरी आणि कोरडी पडली. जॉर्जने आपले निदान केले, 'खूप खाणे, खूप पिणे आणि सायकलवर गाढवासारखा घाम गाळणे.'

जेव्हा तो सायकल चालवत नसे तेव्हा तो कंडोम, आजेन आणि तुलुजमधील एजन्ट्स आणि लियॉनमधील दूरच्या भागात एजन्टांना भेटण्यासाठी सार्वजनिक वाहतुकीने फिरत असे. या वाहतुकीचा वापर करण्यात धोके होते. त्याला बसमधील एक घटना आठवली, जेव्हा पुन्हा एकदा त्याच्या अंतर्मनाने त्याचे रक्षण केले होते. मागच्या दाराने तो बसमध्ये चढल्यानंतर आणखी एक प्रवासी पेताँबद्दल बोलू लागला. जॉर्जला त्याचा आवाज आवडला नव्हता आणि तो लगेच पुढच्या स्टॉपवर उतरला. 'जेव्हा ते आजेनला गेले तेव्हा' जॉर्जने नंतर ऐकले प्रत्येक जण बाहेर पडला आणि त्यांना त्यांची ओळखपत्रे दाखवावी लागली. तो म्हणाला, 'चांगली गोष्ट ही की मी तिथे नव्हतो. मला कॅस्टेलनाऊला परत जावे लागले.' जीन रॉबर्टबरोबर खरेदीला जाताना जॉर्जने कंडोमला सायकल चालविली, कारण त्याच्या उच्चारांमुळे कदाचित धोका होऊ शकत होता. लांबच लांब रस्त्यांवर सायकलने फिरताना त्यांनी काही अश्लील गाणी गायली.

'तो विनोद करत असे,' रॉबर्टने सांगितले 'पण अश्लील विनोद कधीच नाही.' कॅस्टेलॅनाऊ-सूर-ऑव्हिग्नॉनमध्ये, महापौर लॅरिब्यू जॉर्जला मदत करण्यासाठी सर्व शक्तीनिशी प्रयत्न करत होते. त्याला उपनगराध्यक्ष बनविल्यानंतर त्यांनी त्याला पोलीस आणि जर्मन चौक्यांमधून जाणे सोपे होण्यासाठी ओळखपत्रे दिली आणि प्रादेशिक सरकारला जॉर्जची पुरवठा मंत्रालयाचा निरीक्षक म्हणून नियुक्ती करण्यासाठी अर्ज दिला. यामुळे त्याला कारचा वापर, पेट्रोलचे रेशन आणि प्रदेशात सर्वत्र फिरण्याची परवानगी देण्यात आली. त्या काळात कारचा वापर फक्त जर्मन, व्हिशी अधिकारी आणि सहयोगी यांच्यापुरताच मर्यादित होता. एका एसओईच्या अहवालात त्या पोस्टचे फायदे नमूद करण्यात आले होते की कार त्याच्या ताब्यात असताना ती एका कव्हरचे आदर्श काम करत होती आणि त्याला फक्त दिवसाच नव्हे तर रात्रीही आणि सुटीच्या दिवशीही वाटेल तिथे फिरण्याची मुभा होती. पण रेडिओ आणि पुरवठ्याशिवाय जॉर्जजवळचे पासेस आणि कारमुळे मिळणारे फायदे निरुपयोगी होते.

जॉर्ज हताश झाला होता. जर लंडनने त्याच्या मूलभूत गरजा पुरविल्या नाहीत तर आपले काम सोडावे लागेल आणि एजन्ट्सना कसल्याही साधनांशिवाय प्रतिकार करण्यासाठी सोडून द्यावे लागेल, इतकी स्थिती गंभीर झाली होती. स्टारने कुणालातरी लंडनला पाठवण्याचे ठरविले. डेनिस ब्लॉच एसओईकडे परिस्थितीविषयीच्या अहवालासह

गेली. ब्लॉच केवळ जॉर्जची संदेशवाहक नव्हती तर त्याची वकील होती. लंडनला हे समजायलाच पाहिजे की जर्मन लोकांनी त्याचा संपर्क दोनदा तोडला होता. आधी गेस्टापोने मार्कस ब्लूमला १२ एप्रिल, १९४३ रोजी अटक केली. त्यानंतर चार दिवसांनंतर, जर्मन हेरखात्याने नुकतेच फ्रान्समध्ये परतलेल्या पीटर चर्चिल आणि ओडेट सॅन्सम यांना फ्रेंच आल्प्सच्या जाळ्यात अडकवले. राबीनोविच लपून राहिला. लंडनने राबीनोविचला स्पेनमध्ये पळून जाण्याचा सल्ला दिला, परंतु कार्टे सर्किटच्या नवीन एफ-सेक्शन संघटकाला इशारा देण्यासाठी तो केन्सला गेला. रॉबिनोविच आता आवाक्याबाहेर गेली होता आणि जॉर्जकडे तिसरा ऑपरेटर नव्हता.

कागदावर काहीही लिहिण्याच्या स्वतःच्या धोरणाचे उल्लंघन करत जॉर्जने परिस्थितीचे दीर्घ वर्णन करणारा अहवाल आणि पुरवठा, पैसे आणि स्वतंत्र रेडिओ ऑपरेटर देण्याबाबत पत्र लिहिले. २९ एप्रिल १९४३ रोजी जॉर्जने ब्लॉचला अहवाल दिला. त्यांनी आजेनमधील सेफ हाउसवर निरोप घेतला. तिचे निघणे दोघांनाही कठीण जात होते. नाझींचा सामना करण्यासाठी ब्लॉचला राहायचे होते. त्यांनी तिचा देश ताब्यात घेतला होता आणि तिला ज्यू म्हणून जगण्यास अयोग्य म्हणून जाहीर केले होते.

जॉर्ज त्याच्या जवळचा सहकारी गमावत होता. ते जीन रॅाबर्टच्या स्कूलहाउसच्या वरच्या मजल्यावर चार महिने राहत होते आणि गॅस्कॉन्सच्या ग्रामीण भागात मैलोन्मैल त्यांनी सायकल चालविली होती. ती नेहमीच त्याच्याबरोबर सर्वत्र फिरत असे. तिने स्वेच्छेने स्वत: चे प्राण त्याच्यासाठी धोक्यात घातले होते. पौल सार्रेटेने एसओईला सांगितल्यानुसार ते दोघे प्रेमी होते की नाही ते माहीत नव्हते पण ते दोघे एकमेकांचे जवळचे मित्र होते आणि एकमेकांचा आदर करीत होते. जॉर्जला अशा भयंकर स्थितीमध्ये सोडल्याबद्दल तिला वाईट वाटत होते.

जॉर्जने मॉरिस ड्युपॉन्टला मार्ग माहीत असल्याने त्याला ब्लॉचला घेऊन स्पेनच्या अनधिकृत सीमेवर जाण्यास सांगितले. नंतर तिथल्या मार्गदर्शकांनी तिला उच्च पायरेनीसमधून तटस्थ स्पेनकडे न्यायचे होते आणि ड्युपॉन्टने कॅस्टेलनाकडे परत यायचे होते.

जेव्हा ही जोडी सीअर-दे-लुचॉनच्या सीमेवरील गावात पोहोचली, तेव्हा ड्युपॉन्टला तिला अतिशीत पर्वतांमध्ये सोडण्याचा विचार करवत नव्हता. नंतर ब्लॉचने रौनेऊला सांगितले की 'आमची सगळी शक्ती संपली होती. आमचे कपडे चिखलात भिजून लगदा झाले होते. मी एकटीच असते तर स्वतःहून तिथेच थांबले असते. पण ड्युपॉन्ट खूप धीराचा होता. बऱ्याच वेळा तो मला म्हणाला, 'चल, माझ्या लहान बहिणी, जाऊ आपण. तेथे पोहोचल्यावर तू काय करू शकतेस याचा विचार कर.' सीअर-दे-लुचॉनमधील दोन स्थानिक पुरुषांनी तिला निषिद्ध झोनमध्ये जर्मन गस्त

टाळण्यास मदत केली. ब्लॉच रात्री साडेबाराला निघाली आणि बर्फामध्ये उघड्या पायांनी सतरा तास चालली. अंगावर फक्त एक पातळ, अर्ध्या लांबीचा कोट होता. त्यानंतरच्या एसओई अहवालात तिचा कठीण प्रवास नमूद केला होता. पायरेनीज चढताना तिला समुद्रसपाटीपासून सुमारे अकरा हजार फूट उंचीवर जावे लागले. तिचे मार्गदर्शक उत्कृष्ट होते. एक जण तिच्याबरोबर आला आणि दुसरा पुढचा मार्ग निर्धोक आहे का ते पाहण्यासाठी पुढे गेला. रात्री तिला उबदार ठेवण्यासाठी मार्गदर्शकांनी एक आग पेटवली आणि सकाळी तिथे शंका नको म्हणून साफसफाईही केली. हिमवादळाच्या वादळामुळे चालणेही ते इतके कठीण झाले की ब्लॉचला परत फ्रान्समध्ये भटकंतीची भीती बसली. शेवटी ती आणि ड्युपॉन्ट, बोसेनच्या कॅटलान गावी पोहोचली. तिथे त्यांनी तीन दिवस लेरिडाकडे जाणाऱ्या बसची वाट पाहिली.

लेरिडामध्ये स्पॅनिश गार्डसचे ड्युपॉन्टकडे लक्ष गेले आणि त्यांनी त्याला स्थानबद्ध केले. मात्र ब्लॉचकडे एक ब्रिटिश म्हणून पाहिले गेले. नंतर ब्लॉचने रौनेऊला सांगितले की एका कमकुवत स्त्रीबद्दल स्पॅनिश शौर्य दाखवल्याबद्दल मला काळजी वाटली नाही.

ब्लॉचला चिंता होती की तिच्याजवळच्या पेपर्सबाबत जर्मन लोकांना माहिति दिली तर धोका होऊ शकतो. त्यानंतरच्या तिच्या एसओई संक्षिप्त अहवालात असे लिहिले आहे की, स्पेनमधील तिचे कागदपत्र गमावण्याबाबत हिलाईअरने तिला सांगितले होते की असे काही झाले तर त्यांना थेट ब्रिटिश दूतावासात पाठविले जाईल. पण नंतर जॉर्जचा अहवाल ताब्यात घेणाऱ्या बोसेनच्या सीमांत रक्षकांनी मात्र त्यांना ब्रिटिश दूतावासात पाठवले नाही. स्पेनला संघर्ष न करणारे राष्ट्र म्हणून अधिकृत दर्जा मिळाला असला तरीही जनरल फ्रान्सिस्को फ्रँको अबेव्हरचा प्रमुख ॲडमिरल विल्हेल्म कॅनारिसचा मित्र होता. आपला अहवाल माद्रिदमधील जर्मन दूतावासाला देण्यात येईल ही ब्लॉचची भीती योग्यच होती. परंतु जॉर्जच्या अहवालाचे काय झाले याची कल्पना नोंदीतून येत नाही.

लेरिडा येथे थांबलेली असताना, ब्लॉचने बार्सिलोनाहून आलेले ब्रिटिश समुपदेशक सर हॅरोल्ड फारुखर यांची भेट घेतली. त्यांनी एकत्र जेवण केले आणि फारुखर यांनी पेपर जारी केले ज्यामुळे तिला माद्रिदला जाण्याची परवानगी मिळाली. ड्युपॉन्टच्या सुटकेमध्येही फारुखरचा हात असावा. तो तिच्या उर्वरित प्रवासासाठी ब्लॉचबरोबर पुन्हा एकत्र आला. माद्रिदमध्ये पाच दिवसानंतर, ब्लॉच आणि डुपॉन्ट जिब्राल्टरला गेले, तेथे त्यांना सेवेनेट आणि सार्रेटे दिसले. प्रवासाची इतकी लांब प्रतीक्षा करायला लावल्याबद्दल संतप्त झालेल्या या दोन फ्रेंच लोकांचा जॉर्जविरुद्ध तक्रार देण्यासाठी लंडनला जाण्याचा निर्धार होता. लिस्बनला जाण्यापूर्वी आणि त्यानंतर इंग्लंडला जाण्यासाठी ब्लॉचने तीन दिवस जिब्राल्टरमध्ये घालवले. ब्लॉचचा संपूर्ण प्रवास वीस

दिवस चालला. दुसऱ्या दिवशी, बकमास्टरच्या गुप्तचर अधिकारी वेरा ॲटकिन्सने एफ-सेक्शनच्या लंडन रिसेप्शन सेंटरमध्ये ब्लॉचची माहिती दिली. ब्लॉचने जॉर्जसाठी विनवणी केली की त्याला लवकरात लवकर मदत मिळण्याची गरज आहे, कारण आता पाच विभागांवर नियंत्रण ठेवण्यासाठी तो फक्त एकटा शिल्लक आहे आणि जर त्याला अटक केली गेली तर दुसरा कोणीही राहणार नाही.

ॲटकिन्स यांच्या मुलाखतीच्या अहवालात जॉर्जच्या परिस्थितीवर प्रकाश टाकला गेला. त्यात लिहिले होते की लंडनच्या संपर्कात नसल्याने त्याची स्थिती अतिशय वाईट झाली आहे. त्याने तातडीने वायरलेस ऑपरेटर आणि निधीसाठी विचारले होते. ब्लॉचने वेरा ॲटकिन्सला सांगितले की जॉर्जला जेरमधील अनेक समर्थक महापौर व अधिकाऱ्यांचे सहकार्य मिळाले आणि स्थानिक शेतकऱ्यांमध्ये त्याने विश्वसनीय समित्या स्थापन केल्या. ॲटकिन्सने नमूद केल्याप्रमाणे सर्वच सकारात्मक नव्हते, पण अनेकांच्या अटकेमुळे इलॅर स्वत:च धोक्यात आहे आणि त्याचा अहवाल गमावल्यामुळे त्याला गंभीरपणे संकटातदेखील आणले जाऊ शकते. ब्लॉचने एफ-सेक्शनला विनंती केली की शस्त्रे आणि इतर सैनिकी उपकरणाव्यतिरिक्त मुलभूत गोष्टींची तिथे कमतरता आहे त्या जॉर्जला पाठवाव्यात. तीन शर्ट्स, तीन पॅन्ट्स, दोन पायजमे, मोजे, रुमाल, टूथब्रश जे फ्रान्समध्ये मिळत नव्हते. शिवाय नखांचे ब्रश, साबण, चामड्याचे बूट आणि इतर पुरुषांसाठी अतिरिक्त शर्ट पाठवण्याची तिने विनंती केली. एफ-सेक्शन प्रमुखाला या तरुण फ्रेंच महिलेचे काय करावे हे कळत नव्हते. परंतु तिने त्यांना फ्रान्समध्ये दुसऱ्या कामगिरीचे प्रशिक्षण तिला देण्याबाबत पटवून दिले. ब्लॉचने जॉर्जकडून एसओईला दिलेल्या संदेशाचा शेवटचा भाग असा होता की आपल्या आईला तो बरे आहे याची माहिती मिळावी अशी त्याची इच्छा आहे आणि आपल्या वहिनीला बाळ झाले आहे की नाही हेदेखील त्याला कळवावे. त्याला त्याच्या कुटुंबाबद्दल माहिती पाहिजे होती.

**जॉ**न स्टारची पत्नी मिशेल हिने १७ जानेवारी, १९४३ रोजी स्टोक-ऑन-ट्रेंट, बर्सलम येथे आपला मुलगा लिओनेलला जन्म दिला. आता फ्रान्समध्ये परत आलेल्या जॉनने आपल्या सासरच्या लोकांना त्यांच्या नातवंडांबद्दल सांगण्याचा निर्णय घेतला आणि बर्गंडी येथील त्याच्या तळापासून अडीचशे मैलांच्या अंतरावर रुवनपर्यंत प्रवास केला. अशा प्रकारचा वैयक्तिक प्रवास जॉर्ज याने धोकादायक ठरविला होता. जॉर्जची पत्नी आणि मुले स्पेनच्या सीमेपलीकडे असले तरी, त्याने कधीही त्यांना भेटायचा, त्यांना निरोप पाठविण्याचा किंवा तो कोठे होता हे सांगण्याचा प्रयत्न केला नाही. जॉनने रुवनकडे जाण्यासाठी गाड्यांमागून गाड्या

बदलल्या. इंग्रजी चॅनेलशेजारील नॉर्मंडी प्रदेशाची राजधानी म्हणून रुवन जॉर्जच्या जेर्स किंवा जॉनच्या बरगंडी आणि जुरापेक्षा जास्त जर्मन देखरेखीखाली होते. मिशेलच्या पालकांना लिओनेलच्या जन्माविषयी आणि त्यांच्याबरोबर रात्रभर राहण्यासाठी जॉनने जर्मन पाळत टाळली. डीजोनला परत आल्यावर तो पॅरिसमध्ये थांबला आणि मित्रांना भेटला. दोन स्टार भावांमध्ये काही फरक असल्यास, जॉनचे एसओई प्रक्रियेचे स्पष्ट वैयक्तिक उललंघन होते. जॉन त्याच्या इस्सी-लेस-मौलिनॉक्समधील अपार्टमेंटलादेखील गेला, पण ते कामासाठी आवश्यक होते. जर त्याला किंवा दुसऱ्या एजन्टला राजधानीमध्ये सुरक्षित घर हवे असेल तर ते तयार असायलाच हवे होते.

इंग्लंडला डेनिस ब्लॉच आणि मॉरिस ड्युपॉन्टला पाठवले आहे याची पुष्टी करण्यासाठी जॉर्ज स्टारने लंडनला इरुन आणि माद्रिद यांच्या माध्यमातून कुरिअर लिंकद्वारे पाठपुरावा केला. संदेशात 'लंडन टी २५' नावाच्या एका जागेवर विमान उडवण्याची विनंती केली गेली. हे ठिकाण कुलान्जेस कुटुंबातील फार्म होते आणि ते कुरिअर पियरे डफोइरचे नातेवाईक होते. एस-फोनद्वारे माझ्याशी बोलले जावे अशी विनंतीही जॉर्जने केली. जॉर्जने असेही सांगितले की विमानाने मला सेटसह रेडिओ-टेलिग्राफिस्ट ड्रॉप करा जेणेकरून आपण सतत संपर्क साधू शकू. शेवटी त्याने विनंती केली की त्याच्याकडे त्याच्या संघटनेसाठी निधी नाही आणि महिन्यात किमान दोन लाख फ्रेंच फ्रँक आवश्यक आहेत तेव्हा त्याचे सर्किट्स चालू राहतील.

मे महिन्याच्या शेवटी, एफ-सेक्शनकडून बीबीसीने आपल्या कर्मचाऱ्यांना केलेल्या घोषणेद्वारे हा संदेश आला, 'लेस जिराफ्स सॉन्ट लेस कॅनार्ड्स,' म्हणजेच जिराफ बदके आहेत. या कोड संदेशामुळे जॉर्ज आणि त्याच्या सहकाऱ्यांना समजले की एफ-सेक्शनचा ऑपरेशन अधिकारी मेजर जेराड गेरी मोरेल लंडन टी२५ ला येण्यासाठी एस-फोनसह रवाना होत होता. मोरेल जॉर्जबरोबर प्रशिक्षण घेत होता आणि त्याचा आवाज ओळखत होता. दोन एसओई अधिकारी एकमेकांशी बोलत असतानाच विमान चकरा मारत होते. जॉर्ज म्हणाला की ते म्हणाले की माझी कोणतीही चूक झाली नाही. त्याबद्दल काहीही शंका नाही. सर्व काही ठीक आहे. मोरेल पुन्हा लंडनला गेला आणि जॉर्ज हयात असल्याची त्याने पुष्टी केली. एफ-सेक्शनने 'पुढील चंद्र किंवा त्यानंतरचा चंद्र' अशा शब्दात रेडिओ ऑपरेटर आणि कुरिअरचे वचन दिले.

दरम्यान, जॉर्जने पट्र्सचुकच्या प्रूनस आणि चर्चिलच्या स्पिन्डल सर्किटमधील अडकलेल्या सदस्यांना कामात सामावून घेतले आणि कार्याचा विस्तार केला. त्याच्यात सामील झालेल्यांपैकी एक म्हणजे पट्र्सचुकचा सहकारी फिलीप द

ग्युन्झबुर्ग होता. जॉर्ज म्हणाला की तो खूप शूर माणूस होता. त्याने अद्‌भुत काम केले. गुन्झबॉर्गने त्याचप्रमाणे जॉर्जचीही प्रशंसा केली की स्टार 'एक सच्चा व्यावसायिक आणि लॉरेन्स ऑफ अरेबियाच्या तोडीचा एक महान नेता आहे. जॉर्जने गुन्झबॉर्गला दक्षिणेकडील डोर्डोग्ने आणि वायव्य गारॉनचा प्रभारी म्हणून नेले, तेथे त्यांनी लँडिंगसाठी मैदान तयार केले, संघटनेत भरती केली आणि तरुणांना आधुनिक शस्त्रे वापरण्यास शिकवले. घुसखोरी व विश्वासघात यांनी व्हेंट्रिलो-क्विस्ट, प्रूनस आणि स्पिन्डल ही नेटवर्क्स नष्ट केली होती, त्यामुळे जॉर्जला व्हीलराइटच्या सुरक्षेचे पुनर्मूल्यांकन करणे भाग होते.

जॉर्ज म्हणाला, ''मग मी कम्युनिस्टांच्या पुस्तकातून एकेक पान वाचू लागलो. सेलची माहिती त्यातून मिळाली. जर एखादी व्यक्ती पकडली गेली तर इतर कोठे आहेत हे त्याला ठाऊक नसते. कम्युनिस्टांकडून मला मिळालेली ही एकमेव चांगली गोष्ट आहे.''

त्याच्या सात-सदस्यांच्या सेलना एकमेकांशी संपर्क साधण्यास परवानगी नव्हती. नवीन सुरक्षा विभाग चालविण्यासाठी त्यांनी कंडोममधील सशस्त्र पोलीस दल प्रमुख कॅप्टन फर्नांड पेजेस याची नेमणूक केली. त्याचे प्रतिहेर एजन्ट्स गेस्टापो आणि एसडीवर लक्ष ठेवत होते. बर्गेरिकच्या प्रभारी माणसांनी जॉर्जला गेस्टापोच्या हालचाली, अटकेच्या शक्यता आणि रेडिओ डिटेक्टर टोर व्हॅन मार्गांची माहिती दिली. मॉन्ट्रियल-डु-जेरमधील जमीनमालक अल्डो मोलेसिनी जॉर्जला महापौर लॅरिब्यूमार्फत भेटले होते. त्यांनीही जॉर्जला गुप्त माहिती दिली. नैर्ऋत्येकडील जर्मन लोकांसाठी प्रकल्प राबविणाऱ्या एका मोठ्या सार्वजनिक बांधकाम कंपनीचे अभियंता म्हणून अल्डोला जर्मन लष्करी आस्थापनांमध्ये प्रवेश मिळाला होता.

१९४३ मध्ये वसंत ऋतूच्या शेवटी गुन्झबॉर्ग जॉर्जला विक-फेजेनसॅक या गावी घेऊन गेला. तेथील बैलांच्या झुंजीसाठी ते गाव प्रसिद्ध होते. ते गावच्या अरुंद, अंधारलेल्या रस्त्याने मेरी लुईस लॅक यांच्या घरी गेले, जे लुईस आणि थिओ लेवी यांना आश्रय देत होते. गुन्झबॉर्गने त्यांची ओळख करून दिली. नंतर मॅडम लॅक यांनी जॉर्जचे वर्णन केले की

> हा इंग्रज अधिकारी उंचीला कमी होता. त्याच्या मिशया तांबूस होत्या आणि त्याने बेरेट टोपी घातली होती. मी जेव्हा त्याला प्रथमच पाहिले तेव्हा त्याने जाकीटशिवाय पुलओव्हर घातला होता. त्याच्या कोपरांना छिद्रे पडली होती. हिरव्या लोकरीने ती छिद्रे बुजवण्याचा त्याने प्रयत्न केला होता. तो धैर्य व पोलादी इच्छाशक्ती असलेला एक इंग्रज कर्नल आहे यावर कुणाचाही विश्वास बसला नसता. मला वाटले की त्या

क्षणापासून आमचे काम सुरळीत होणे सुरू झाले.

मॅडम लॅकने एजन्ट्सना लपवणे सुरूच ठेवले आणि जॉर्जसाठी तिने पॅराशूटसाठी जागा शोधण्यास सुरुवात केली, पण तरीही त्याला रेडिओची नितांत गरज होती. १९४३च्या वसंत ऋतूमध्ये, जॉर्जने पियरे डफोयर, कोडनेम फेलिक्स याला आपला कुरिअर म्हणून नेमले. स्वित्झर्लंडशी संदेशांची देवाणघेवाण करण्याची जबाबदारी जॉर्जने त्याच्यावर टाकली. डफोयरची पत्नी पॉलेट ही आजेनमधील जॉर्जच्या सेफ हाउसची मालकीण मॅडम हेलेन फाल्बेटची बहीण होती आणि डफोयर कुटुंबातील बहुतेकांनी प्रतिकारी कार्यात भाग घेतला होता.

जॉर्जचे अहवाल एसओईला पोचवण्यासाठी डफोयरने सीमावर्ती भाग आणि बर्न येथील ब्रिटिश दूतावासाला वारंवार भेटी दिल्या. रौनेऊने गमतीने म्हटले की एका लहान माणसाचे भूत सगळीकडे गेले.

स्विस सीमेच्या फ्रेंच बाजूला ॲनेसीकडे डफोयरच्या एका मोहिमेदरम्यान रॉबिनोविच लपलेल्या भागातून बाहेर आला आणि त्याला भेटला. पीटर चर्चिल प्रकरणानंतर, त्याची अटक आणि सर्किट मोडल्यानंतर पळून गेलेला जॉर्जचा वायरलेस ऑपरेटर परत त्याच्या संपर्कात आला. रॉबिनोविच जॉर्जने भयानक बाई म्हणून नाकारलेल्या ओडेट सॅन्समला तिच्या शौर्याबद्दल धन्यवाद देत राहिला. पॅरिसच्या दक्षिणेकडील फ्रेन्सेस कारागृहात क्रूर छळ सोसूनही, ज्यामध्ये तिच्या पायांची नखे पकडीने ओढून काढली गेली होती, तिने राबिनोविचचे स्थान उघड करण्यास नकार दिला. जॉर्जच्या रिपोर्ट्स आणि मुलाखतींमध्ये मात्र तिच्या या गोष्टींचा उललेख नव्हता. रॉबिनोविच डफोयरला भेटल्यानंतर त्याने ॲनेसीचे जॉर्जचे काम पहिले आणि डफोयर बर्नला संदेश देत राहिला.

संवादाच्या या दोन मार्गांनी जॉर्जच्या नशिबात एक मोठा बदल घडवून आणला. ''मग कंटेनरचा अक्षरशः पाऊस पडला,'' रौनेऊने आनंदून सांगितले. शस्त्रे, दारूगोळा आणि स्फोटके गॅस्कोनीच्या ड्रॉप झोनवर अक्षरशः ओतली गेली. आम्ही देखरेख करत असलेल्या गटांना शस्त्रास्त्रे देण्यास परवानगी देणारे ते जणू शस्त्रास्त्रांचे बीज होते. फर्नांड गौचरच्या लोकांनी गिरोनडे येथे चांदण्या रात्री कंटेनर गोळा केले गुन्झबॉर्गने ते लॉंड्समध्ये घेतले आणि जॉर्ज जेर्सच्या पुरवठ्याच्या वेळी हजर राहिला. जूनमध्ये, एसओईने अखेर त्याला दोन रेडिओ ट्रान्समीटर पाठविले, पण त्यातला एक जमिनीवर आदळल्याने फुटला.

रौनेऊने लिहिले की प्रतिकार करणाऱ्या लोकांना समजले की आता युद्धसामग्री आलेली आहे. पण ते लपवायचे कुठे याकडे मात्र त्यांनी पूर्णपणे दुर्लक्ष केले. मॉरिस जेकब, जो व्हिशीची शरणार्थी आणि हद्दपार सेवा चालवत असे, त्याने आजेनजवळच्या

चाटेऊ डे ला कलॉटे येथे शस्त्रे लपविण्याची तयारी दाखवली. जेकबने जर्मनीने अल्सासच्या निर्बंधाद्वारे बंदी घातलेल्या फ्रेंच लोकांसाठी भाड्याने घेतलेले घर शस्त्रास्त्रांचे एक गोदाम बनले. आजेनच्या व्हिशीच्या आणखी एका अधिकाऱ्याने जॉर्जला ड्रॉप झोनमधून चाटेऊ डे ला कलॉटे आणि इतर ठिकाणी सगळे सामान नेण्यासाठी एक ट्रक दिला.

जॉर्ज म्हणाला की सामान हलविण्यासाठी केवळ ट्रकच नव्हे तर त्याला चालविण्यासाठी इंधनदेखील आवश्यक असते. जर्मनांकडून इंधनाची चोरी करण्याशिवाय त्याच्याकडे फारसा पर्याय नव्हता. वेहरमॅटच्या अधिकाऱ्यांच्या रूपात इंधनाच्या साठ्यावर त्याने प्रतिकारक लोक पाठवण्याचे ठरवले. जॉर्जने सांगितले की मला पिस्तुल आणि बाकी गोष्टींसह किमान दोन जर्मन अधिकाऱ्यांचा गणवेश हवा होता. एसओईने पकडलेल्या जर्मनांचे कपडे आणि इतर वस्तू पाठवल्या. जॉर्जने पिस्तूल ठेवले आणि जर्मनभाषिक मुलांनी गणवेश घातला. जॉर्जने सांगितले की इंधन चोरण्यासाठी गेलेले जर्मन भाषा बोलणारे होते. जॉर्जकडे अल्सॅटियन्स हा एक जर्मन विभाग होता. थिओ लेवी आणि त्याचा भाऊ हे जर्मन यहुदी होते. आमच्याकडे जर्मन भाषा त्यांची मातृभाषा म्हणून बोलणारी एक टोळी होती, म्हणूनच त्यांनी हे केले. व्हीलराइट नेटवर्क आता वाहने, इंधन, वेष, रेडिओ आणि इतर साधनांनी सज्ज होत होते. रेमंड एस्कोलिअर यांनी लिहिले की जॉर्ज, थिओ लेवी आणि काही गॅस्कॉन्स लोकांनी कॅस्टेलॅनाऊचे शस्त्रागारात रूपांतर केले. कॅस्टेलनाऊच्या जुन्या स्क्वेअर डुन-जिओनमधील खजिन्याची पाहणी करताना त्याला वाटले असेल की जर या गतीने पॅराशूट्स येत गेली तर बरेच काही करण्यास हे पुरेसे आहे. होय, परंतु ते काय करू शकतात? राजकारण नाही! युद्धाशिवाय काहीच नाही.

शस्त्रास्त्रांची गरज असलेला एक प्रतिकारक नेता कलॉड जोसेफ मॉरिस पॅरिसोट हा होता. तो फ्रेंच लष्कराचा माजी अधिकारी होता. कॅप्टन पॅरिसोटचे कोडनेम कॅलोऊ किंवा स्टोन होते. त्याने जवळपास एक हजार प्रतिकारक ऑर्गनायझेशन डी रेझिस्टेशन डी आर्मी अर्थात ओआरएच्या बॅनरखाली एकत्र आणले होते. त्यात काही लष्करी अधिकारी होते जे जर्मन लोकांना हद्दपार करण्याचा प्रयत्न करत होते आणि चार्ल्स डी गॉले यांना उत्तर देत नव्हते. पॅरिसोटचा तळ कॅस्टेलॅनापासून साठ मैलांच्या अंतरावर असलेल्या पंजस गावात होता. एस्कोलिअरच्या शब्दांत पॅरिसोट एक उंच आणि देखणा कृषिशास्त्रज्ञ होता. गडद केस आणि बारीक कापलेल्या मिश्या असलेला पॅरिसोट एक कडवा कॅथोलिक होता पण तो मुक्त विचार मानणाराही होता. तो प्रमुख माणसांपैकी एक होता. त्याचे वडील प्राचीन इतिहासाचे

प्राध्यापक होते आणि आई अल्जेरियातील फ्रेंच वसाहतवादी होती. पहिल्या महायुद्धात त्याने आपल्या मोठ्या भावाच्या मागे सैन्यात प्रवेश केला आणि लेफ्टनंट झाला. त्याने युद्धानंतर शेतीचा अभ्यास केला आणि १९३८ पर्यंत कृषी मंत्रालयात काम केले. नंतर तो कॅप्टन म्हणून सैन्यात गेला. सैन्यदलाने त्याला कोर्सिकाला पाठवले. मे १९४० मध्ये जेव्हा जर्मनीने उत्तर फ्रान्सवर आक्रमण केले तेव्हा त्याने फ्रंटवर बदली देण्याची मागणी केली. त्याऐवजी त्याच्या वरिष्ठांनी त्याला अल्जेरियात पाठवले. पेताँ यांनी जेव्हा जर्मनीशी युद्धबंदीची घोषणा केली तेव्हा पॅरिसोटने तेथून रेमंड एस्कोलिअरला लिहिले की मी या बदनामीत सामील होण्यास नकार देतो. ३ जुलै, १९४० रोजी अल्जेरियाच्या मेर्स अल-केबीर येथे ब्रिटनने फ्रेंच ताफ्यावर बॉम्बबंदी होईपर्यंत लंडनमध्ये डी गॉलेच्या फ्री फ्रेंचमध्ये सामील होण्याची योजना आखली. ब्रिटनचे उद्दीष्ट जर्मनीला फ्रेंच युद्धनौका वापरण्यापासून रोखणे होते. पॅरिसोट आणि इतर फ्रेंच अधिकाऱ्यांनी याचा निषेध केला, कारण त्यांच्या बाराशेपेक्षा जास्त साथीदारांना ठार मारले गेले होते.

पॅरिसोटने सैन्य सोडले आणि नैर्ऋत्येकडील वाइन प्रदेशातील शेताचे व्यवस्थापन करण्यासाठी तो फ्रान्सला परतला. जर्मनीने व्हिशीच्या फ्री झोनवर कब्जा केला आणि तिथल्या सैन्यावर बंदी घालून ते पूर्णपणे विस्कळीत केले. पॅरिसोट, दुसऱ्या ड्रॅगन्सचा कॅप्टन मॉरिस मौरैवू, कॅप्टन हेन्री मोनेट आणि अबेल सेम्पे नावाचा आर्माग्नॅक दारूचा निर्माता यांनी भूमिगत गट तयार केला. त्याला त्यांनी आर्माग्नॅक बटालियन असे नाव दिले. त्यांनी व्हिशीच्या सक्तीच्या कामगार सेवेसाठी जर्मनीला जाण्यास नकार दिला होता आणि भूमिगत राहण्याशिवाय दुसरा मार्ग नव्हता. रेमंड एस्कोलिअर यांनी लिहिले की स्वयंसेवकांमध्ये फलेंडर्स, बेल्जियम आणि अल्साटियन प्रतिकारी लोक होते ज्यांना सेंट-जीओ येथे आश्रय मिळाला होता. सेंट-जीओ कॅस्टेलनाऊ-सूर -ऑविग्नॉनच्या दक्षिणेस सुमारे चाळीस मैलांवरचे एक लहानसे गाव होते. पॅरिसॉटच्या आर्माग्नॅक बटालियनचा एसओईशी संबंध नव्हता त्यामुळे त्यांना ब्रिटिश शस्त्रे मिळाली नाहीत.

जॉर्जच्या शस्त्रास्त्रांच्या एका ड्रॉप साइटवर सेंट-जीओजवळ थांबलेला असताना थिओ लेवीची मॉरिस पोन्सेलेट नावाच्या चित्रकाराची भेट झाली. पोन्सेलेटने त्याला विचारले की कॅलोऊसाठी शस्त्रे का नाहीत? कॅलोऊ कोण आहे याची लेवीला कल्पना नव्हती. पोन्सेलेटने सांगितले की, कॅप्टन पॅरिसोट, कॅलोऊ नैर्ऋत्येला सर्वांत मोठी संघटना चालवत आहेत. लेवी जॉर्जच्या विश्वासातील होता. त्याने पोन्सेलेटला मी प्रमुखांना विचारून कळवतो असे सांगितले. काही रात्री नंतर शस्त्रांच्या दुसऱ्या ड्रॉपसाठी गेल्यावर पोन्सेलेटने लेवीला उत्तर विचारले. लेवीने सांगितले की त्याचा बॉस तो ओळखत नसलेल्या लोकांवर विश्वास ठेवत नाही.

पण पोन्सेलेटने त्याचा पिच्छा सोडला नाही. लेवीने तो पुन्हा विचारेल असे सांगितले. लेवीने सरळ सांगितले की शस्त्रे राजकीय कारणांसाठी वापरायची नाहीत. ती फक्त जर्मनांविरुद्ध वापरण्यासाठी आहेत. पोन्सेलेटने खात्री दिली की कॅलोऊपेक्षा मोठा फ्रेंच कोणीच नाही.

त्या संध्याकाळी लेवीने जॉर्जला पॅरिसॉट आणि त्याच्या प्रतिष्ठेबद्दल सांगितले. जॉर्ज म्हणाला, 'मग ठीक आहे. आपण त्याला पॅराशूटने काही शस्त्रे देऊ पण मला त्याला भेटायचे नाही.' एस्कोलिअर यांनी लिहिले आहे की धार्मिक पॅरिसॉट प्रार्थना करीत होता की शस्त्रे आकाशातून पडतील आणि प्रत्यक्षात ते घडले. आरएएफने नऊ एप्रिलच्या रात्री पॅरिसॉटच्या माणसांसाठी सेंट-जीओजवळील पहिला पुरवठा ड्रॉप केला.

जॉर्जला कसलाही इशारा न देता, लेवी पॅरिसॉटला घेऊन सहा दिवसांनी जॉर्जच्या त्याच्या कंडोम येथील सेफ हाउसमध्ये घेऊन आला. या इमारतीला तीन बाहेर पडण्याचे मार्ग होते आणि ती जॉर्जच्या एका प्रतिकारी सहकाऱ्याची होती. जॉर्जशी पॅरिसॉटची ओळख करून दिल्यानंतर लेवी आपल्या प्रमुखाच्या संतापाला तोंड देण्याऐवजी गायब झाला.

जॉर्जने सांगितले की पॅरिसॉट ठीक आहे, हे ठरवण्यासाठी मला बराच काळ लागला. देवाच्या कृपेने, त्वरित आमची मते जुळली. आम्ही एकाच विचाराची दोन माणसे होतो. जॉर्जने लंडनला पॅरिसॉटला अधिक शस्त्रे पाठविण्याची सूचना केली आणि आरएएफने एका रात्रीत तब्बल तीन शस्त्र पुरवठे त्याच्याकडे सोडले.

धर्मोपदेशक अबे टेल्स याच्यामुळे पंजस येथे मोठ्या प्रमाणात प्रतिकारी लोकांचे केंद्र पॅरिसॉट बनवू शकला होता. त्या कडक पाद्र्याने व्यासपीठावरून घोषणा करून शत्रूशी सर्व प्रकारची तडजोड नाकारली होती. विचारांचे स्वातंत्र्य सीमा ओलांडते आणि हुकुमशहाचा हुकूमही ते बदलू शकत नाही. अशी गर्जना करणाऱ्या अबे टेल्सच्या गोष्टींची तुलना तिखट मिरच्यांशी केली गेली.

> जॉर्जला वाटले की अबेचा त्याच्याशी काहीतरी ऋणानुबंध असावा. हा धर्मोपदेशक आनंदी वृत्तीचा होता आणि जर्मनांविरुद्ध कोणाशीही किंवा कशाशीही लढायला सज्ज होता. त्याला कैदी म्हणून नेण्यात आले आणि तो पोलंडमध्ये पळून गेला,पुन्हा पळाला, आणि पंजसमध्ये राहू लागला. तो प्रतिकाराचे जणू पूर्ण रूप होता. तो त्याच्या पोशाखाखाली एक रिव्हॉल्व्हर ठेवत असे. तो एक चांगला ख्रिश्चन आणि चांगला माणूस होता. तो चांगल्या गोष्टी सांगे, चांगले पेय घेत असे, जीव ओतून लढत असे आणि प्रार्थनाही जीव ओतून करत असे.

एगलीज डी सेंट-लॉरेन्टच्या वेदीखाली अनेक एसओई शस्त्रे आणि स्फोटके लपवायला अबेची काहीच हरकत नव्हती. त्याने एका प्रतिकार गटाला ग्रुपे डी सेंट लॉरेन्ट असे नाव दिले आणि सांगितले की आम्ही सगळे चर्चच्या खजिन्याचे पहारेकरी आहोत. सेंट लॉरेन्सने आपली जमीन वाचवण्यासाठी जसे स्वतःला पणाला लावले तसे आम्हीही करू. जवळच्या बलेझिएर्ट गावातील अबे बोए या पाद्र्यापेक्षा जॉर्जचा अबेवर जास्त विश्वास होता. तो फार बडबड करत असे. अबे बोएच्या निष्ठेबद्दल कधीही शंका नव्हती, फक्त त्याचे दूरदर्शित्व कमी पडत असे. जर्मन लोकांचा निषेध करणारे त्याचे प्रवचन त्याची तीव्रता आणि जास्त लांबीसाठी परिचित होते.

त्याला ओळखणारी एक महिला सांगत असे की तो सायकलवरून ग्रामीण भागात वेगाने फिरत असे. त्याचे कपडे उडत असत आणि त्याचे बूट मी आतापर्यंत पाहिलेले सर्वांत घाणेरडे आणि झिजलेले बूट होते. जॉर्जजवळ आता पैसे होते पण ब्लॉच गेल्याने मदतीला कोणी नव्हते.

**त्या**तच एका गद्दाराने राबिनोविचची माहिती दिली तेव्हा जॉर्जचा शस्त्रांचा प्रवाह अचानक थांबला. एसओई मेमोत म्हटले होते की अखेरीस राबिनोविच इतका वाईट समजला गेला की त्याला इंग्लंडला परत जाण्याची सूचना देण्यात आली. त्याने अनिच्छेने पळ काढला आणि जून १९४३ मध्ये फ्रान्स सोडला. रॉबिनोविच एफ-सेक्शन एजन्टसह स्पेनला तेथून पळून गेला आणि जिथे ब्रिटिशांशी इंग्लंडला परत जाण्याची बोलणी होईपर्यंत स्पेनच्या अधिकाऱ्यांनी त्यांना घेरून ठेवले.

जॉर्जने लंडनशी संपर्क साधला. त्याला वाटले की कदाचित त्याची फाईल दुर्लक्षित राहिली असेल. त्याने कळवले की संदेशाची सगळी साधने कापली गेली आहेत. त्याने एक रेडिओ ऑपरेटर, दहा लाख फ्रँक आणि डेनिस ब्लॉच आणि मॉरिस ड्युपॉन्टच्या परतण्याची विनंती केली.

**जॉ**र्ज डी-डे ची तयारी करण्याच्या त्याच्या प्राथमिक उद्देशापासून दूर गेला होता आणि त्यामुळे तो अधीर आणि अस्वस्थ होत होता. त्याचा तोडफोड तज्ज्ञ लेफ्टनंट चार्ल्स डचलार्ड याने जॉर्ज आणि रौनेऊ यांना कोणतीही साथ दिली नाही, अशी तक्रार एसओईकडे केली होती. लंडनने त्याला जॉर्जसाठी दिलेल्या एक लाख फ्रँकपैकी एक तृतीयांश डचलार्डने स्वत: च्या मॅस्से आणि इतरत्र प्रवास करण्यासाठी

खर्च केले होते. रौनेऊ काय चालले आहे ते तपासण्यासाठी गेला. ड्युचार्डच्या काही सहकाऱ्यांना शोधल्यानंतर आणि बोलल्यावर त्याने असा निष्कर्ष काढला की डचलार्ड अविवेकी झाला आहे आणि तो अनुचित लोकांच्या संपर्कात आहे. जॉर्जशी प्रत्यक्ष संवाद साधण्यासाठी रौनेऊने दक्षिणेकडील प्रवास केला. रौनेऊच्या निरीक्षणाशी सहमती दर्शवत जॉर्जने आपला कुरिअर बर्नमधील एसओई स्टेशनवर पाठविला आणि कळवले की कृपया डचलार्डला या प्रदेशात जास्त काळ राहू देऊ नका. लंडनने डचलार्डला इंग्लंडला परत जाण्याचा आदेश देऊन हे प्रकरण मिटवले. ल्यूक-हरमेऊ या लोअर पायरेनियनच्या गावाजवळ रौनेऊने डचलार्डची भेट घेतली आणि सुरक्षिततेच्या उल्लंघनाबद्दल त्यांना व्याख्यान दिले आणि लंडनला तो फ्रान्सबाहेर हवा असल्याचे सांगितले. रौनेऊने डचलार्डला मोजेर द नेस्त येथे त्याच्या ताब्यात असलेल्या ठिकाणी पाठवले. जोपर्यंत जॉर्ज त्याची इंग्लंडला परत जाण्याची व्यवस्था करत नाही तोपर्यंत राहण्यासाठी एका प्रतिरोध करणाऱ्या कुटुंबाने त्याला खोली दिली.

**फ्रा**न्सच्या बाहेरच्या घटनांमुळे देशाची मुक्ती जवळ येत होती. १२ मे रोजी मित्र-राष्ट्रांनी जर्मन, इटालियन आणि इतर अक्ष राष्ट्रांचे २५०,००० सैनिक ताब्यात घेऊन उत्तर आफ्रिकेवरचा विजय पूर्ण केला. सुएझ कालव्यामार्गे मित्र-राष्ट्रांचा मार्ग सुरक्षित होता आणि भूमध्य समुद्राला ॲक्सिस सरोवरात बदलण्याची संधी जर्मनीने गमावली होती.

मित्रराष्ट्रांची पुढची पायरी म्हणजे युरोपवरील आक्रमण होते. लष्करी कमांडर्सनी बकमास्टरला विश्वास ठेवण्यास प्रवृत्त केले की ही त्याची संधी होती. त्यांनी लिहिले की १९४३ च्या मध्यात आम्हाला एक गुप्त संदेश मिळाला की डी-डे आपल्या कल्पनेपेक्षा जवळ असू शकेल. हा संदेश आमच्यासह कितीतरी स्तरांवर आंतरराष्ट्रीय राजकारणाशी जोडला गेला होता आणि आम्ही अर्थातच त्यावर शंका न घेता त्यावर कृती केली होती.

फ्रेंच हल्ल्याची घटना जवळ आली आहे असे समजून मानून बकमास्टरने जॉर्जला नैर्ऋत्येकडे विमानाच्या लँडिंग पट्ट्या तयार करण्याचे आदेश दिले. हजारो मित्रसैनिक, जिपा, इतर वाहने, शस्त्रे आणि इतर वस्तू पुरवण्यासाठी मालवाहू विमानासाठी मोठ्या मोकळ्या जागा असणे डी डे च्या वेळी गरजेचे होते. हा एक मोठा उपक्रम प्रतिकार करणाऱ्यांचे मनोबल वाढवणारा होता. जॉर्जने जेरमध्ये ऑपरेशन आयोजित केले, तर गुन्झबॉर्ग आणि त्याच्या माणसांनी गारॉन नदीच्या उत्तरेस झाडे तोडून हल्ल्याच्या सुरवातीला येणारे सैन्य, हलक्या टँक, जीप, मोठ्या

प्रमाणातली हलकी शस्त्रे उतरवण्यासाठी जागा तयार केल्या.

त्यांनी टेलिफोनचे खांब आणि रस्ते नष्ट करण्याच्या तसेच आक्रमक मित्र राष्ट्रांना गुप्त माहिती तसेच साहाय्यक आणि मार्गदर्शक पुरवण्याच्या योजनांवर मोठे काम केले. गुन्झबॉर्गने लिहिले की जेव्हा लँडिंग फील्ड्स तयार झाले तेव्हा अलाइड हेड क्वार्टरने या लँडिंग साइट्सचा वापर न करण्याचा निर्णय घेतला. ज्याने विश्वासाने आश्वासने दिली होती, त्यांच्यासाठी यामुळे अडचणी निर्माण झाल्या. उजव्या विचारांच्या आणि आता डाव्या विचारांच्या लोकांनी इलॅरच्या संघटनेवर जोरदार हल्ला चढवला. त्यांनी त्याच्याविरोधात जनमत भडकवण्याचा प्रयत्न केला की कारवाई लवकरच सुरू झाली आहे, असे सांगून जनतेची भीती वाढविण्याचा प्रयत्न केला गेला आणि हे सर्व सापळे होते. स्वाभाविकच, काही दिवसांनंतर या साइट्स सोडून देण्यात आल्या.

फ्रान्समध्ये क्रॉस-चॅनेल लँडिंगसाठी अमेरिकन लोक सर्व बाजूंनी युक्तिवाद करत होते. पहिल्या महायुद्धात फ्रान्समध्ये खंदक युद्धाच्या कडू आठवणी असलेल्या ब्रिटिशांनी याचा प्रतिकार केला. पंतप्रधान चर्चिल प्रथम इटलीवर आक्रमण करण्यासाठी कॅसाबलांका परिषदेत हे प्रकरण घडले होते, परंतु सैन्य दलाचे प्रमुख जनरल जॉर्ज मार्शल यांच्यासह अमेरिकन वरिष्ठ अधिकाऱ्यांचा असा विश्वास होता की फ्रान्सच्या माध्यमातून जर्मनीत युद्ध नेण्याच्या मुख्य उद्देशाने इटली संसाधने लुटेल. तथापि, मे महिन्यात वॉशिंग्टन येथे रुझवेल्ट आणि चर्चिल यांच्यात झालेल्या बैठकीत नेत्यांनी पुष्टी केली की त्यांनी इटलीवर हल्ला चढविला जाईल आणि १ मे, १९४४ पर्यंत फ्रेंच लँडिंग बंद ठेवले जाईल. ही तारीख युद्धाच्या अत्यंत संरक्षित रहस्यांपैकी एक बनली.

अकाली डी-डे योजनेमुळे एफ-सेक्शनच्या फील्ड आयोजकांच्या कामात बदल झाला. तोपर्यंत एसओईने जर्मनीच्या आर्थिक पायाभूत सुविधांना आणि युद्ध-क्षमता क्षीण करण्याच्या आणि जर्मनीला पांगळे बनवण्याच्या योजनेबाबत आर्थिक युद्धमंत्र्यांना माहिती दिली होती. अमेरिकेने आणि ब्रिटन हिटलरच्या सुरक्षित युरोपवर हल्ला करतील तेव्हा जर्मनीचे संदेशवहन तोडण्याचे आणि जर्मन सैन्याला विचलित करण्याचे काम मित्रराष्ट्रांच्या एका सैनिकी गटाने करायचे अशी कूटनीती ठरली.

जुलै १९४३ पर्यंत एसओईने नमूद केले की जॉर्जच्या व्हीलराइटने रेल्वे नष्ट करण्यासाठी अठ्ठावीस संघ आणि गनिमी कारवायांसाठी बाराशे माणसांचे सैन्य गट बनवले होते. त्याच्या कामकाजाचा विस्तार वाढविताना जॉर्ज म्हणाला की साउथ डोर्डोग्ने, लॉट-एट-गारॉन, जेर, लॉन्द लिब्रे, गिरोनडे लिब्रे, हौटे-प्युरनिस, बास-पायरेनिस लिब्रे, हौट गारॉनचा अर्धा भाग आणि टार्न-एट-गारॉनचा भाग प्रत्यक्षात, पण बहुतेक नैर्ऋत्य फ्रान्स येथे काम जास्त वाढणार आहे. मित्रपक्षांनी आक्रमण

करतील तेव्हा गनिमी सैनिकांना वापरण्यासाठी शस्त्रे गोळा करणे याला व्हीलराइटचे प्राधान्य होते. त्या वेळी जर्मन एसओईच्या रेझिस्टन्स सर्किट्समध्ये घुसखोरी करण्यात अधिक कार्यक्षम होत होते आणि अर्थातच त्या वेळी अधिक प्रतिकारक आणि ऑपरेशन्सच्या विस्तृत क्षेत्राला अधिक धोके होते.

७

# अटका आणि आगमने

*युद्ध हे अचूक विज्ञान नाही.*

मॉरिस बकमास्टर

जॉन स्टार त्याच्या सासू-सासऱ्यांना नॉर्मंडीला भेटून बरगंडीला अगदी वेळेत त्याचा एसओई सहकारी एजन्ट हॅरी री याला संकेतस्थळी भेटण्यासाठी पोचला. माध्यमिक शाळेत भाषा शिक्षक म्हणून काम केलेला हॅरी री मागील एप्रिलमध्ये पूर्व फ्रान्समध्ये पॅराशूटने पोचला होता आणि स्फोटकांच्या बाबतीत असलेल्या त्याच्या कौशल्यामुळे तो एसओईच्या सर्वांत निपुण विध्वंस करणाऱ्यांपैकी एक ठरला होता. रीने जॉनची पियरे मार्टिन नावाच्या डोलेच्या एका प्रतिकारकाशी ओळख करून दिली. रीने सांगितले की मार्टिन हा एक आनंदी वृत्तीचा पूर्वीचा गॅरेज सांभाळणारा माणूस होता. तो खूप उत्साही होता आणि हातात घेतलेले काम तो नीट पार पाडत असे. मार्टिन जॉनला मदत करण्यासाठी एक आदर्श सहकारी होता. त्याच्याकडे एक कार आणि ती चालू ठेवण्यासाठी इंधनही होते. नंतर रीने कबूल केले की या सर्व गोष्टींमुळे मला संशय यायलाच हवा होता. त्याने पुढे म्हटले की मी बॉबला, अर्थात जॉन स्टारला मार्टिनवर संशय असल्याचे सांगितले पण तो मार्टिन वाईट असेल यावर विश्वास ठेवण्यास तयार नव्हता. जॉनच्या मते मार्टिनने संघटनेच्या सामग्रीसाठी वाहतूक पुरविण्याचे अत्यंत चांगले काम केले होते.

पण नंतर काही काळानंतर जॉनलाही मार्टिनची शंका यायला सुरुवात झाली.

त्याला असे दिसून आले की मार्टिन जरा जास्तच सेवा देऊन आपली कामे पार पाडत आहे. मार्टिनने जॉन आणि रेडिओ ऑपरेटर यंगला सेंट-अमॉर-बेलव्ह्यूच्या मध्ययुगीन शातोमध्ये कलेरमोंट-फेरेंडपासून काही तासांच्या अंतरापर्यंत असलेल्या लपण्याच्या नवीन ठिकाणी नेले. जॉन नव्या लोकांची भरती करण्यासाठी, पॅराशूटसाठी ड्रॉप साइट्स शोधण्यासाठी आणि तोडफोडीची लक्ष्ये शोधण्यासाठी ग्रामीण भागात फिरत राहिला आणि त्याच्या उच्चारांनी घात करू नये म्हणून यंग सेंट-अमॉरमध्ये नजरेआड राहिला.

१६ जून रोजी एफ-सेक्शनने जॉनला नवीन कुरिअर पाठविली, स्क्वाड्रन ऑफिसर डायना रोवडन, कोडनेम पॉलेट. ती पश्चिम फ्रान्समधील ल माँ जवळ लिसंदर लाइट एअर-क्राफ्टमध्ये  इतर दोन महिला एजन्टांसह खाली उतरली. अठ्ठावीस वर्षीय डायना रोवडन ही ब्रिटिश आर्मी अधिकाऱ्याची मुलगी होती. ती दक्षिण फ्रान्समध्ये मोठी झाली होती आणि विशिष्ट ढब नसलेल्या उच्चारात भाषा बोलू शकत होती. १९४० च्या जर्मन आक्रमणात रेडक्रॉस स्वयंसेवक म्हणून ती वाचली होती. तिच्या येण्यामुळे जॉनची एसओईची टीम पूर्ण झाली.

ज्युरा आणि बरगंडीमधील जॉनच्या प्रयत्नांनी जेरमध्ये त्याच्या भावाच्या कामाचेच प्रतिबिंबित्व केले. सेल्सची स्थापना करणे, पॅराशूट्सची व्यवस्था करणे आणि एका अहवालात असे लिहिले आहे की डिजॉनजवळ त्याने तोडफोड ऑपरेशन केले. रोवडनने जॉनच्या एक्रोबॅट सर्किटचे संदेश मॅस्से आणि पॅरिसपर्यंत पोचवले. यंगने सँतामुरमधून रेडिओने संदेशांची देवाणघेवाण केली.

जॉनने ज्युरा आणि बरगंडीमध्ये एक्रोबॅट सर्किटचा विस्तार वाढविला. फ्रान्सच्या मित्रराष्ट्रांच्या हल्ल्यादरम्यान तैनात राहण्यासाठी त्याने सशस्त्र केलेले आणि प्रशिक्षण दिलेले स्वयंसेवक गॅस्कोनीमधील जॉर्जच्या माणसांसारखेच होते. तथापि, जॉन किंवा जॉर्ज दोघांनाही ठाऊक नव्हते की जर्मनीतील असुरक्षित सहयोगी, मुसोलिनीच्या इटलीमधून सिसिलीला घेण्यासाठी मित्रराष्ट्रांच्या कमांडर्सनी फ्रेंच आक्रमण पुढे ढकलले आहे.

१० जुलै १९४३ रोजी सकाळी ४.४५ वाजता, इतिहासातील सर्वांत मोठी स्वारी सिसिलियन किनाऱ्यावर आदळली. यू.एस. आर्मी जनरल ड्वाइट डी. आयझेनहॉवरच्या कमांडखाली एक लाख सतरा हजारहून अधिक अमेरिकन, ब्रिटिश आणि कॅनेडियन सैनिक समुद्र किनाऱ्यावर आले आणि ते आतल्या भागांत घुसले. ही मोहीम मात्र धक्का देण्याशिवाय दुसरे काही नव्हती. जर्मन लोकांनी इटालियन लोकांना बलवान केले आणि बचावासाठी जोरदार प्रयत्न केले. मित्रराष्ट्रांनी त्यांना मागे ढकलले, परंतु बहुतेक जर्मन आणि इटालियन सैन्याने इटालियन मुख्य भूमीकडे जाण्याचा अखंड प्रयत्न करून विनाश किंवा पकडले जाणे टाळले. लष्करी

विशलेषकांनी नमूद केले की ऑपरेशन हस्कीमुळे नेतृत्व, सिद्धान्त, प्रशिक्षण, उपकरणे आणि कमांड ॲण्ड कंट्रोल मधील उणिवा समोर आल्या. फ्रान्सवर मोठ्या प्रमाणात आक्रमण यशस्वी झाले तर मित्रपक्षांना सिसिलीतील चुकांमधून शिकावे लागले.

१८ जुलै रोजी जॉन आणि मार्टिन डिजॉनमध्ये जेवणासाठी एकत्र आले. ते जवळजवळ तीस मैलांवर असलेल्या डोलला गेले, पण मार्टिनचा ट्रक बरगंडीच्या ग्रामीण भागात शिरताच त्यांचा रस्ता अडवला गेला. शुट्झ-स्टाफेल अर्थात एसएसच्या सैन्याने त्यांना ट्रकमधून बाहेर पडण्याचा हुकूम दिला आणि त्यांची ओळखपत्रे मागितली. नंतर त्यांना पस्तीस हजार फ्रँक कसे आणि कशासाठी आहेत हे विचारले. एसएस सुरक्षा विभागाच्या एजन्ट्सनी या दोघांना ताब्यात घेतले. त्यांना एकत्र हातकड्या घातल्या आणि डिजोन येथील मुख्यालयात आणले. मग एक वेगळीच गोष्ट घडली. मुख्यालयात एसएस माणसांनी जॉनला त्यांनी मार्टिनबद्दल दूरध्वनीवर बोलताना ऐकू दिले. ते परत आले आणि त्यांनी सांगितले की स्थानिक पोलिसांनी मार्टिनच्या ओळखीची पुष्टी केली आणि तो निघण्यास मोकळा आहे. पण जॉनच्या पेपर्समधून तो पॅरिसमध्ये राहत होता हे दिसत होते. जॉनने सांगितले की त्यांनी पॅरिसला फोन करणे अशक्य होते आणि मला तुरुंगात जावे लागले. मला जाणवले की मार्टिनने मला धोका दिला होता. या फसवणुकीची जाणीव होताच मी सिगारेट ओढण्याची करण्याची परवानगी मागितली, कारण माझ्या सर्व नोटा आणि संदेश सिगारेटमध्ये होते, जे मी त्याच हेतूसाठी ठेवले होते.

फ्रेंच डबल एजन्टने मला प्रतिकारक आणि दहशतवादी म्हणून गेस्टापोंना विकले. त्यानेच मला एसएस आणि गेस्टापो एजन्ट्सच्या पूर्वनियोजित रोडब्लॉकमध्ये नेले होते.

पोलीस व्हॅन जॉनला डिजॉनच्या वेहरमॅट कारागृहात घेऊन गेली. पुरातन दरवाजातून अंगणात जाताना जॉनने यंग आणि डायना रोवडन यांना संकेत देण्याची संधी मिळवली. मार्टिनने त्याचा विश्वासघात केला होता. एसओईने नोंद केली की जेव्हा वाहन थांबले तेव्हा जॉन बाहेर आला आणि त्याने बसून अंग ताठरल्याचे सांगितले आणि बेसावध पोलिसांना चुकवत तो वेगाने धावत गेटच्या बाहेर पडला. एसएसच्या माणसांनी गोळीबार केला. एक गोळी त्याच्या डाव्या मांडीत घुसली. तो रक्ताच्या थारोळ्यात तसाच धावत एका शेजारच्या रस्त्यावर पळाला. एसएसच्या लोकांनी पुन्हा गोळी झाडली आणि त्याचा डावा पाय जखमी झाला. जॉनने सांगितले, 'मी तसाच पुढच्या रस्त्यावर पळतच गेलो. तिथे परत एकाच टोकाला उघडणारी गल्ली होती. मी शेवटी तिसऱ्या वळणात प्रवेश केला आणि पुन्हा डावीकडे वळायला लागलो. पण रक्त कमी झाल्याने माझी शक्ती गेली आणि मला

पुन्हा ताब्यात घेण्यात आले.' त्याने आशा केली की ज्यांनी त्याला पाहिले आणि शूटिंग ऐकले असे शेजारी प्रतिकारकांना इशारा देतील, जेणेकरून यंग आणि रोवडन अटक होणे टाळतील आणि एक्रोबॅट सर्किट जिवंत ठेवू शकतील. त्याचा हेतू साध्य झाला, कारण थोड्या वेळाने बीबीसीने फ्रान्समध्ये प्रसारित केले की 'बॉब इस्पितळात संसर्गजन्य रोगाने आजारी आहे. त्याच्याशी संपर्क साधू नका.'

एसएसच्या लोकांनी त्याला त्याच्या दोन्ही जखमांतून रक्त वाहत असताना, त्याला तसेच ओढत तुरुंगात नेले.

जॉनने लिहिले की एक गोळी माझ्या डाव्या मांडीवरून नितंबापासून गुडघ्यापर्यंत गेली. मला एकांतवासातील कोठडीत टाकण्यात आले. कारागृहातील डॉक्टरांनी एक खडबडीत मलमपट्टी केली आणि त्याला एका लाकडी फळकुटाला बांधून टाकले. दोन तासांनंतर चौकशी करणाऱ्यांनी कोठडीत प्रवेश केला.

तो कोण होता आणि कोण त्याच्यासाठी काम करत आहे हे जाणून घेण्याची त्यांनी मागणी केली. त्याने उत्तर दिले नाही. तो जितका गप्प राहिला तितकी त्यांनी त्याला जास्त मारहाण केली. सतत तीन दिवस न थकता त्यांनी त्याला मारहाण केली आणि पुन:पुन्हा भिंतीवर फेकले. डॉक्टरने मांडीची जखम पुन्हा उघडली आणि वेदना तीव्र केली. तो सांगत राहिला की तो एक फ्रेंच व्यापारी आहे, परंतु जर्मन लोक त्याचे कुरिअर आणि रेडिओ ऑपरेटरबद्दलचे प्रश्न पुन:पुन्हा विचारत राहिले. आपली ठरवलेली रिझर्व्ह कव्हर स्टोरी म्हणून त्याने आपली कथा सांगितली. ज्यात असे स्पष्ट होते की 'युद्धाच्या आधी तो फ्रान्समध्ये राहिला होता (जे खरे होते), बीईएफ (ब्रिटिश मोहीम फोर्स) बाहेर पडल्यावर तो मागे राहिला होता (असत्य) आणि परिणामी त्याने पुन्हा नागरी जीवनात प्रवेश केला होता.'

इतर ब्रिटिश कैद्यांकडूनही तीच कहाणी ऐकली आहे असे सांगून जर्मन लोकांनी त्याच्यावर विश्वास ठेवला नाही. जॉनने सांगितले की मार्टिनच्या माध्यमातून त्यांना ज्ञात असलेली प्रत्येक गोष्ट मी कबूल केली, ज्यामुळे फक्त मला स्वतःला माहीत असलेला भाग मागे ठेवण्यास थोडा त्रास झाला. पण त्याचा छळ थांबला नाही.

तुरुंगवासाच्या पाचव्या दिवशी, एसएसने अधिक कडक चौकशीसाठी त्याला सुरक्षा कार्यालयात आणले. जेव्हा त्याची उत्तरे जर्मनांना 'समाधानकारक' वाटत नसत तेव्हा ते त्याच्या जखमी मांडीला बेदम मारहाण करत असत. त्याची मांडी म्हणजे फक्त पू आणि जखमांचा प्रचंड समूह झाला होता.

एके दिवशी जॉनच्या चौकशीकर्त्यांनी त्याला डेस्कवर ओपन डॉसियरसह चौकशी कक्षात एकटे सोडले. ब्रिटनमधील एसओई प्रशिक्षण स्कूलची यादी व ज्येष्ठ कर्मचाऱ्यांची नावे असलेली फाइल त्याने पाहावी अशी त्यांची इच्छा दिसत होती. जर्मन एसओईच्या बारीकसारीक माहितीपर्यंत घुसले होते पण कसे ते समजत

नव्हते. जेव्हा चौकशी करणारे परत आले तेव्हा त्यांनी जॉनकडे शिक्षकांच्या वर्णनाची मागणी केली. सुरुवातीला तो म्हणाला की हे शिक्षक सुमारे पाच फूट नऊ इंच उंच, सडपातळ आणि सावळे होते. मग तो पुढच्या आणि सगळ्यांच्या बाबतीत असेच सांगत गेला. त्याचे सर्व शिक्षक सुमारे पाच फूट नऊ इंच उंच, सडपातळ आणि सावळे होते.

चौकशी करणाऱ्यांनी संध्याकाळी त्याला सोडले आणि त्याला तुरुंगातील त्याच्या कोठडीत परत नेण्यात आले. दुसऱ्या दिवशी सकाळी त्याला पुन्हा सुरक्षा मुख्यालयात नेण्यात आले. जर्मन लोकांनी त्याला कॅप्टन राफर्टी आणि जोन्सची छायाचित्रे दाखवली, ज्यांना त्या उन्हाळ्याच्या सुरुवातीस पकडले होते. त्यांनी सगळ्यांची खरी नावे विचारली. जॉनने नकार दिला आणि मग त्याच्या जखमी मांडीचा अधिक छळ होऊ लागला. चौकशीकर्त्यांनी त्याला पुन्हा तुरुंगात पाठविले. तेथे रात्री एक डॉक्टर आणि अनेक वॉर्डन त्याच्या कोठडीत आले. त्यांनी त्याची पँट फाडली आणि त्याला खाली दाबून ठेवले, तर डॉक्टरांनी त्याच्या जखमेत स्टीलचा एक लांब दांडा जबरदस्तीने घुसवला. त्याच्या मांडीच्या दुसऱ्या बाजूने तो बाहेर आला, आणि जॉन बेशुद्ध पडला.

जर्मन लोकांनी त्याला फक्त ब्रेड आणि पाण्यावर एकांतवासात ठेवले होते. जखम धुऊन रक्ताने माखलेली पॅन्ट बदलणे किंवा दाढी करून तोंड धुणेही त्याला शक्य नव्हते. तिथे टॉयलेट पेपरही नव्हता. त्याच्या चिघळलेल्या जखमांमुळे त्याला तीव्र ताप आला. तरीही त्याच्या निग्रहामुळे एक फायदा झाला. त्याच्या साथीदारांना अदृश्य होण्यास वेळ मिळाला.

एसओईच्या अहवालात नमूद केले गेले की, तुरुंगाचा प्रमुख वेहरमॅट अधिकारी लेफ्टनंट होता. तो अगदी दररोज जॉनला बघायला यायचा. त्याला सर्वप्रथम लष्करी सलाम देऊन नंतर तो जॉनशी शेकहॅन्ड करत असे. एके रात्री वेहरमॅटच्या वैद्यकीय अधिकाऱ्याने जॉनच्या पट्ट्या बदलल्या आणि सिसिलीच्या युद्धाच्या प्रगतीबद्दल सांगितले, जिथे बहुतेक जर्मन आणि इटालियन सैन्य मेसिना सामुद्रधुनीहून माघार घेत होते.

काही दिवसांनंतर पहाटे तीन वाजता गार्डने जॉनला जागे केले. पाच आठवड्यांच्या कारावासात पहिल्यांदाच त्याने अंघोळ आणि दाढी केली. त्याचे कारण लवकरच स्पष्ट झाले. ते त्याला हलवत होते.

गुरुवारी, १६ ऑगस्ट,१९४३ रोजी रात्री मित्रपक्षांनी सिसिलीवर विजय मिळविताच जॉर्ज स्टारला बारा कंटेनर व शस्त्रांची दोन पॅकेजेस आणि इतर वस्तू मिळण्याची

अपेक्षा होती. लुईस लेवी आणि जॉर्जच्या इतर अनेक प्रतिकारकांनी ब्रिटिश विमानाने कंडोमच्या वायव्येस सुमारे वीस मैलांच्या भूमीत लॅन्ड्स विभागाकडे उड्डाण करताना पाहिले. ड्रॉप साइट आर्क्सच्या वस्तीजवळील एक मैदान होते. विमान आतला माल बाहेर फेकण्याच्या तयारीत असतानाच ते अचानकपणे आकाशातून कोसळले. जॉर्ज म्हणाला, तो वेड्या पोल्सचा खलाशी असलेला लँकेस्टर होता. विमान खरेतर हॅलिफॅक्स होते पण ते पुन्हा उड्डाण करण्यासाठी खूपच खराब झाले होते. जॉर्जच्या टीमने त्यांचे ट्रक अमूल्य इंधन सोडण्यासाठी पंखांखाली आणले. त्याच वेळी वैमानिकाने हे विमान जर्मनांसाठी सोडण्याऐवजी विमान उडवून देण्याची तयारी दाखवली. जॉर्ज म्हणाला, 'काही पोलिश कर्मचारी शाळेतल्या मुलांसारखे होते आणि त्यांनी विमानातले लाइफ राफ्ट बाहेर टाकले. ते खरोखर काम करतात का हे बघण्याची त्यांना उत्सुकता होती.' पेट्रोल काढणाऱ्या माणसांनी लाइफ राफ्टवरून हवेचा कडकडाट ऐकला आणि विमानाचे उड्डाण होणार आहे असा विचार करून ते पळून गेले. जॉर्जच्या समितीतले उरलेले लोक आणि पोलिश लोकांनी उबदार राहण्यासाठी आर्मांग्नॅक प्यायली. जॉर्ज म्हणाला, 'त्यांनी विमान उडवून दिल्यानंतर ते सर्व शत्रूंच्या हद्दीत ट्रकच्या ताफ्यात गेले होते आणि ते पोल्स मध्यरात्री मोठमोठ्याने गाणी गात होते. हा चमत्कार होता की कुणालाही पकडले नाही.'

विमान कोसळले तेव्हा मॉरिस रौनेऊ मिरमॉन्ट येथे ऑपरेशनला गेला होता. दुसऱ्या दिवशी सकाळी कॅस्टेलनाऊला आल्यावर जेनी रॉबर्टने याबद्दल सांगितले आणि ती म्हणाली की कंडोममध्ये लुई लेव्हीला त्याची लगेच गरज आहे. रौनेऊ ताबडतोब तिकडे गेला. लेवीने पोल लोकांना स्पेनला जाण्यासाठी ओळखपत्रे, रेशन बुक्स आणि नागरी कपडे मागितले. रौनेऊने आपले प्रतिकारक काम करण्यासाठी आजेनमध्ये ठेवले होते. मुद्रण कारखान्यातील जुन्या सहकाऱ्यांनी बनावट कागदपत्रे बनवली, तर इतर जणांनी जुन्या कपड्यांच्या साठ्यातून कपडे शोधून काढले.

जेव्हा जॉर्ज पोल लोकांना इंग्लंडला परत पाठवण्याचा मार्ग शोधत होता तेव्हा एका आकस्मिक संकटामुळे त्याचे लक्ष विचलित झाले. विमानातील शस्त्रे एका प्रतिकारकाच्या घरात लपवून ठेवण्यात आली होती. त्यातले एक शस्त्र चुकून उडाले आणि त्या प्रतिकारकाची बायको ठार झाली.

तिच्या मृत्यूबाबत अधिकाऱ्यांना समजावून सांगण्यात पूर्णपणे अक्षम असलेल्या जॉर्जने त्या प्रतिकारकाला स्पेनला पाठविले. ही भाषा बोलू न शकणाऱ्या पोलिश कर्मचाऱ्यांपेक्षा एका फ्रेंच व्यक्तीसाठी हा सोपा पर्याय होता. दरम्यान, पोलिसांनी महिलेच्या मारेकऱ्याला ताब्यात घेतले.

शुक्रवारी, २०ऑगस्ट १९४३ रोजी, रौनेऊने काही शस्त्रे मॉरिस जेकबच्या चाटेऊ डे ला कलॉटेला हलवली. त्या संध्याकाळी तो कॅस्टेलनाऊला परतला. तो

स्कूल हाउसमध्ये जात असताना बाहेर एक कार गतीने येऊन थांबली. अँटोईन मर्चेझ हा साथी प्रतिकारक उडी मारून कारबाहेर पडला आणि रौनेऊचे कोडनेम उच्चारत ओरडला, 'पट्कन ये अल्बर्ट. तुला आजेनला यावे लागेल. गोष्टी वाईट आहेत. जेरार्डला अटक झाली आहे.' जेरार्ड म्हणजे फर्नांड गौचर होता. जॉर्जचा गिरोनडेमधील वरिष्ठ एजन्ट, ज्यांची पत्नी आणि मुले कास्तेलनो-स्युर लोविन्यॉमध्ये राहत होती. आतापर्यंत जर्मनांनी पकडलेल्या इतर कुणापेक्षाही गौचरला जॉर्ज, व्हीलराइट आणि कॅस्टेलनाऊ यांच्याबद्दल अधिक माहिती होती. मर्चेझने रौनेऊला सांगितले की इलॅर,ज्याला तो नेहमी जॉर्ज म्हणत असे, आजेनमध्ये त्याची वाट पाहत होता.

रौनेऊने त्याचे आणि जीन रॉबर्टचे थोडे सामान पॅक करण्यासाठी वेळ मागितला, परंतु मर्चेझ म्हणाला की इलॅर रौनेऊला एकट्याला भेटू इच्छितो. रौनेऊने रॉबर्टला मागे ठेवण्यास नकार दिला.

रौनेऊने लिहिले की मी इलॅरचे कपाट रिकामें केले. प्रतिकारक गटासाठी पैसे दिल्याच्या नोंदी, लिऑन, टूलूस, आजेन, मॉंतेलिमार इत्यादी प्रवासासाठी लागणारे खर्च यासारख्या नोंदी असलेल्या एका नोंदवहीशिवाय तिथे काहीही आक्षेपार्ह नव्हते. मी ती वही माझ्याबरोबर घेतली. जेव्हा रौनेऊ महापौर लॅरिब्यूला भेटण्यासाठी बाहेर गेला, तेव्हा गौचरच्या पत्नीने त्याला रस्त्यावर थांबवले. आपण वस्ती सोडून जात असल्याचे त्याने सांगितले आणि म्हटले की तिने व मुलांनीही तिथून निघून जावे अशी तिच्या नवऱ्याची इच्छा आहे. 'पण काय होत आहे?' तिने गडबडून विचारले. रौनेऊने खोटेच सांगितले, 'वेगळे असे काहीही नाही, परंतु काही काळ तो गिरोनडे सोडून देईल असा संभव आहे. तू त्याच्या जवळ असावीस असे त्याला वाटते.' जेव्हा तिने विचारले की ते फार गंभीर आहे का, रौनेऊने पुन्हा सांगितले की नाही, वादळ संपताच आम्ही परत येऊ.

महापौर लॅरिब्यूंनी रौनेऊला आश्वस्त करून सांगितले, 'हा मार्ग ठीक आहे. कारण जर जर्मन्स येथे आले आणि आपल्यापैकी कोणाचीही चौकशी करू शकले नाहीत तर मला माहीत आहे की मी तुला ओळखतो हे सांगणे मला सोपे जाईल. शरणार्थी म्हणून आणि आणखी काहीच नाही.' दोघांनी हात मिळवले आणि रौनेऊ रॉबर्टबरोबर मर्चेझच्या कारमध्ये निघून गेला.

त्यादरम्यान जॉर्ज त्याच्या नेहमीच्या आजेनच्या सेफ हाउसमधून, जे गौचरला माहीत होते, त्याचा कुरिअर पियरे डफोइरच्या घरी गेला. रौनेऊ आणि रॉबर्ट अंधार पडल्यानंतर तिथे आले. जॉर्ज रॉबर्टला पाहून रौनेऊला म्हणाला, 'मी फक्त अल्बर्ट असे म्हणालो होतो. मॅडम डेलॅट्रे कॅस्टेलॅना तेथेच राहिल्या पाहिजेत.' रौनेऊने आपल्या प्रेयसीचा बचाव केला, 'तिलाही आपल्या इतर जणांइतकाच धोका आहे.

मी ठरवले की आपल्या सर्वांप्रमाणेच तिलाही आश्रयाची गरज आहे. समजले?' रौनेऊच्या मतानुसार जॉर्जने माघार घेतली आणि म्हणाला, 'ठीक आहे.'

गौचरच्या अटकेने सगळ्या संघटनेच्या अस्तित्वालाच धोका निर्माण झाला. ही सगळी वाईट गोष्ट सकाळी बीबीसीवर आलेल्या एका संदेशाने सुरू झाली होती. संदेश होता, जॅकलिनचा लाल आणि हिरवा पोशाख आहे. याचा अर्थ एसओई अखेर जॉर्जला वायरलेस ऑपरेटर पाठवत होता. गौचरला वाटले की वायरलेस ऑपरेटरला उतरल्यावर रेडिओची गरज भासेल. जॉर्जने रौनेऊला सांगितले की 'मंगळवारी ला रेओलमध्ये मला जेरार्ड भेटला. त्याने काही आठवड्यांपूर्वी रेडिओ आणला होता. मला ते आवडले नव्हते कारण मी त्याला तसे करण्याची कोणतीही आज्ञा दिली नव्हती आणि मला ला रिओल मधील रेडिओ नको होते. मी त्याला आजेनला येण्याचा आदेश दिला. रौनेऊला आठवले की जॉर्जच्या आधी गौचरला त्याने पाहिले होते. गौचरने सांगितले होते की आपण नवीन ऑपरेटरसाठी रेडिओ आणत आहोत. रौनेऊने इलॅरने असे काही सांगितलेले नाही, असे सांगून त्याला थांबवण्याचा प्रयत्न केला. त्याने विचारले की तेथे कुठल्या रेडिओची गरज होती का? गौचरला वेळीच थांबवले नाही म्हणून त्याने स्वतः ला दोष दिला. मी माझ्या हाताने माझ्या मित्राचे नुकसान केले, अशी खंत रौनेऊला डाचत राहिली.

त्या दिवशी दोन वाजता गौचर तो रेडिओ ला रेओलच्या रेल्वे डेपोवर ठेवण्यासाठी गेला कारण आजेनला जाणारी रेल्वे सहा वाजता होती. तो स्टेशनकडे जात होता, जॉर्ज म्हणाला, आणि ते खूप गरम होत होते म्हणून त्याने जाकीट घातलेले नव्हते आणि त्यामुळे कागदपत्रेही जवळ नव्हती. मी त्याच्या मागे शंभर मीटर अंतरावर होतो. काळा बाजार करणाऱ्या विक्रेत्यांचा शोध घेणाऱ्या जर्मन सैनिकाने गौचरला आपला ब्रीफकेस उघडण्याचा आदेश दिला. त्याने नकार दिला आणि त्यांनी त्याला आपल्या मुख्यालयात नेले.

त्याला वाटले की तो योग्य काम करीत आहे पण ते माझ्या आदेशाविरुद्ध होते, जॉर्जने सांगितले. कुणीतरी जॉर्जला सांगितले की गौचर काही बोलणार नाही, परंतु जॉर्जने त्याला गप्प केले. तो म्हणाला की मीसुद्धा बोलू शकतो. जेव्हा आपल्याला पकडले जाईल तेव्हा कोणीही बोलेल. मी कधीच बोलणार नाही, असे सांगणारा मूर्ख आहे.

गौचरला ओळखणाऱ्या प्रत्येकाला अज्ञातवासात जाण्याचा इशारा देण्यासाठी जॉर्ज वेगाने बाहेर पडला. जॉर्जची ती 'पॉल रेव्हरे राईड' होती. १ जानेवारी, १७३५ रोजी जन्मलेला पॉल रेव्हरे हा एक सोनार आणि कडवा वसाहतवादी होता. त्याने बोस्टन टी पार्टीमध्ये भाग घेतला आणि बोस्टन कमिटी ऑफ सेफ्टीचा तो प्रमुख स्वार होता. त्या भूमिकेत, त्याने १८ एप्रिल, १७७५ रोजी ब्रिटिशांच्या आक्रमणाचा

सर्वांना इशारा देण्यासाठी त्याने 'पॉल रेव्हरे राईड' ही पेटवलेल्या कंदिलांची एक प्रणाली तयार केली..

एसओईच्या विफलतेवरच्या अहवालात नमूद केले आहे की जॉर्जने आपल्या सहकाऱ्यांना आदेश दिले की पंधरा सप्टेंबरपर्यंत सर्व कामे थांबवा. तेव्हा त्याच्या नेटवर्कमधील प्रमुख त्याला भेटायला ऑचला येणार होते.

प्रतिकारी समर्थक गार्ड्स कामावर असताना जॉर्जने रात्री गौचरला तुरुंगातून पळवण्याचा कट रचला. पण गौचरने दिवसा पळून जाण्याची घाई केली आणि व्हिशी पोलिसांनी त्याला ताब्यात घेऊन गेस्टापोंकडे सोपवले. जॉर्जने तक्रार केली की जर तो अंधार होईपर्यंत थांबला असता तर आम्ही त्याला काहीही अडचण न येता बाहेर काढले असते. प्रतिकारी सर्किटची माहिती काढण्यासाठी जर्मनांनी गौचरचा अतोनात छळ केला. त्याने जर्मन लोकांना जॉर्जचे वर्णन दिले, चेस्टनट रंगाचे केस, पाच फूट सहा इंच उंची, तपकिरी डोळे, विशिष्ट ढबीने बोलतो. गौचरच्या चौकशीनंतर जर्मन लोकांनी आजेनमधल्या प्रतिकारी गटाच्या कॉम्बॅटच्या पत्रकारास अटक केली.

जर्मनांनी नवीन रोड-ब्लॉक्स तयार केले आणि गुन्झबॉर्गच्या शातो दे बर्सालूवर छापा टाकला. जर्मन तिथे असताना, गुन्झबॉर्ग बागकाम करण्याचे कपडे घालून घरात घुसला आणि म्हणाला, 'शुभ दुपार.' त्याने त्यांना सांगितले की आपण काहीतरी शोधत आहोत. त्याने काही सामान गोळा केले आणि तो अदृश्य झाला. तो कोण आहे हे सुरक्षा दलाला कळताच त्यांनी त्याचा पाठलाग आजेनपर्यंत केला. पत्नीला एक कार्ड पाठवण्यासाठी गुन्झबॉर्ग पोस्ट ऑफिसकडे धावला. त्याचा पाठलाग करणारे त्याला बाहेर शोधत असताना तो मागील दरवाजाने निघून गेला. गुन्झबॉर्ग सायकल चालवत आजेनमधून बाहेर पडला. त्याने कंडोम शहर मागे टाकले आणि चाळीस मैलांच्या अंतरावर असलेल्या विक-फेझेन्सेक गावात पोचला. मेरी-लुईस लॅक हिने आपल्या जुन्या मित्रासाठी दरवाजा उघडला. तो अत्यंत थकलेला दिसत होता. त्याने सांगितले की जर्मन माझ्या घरी आले. त्यांना पाहिजे असलेल्या सर्व गोष्टी त्यांनी घेतल्या आणि बरेच नुकसान केले. तो तीन दिवस मॅडम लॅककडे लपून राहिला आणि त्याने आपली पत्नी, त्यांची दोन मुले आणि त्यांना सांभाळणाऱ्या बाईला स्वित्झर्लंडमध्ये सुरक्षिततेसाठी पाठवले.

जर्मन लोकांनी जॉर्जला पकडण्यासाठी मोठे इनाम जाहीर केले. गौचरच्या अटकेबाबतच्या एसओईच्या अहवालात म्हटले आहे की त्याची कसून चौकशी केली गेली व मारहाण केली गेली. परिणामी त्याने आजेनचे मुख्यालय, मार्मंडे मुख्यालय आणि शस्त्रास्त्रांच्या जागेचे ठिकाण सांगितले. याचा परिणाम म्हणून आजेन मुख्यालय बंद पडले, सुमारे पंधरा जणांना अटक करण्यात आली आणि

उर्वरित लोक देशाबाहेर पाठविण्यात आले. जॉर्जला भीती वाटली की गौचरने जर्मन लोकांना कॅस्टेलनाऊबद्दल सांगितले असेल. म्हणून त्याने मॅडम गौचर आणि तिच्या मुलांना बाहेर काढण्यासाठी एक माणूस पाठवला.

रौनेऊ आणि जीन रॉबर्ट यांनी शनिवारी, २१ ऑगस्टला नामांकित रग्बी खेळाडू आणि प्रतिकारकासह त्याच्या शातो दे ला पेरे येथे आश्रय घेतला. रौनेऊच्या शब्दांत त्या जागेने त्यांना संपूर्ण आदरातिथ्य आणि सुरक्षितता दिली. त्यांच्या आगमनाच्या संध्याकाळी पाच वाजता कंटाळलेला जॉर्ज त्याच्या सायकलवरून चढून म्हणाला की हे मोठे रिकामे घर मला उदास करते. मला मॉरिस जेकबकडे शातो द क्लॉत येथे जायचे आहे आणि संध्याकाळ त्याच्याबरोबर घालवायची आहे. रौनेऊने त्याला विरोध करत सांगितले की जर्मन रोडब्लॉक्स सगळीकडे आहेत.

दुसऱ्या दिवशी एका हिंसक वादळाने घर हादरले. जॉर्ज आणि इतर जेवत होते, तेव्हा धुक्यातून एक सायकलस्वार उगवला. मॉरिस जेकबच्या त्या सहायकाने सांगितले की जर्मन सुरक्षा कर्मचाऱ्यांच्या एका तुकडीने आदल्या संध्याकाळी शातो द क्लॉतवर छापा टाकला होता. त्यांनी मॉरिस जेकबची पत्नी आणि तरुण मुलाला तसेच त्याचा सहकारी पॉल बलासीची पत्नी यांना अटक केली. त्यानंतर ते थेट जिथे शस्त्रे लपवली होती तिथे गेले आणि सगळा साठा त्यांना सापडला. कुटुंबीयांना ताब्यात घेतलेले पाहिल्यानंतर जंगलातून मागे फिरत जेकब आणि बलासी यांनी आत्मसमर्पण केले. मागील तीन महिन्यांमध्ये जॉर्जने काळजीपूर्वक जेकबच्या बागेत पुरलेल्या शेकडो टॉमीगन, हजारो काडतुसे, अनेक अँटिटँक रायफल्स आणि इतर महत्त्वाची उपकरणे जर्मनांनी जप्त केली. मागे फक्त रिकामे कंटेनर राहिले. सुरक्षा कर्मचाऱ्यांनी आजेनमध्ये जेकब आणि बलासी कुटुंबांना तुरुंगात टाकले. 'मेंडे!' जॉर्ज पुटपुटला. जीन रॉबर्ट सभोवती असताना पाळायच्या त्याच्या मर्यादा तो विसरला. रौनेऊला समजले की दीर्घ आणि धीर धरून केलेल्या कामांचे फळ नष्ट झाले होते.

जॉर्जने ठरवले की आता सर्वांनी निघून जावे. रौनेऊने आपली पिस्तुले आणि इतर दारूगोळा जमा केला, परंतु काडतुसांचा साठा फारच जड असल्याने त्याने सोडून दिला. त्याने नंतर लिहिले की माझ्याकडे फार मोठ्या प्रमाणात खोटी ओळखपत्रे होती. मी त्यातली एक डझन ठेवली आणि उरलेली सगळी नष्ट केली. नंतर मी इलॅरचे अकाउंट बुक जाळून टाकले.

गेस्टापो जाळ्यामुळे जॉर्जचे एसओईने मे मध्ये वचन दिलेले नवीन रेडिओ ऑपरेटरचे स्वागत चुकले. जॉर्जने मारियस बोचौ नावाच्या प्रतिकारक शेतकऱ्याची नेमणूक केली व त्याच्या मालकीच्या शेतात मालक आणि इतर चार माणसे नवीन ऑपरेटरच्या आगमनाच्या देखरेखीसाठी नेमली. त्याला ऑपरेटरबद्दल एवढेच माहीत

होते की तिचे कोडनेम एनेट होते.

**र**विवारी संध्याकाळी २२ ऑगस्ट १९४३ रोजी एफ-सेक्शनच्या इंटेलिजन्स ऑफिसर वेरा अॅटकिन्स यांनी बेड-फोर्डशायरमधील आरएएफच्या टेम्प्सफोर्ड हवाई तळाला एजन्ट एनेट, एकतीस वर्षांची फ्लाइट ऑफिसर व्होव्हेन कॉरम्यूचा निरोप घ्यायला सांगितले.

शांघायला जन्मलेल्या बीट्रिस व्होव्हेन बिस्टरफील्डचे वडील बेल्जिअन आणि आई स्कॉटिश होती. ती ब्रिटनमध्ये इंग्रजी आणि बेल्जियममध्ये फ्रेंच बोलत मोठी झाली होती. ती आणि तिचा नवरा चार्ल्स एडवर्ड कॉरम्यू, ज्याच्याशी तिने १९३७ मध्ये लग्न केले होते ते ब्रुसेल्समध्ये राहत होते. तिथे तिने युवेट नावाच्या मुलीला जन्म दिला होता. युद्धाला सुरुवात झाली तेव्हा तिचा नवरा ब्रिटनच्या रायफल ब्रिगेडमध्ये भरती झाला आणि जर्मन हल्ल्याच्या वेळी जखमी झाला. हे कुटुंब लंडनमध्ये पळून गेले. तिथे कॉरम्यू दुसऱ्या मुलाच्या वेळी गर्भवती झाली. ब्लिट्ज् हल्ल्याच्या दरम्यान, लुफटवाफ बॉम्बने त्यांचे घर फोडले. एक लोखंडी बाथटब अंगावर पडल्याने ती वाचली. तिला हॉस्पिटलमध्ये शुद्ध आली तेव्हा समजले की तिची दोन वर्षांची मुलगी जखमी झाली नाही, परंतु तिचा नवरा आणि न जन्मलेले बाळ मरण पावले.

नोव्हेंबर १९४१ मध्ये तिने महिला साहाय्यक हवाई दलात (डब्ल्यूएएफ) नोंदणी केली आणि तीन महिन्यांनंतर ती एसओईमध्ये रुजू झाली. तिने नंतर स्पष्ट केले की मी जे काही करू शकते ते करण्यास तयार होते. मी जे करत होते ते करायला माझ्या नवऱ्याला आवडले असते आणि आता तो इथे नसल्याने मला ते करण्याची वेळ आली आहे.

कॉरम्यूने जॉर्जप्रमाणेच एसओईची सायनाईडची गोळी नाकारली. तिची कारणे अधिक व्यावहारिक होती. तिने सांगितले की मी कर्नल बकमास्टरजवळ कबूल केले की ती गोळी मी माझ्याबरोबर घेतलेली नाही, कारण जर ती माझा शोध घेतल्यावर सापडली असती तर तेच माझे डेथ वॉरंट ठरले असते. तिच्या खिशात, त्याऐवजी, बकमास्टरकडून मिळालेला एक चांदीचा पावडर कॉम्पॅक्ट होता. जेव्हा तिला पैशांची गरज भासेल तेव्हा तो कॉम्पॅक्ट ती गहाण ठेवून पैसे मिळवू शकली असती.

हवाईतळावर अॅटकिन्सने तिच्याकडे इलॅरसाठी एक लिफाफा सुपुर्द केला आणि कॉरम्यू हॅलिफाक्स बॉम्बरमध्ये चढली. तिने काळ्या स्कर्टवर एक सिल्कचा बलाऊज घातला होता आणि त्यावर नियमानुसार जंपसूट घातला होता. खडबडीत लँडिंगपासून बचाव करण्यासाठी तिच्या घोट्यांना बँडेज बांधण्यात आले होते. कारण

तिला वाटले की पॅराशूट शूजपेक्षा साधे काळे बूट कमी लक्ष वेधून घेतील.

तिच्या पाठीला काळ्या रंगाची हॅन्डबॅग पट्ट्याने बांधलेली होती आणि आत रिव्हॉल्व्हर होते. 'आम्ही इंग्लंडमधून एका सुंदर सूर्यास्ताला उड्डाण केले.' तिने काही वर्षांनंतर सांगितले. चंद्र अर्धा होता पण ग्राउंड पाहण्याइतका उज्ज्वल होता पण त्याचबरोबर जर्मन किनाऱ्याच्या बॅटरीज विमानाला शोधू शकल्या असत्या. वैमानिकाने इंग्लिश चॅनेलवर शांततेने उड्डाण केले आणि ते व्यापलेल्या फ्रान्सच्या खोल दिशेने गेले. तिच्या प्रवासाच्या आठवणीत गुप्त एजन्ट्सशी संबंधित कोणताही धीर देणारा सहकारी नव्हता. कॉरम्यूने सांगितले की मला पाठवणाऱ्याने मला छान गरम पेय दिले. मग मी पाहिले की त्याने विमानाच्या फरशीवरचे एक भोक उघडले आहे. मला कळले की आम्ही लवकरच काहीतरी करणार आहोत. तिला पाठवणाऱ्याने तिची रेशमी दोरी रेलला जोडली आणि तयार राहायला सांगितले. एक लाल दिवा हिरवा झाला आणि तिला पाठवणाऱ्याने सिग्नल दिला. मग तिला भोकातून सरकावे लागले. तिचा पॅराशूट उघडला गेला आणि ती तीनशे फूट फ्रेंच मातीवर तरंगली. शस्त्रे, दारूगोळा आणि रेडिओ उपकरणांचे कंटेनर आणि पॅकेजेस तिच्यापाठोपाठ खाली आले.

कॅस्टेलनाऊच्या उत्तरेस पंचाहत्तर मैलांच्या अंतरावर असलेला ड्रॉप झोन हे बोर्डेक्सच्या नामांकित सेंट-मिलियन व्हाइनयाईसजवळच्या सेंट-एंटोईन-डु-क्विरेटच्या गावच्या बाहेरचे एक मैदान होते. कॉरम्यूने नंतर काही वर्षांनी सांगितले की मी माझा हात लांबवला असता आणि द्राक्षे तोडली असती. लँडिंग योग्य होते पण मैदान अत्यंत कठीण होते. घराच्या अगदी मागे गवताची पट्टी होती आणि एका उंच सायप्रसच्या झाडाने एक बाजू बंद केलेली असे ते मैदान होते. हे गवतही १०० यार्डांपेक्षा जास्त रुंदीचे नव्हते. पण कॉरम्यूचे लँडिंग योग्य नव्हते. विमानातून पडलेला एक धातूचा डबा तिच्या पायाला घासून गेला आणि तिचा एक बूट पडला. स्मृतिचिन्ह म्हणून ठेवण्यासाठी तिने तिच्या पांढऱ्या रेशमी पॅराशूटचा एक तुकडा कापला. तिला घ्यायला आलेले लोक तिला बोचौच्या फार्महाउसमध्ये घेऊन गेले. स्थानिक नवीन प्रतिकार सर्किटच्या बत्तीस सदस्य नवे आगमन कसे आहे ते पाहण्यासाठी नृत्याचा एक कार्यक्रम सोडून आले होते. त्यांनी स्वयंपाकघरात तिला अभिवादन केले. एसओईच्या रिपोर्टमध्ये म्हटले होते की

> हे त्या भागात घडलेले पहिले ऑपरेशन होते आणि काय करावे याची कोणालाही कल्पना नव्हती. प्रत्येक जण कंटेनर आणण्यात मदत करण्यासाठी निघाला आणि सगळे सामान, १३ कंटेनर्स आणि चार पॅकेजेस, पॅराशूट्ससह फार्म किचनमध्ये आणण्यात आले.

नंतर त्या रात्री, प्रतिकारकांपैकी एक जण तिच्याबरोबर पुजॉल्स गावातल्या सुरक्षित घराकडे पाच मैल सायकलवरून गेला.

त्याच संध्याकाळी अँटॉइन मर्चेझने जॉर्ज, रौनेऊ आणि रॉबर्टला चाटेउ दे ला पियरे ते आजेनपासून पाच मैलांच्या अंतरावर लेरॅक गावाला नेले. तिथे ते ऑचकडे जाणाऱ्या ट्रेनमध्ये चढले. त्यांच्या मार्गात एका शिपायाने प्रवाशांची ओळखपत्रे तपासली. रॉबर्टचे ओळखपत्र अस्सल होते पण परंतु पुरुषांची बनावट होती. रॉबर्ट त्या शिपायाकडे पाहून हसली. त्याला ती माहीत होती आणि त्याने बनावट ओळखपत्रांकडे दुर्लक्ष केले. जेव्हा ते ऑचला पोचले तेव्हा रौनेऊ म्हणाला, 'ऑच येथून आपण कुठे जाऊ शकतो? कल्पना नाही. आम्ही अज्ञातात जात होतो.' मदतीसाठी रौनेऊने मॉंट्रेज्यू ब्रेवर आणि प्रतिकारक पियरे लॅबले यांना दूरध्वनी केला. दुपारी चारच्या सुमारास लॅबले त्यांची भेट घेऊन त्यांना सुमारे पस्तीस मैलांच्या उत्तरेस सेसाँ गावात मारियस सॉर्बे नावाच्या कपड्यांच्या व्यापाऱ्याकडे घेऊन गेला.

लॅबले त्यांना जास्त काळ राहण्याचा आग्रह करीत असताना ते त्याच्याबरोबर राहिले. रौनेऊने सांगितले की इलॅरने त्याच्या विलक्षण स्मरणशक्तीने आम्हाला चकित केले. घरात एक कुत्रा आला आणि जॉर्ज म्हणाला, मला तो कुत्रा माहीत आहे. इतरांना खात्री नव्हती पण जॉर्ज मतावर ठाम राहिला. त्याने सांगितले की मला तो कुत्रा माहीत आहे आणि त्याची मालकीण मोठी, फिकट तपकिरी केसांची मोहक तरुण स्त्री आहे जी सपाट टाचांचे शूज घालते. सॉर्बे म्हणाले की हे बरोबर आहे. काही दिवसांपूर्वी ते तिच्या पालकांच्या घरी इथे आले आहेत. जॉर्जने सांगितले की मी त्यांना गेल्या फेब्रुवारीमध्ये आजेन आणि तुलुज दरम्यान ट्रेनमध्ये पाहिले.

त्या क्षणी, जॉर्जच्या वर्णनात बसणारी एक स्त्री आपल्या कुत्र्याच्या शोधात घरात आली. रात्रीच्या जेवणानंतर लॅबेल परत आला आणि त्यांना मॉन्टेस्क्वीयू व्होलवेत्रे नावाच्या एका छोट्या गावात घेऊन जायचे होते. हे ठिकाण दक्षिण-पूर्वेस विखुरलेल्या लोकवस्तीच्या ग्रामीण भागात सुमारे पन्नास मैल अंतरावर होते. ते निघणारच होते तितक्यात माउंटनच्या पोलीस गस्तीने बाहेरच्या रस्त्यावर तपासणी नाका उभारला. 'छी!' जॉर्ज उद्गारला. ते थांबले पण पोलीस हलले नाहीत. जास्त वाट पाहणे शक्य नसल्याने ते धाडस करून बाहेर पडले. नंतर कळले की यामुळे त्या भागात खाली उतरलेल्या अलाइड एअरक्राफ्टच्या आठ कर्मचाऱ्यांचा ते शोध घेत होते. महामार्गाच्या वीस मैलांच्या खाली, लुफ्टवेफे फील्ड पोलिसांनी भरलेली एक कार त्यांच्या बाजूला थांबली. आता गोळीबार अटळ होता पण ती जर्मन कार त्यांना ओलांडून पुढे निघून गेली.

लॅबेलने ओसाड रस्त्यावरून त्यांना मॉन्टेस्क्वीयू व्होलवेत्रेला नेले. गारॉन

नदीच्या काठावर वसलेले ते एक लाकूड आणि विटांच्या घराचे गाव होते.

जॉर्ज, रौनेऊ आणि रॉबर्ट लॅबेलने सर्वोत्तम हॉटेलमध्ये भाड्याने घेतलेल्या खोल्यांमध्ये गेले. रात्रीच्या जेवणाच्या वेळी हॉटेलच्या मालकाने त्यांना तिथे येण्याचे कारण विचारले. रौनेऊने कोळसा बनविण्यासाठी लाकूड विकत घेण्याची गोष्ट त्याला जुळवून सांगितली. युद्धकाळातील टंचाईमुळे आणि जर्मनांच्या सततच्या मागणीमुळे फ्रेंच लोक कोळसा स्वयंपाकासाठीच नव्हे तर त्यांच्या गाड्या चालवायलाही वापरत असत. स्थानिक जंगले आणि लाकडाची गुणवत्ता यासह इतर तांत्रिक तपशिलांवर हॉटेल मालक रौनेऊशी बोलत राहिला. रौनेऊ वैतागू लागला तेव्हा आपले हसू दाबण्यासाठी जॉर्जने ओठांवर एक नॅपकिन दाबून धरले.

दुसऱ्या दिवशी सकाळी व्होव्हेन कॉरम्यूचे स्वागत करणारे पाच जण तिला कामात मदत करण्यासाठी पुजोल्सला आले. दिवसाउजेडी पहिल्यांदा त्यांना पाहताना, त्यापैकी एकाबद्दल तिला काहीतरी विचित्र जाणवले. तिने नंतर सांगितले की त्याने माझ्याकडे ज्या दृष्टीने पाहिले ते मला अजिबात आवडले नाही. मी त्याच्यावर कधीही विश्वास ठेवला नसता. तिला शंका आली की तो देशद्रोही किंवा वेषांतर केलेला जर्मन होता.

पुजोल्समधील कॉरम्यूच्या यजमानाच्या मुलाने तीस मैल सायकलवरून मॉन्टेस्क्वीयू व्होलवेत्रेला जाऊन जॉर्जला सांगितले की त्याची रेडिओ ऑपरेटर, एनेट आलेली आहे. जॉर्जने तिला पायरेनिसच्या पायथ्याशी भेटण्याची व्यवस्था केली. १९४५ साली एसओईला आणि नंतर १९८४ ला इम्पिरियल वॉर म्यूझिअमने तिची मुलाखत घेतली तेव्हा कॉरम्यूने तिच्या जॉर्जच्या भेटीविषयी खूपशी माहिती दिली. एका प्रतिकारक संपर्क अधिकाऱ्याने, ज्याला जॉर्ज एक सहानुभूतीशील पोलीस निरीक्षक म्हणून ओळखत होता, कॉरम्यूला जॉर्ज वाट पाहत असलेल्या ठिकाणी आणले.

तो अधिकारी त्यांची ओळख करून देऊ लागताच जॉर्जने त्याला अडवले आणि सांगितले की या बाईंना मी फार पूर्वीपासून ओळखतो, अगदी त्यांचे लग्न होण्याच्या आधीपासून. जॉर्जला भेटणारे त्याच्यामुळे नेहमीच अतिशय प्रभावित होत असत. कॉरम्यूच्या बाबतही तेच झाले.

> तिने सांगितले की तो शारीरिकदृष्ट्या लहान होता, तो माझ्यापेक्षा उंच नव्हता. असा माणूस ज्याने फील्डवर आपला चाळिसावा वाढदिवस साजरा केला होता. त्याच्या प्रभावी डोळ्यांनी लोकांकडे पाहून तो अक्षरशः संमोहित करून त्याला पाहिजे ती कामे करवून घेत असे. त्याचे व्यक्तित्व खूप जोमदार होते. त्याचा मुख्य दोष, जर मी त्याला असे

> म्हणू शकले तर, तो खूप धूम्रपान करत असे. नेहमी त्याच्या हातात सिगारेट असे.

तिने त्याला ॲटकिन्सचा लिफाफा दिला. त्यात पिलरने बार्सिलोना येथील ब्रिटिश वाणिज्य दूतावास पाठवलेल्या पत्रात पिलर आणि मुले, जॉर्जिना आणि अल्फ्रेड यांचे फोटो होते. जॉर्जने सांगितले की मला ती पाहणे अवघड जात होते. कॉरम्यूने ॲटकिन्सला सांगितले नव्हते की स्टार्स आणि कॉरम्यूज चांगले मित्र होते. जॉर्ज आणि तिचा नवरा एकत्र क्रिकेट खेळले होते.

जॉर्जने पिलरचे पत्र वाचले आणि कॉरम्यूला विचारले, 'तू येथे काय करते आहेस? तुझा नवरा मारला गेला आहे. तुला एक लहान मुलगी आहे. ती आई किंवा वडिलांशिवाय काय करील? कारण मला खात्री आहे तू येथून कधीही बाहेर पडणार नाहीस.' ती म्हणाली की ती एका कठीण वेळी आली होती. गौचरला पकडल्यापासून गेस्टापो जॉर्जला शोधत होते आणि त्यांनी त्याच्यावर दहा लाख फ्रँक्सचे इनाम लावले होते.

त्याने तिला ज्या शेतात उतरवले होते तिथे परत जाण्यास सांगितले. तयार व्हायला ही चांगली जागा असल्याचे त्याला वाटले. तिने तिला भेटलेल्या माणसाविषयी तिला आलेल्या संशयाबद्दल जॉर्जला सांगितले. तो म्हणाला की

> तू तिथे फक्त तीन दिवस मुक्काम कर आणि तुला काय वाटते ते स्पष्टपणे सांग. गटाच्या नेत्याला तुला काय वाटते ते सांगायची माझी परवानगी आहे.

कॉरम्यूने दिलेला त्यांच्या संभाषणाच्या माहितीचा कालावधी भिन्न होता. परंतु जॉर्जशी भेट घेतल्यानंतर ती मॉन्ट्रेज्यूला ट्रेनमध्ये चढली. १९४५ च्या डिब्रीफमध्ये असे सांगितले गेले होते की मॉंट्रेज्यूमध्ये ती सेफ हाउसमध्येच राहिली होती. तथापि तिच्या १९८४च्या मुलाखतीत तिने बोचौच्या फार्महाउसमध्ये परत आल्याची माहिती दिली आणि तिचा रेडिओ खोट्या दारूच्या बॅरेलमध्ये लपविला. तिने बोचौच्या एका किशोरवयीन मुलीच्या शयनकक्षातून प्रथम प्रसारण केले. तिला भेटलेल्या माणसाविषयी तिला आलेला संशय खरा ठरला. तो देशद्रोही होता. रेकॉर्डमध्ये त्याला दिले जाणारे एकमेव नाव रोडोल्फे असे होते. तो ऱ्होदल्फ फेय्टन नावाचा डबल एजन्ट असावा. फ्रान्समधील कॉरम्यूच्या कार्याविषयी एका एसओई अहवालात टिप्पणी दिली गेली की

> पुजोल्स येथील या घराच्या मालकाला आणि त्याच्या कुटुंबाला ताब्यात घेऊन जर्मनीला नेण्यात आले, त्याच्या चुलतभावाचेही तेच झाले होते. प्रतिकारकांचे सर्किट उधळणारा माणूस प्रत्यक्षात कॉरम्यूच्या स्वागत समितीचा मुख्य होता. मैदानावर तिला अभिवादन करणारा तोच होता. त्यामुळे आल्यानंतर काही दिवसांतच तिचे चांगले वर्णन पोलिसांना मिळाले.

एसओईच्या नंतरच्या अहवालानुसार कॉरम्यूच्या स्वागत समितीच्या आणखी एका सदस्याला अटक करण्यात आली. त्यानंतर पोलिसांनी त्या व्यक्तीच्या घराची झडती घेतली आणि काही कागदपत्रे सापडली. तिथे नऊ जणांना गोळ्या घालून ठार मारण्यात आले आणि चार जणांचा अतोनात छळ केला गेला. छळ सत्रात उघड झालेल्या नावांपैकी मॉरिस रौनेऊ आणि पियरे डफोईर ही नावे होती.

कॉरम्यू दर काही दिवसांनी एका सेफ हाउसमधून दुसऱ्या सेफ हाउसमध्ये जात राहिली. जॉर्जने तिला सोमवारी, ३० ऑगस्टला मॉंट्रेज्यूहून परत आणले आणि नंतर ट्रेनने पुजोल्सला आणले. त्याच्यामुळे ती नेहमीच सुरक्षित ठिकाणी राहिली. त्याने तिला इंग्लंडहून आणलेले रिव्हॉल्व्हर लपवण्याचा सल्ला दिला, त्याने सांगितले की जर तुम्ही एखादे शस्त्र घेऊन जाताना सापडलात तर तुम्ही स्वतःच्या मृत्यूच्या वॉरंटवर सही करत आहात. त्याची तिच्याबद्दलची मृदुता तिच्या नजरेतून सुटली नाही.

> तिने म्हटले की माझ्या नवऱ्याचा मृत्यू झाला आहे हे जाणून त्याने माझी पूर्ण काळजी घेतली आणि त्याने माझ्यासाठी जे काही केले त्याबद्दल मी कृतज्ञ आहे. आणि म्हणूनच त्याने मला एक पिस्तूल ठेवू दिले नाही आणि म्हणूनच त्याने मला खूप ओळखपत्रे दिली. म्हणूनच त्याने सर्व काळ सुरक्षित घरांची व्यवस्था केली.

तिने म्हटले की मी जेव्हा त्याला सहज भेटले होते तेव्हा मी कधीही विचार केला नव्हता; पण मला हे मान्य केले पाहिजे, की माझ्या आयुष्यात इलॅर हा विश्वासास पात्र आहे. तिने तिच्यावर विश्वास ठेवला आणि त्याच्यासह त्याची वायरलेस ऑपरेटर, कुरिअर, विश्वासू साथीदार आणि काहींनी आरोप केल्याप्रमाणे त्याची प्रेयसी म्हणून गुप्त जीवन जगली.

८

# ॲव्हेन्यू बॉश

*गुप्त वायरलेस कार्यात जिथे परिस्थिती कशीही असू शकत होती तिथे संशयास्पद गोष्टींची पुनरावृत्ती करायला विचारण्यास आणि शांततेच्या काळात इतक्या सोप्या असलेल्या अचूकतेसाठी आणि पडताळणीसाठी योग्य सहायकांची नेमणूक करण्यास आम्ही असमर्थ होतो.*

मॉरिस बकमास्टर

डिजॉनच्या वेहरमॅट कारागृहात एस.एस. रक्षकांनी कॅप्टन्स जॉन स्टार आणि ब्रायन रॅफर्टी यांना त्यांच्या कोठडीतून बाहेर काढले, दोघांना एकत्र हातकड्या घातल्या आणि गाडीच्या मागच्या बाजूस ढकलून दिले. कैद्यांना जाण्याचे ठिकाण न सांगता जर्मनांनी उन्हाळ्याच्या ओसाड रस्त्यांवर दिवसभर प्रवास केला. सुमारे दोनशे मैलांनंतर, कार पॅरिसच्या उपनगराकडे फ्रेन्सेसच्या दक्षिणेकडे वळली. एकोणिसाव्या शतकाच्या उत्तरार्धातील गुन्हेगारांसाठी असलेले सुधारणागृह तेव्हापासून प्रतिकारक, ज्यू आणि ओलीस ठेवलेल्या लोकांचा अतोनात छळ आणि देहदंडासाठी कुख्यात होते.

एसएसने ब्रिटिश एजन्टांना तुरुंगातील वॉर्डरांच्या स्वाधीन केले, ज्यांनी त्यांना एका कॉरिडॉरच्या शेवटच्या टोकाला वेगळ्या कोठडीत बंदिस्त केले. जॉनच्या कोठडीत तीनजण होते. पोलिश अधिकारी झिबिग्न्यू जबलॉन्स्की, ज्याच्यावर गोळीबार झाला होता, दुसरा फ्रेंच विद्यार्थी जीन-कलॉड कॉनिऱ्या आणि तिसरा जीन आर्जेन्सी

नावाचा फॉरेस्ट रेंजर, तो लिस्क्यूजजवळच्या वियुक्स चेन्सचा होता. फ्रान्सिस शुटलच्या अंतर्गत फिजिशियन सर्किटमध्ये काम केलेल्या आर्जेन्सीने जॉनला सांगितले की जर्मन लोकांनी फिजिशियात प्रवेश केला आहे. त्याच्या चौकशीकर्त्याने त्याला सर्किटच्या शस्त्रांच्या कोठाराचा एक नकाशा आणि लंडन आणि फिजिशियन दरम्यान पत्रव्यवहाराच्या फोटोस्टॅटिक प्रती दाखवल्या. विमानाने परत जाणारे एजन्ट्स लंडनला नेण्यापूर्वी फ्रेंच डबल एजन्ट हेन्री डेरिकॉर्ट याने कागदपत्रांची प्रत तयार केली होती, हे आर्जेन्सी किंवा जॉन यांना दोघांनाही माहीत नव्हते. आर्जेन्सीने सांगितले की सिसेरहिटस्डिएन्स्टला त्याच्यापेक्षा एफ-सेक्शनबद्दल अधिक माहिती आहे.

सप्टेंबरच्या शेवटी फ्रान्सिस येथे जॉनच्या मुक्कामाच्या तीन आठवड्यांनंतर एसएस गार्ड त्याला नेण्यासाठी आले. त्याच्या कोठडीतील इतरांना सगळ्या पद्धती चांगल्या माहिती असल्याने त्यांनी त्याला चौकशी कक्षातील ॲशट्रेमधून सिगारेटची थोटके आणायला सांगितले. पहारेकऱ्यांनी त्याला उत्तर पॅरिस ओलांडून सोळा नंबरच्या फॅशनेबल भागात नेले आणि अठराव्या शतकातील भव्य हवेलीसमोर ॲव्हेन्यू फॉशवर ते थांबले.

१८६६ मध्ये बॅरन हौसमॅन यांनी डिझाइन केलेल्या ॲव्हेन्यू डी इम्पेराट्रिस हा भाग एरिक डे ट्रायम्फपासून ते बुआ द बुलॉन्यूपर्यंत विस्तारला होता. प्रतिस्पर्धी जर्मन सुरक्षा सेवांनी उत्तरेकडील भव्य निवासस्थान, क्रमांक ५८,७२,८२,८४ आणि ८६ आणि त्यामागे असलेले दुसरे घर ताब्यात घेतले होते. पॅरिस गेस्टापोच्या प्रमुखांप्रमाणेच स्टॅन्ड-आर्टेन्फिहिरर (एसएस कर्नल) हे सचेरिट्सपोलीझी (एसआयपीओ) आणि सिचेरिट्सडिएन्स्ट या दोन्ही प्रमुखांचे प्रमुख हेल्मुट क्नॉखेन यांनी स्वत:साठी एक घर ताब्यात घेतले होते. इतक्या मोहक वास्तूला जर्मनांनी ताब्यात ठेवल्यामुळे पॅरिसवासियांनी याला ॲव्हेन्यू बॉश असे नाव ठेवले.

जॉन त्याच्या जखमांमुळे आणि यातनांमुळे कमकुवत झाला होता. तो कसातरी लडखडत ॲव्हेन्यू फोशच्या पायऱ्या चढला. क्रमांक ८४ हे तीन बाजूच्या बेले-पॉपिक वाड्यांमध्ये मध्यभागी असलेले एसडीचे मुख्यालय होते. एका ब्रिटिश कैद्याने लिहिले की या मोहक आणि भव्यदिव्य ठिकाणी या सुंदर इमारतीत आता नाझी क्रूर लोक होते, असा विचार करणेही विचित्र वाटते.

जॉनला पहिल्यांदा भेटलेल्या माणसाने अर्नेस्ट अशी स्वत:ची ओळख करून दिली. अर्धा स्वीस आणि अर्धा जर्मन असलेला अर्नेस्ट व्होग्ट १९२० मध्ये पॅरिसला गेला होता. प्रथम बॅंकेत आणि नंतर एका पेटंटच्या ऑफिसमध्ये तो काम करत होता. युद्धाच्या सुरुवातीला फ्रेंच लोकांनी त्याला शत्रूचा माणूस म्हणून पकडले आणि पॅरिसवर कब्जा केल्यावर जर्मन लोकांनी त्याला मुक्त केले. त्याचा रंगांधळेपणा आणि अधू दृष्टीमुळे तो सैन्य सेवेसाठी अपात्र ठरला परंतु एसडीने

त्याला फ्रेंच आणि इंग्रजीचा दुभाषा म्हणून नेमले. त्याने द्वितीय लेफ्टनंटपद मिळवले. तरीही मुख्यालयातील इतर अधिकाऱ्यांप्रमाणेच तो सूट आणि टाय घालत असे. कैद्यांचा आत्मविश्वास जिंकण्याच्या व्होग्टच्या प्रतिभेमुळे तो स्वतः चौकशी करू शकत असे. इंग्लंडमध्ये राहिल्यामुळे तो अटकेतील ब्रिटिश लोकांना चहा देत असे आणि हिंसाचार टाळत असे. जॉनने डिजॉनमध्ये जे काही सहन केले त्यापेक्षा त्याच्या पद्धती वेगळ्या होत्या.

त्यांच्या पहिल्या मुलाखतीच्या वेळी व्होग्टने दोघांसाठी दुपारचे जेवण मागवले आणि तो एखाद्या मित्रासारखा बोलला. व्होग्टचा प्रमुख, स्टुर्मबँन्फिहरेर हॅन्स किफर नंतर लवकरच त्यांच्यात सामील झाला. कार्लस-रुहे शहरातील तो एक माजी पोलीस कर्मचारी होता आणि १९२० मध्ये त्याने नाझी पार्टीत प्रवेश केला होता. २७ जून १९४० रोजी जर्मनीने फ्रान्सवर विजय मिळवल्यानंतर वेहरमॅटने त्याला बर्लिन येथे जाण्यास सांगितले व तेथेच त्याला सैन्य क्षेत्रातील पोलीस अधिकाऱ्याचा गणवेश दिला. आरएसएचए, रेईच मुख्य सुरक्षा कार्यालय, यांनी त्याला पॅरिस येथे पाठवले, आणि त्यांची पत्नी आणि त्यांची तीन मुले कार्लसरूह येथे घरीच राहिली.

अॅव्हेन्यू फोश येथील एका कैद्याने किफरचे वर्णन केले की तो चौकोनी डोके असलेला, उंच नसलेला, बारीक केस कापलेला, मजबूत शरीरयष्टीचा, उत्साही, सावळा, चाळिशीच्या आसपासचा माणूस होता. तो फ्रेंच बोलू शकत नव्हता. किफरने जॉनला काही प्रश्न विचारले, ज्याचे व्होग्टने भाषांतर केले आणि त्यानंतर तो निघून गेला.

व्होग्टने पुन्हा एकदा सभ्यपणे आणि सूक्ष्मपणे आपले काम सुरू केले. तेव्हा जॉनने आधीचे क्रौर्य आठवून कळत नसल्याचा बहाणा केला. व्होग्टला कळले की जॉनला आपल्या कामकाजाविषयी त्याला अंधारात ठेवण्याचा हेतू होता. जोपर्यंत त्याच्या साथीदारांना त्याच्या अटकेविषयी माहीत होत नव्हते आणि ते सुरक्षित जागी पोहोचत नव्हते तोपर्यंत तो काही सांगणार नव्हता. व्होग्टने सौजन्याने यशस्वी होण्याचा प्रयत्न केला जिथे डिजॉनमधील क्रौर्यामुळे तो अयशस्वी झाला. त्याने हे कबूल केले की त्याचे तंत्र जॉनच्या बाबतीत चालले नाही. व्होग्टने सांगितले की जॉनने हे दाखवून दिले की,

> तो एकमेव आहे आणि त्याच्याकडून काहीही माहिती बाहेर काढणे अवघड आहे. यामुळे मला खूप प्रभावित केले. त्याने इतक्या खात्रीने आणि इतके विस्तृत आणि पूरक तपशील सांगितले की आमच्या माणसांनीही काही दिवस विश्वास ठेवला. मी त्याच्या कल्पकतेची आणि त्याच्या धैर्याची प्रशंसा केली.

पहिल्या मुलाखतीतले संभाषण दुपारभर चालू राहिले. संध्याकाळी व्होग्ट जॉनला भेटायला आणखी एक कैदी मेजर गिल्बर्ट नॉर्मनला घेऊन आला. एकतीस ऑक्टोबर, १९४२ रोजी एसओईने नॉर्मनला फ्रान्समध्ये पॅराशूटने फ्रान्सिस शुटलच्या फिजिशियन सर्किटमध्ये रेडिओ ऑपरेटर म्हणून पाठवले होते. याच सर्किटमध्ये जॉनच्या कोठडीतील सोबती आर्जेन्सीने घुसखोरी होण्यापूर्वी काम केले होते. आठ महिन्यांनंतर, जर्मन लोकांनी नॉर्मन आणि सर्किटच्या इतर सदस्यांना अटक केली होती. नॉर्मनचा विश्वास होता की किफरच्या त्यांच्यापैकी कोणालाही फाशी दिली जाणार नाही अशा आश्वासनाच्या बदल्यात शुटलने त्याला एजन्टांची नावे दिली होती, परंतु काहींना असे वाटत होते की नॉर्मनने स्वत: किंवा दुहेरी एजन्टांने ही नावे दिली आहेत. व्होग्ट खोलीतून बाहेर पडला आणि दोन एजन्ट कुजबुजत एकमेकांशी बोलले. नॉर्मन म्हणाले की एसडीला एसओईबद्दल सर्वकाही माहीत आहे आणि काहीही लपविण्याचा प्रयत्न करण्याचा उपयोग झाला नाही जर्मन लोकांनी त्याला एफ-सेक्शनसह त्याच्या स्वतःच्या रेडिओ प्रक्षेपणाच्या प्रती दाखवल्या आणि नॉर्मनला खात्री पटली की लंडनमध्ये गळती वाढली आहे.

व्होग्ट जॉनची चौकशी पुन्हा सुरू करण्यासाठी परत आला. त्याने विचारले की फ्रेंच विभागासाठी त्याने काम केले आहे का? व्होग्टला उत्तर माहीत आहे हे माहीत असल्याने जॉनने ते कबूल केले. 'तुम्हीच पाहा,' व्होग्ट म्हणाला. 'काहीही मागे ठेवण्यात अर्थ नाही.' जॉन त्या रात्री पाचव्या मजल्यावरील गार्डरूममध्ये काही तास झोपला.

पहाटे सुरक्षारक्षकांनी अधिक प्रश्नांसाठी त्याला व्होग्टच्या खोलीत आणले. नंतर दिवसभर बोलणे चालले. तिथे अत्याचार नसला तरी सततची प्रश्नोत्तरे शक्ती घालवणारीच होती. व्होग्टने बोलण्यातील विसंगती दाखवून दिल्या आणि जॉनला अनेक तास न थांबता अत्यंत सतर्क राहावे लागले. खोटे बोलणे किती व्यर्थ आहे हे ठसवण्यासाठी व्होग्टने त्याला फ्रान्समधील लंडन आणि एफ-सेक्शन एजन्ट्स दरम्यानचा पत्रव्यवहार दाखवला. फ्रान्समध्ये हेन्री डेरिकॉर्टने कागदपत्रे मिळविली आहेत हे त्याने जॉनला सांगितले नाही. लंडनमध्ये गडबड आहे ही शंका नॉर्मनबरोबर बोलण्याचे त्याने जॉनवर सोडून दिले.

किफर संध्याकाळी मुलाखतीत सामील झाला. त्याच्या प्रमुखाने फ्रान्सचा मोठा नकाशा उलगडला आणि व्होग्ट भाषांतर करत गेला. एसडीने एसओईच्या बारा परिचालन क्षेत्रांचे सीमांकन केले होते. त्यातील प्रत्येकावर ताब्यात घेतलेल्या एफ-सेक्शन अधिकाऱ्यांची नावे टाकून खुणा केल्या होत्या. किफरने जॉनला तो कार्यरत असलेल्या भागात रेघ मारायला सांगितले. जॉनने पालन केले, शेजारच्या एसओई

आयोजकांना एसडीच्या तावडीतून वाचवण्यासाठी त्याने एक्रोबॅटच्या सीमांचा विस्तार करून दाखवला. किफरने त्याला १३ क्रमांक आणि त्याचे कोड नाव बॉब आपल्या प्रदेशात लिहिण्यास सांगितले. जॉनने पोस्टर कलाकार म्हणून वापरलेल्या स्पष्ट सुलेखनात तसे केले. किफरने व्होग्टला जर्मन भाषेत काहीतरी सांगितले. व्होग्टने भाषांतर केले की तुमची मुद्रित करण्याची पद्धत त्याला आवडली. मेजरने जॉनला त्याचे व्यावसायिक कौशल्य वापरून नकाशा पुन्हा तयार करण्यास सांगितले.

युद्धाच्या काही काळानंतर केलेल्या निवेदनात जॉनने सांगितले की त्याने जर्मन लोकांच्या विनंतीचे पालन करण्याचे ठरविले. त्या रात्री गार्ड्सनी त्याला साडेदहा वाजता फ्रेन्सेसला परत आणून सोडले. त्याच्या खिशात व्होग्टच्या ॲशट्रेमधून घेतलेली सिगारेटची थोटके भरलेली होती. तो आणि त्याचे कोठडीतील सोबती धूम्रपान करत असताना जॉनने त्यांना किफरच्या प्रस्तावाविषयी सांगितले आणि त्यांचे मत विचारले. त्यांना वाटले की त्याने दिलेले काम करावे. जर त्याने जर्मन लोकांचा विश्वास संपादन केला असेल तर त्यांना एसओईबद्दल अजून काय माहीत आहे हे त्याला सापडेल. त्यांना त्रास देणारा प्रश्न होता की त्यांचा विश्वासघात कोणी केला? एसओईने नंतर केलेल्या जॉनच्या डीब्रीफनुसार त्याने किफरचे काम करण्याची तयारी दाखवली कारण त्यातून तो पुष्कळ माहिती गोळा करू शकला असता आणि जर ती त्याला लंडनला पाठवता आली तर ती खूप मोलाची ठरली असती.

त्याच डीब्रीफमध्ये अजून एक वैयक्तिक कारण मान्य केले होते की जर्मन कर्मचाऱ्यांना जेवढे दिले गेले तेवढेच ॲव्हेन्यू फॉशचे जेवण चांगले होते.

तिसरा विचार होता– जिवंत राहणे. फ्रेस्नेसमधल्या एका कैद्याला जर्मनांनी मृत्युदंडाची शिक्षा ठोठावली. तेव्हा जॉन दुसऱ्या एकाला म्हणाला, 'माझ्या वाट्यालाही हेच येणार.'

तीन दिवसांनंतर, एसडी जॉनला पुन्हा ८४, ॲव्हेन्यू फॉशवर घेऊन गेले आणि त्याला सीलबंद खोलीत बंद केले. त्यांना दररोज फ्रेन्सेसकडून आणण्यापेक्षा जागेवर लक्ष ठेवणे त्यांना अधिक सोयीचे होते. तिथे तो इतर कैदी किंवा सहानुभूती असलेल्या फ्रेंच कर्मचाऱ्यांद्वारे बाह्य जगात संदेश पाठवू शकला असता.

जॉन ज्या कोठडीमध्ये राहत होता तो पाचव्या मजल्यावरील सातपैकी एक पोटमाळा होता. जर्मनांनी घर ताब्यात घेण्याआधी तिथे सेविकांच्या खोल्या असायच्या. कोठडीमधील एकमेव नैसर्गिक प्रकाश छतावर स्कायलाइट्स बनविणाऱ्या शाफ्टमधून येत असे आणि पलायन टाळण्यासाठी प्रत्येक शाफ्टला पायथ्याशी गज ठोकण्यात आले होते. त्याच्या कोठडीमधील एकमेव फर्निचर म्हणजे ब्लँकेट असलेला एक बेड होता. कोठडीजवळ दोन मोठ्या खोल्या होत्या, एक गार्डची होती आणि दुसरे व्होग्टचे कार्यालय होते. हॉलवेच्या शेवटी एक स्नानगृह आणि एक स्वतंत्र लॅव्हेटरी

होती. खाली चौथ्या मजल्यावर पांढऱ्या लाकडी पायऱ्या होत्या. तिथे किफरचे अपार्टमेंट होते. त्यात एक बेडरूम, एक स्वयंपाकघर, प्रकाशित झुंबरे लावलेले एक कार्यालय आणि किफरच्या सेक्रेटरीची एक छोटी लॉबी होती. दुसऱ्या मजल्यावर रेडिओ युनिट होते, तर पहिल्या मजल्यावर इतर एसडी कार्यालये होती. संगमरवराचा एका भव्य जिना स्वागतकक्ष व पुढच्या दाराकडे गेला होता.

मूळ कल्पना अशी होती की जॉनने नकाशा आणि काही तक्ते पूर्ण करण्यासाठी तीन किंवा चार दिवस अॅव्हेन्यू फॉशवर राहावे. परंतु त्याने आशा केल्याप्रमाणे रेखांकन करण्यात आणि इतर कामे निघाल्याने जास्त वेळ गेला.

किफर आणि व्होग्ट यांनी जॉनला पुन्हा चित्रित करण्यासाठी त्यांनी प्रक्रिया केलेल्या सर्व एफ-सेक्शन नेटवर्कच्या सारण्या दिल्या. व्होग्टने नंतर सांगितले की बॉबला, म्हणजेच जॉनला विविध ग्राफिकल ड्रॉइंग्ज करण्यासाठी दिले गेले होते, जे किफर आणि त्याच्या सहकाऱ्यांनी अटक केल्यामुळे किंवा हस्तगत केलेल्या कागदपत्रांवरून रेखाटले होते. जॉनची रेखाटने पाहिलेल्या एका पकडलेल्या एसओई एजन्टने त्यांचे वर्णन केले की या चार्टमध्ये दोन मोठ्या कागदांचा समावेश होता. एक एसओई संस्थेचा जर्मन अंदाज दर्शवत होता आणि दुसरा फिजिशियन संस्थेचा फोटोसह होता. एसडीने बर्लिनला नकाशे आणि चार्टची छायाचित्रे पाठविली. लंडनमधील जर्मन एजन्टमार्फत एफ-सेक्शनबद्दल एसडीला सर्व काही माहीत आहे याची खात्री करून देऊन अॅव्हेन्यू फॉशमधील कैद्यांचे मनोबल तोडण्यासाठी ही कागदपत्रे एक साधन बनली.

जॉन संरक्षक कक्षात काम करत असे. तिथे उघड्या दाराने त्याला इतर पकडलेल्या एजन्ट्सचे दृश्य दिसे, जे व्होग्टच्या चौकशी कक्षात जात होते. वॉर्डरांनी त्याला नजरेखाली ठेवले आणि हवाई हल्ल्याच्या वेळी, कैदी त्यांच्या बेडमध्ये असल्याची खात्री करुन घेण्यासाठी आणि वरील विमानांना ते संकेत तर देत नाहीत याची खात्री करण्यासाठी कोठड्यांची तपासणी केली. गार्डरूममध्ये एक छोटी लायब्ररी होती ज्यातून कैद्यांनी पुस्तके घेतली. एका एसओईच्या अहवालात म्हटले आहे की कधीकधी त्याला सकाळी गार्डरूममध्ये नेले जायचे. इतर वेळेस त्याला गार्डरूममधील स्थितीनुसार दुपारपर्यंत थांबावे लागत असे. थर्ड राईशच्या इतर कोणत्याही तुरुंगापेक्षा ८४, अॅव्हेन्यू फॉशमधले आयुष्य चांगले होते.

तिथल्या स्वयंपाकघरात मांस, भाज्या, ब्रेड, ताजे लोणी, मिष्टान्न आणि युद्धाच्या काळात फ्रान्सची सर्वांत मौल्यवान वस्तू, खरी कॉफी दिली जाई. अॅव्हेन्यू फॉश येथे पहारेकऱ्यांपेक्षा कैद्यांना अधिक खायला दिले जात होते कारण कैदी अधिकाऱ्यांच्या रेशनवर होते तर पहारेकऱ्यांना इतर पदांचे रेशन होते, असे एका कैद्याने सांगितले. आणखी एक एसओई कैदी म्हणाला की मुख्यालयातील गेस्टापोंकडे

असलेले ब्रिटिश अन्न, तोफा, दारूगोळा आणि स्फोटके याचे प्रमाण पाहून मी चकित झालो. ते इंग्लंडमध्ये ज्यांच्या संपर्कात होते त्यामुळे हे सहजपणे शक्य होते. कॉफी, चहा आणि बरेच खाद्यपदार्थ या लंडनमधील एसओईकडून मिळालेल्या पण त्यांना न समजलेल्या भेटवस्तू होत्या.

त्याची सुरुवात मार्कस ब्लूमपासून झाली होती, जो त्या वेळी फ्रेन्सेस कारागृहात अडकला होता. नॉर्मन किंवा जॉन यांना दोघांनाही ठाऊक नव्हते की ब्लूम जॉर्ज स्टारसाठी प्रसारण करत होता. नॉर्मनने सांगितले की, ब्लूमप्रमाणे त्यानेही जर्मनांसाठी रेडिओ चालविण्यास नकार दिला होता. तथापि, गोएत्झने लंडनला खात्री दिली होती की प्रसारण अस्सल आहे. डॉ. गोएत्झने नंतर सांगितले की तुलुजमध्ये ब्लूमच्या अपयशानंतर मी पॅरिसमधील फंक्सपिल पुन्हा सुरू केले.

> मी परत आल्यावर पॅरिसमध्ये दोन प्रलोभन दाखवणारे ट्रान्समिशन होते ज्याची जबाबदारी माझ्यावर होती. यातील एक थोडा वेळ टिकला. दुसरा लांबला. नंतर त्या ट्रान्समिशनची संपूर्ण मालिका बराच काळ टिकली.

डॉ. गोएत्झने नॉर्मनच्या रेडिओचा चांगला उपयोग केला. ब्लूमप्रमाणे नॉर्मननेही आपला सुरक्षा तपासणी कोड मागे ठेवला होता, ज्याद्वारे लंडनने सर्व प्रसारणे तपासली. त्याने गृहीत धरले की लंडनला खरा चेक कळेल. नॉर्मनच्या म्हणण्यानुसार, जेव्हा लंडनकडून त्याला एक संदेश मिळाला तेव्हा गोएत्झ चिडला होता. कारण नॉर्मन त्याची दुहेरी सुरक्षा तपासणी विसरला होता.

गोएत्झच्या त्यानंतरच्या संदेशांमध्ये दोन्ही सुरक्षा तपासणी करण्यात आल्या. नॉर्मनकडून स्पष्टपणे पॅरिसच्या उत्तरेकडील नेमलेल्या ड्रॉप साइटवर पुरवठा आणि एजन्ट्सच्या पॅराशूटची विनंती केली गेली होती. नॉर्मनने प्राणघातक ठरणाऱ्या असमर्थतेसाठी लंडनला दोष दिला.

नॉर्मनने जॉनला सांगितले की मास्टर सार्जंट पलेकने पॅरिसच्या उत्तरेस सुमारे शंभर मैलांच्या अंतरावर असलेल्या सेंट-क्वेंटीनच्या भोवती एक खोटे रेझिस्टन्स सर्किट चालवले. पलॅकरने बिनधास्त फ्रेंच देशभक्तांची भरती केली आणि एसडीने कॅप्चर केलेल्या रेडिओ सेटद्वारे पुरवठा व एजन्ट्स मिळवले. एसओईच्या एका अहवालात म्हटले आहे की जेव्हा स्टार अॅव्हेन्यू फॉशला आला तेव्हा जर्मनांनी कमीतकमी एका सर्किटवर काम सुरू केले होते. एसओई त्यांना शस्त्रे, स्फोटके, अन्न आणि इतर साहित्य पाठवत होते. जेव्हा नॉर्मनने हे भयानक सत्य सांगितले तेव्हा जॉन एसओईला सांगायला अधीर झाला की जर्मन खेळ खेळत आहेत. पण तो त्यांना कसे सांगू शकला असता?

## १

# दिलेला शब्द

*आमचे लोक तिथे एकाकी होते. ते अपरिहार्य होते.*

मॉरिस बकमास्टर

**१९४३** च्या सुरुवातीच्या काळात, जॉर्ज स्टारने व्होल्हेन कॉरम्यूला मॉन्टेस्क्झी-व्हॉल्ट्रेच्या हॉटेलमध्ये आणले, जिथे जीन रॉबर्ट आणि मॉरिस रौनेऊ लपले होते. चौघांना लवकरच कळले की तिथल्या रहिवाशांना त्यांचा संशय येऊ लागला आहे. रौनेऊने लिहिले की आम्ही चालत असताना पडदे सरकवले जात. आमच्याविषयी गावगप्पा आणि अफवा पसरत आहेत याची आम्हाला खात्री पटली. हे टाळण्यासाठी त्यांनी गाव सोडले आणि सुमारे चाळीस मैल पश्चिमेला टेराकोटाची छते आणि साधी दगडी घरे असलेल्या, तीनशेपेक्षा कमी लोकांची वस्ती असलेल्या अव्हेन्टिग्ननला पोचले.

रौनेऊने ग्रामस्थांबद्दल लिहिले की, फ्रान्सच्या शूर लोकांच्या भक्तीबद्दल देशभक्तीबद्दल धन्यवाद. आम्हाला कृतीचे एक केंद्र सापडले होते. सर्व मदत आणि सहानुभूती असूनही, आम्ही कॅस्टेलना-सूर-एल-ऑविग्नॉनमध्ये मागील दहा महिन्यांत आमच्याकडे असलेल्या सुरक्षिततेची पातळी गाठू शकलो नाही. तिथल्या गावकऱ्यांना आमची सवय झाली होती. कॅस्टेलनाऊमध्ये, त्यांची कहाणी कसलेही प्रश्न न विचारता स्वीकारली गेली होती की रॉबर्ट शाळेची शिक्षका होती, तिचा बॉयफ्रेंड रौनेऊ प्रिंटर होता आणि तिचा कौटुंबिक मित्र जॉर्ज गॅस्टन बेल्जिअन होता. त्यांना

ठाऊक नसलेल्या भागात नवीन खोट्या ओळखीने काम सुरू करण्यापेक्षा कॅस्टेलनाऊला परत जाणे अधिक व्यावहारिक होते, हे पटल्यामुळे रौनेऊने फर्नांड गौचरने गेस्टापोला त्या गावाबद्दल काय सांगितले होते, हे शोधण्याचा निर्णय घेतला.

रौनेऊ आणि रॉबर्टने तुलुज ते औच आणि कंडोमला बसने आणि ट्रेनने पुन्हा जाण्याचा धोका पत्करला. त्यांनी टॅक्सी शोधली. स्थानिक गॅरेज मालक त्यांना कॅस्टेलनाऊ येथे नेण्यास तयार होता, परंतु त्यांनी इशारा दिला की अधिकृत परवानगीशिवाय कार भाड्याने देणे आता निषिद्ध आहे. रौनेऊने पूल व महामार्ग विभाग येथे अर्ज सादर केला आणि तेथील अधिकाऱ्याने परवानगी घेण्यास कित्येक दिवस लागतील, असे सांगितले तेव्हा रौनेऊ यांनी व्हिशीच्या कृषी व पुरवठा मंत्री यांच्या सहीने संसदेच्या एका माजी सदस्याचे कागदपत्र सादर केले.

या कागदपत्रांमध्ये रौनेऊला ॲबिसिनियामध्ये कॉफी उत्पादनासाठी साहित्य खरेदी करण्यास कसल्याही अडथळ्याशिवाय फिरण्याची अधिकृत परवानगी दिली गेली होती. त्याला लगेच पास देण्यात आला. गॅरेज मालकाची टॅक्सी आणण्यासाठी कंडोममध्ये वाट पाहत थांबले असताना असताना रौनेऊ आणि रॉबर्ट यांची कॅस्टेलनाऊच्या एका कुटुंबाशी भेट झाली. त्यांनी सांगितले की कोणीही जर्मन माणसे आली नाहीत आणि कोणालाही अटक केली गेली नाही. गौचरने त्यांचा विश्वासघात केला नव्हता. रौनेऊने वाटले की आता इलॅर परत येऊन आपली कमांड पोस्ट पुन्हा स्थापित करू शकतो. स्कूल हाउसमध्ये पुन्हा एकदा राहून व्हीलराइटच्या कार्यकर्त्यांनी त्यांचे छुपे काम पुन्हा सुरू केले.

गाव मात्र संशयी फ्रेंच लोकांपासून मुक्त नव्हते. व्होव्हेन कॉरम्यूने सांगितले की गेस्टापोला कोणता पुरुष किंवा स्त्री माहिती देण्यास तयार आहे, हे आपल्याला कधीच ठाऊक नव्हते. कधीकधी दोन कुटुंबातील हाडवैरही कारणीभूत असे. इतर वेळी केवळ पैशासाठी असे केले जाई आणि हेच गंभीर होते. जीन रॉबर्टने रौनेऊला सांगितले की, एक शेतकरी कॅस्टेलनाऊला येणाऱ्या आणि बाहेर जाणाऱ्या लोकांबद्दल सावध असून तो तिचे घर हेरांचे एक खरे घरटे आहे, अशा अफवा पसरवत आहे. शेजाऱ्यांनी त्या शेतकऱ्याला फाजील चौकश्या टाळण्यास सांगितले, परंतु जॉर्जला भीती वाटली की तो माणूस पोलिसात जाईल. जेंडरमे कॅप्टन फर्नांड पेजेस यांची भेट घेण्यासाठी रौनेऊ कंडोमला गेला. जेंडरमे म्हणजे फ्रान्स व इतर युरोपीय देशातील पोलिसाची कामे करणारे सैनिक होते. पेजेसने खात्री दिली की तो माहिती देणाऱ्याचा बंदोबस्त करील आणि व्हीलराइटच्या पुढच्या पॅराशूटसाठी पोलिसांना जवळपास चेकपॉइंट स्थापन करण्यापासून रोखेल. रौनेऊने लिहिले की या माणसाचा हात मी हळुवारपणे दाबला. कसल्याही बक्षिसाची अपेक्षा न ठेवता खऱ्या फ्रान्सची सेवा करण्याची इच्छा बाळगणारा हा सैनिक होता.

जेव्हा रौनेऊ कंडोमहून परत आला, तेव्हा जॉर्ज गावाच्या चौकात सिगारेट ओढत चकरा मारत होता. त्याने काय झाले ते विचारले. ते आत गेले. कॅप्टन पेजेसने काय म्हटले हे रौनेऊने त्याला सांगितले. जॉर्ज जरा अडखळत म्हणाला की असे समजू की आता इथे येऊन मला जाळून टाकणार नाही.

पेजेसने अफवा पसरवणाऱ्या शेतकऱ्याच्या शेतात जाऊन त्याला आलेल्या संशयाचा पुरावा देण्याची मागणी केली.

त्या शेतकऱ्याने माघार घेतली. तो शाळेतल्या लोकांना ओळखत नव्हता आणि तो तसेही खूप मद्यपान करत होता. पेजेस चौकशी करून गेला आणि दोन दिवसांनंतर त्या शेतकऱ्याला जाब विचारायला परत आला. तो म्हणाला,

> 'ती शिक्षिका आणि तिच्या पाहुण्यांच्या विरुद्ध तू वाईटसाईट बोललास. हे लोक कोण आहेत हे तुला माहीत तरी आहे काय? ठीक आहे. मी सांगतो. ते पुरवठ्याचे महत्त्वपूर्ण नियंत्रक आहेत. त्यांना तू हेर म्हणतोस? तुला चांगले बडवून दूर कुठेतरी ठेवले पाहिजे. तुला कल्पना आहे का तिला हवे असल्यास ती शिक्षिका बदनामी केल्याबद्दल तुला तुरुंगात पाठवू शकेल?'

रौनेऊने लिहिले की त्या दिवसापासून आम्ही अफवांच्या आणि निंदेच्या भीतीशिवाय जगलो. जॉर्ज त्याच्या डोंगरमाथ्यावर पुन्हा त्याचे विश्वासू साथीदार रॉजर आणि अल्बर्टा लॅरिब्यू, शेतकरी पिनो आणि टीना नोव्हारिनी आणि जीन रॉबर्ट यांच्याबरोबर सुरक्षित झाला. त्यांनी एजन्ट्सची भरती पुन्हा सुरू केली, तरुणांना रायफल उडवायला आणि डायनामाइट वापरायला शिकवले. शस्त्रास्त्रांचे आणि इतर पुरवठे खाली ड्रॉप केले गेले आणि भूमिगत शस्त्रागार वाढवून हे फ्रान्समधील सर्वांत मोठे शस्त्रागार बनले.

पंधरा सप्टेंबर रोजी, त्याने कॅस्टेलनाऊ सोडण्यापूर्वी वचन दिल्याप्रमाणे जॉर्जने आपले क्षेत्र पुन्हा सक्रिय केले. एसओईच्या एका मूल्यांकनानुसार तोपर्यंत गेस्टापोंच्या हालचाली जरा थंडावल्या होत्या. जॉर्ज स्टार आणि विविध प्रमुखांमधील बैठका वेगवेगळ्या वेळी आणि ठिकाणी झाल्या. त्यांना पुन्हा सगळीकडे गट तयार करण्याचे आदेश देण्यात आले.

**क्वो**व्हेन कॉरम्यूने स्वतःला एसओईची एक कुशल वायरलेस म्हणून सिद्ध केले. प्रक्षेपणाची लोकांची शेते शोधणे, तिथले अक्षांश, रेखांश पाठवणे यासह तिने

पडतील ती कामे केली. कॉरम्यूच्या अचूक मॉर्स ट्रान्समिशन्समुळे जॉर्जच्या गटांना प्रत्येक पौर्णिमेच्या वेळी पॅराशूटद्वारे साठ ते सत्तर कंटेनर मिळाले. शस्त्रास्त्रांचे यशस्वी लँडिंग होऊनही आजेन आणि व्हील राइटच्या इतर केंद्रांमध्ये काही अटका झाल्याने गटातील लोक एकमेकांपासून सावध राहिले.

सप्टेंबरमध्ये जॉर्ज माँट्रेज्यूला पियरे लॅबेलला भेटायला गेला होता. तो जॉर्जला काही पैसे देणार होता. तो तिथे आला तेव्हा रोनेऊ आणि रॉबर्ट त्याला सांगण्याची वाट पाहत होते की लॅबेलला नुकतेच अटक करण्यात आले होते. रौनेऊने सांगितले की तो या बातमीने दचकला नाही. पण त्याने सिगारेट ओठांमध्ये अधिक घट्ट पकडली. जॉर्जने लॅबेलच्या कार्यालयात प्रवेश केला आणि तिजोरीतून पैसे घेतले आणि ते तिघे कॅस्टेलनाऊला परतले.

आजेनच्या बुलेव्हार्ड डे रिपब्लिकमधील व्यापारी जीन-मार्सेल कॅझिनेव्ह याला पकडल्यानंतर अटका सुरूच होत्या. गेस्टापोंनी त्याला टूलूस येथील सेंट-मिशेल कारागृहात नेले, जेथे ते आधीच फर्नांड गौचर, मॉरिस जेकब आणि पॉल बलासीची कसून चौकशी करीत होते. त्यानंतर जर्मन लोकांनी मार्मेंडे येथे लुई लेवीला अटक केली. त्यांनी मार्मेंडेहून सेंट मिशेल कारागृहाकडे जाणाऱ्या रस्त्याने या तरुण कैद्याला नेले तेव्हा गुन्झबॉर्ग ट्रकच्या बाजूला त्याच्या सायकलवर दिसला. लुईसने कागदाचा एक तुकडा त्याच्याकडे फेकला. त्यावर 'गेरिन, रुए कॅसिओपोलेल्स, विक-फेजेनसॅक' हे शब्द होते. तो पत्ता मॅडम लॅकचा होता. तो तिथे राहत होता. गेरिन हे तिने त्याच्या ओळखपत्रात टाइप केलेले टोपणनाव होते. मेरी लुईस लॅक यांनी नंतर लिहिले की त्याचा प्रसंगावधानीपणा नसता तर आज तुम्ही माझ्या प्रतिकारक काळाच्या आठवणी वाचत नसता.

लुईसचा भाऊ थिओने जॉर्जला भावाच्या अटकेविषयी सांगण्यासाठी कॅस्टेलनाऊ येथे धाव घेतली. धाकट्या लेवीने लुईसची जागा घेण्याचा आणि त्याचे ख्रिस्तोफ हे कोडनेम वापरण्याचा आग्रह धरला. जॉर्जने मान्य केले आणि थिओला फिलिओ डी गुन्झबॉर्गशी संपर्क साधण्याची जबाबदारी दिली. या दोघांनी मिळून, व्होव्हेन कॉरम्यूसोबत सोळा ऑगस्टला आर्क्सजवळ क्रॅश झालेल्या विमानाच्या सात पोलिश वैमानिकांना शोधण्याचे आणि परत पाठवण्याचे ऑपरेशन सुरू केले.

जॉर्जने थिओ लेवी आणि कॉरम्यू यांना फोरसिसमधल्या पुरुषांच्या सेफ हाउसकडे पाठविले, तेथून त्यांनी या लोकांना सीमेवर नेले. एका तस्कराने इशारा दिला की त्या वेळी स्पेनला पोहोचणे जवळपास अशक्य होते. जर्मन लोक रात्रंदिवस रस्त्यावर गस्त घालत असत आणि तिथले मुख्य रस्ते शोध घेणाऱ्या क्रूर कुत्र्यांनी गजबजलेले होते. कॉरम्यूने सांगितले की आम्हाला हिमवर्षावाच्या रात्री बर्फामधून जावे लागले होते जेणेकरून आमच्या खुणा लवकर झाकल्या गेल्या असत्या. झुडपातून झुडूप

पार करत हा प्रवास चालला.

धोक्यातून मुक्त होऊन पोलिश वैमानिक स्पेनमध्ये गेले आणि व्यापलेल्या युरोपवरील पुढील मोहिमेसाठी इंग्लंडला परतले. दरम्यान, आर्क्सजवळील क्रॅश साइटवर जेथे पोलिश वैमानिकांच्या विमानाचा जळलेला सांगाडा हिमवर्षावात पडला होता, व्हिशी अधिकाऱ्यांनी तुरुंगातील परदेशी कैद्यांना प्रतिकारकांनी मागे ठेवलेली शस्त्रे गोळा करण्याचे आदेश दिले. नंतर त्यांनी ते सामान मिलिस फ्रॅन्कायझला नेले. मिलिस ही व्हिशीची गेस्टापो आवृत्ती होती. ३० जानेवारी, १९४३ ला पहिल्या महायुद्धातील जोसेफ डरनंद नावाच्या अनुभवी फॅसिस्ट राजकीय पुढाऱ्याच्या ऑपरेशनल कमांडअंतर्गत ती सुरू करण्यात आली होती. या निमलष्करी गटाने गेस्टापोपेक्षाही धोकादायक दहशत निर्माण केली होती कारण त्यातले फ्रेंच लोक देश जर्मनांपेक्षा अधिक चांगल्या प्रकारे जाणत असत आणि त्यांना जॉर्ज स्टारसारख्या बेल्जिअन उच्चारांचा फरक समजू शकत होता. धर्मांधपणे आणि कडवेपणाने प्रतिरोधक आणि सेमेटिक विरोधी असलेल्या या गटांनी दडपशाहीची पारंपरिक अस्त्रे वापरली, टेलिफोन टॅपिंग, घरफोडी, खंडणी, छळ आणि खून असे सर्व मार्ग ते वापरत. त्यांचे तपकिरी रंगाचे शर्ट, निळे जॅकेट आणि बेरेट्स फ्रेंच दृश्याचा भाग बनले. त्यातल्या बऱ्याच जणांनी रेझिस्टन्स नेटवर्कमध्ये घुसखोरी करण्यासाठी साध्या कपड्यांत काम केले.

व्होव्हेन कॉरम्यूने सांगितले की हे फ्रेंच गद्दार गेस्टापोपेक्षाही वाईट आहेत. पोलिश क्रूचा अपघात आणि वारंवारच्या शस्त्रांच्या ड्रॉप्समुळे मिलिस आणि जर्मन अति सावध झाले होते. ते प्रत्येक पौर्णिमेला पॅराशूट्स पाहण्यासाठी जेर, लॉन्द आणि लॉट-एट-गारॉन येथे रस्ते आणि टेकड्यांवर लक्ष ठेवून होते. रौनेऊने लिहिले की या हालचाली आम्हाला अडथळा आणणाऱ्या होत्या आणि रिसेप्शन टीम्स मोठ्या धोक्यात आल्या होत्या. जॉर्जने रणनीती बदलली आणि लंडनला चंद्र नसलेल्या रात्री सामान ड्रॉप करण्याची सूचना दिली. खुणा करून विमान चालवण्याऐवजी आरएएफचे जवान जॉर्जच्या युरेका रेडिओच्या इशाऱ्यानुसार खाली येऊ लागले. यामुळे रौनेऊला खूप आनंद झाला. तो म्हणाला, की आकाशात चंद्र असताना सगळ्या रस्त्यांवरून रोरावत धावणाऱ्या जर्मन मोटारसायकलींचा आवाज मनोरंजक होता. आकाशातून शस्त्रे मिळवणाऱ्या 'अतिरेकी' लोकांच्या गंभीर गुन्ह्यांना ते शोधत होते. २४ सप्टेंबर रोजी जॉर्जने खात्री दिली की कॅस्टेलनाऊ सुरक्षित आहे.

> जॉर्जने लंडनला पत्र लिहिले आहे की मला एका प्रत्यक्षदर्शीकडून माहिती मिळाली आहे की गेस्टापोंनी अत्याचार केल्यावर फर्नांड गौचरने त्यांना सांगितले की तुम्हाला जे पाहिजे आहे ते तुम्ही मला करा, पण

मी तुम्हाला कधीच काही सांगणार नाही. आता हे स्पष्ट झाले आहे की त्याने अधिकारी आणि सभ्य व्यक्ती म्हणून काम केले आहे. तो एक खरा देशभक्त आहे.

जॉर्जने जवळजवळ पाचशे किलोमीटर अंतरावर गौचरची पत्नी आणि त्यांची नऊ व पाच वर्षांची दोन मुले एका मैत्रीपूर्ण घरात पाठविली.

गेस्टापोंनी जॉर्जच्या आणखी काही साथीदारांचा पाठलाग केला आणि आजेन पॅराशूटेज रिसेप्शन समितीच्या एका सदस्याला पकडले. या अटकेसंदर्भात एसओईच्या अहवालात म्हटले आहे की, त्यानंतर झालेल्या चौकशीत त्याने संपूर्ण आजेन रिसेप्शन समितीची नावे दिली. यामुळे नऊ जणांना गोळ्या घालून ठार मारण्यात आले आणि इतर चौघांना छळले गेले.

२५ सप्टेंबर रोजी जॉर्जने लंडनला मॉरिस रौनेऊ याच्याबद्दल एक अहवाल पाठविला. त्यात म्हटले होते की हे खरे आहे की त्याचा सगळ्यांवर खूप चांगला प्रभाव पडतो. पण माझ्यावर विश्वास ठेवा, मी असे म्हणतो की तुम्ही आमच्यासाठी त्याला फ्रान्सला पाठवले तर त्रास होईल. रौनेऊ अद्याप फ्रान्समध्येच होता, परंतु त्याला परत न पाठविण्याच्या इशाऱ्यामुळे हेन्री सेवेनेटप्रमाणेच जॉर्जने त्यालाही हद्दपार करण्याचा विचार केला होता. त्या पत्रात जॉर्जने रौनेऊच्या दोषांची यादी दिली होती. स्त्रिया खूप आवडतात, पैशाची नेहमीची अडचण, खूप मद्यपान, ऑर्डर देणे आवडते आणि सुरक्षेची कल्पनाही नाही. तिथे झालेल्या अनेक अटकांबद्दल त्याने रौनेऊला दोष दिला. नापसंती दाखवत त्याने शेवटी लिहिले की जर तुम्ही त्याला परत फ्रान्सला पाठवले तर तुम्ही त्याला पॅरिसला जाण्यापासून अडवू शकणार नाही. तिथे त्याची बायको आणि मुले गेस्टापोंच्या नजरेखाली आहेत. त्याच्या मित्रांकडे बढाई मारण्यापासून किंवा त्याच्या प्रेयसीला भेटण्यापासून रोखता येणार नाही.

एसओईने रौनेऊला फ्रान्सपासून दूर ठेवावे अशी शिफारस करताना जॉर्जने कबूल केले की रौनेऊ धाडसी आहे आणि लढ्यातील एक उत्कृष्ट सैनिक आहे. जॉर्जने लिहिले की जर तुम्ही त्याला फ्रान्सला परत पाठविण्याचा निर्णय घेतला तर माझा असा सल्ला आहे की त्याला एक प्रशिक्षकाद्वारे पाठवावे, जे त्याच्यावर अंकुश ठेवू शकतील आणि त्याला त्यांची आज्ञा पाळायला लावतील.

जॉर्जने लिहिलेला हा अहवाल तेरा नोव्हेंबरला, सहा आठवड्यांनंतर लंडनला पोहोचला आणि त्यादरम्यान त्याने रौनेऊशी स्वतःच्या पद्धतीने सामोरे जाण्याचा निर्णय घेतला.

सप्टेंबर १९४३ मध्ये एसडीने पीटर चर्चिल आणि ओडेट सॅन्समला ८४, ॲव्हेन्यू फॉशवर आणले. मागील एप्रिलमध्ये या जोडीच्या अटकेमुळे ओत साव्हुआमधील स्पिन्डल सर्किट दुर्बल झाले होते. तेव्हापासून त्यांची अतिशय कडक चौकशी सुरू होती. चर्चिल हा ब्रिटनच्या पंतप्रधानांशी संबधित असल्याच्या त्याच्या बोलण्यामुळे त्याने छळातून मुक्तता मिळविली, परंतु फ्रान्सच्या कारागृहात निर्दयी क्रौर्यातून सॅन्समला वाचता आले नाही. आतापर्यंत प्रेमी बनलेल्या त्यांनी जर्मन लोकांना त्यांचे लग्न झाले असल्याचे सांगितले. चर्चिलने एसडी पोर्टलमध्ये प्रवेश करताच त्याच्या लक्षात आले की एक बुद्धिमान वाटणारा, गडद लाऊंज सूट घातलेला चाळिशीचा माणूस त्याच्याकडे रोखून पाहत आहे. पण त्याचे थंड डोळे अंगावर शहारा आणणारे होते.

हा अर्नेस्ट व्होग्ट होता. त्याने चर्चिलला नेहमीच्या मैत्रीपूर्ण पद्धतीने प्रश्न विचारले. नंतर त्याने जॉन स्टारला विचारले की हा एजन्ट खरोखर ब्रिटनच्या पंतप्रधानांचा पुतण्या आहे का? यावर जॉनने उत्तर दिले, 'नक्कीच.' व्हॉग्टने मग विचारले की चर्चिल आणि सॅन्सम नवरा-बायको आहेत का? जॉन म्हणाला, अर्थातच. ते इंग्रजी समाजातील एक अतिशय नावाजलेले जोडपे आहे. व्होग्टने ॲव्हेन्यू फॉश येथे दोन लहान मुक्कामादरम्यान चर्चिलची त्याला त्रास न देता चौकशी केली. नंतर एसडीने चर्चिल आणि सॅन्समला आधी बर्लिन येथे आणि नंतर वेगवेगळ्या छळछावण्यांत पाठवले. ॲव्हेन्यू फॉशमधून निसटून जाणार नाही असा शब्द दिलेल्या कैद्यांना पाचव्या मजल्यावर हालचालीचे थोडेफार स्वातंत्र्य मिळाले. ते स्नानगृहात पहाऱ्याशिवाय जाऊ शकत आणि शौचालयाच्या उघड्या दारासमोर थांबणारे रशियन गार्ड तिथून हटवले गेले. एजन्ट्सना त्यांच्या पॅरोलबाबत सन्मानाने विचारणे ही व्होग्टची कल्पना होती. युद्धाच्यानंतर त्याची मुलाखत घेणाऱ्या ब्रिटिश लेखिका जीन ओव्हरटॉन फुलर यांनी त्याचे मत एका मुक्त कवितेतून मांडले.

> व्होग्टने सांगितले की मी किफरला सूचित केले की
> आम्ही निवडलेल्या इंग्रजी कैद्यांना त्यांच्या
> निसटून जाणार नाही या 'वर्ड ऑफ ऑनर'मुळे
> पाळत ठेवण्यापासून काही प्रमाणात स्वातंत्र्य द्यावे. तो म्हणाला,
> ते सर्व जण खिडक्यांतून चढत बाहेर पडतील.
> मी म्हणालो, इंग्रज नाही.
> मी ते फ्रेंचाला ऑफर करणार नाही.

एसडीने जॉनला त्याच्या पॅरोलबद्दल विचारणा केली नाही, परंतु संरक्षक कक्षात

त्याच्या आरामशीर देहबोलीमुळे नवीन कैद्यांना त्याचा संशय येऊ लागला. एसएसने अॅव्हेन्यू फॉशवर पुढचे एफ-सेक्शन एजन्ट आणले ते भाऊ अल्फ्रेड आणि हेन्री न्यूटन हे होते. जॉनने एसओई प्रशिक्षण स्कूलमधील माजी सर्कस आणि संगीत हॉल कलाकारांना ओळखले. ३० जून १९४२ रोजी त्यांनी वायरलेस ऑपरेटर ब्रायन स्टोनहाउससह फ्रान्समध्ये पॅराशूट केल्यानंतर एका खबऱ्याने त्यांना दगा दिला होता. ४ एप्रिल १९४३ रोजी जर्मन लोकांनी लियॉनमध्ये न्यूटन बंधूंना अटक केली आणि लियॉनमधील गेस्टापोचे प्रमुख कलाऊस बार्बी यांना फ्रेन्सेस तुरुंगात पाठवण्यापूर्वी त्यांना छळ केला. अॅव्हेन्यू फॉश येथे त्यांना आणल्यानंतर जॉनचे आरामशीर राहणे पाहून ते चकित झाले. बुकेनवाल्ड छळछावणीत पाठवण्यापूर्वी एसडीने काही दिवस त्यांची चौकशी केली.

अॅव्हेन्यू फॉशमधील अधिकाऱ्यांना जॉनला इतर कैद्यांची माहिती देण्याची आवश्यकता नव्हती. व्होग्टने सांगितले की बॉबने, अर्थात जॉनने मला नेहमीच सांगितले होते की तो कधीच आमच्या विभागाचा एजन्ट किंवा खबऱ्या होऊ शकणार नाही आणि इतर लोकांच्यात उघड बोलणार नाही.

जॉनने संरक्षक कक्षात मेजर किफरसाठी नकाशे, चार्ट्स आणि टेबल्स बनवण्यात तसेच इतर जर्मन नागरिकांना त्यांच्या कुटुंबीयांना पाठविण्यासाठी ग्रीटिंग्ज बनवून देण्यात आपला वेळ घालवला. सहज एक गंमत म्हणून त्याने मेजर किफरची खुशामत न करणारी काही व्यंगचित्रे रेखाटली. जेव्हा मेजरने ती पाहिली तेव्हा त्याने काही हरकत घेतली नाही. तो फक्त हसला. किफरने मग त्याला त्याच्या बायकोला कार्लसरूह येथे भेट म्हणून पाठवण्यासाठी स्वतःचे पोर्ट्रेट काढायचे काम सांगितले. पण जॉनकडे कॅनव्हास, ब्रशेस किंवा ऑइलपेंट असे काहीच साहित्य नव्हते. परंतु त्याने इस्सी-लेस-मौलिनॉक्समधील फ्लॅटमधून आवश्यक असलेले सर्व साहित्य घेण्याची तयारी दाखवली. किफरने एका ब्रिटिश अधिकाऱ्याचा वर्ड ऑफ ऑनर प्रमाण मानून की तो निसटून जाणार नाही, त्याला जाण्याची परवानगी दिली.

एका थंड सकाळी लवकरच अर्नेस्ट व्होग्ट आणि दोन एसएस गार्ड्सनी जॉनला पॅरिसच्या निर्जन रस्त्यांमधून नेले. ते सीन नदीच्या डाव्या किनाऱ्यावर, एका विशाल अपार्टमेंट इमारतीत पंधरा क्रमांकाच्या पलीकडे थांबले. गेस्टापो माझ्यामागे आहे, जॉनने त्याला प्रेमळपणे अभिवादन करणाऱ्या दरवानाला इशारा दिला. जॉनने आपले ब्रशेस, पेंट्स आणि कॅनव्हास एकत्रित केले, तेव्हा व्होग्टने त्याचा घरगुती रेडिओ जप्त केला. एसएस जवानांनी स्वयंपाकघरातून पॅन्स आणि इतर वस्तू चोरणे सुरू केले. जॉन म्हणाला, वायरलेसचे ठीक आहे. परंतु काही महिन्यांत माझी पत्नी इथे परत येणार आहे. आणि तिला तळण्याचे पॅन आणि सॉसपॅन आवश्यक आहेत. मला ते परत हवे आहेत.

व्होग्टने त्याच्या माणसांना सर्व काही परत करण्याचा आदेश दिला, परंतु त्याने रेडिओ स्वतःकडे ठेवला. किफरने जॉनला स्वतःचा एक फोटो दिला, कारण त्याला पोझ देण्यास मुळीच वेळ नव्हता आणि जॉनने आपली नियमित कामे करताना संरक्षक कक्षात पोर्ट्रेट रेखाटले. एसडीने त्याला अतिरिक्त काम करण्यास सांगितले होते जे तोपर्यंत गिलबर्ट नॉर्मन करत होता. व्होग्टने सांगितले की सप्टेंबर किंवा ऑक्टोबर १९४३ मध्ये डॉ. गोएत्झला प्रसारणासाठी बॉबची मदत मिळाली. माझ्या माहितीनुसार बॉबने फक्त गोएत्झने लिहिलेल्या प्रसारणाचा मजकूर दुरुस्त केला जेणेकरून ते जर्मन भाषांतर आहे हे कळू नये. यात लंडनला एसडी संदेशात इंग्रजी व्याकरण दुरुस्त करणे समाविष्ट होते. बॉबने गोएट्झला मदत करण्यापूर्वी वायरलेस रहदारी आधीच अस्तित्वात होती आणि त्याच्या मदतीशिवाय ती नक्कीच व्यवस्थितपणे सांभाळली गेली असती. जॉनच्या सहकार्याने एसडीने लंडनमध्ये केलेली फसवणूक अधिक चांगली बनविली, परंतु यामुळे जॉनला एसडीला माहीत असलेल्या गोष्टींबद्दल माहीत झाले. एक दिवस लंडनला तो या माहितीसह पळून जाणार होता.

**१९४३** च्या उन्हाळ्यामध्ये मोठ्या प्रमाणात अटकसत्रे झाली आणि फ्रान्सिस शुटलच्या फिजिशियन सर्किट सदस्यांना पकडल्यामुळे पॅरिसमध्ये फक्त एक एसओई रेडिओ ऑपरेटर उरली. ती नूर इनायत खान होती, तिचे कोडनेम मॅडेलिन होते. न्यू मेक्सिको येथील भारतीय मुस्लीम वडील आणि अमेरिकन आईच्या पोटी जन्म घेतलेली नूर इनायत खान पॅरिसमध्ये मोठी झाली होती. तिच्या वडिलांच्या सूफी ऑर्डरने तिला राजकन्या मानले. इंग्लंडमध्ये लिओ मार्क्स आणि इतर बहुतेक एसओईतले पुरुष या नाजूक युवतीच्या प्रेमात पडले. तिने फिल्डवर जावे की नाही याबद्दल तिचे प्रशिक्षक साशंक होते. दृढनिश्चयी आणि निष्ठावान असूनही निष्पाप आणि अननुभवी असल्याने ती तशी असुरक्षित होती.

१६ जून,१९४३ ला आरएएफच्या १६१ स्क्वॉड्रन लायसेंडरने डायना रोव्हडनसह खानला घेऊन ल माँ येथे उड्डाण केले. डायना जॉन स्टारची कुरिअर होती आणि काही दिवस अगोदरच तिच्या सर्किटचे अस्तित्व संपले होते. खानने पॅरिसमधील विविध घरांतून संदेश पाठविताना तिने अटक टाळली आणि जर्मन रेडिओ डिटेक्टर्स टाळले. मेजर किफरने सांगितले की आम्ही कित्येक महिने तिचा पाठलाग करत होतो आणि तिचे वैयक्तिक वर्णन असल्यामुळे आम्ही सर्व स्थानके पाहण्याची व्यवस्था केली. तिचे अनेक पत्ते होते आणि तिने अतिशय काळजीपूर्वक काम केले. गोएत्झने किफरला खानला पकडण्याला एसडीने कसे महत्त्व दिले याबद्दल सांगितले. ती वायरलेसवरून लंडनशी संपर्कात असल्याचा आम्हाला

संशय आल्यामुळे तिला अटक करणे आमच्यासाठी साहजिकच होते. परंतु तिच्यापर्यंत पोचणे आम्हाला शक्य झाले नाही कारण ती प्रेषण करण्याचे स्थान सतत बदलत होती.

मॉरिस बकमास्टर यांनी स्वतःच्या सुरक्षेसाठी तिला इंग्लंडला परत जाण्याचा आदेश दिला. ती आपले पद सोडण्यास नाखूश होती, परंतु एसओईने १९४३च्या मध्यात तिला नेण्यासाठी आरएएफ लायसेंडर ठरवले. तिच्या निघण्याच्या काही दिवस अगोदरच एका फ्रेंच महिलेने महत्त्वाची माहिती आहे असे सांगत मेजर किफरशी संपर्क साधला. गोएट्झने सांगितल्यानुसार या महिलेने मोठ्या प्रमाणात पैसे मागितले आणि त्या बदल्यात ती एका ब्रिटिश रेडिओ ऑपरेटरला - जी स्वत:ला 'जीन-मॅरी-रेनिअर' म्हणवत असे आणि जिचे सांकेतिक नाव 'मेडलिन' होते - पकडून देणार होती. किफरने खानला त्वरित अटक करण्याचे आदेश दिले. तेरा ऑक्टोबर रोजी सकाळी, खानने तिचा रुए दे ला फैसांडेरी इथला फ्लॅट सोडला जिथून तिने प्रसारण केले होते. व्होग्टने पियरे कार्टुड नावाच्या तरुण फ्रेंच प्रतिकारकाला, जो आता त्याचा सहकारी बनला होता, त्याला ती परत आली तर फ्लॅटच्या आत थांबण्याची सूचना केली. त्याच वेळी, किफरने तिच्या एका सुरक्षित घरात तिला पकडण्यासाठी एसडीच्या रेडिओ विभागाच्या कॉर्पोरल वार्नर रुहेलला पाठविले.

> रुहेलने सांगितले की मास्टर सार्जंट कार्ल हॉग आणि मी तिच्यामागे गेलो. तिने पांढऱ्या कडा असलेला निळा ड्रेस घातला होता. ती गडद केसांची अंदाजे चोवीस वर्षांची सडपातळ युवती होती आणि तिने गडद हॅट घातली होती. मॅडलिनने अचानक वळून आम्हाला पाहिले. ती पट्कन एका कोपऱ्यात गायब झाली आणि आम्हाला ती पुन्हा दिसली नाही.

खान परत तिच्या रुए दे ला फैसांडेरी इथल्या फ्लॅटवर गेली. तिने दार उघडले तेव्हा पियरे कार्टुडने तिला मागून पकडले. तिने संघर्ष केला आणि त्याचा चेहरा ओरबाडला आणि त्याच्या मनगटाचे चावे घेतले. त्याने तिला सोफ्यावर फेकले आणि तिच्यावर पिस्तूल रोखले. तिने संघर्ष केला तर तिला ठार मारण्याची त्याने धमकी दिली. त्याने किफरला फोन केला. किफरने व्होग्ट आणि इतर एसडीच्या लोकांना त्याच्या मदतीसाठी पाठवले. व्होग्ट तेथे आला आणि त्याने त्याच्या कैद्यापासून सुरक्षित अंतरावर असलेला रक्ताने माखलेल्या कार्टुडला पाहिले. खानला राग आला होता आणि ती दु:खी झाली होती. ती म्हणाली, 'आणखी काही दिवसांनी मी खरंतर इंग्लंडमध्ये पोहोचले असते.'

व्होग्टने खानला तिच्या रेडिओ व कोडसह सरळ त्याच्या चौकशी कक्षात ८४, अॅव्हेन्यू फॉश येथे नेले. ती एक मोठी गोष्ट होती ज्यामुळे एसडीला महत्त्वपूर्ण रेडिओ दुव्याचे नियंत्रण मिळू शकत होते. 'मी कोण आहे आणि मी काय करीत आहे हे तुम्हाला माहिती आहे,' तिने व्होग्टला सांगितले. 'तुमच्याकडे माझा रेडिओ सेट आहे. मी काहीही सांगणार नाही. मला फक्त एकच गोष्ट सांगायची आहे. मला लवकरात लवकर शूट करायला लावा.' तिला अत्याचारांची अपेक्षा होती, परंतु व्होग्ट त्याच्या नेहमीच्या सहानुभूतीपूर्ण शैलीत पुढे गेला. तिने त्याच्या प्रश्नांची उत्तरे नाकारली. निराश होऊन त्याने एका वॉर्डरला तिला एका कोठडीमध्ये बंद करण्याचा आदेश दिला. तिने आधी अंघोळ करायची असल्याचे सांगितले आणि व्होग्टने ते मान्य केले.

काही मिनिटांनंतर जॉन स्टारने गोंधळ ऐकला. वॉर्डरांनी त्याला सांगितले की एका नवीन कैद्याने बाथरूमच्या खिडकीतून पळून जाण्याचा प्रयत्न केला होता. ते म्हणाले की त्या बाईने अंघोळ करताना एकांतासाठी गार्डला दरवाजा बंद करण्यास सांगितले होते. तसे करताच ती खिडकीतून चढली आणि पावसासाठीच्या अरुंद गटारातून गेली. तिच्याबद्दल शंका असल्याने व्होग्ट आतल्या अंगणाच्या त्रिकोणी छतावर थांबला होता.

तो म्हणाला, 'मॅडेलिन, वेड्यासारखे करू नका. तुम्ही स्वतःला ठार कराल. तुमच्या आईचा विचार करा. मला तुमचा हात द्या.' त्याने तिला तिच्या कोठडीत नेले. ती खाली बसली आणि रडली. मी खाली पडायला हवे होते म्हणत तिने उसासा टाकला. त्यानंतरच्या काळात खानने खाण्यास नकार दिला. जेव्हा तिने शेवटी व्होग्टकडून चहा आणि सिगारेट स्वीकारली तेव्हा ती त्याच्या प्रश्नांकडे दुर्लक्ष करीत गेली. गोएत्झ अशाच प्रकारच्या निष्फळ चौकशीसाठी तिला खाली रेडिओ रूममध्ये घेऊन गेले आणि तिला व्होग्टकडे परत पाठवले.

व्होग्टने काही दिवस हार मानली नाही. तो गोड बोलला आणि वारंवार तिची स्तुती केली. त्याने अधूनमधून पियरे कार्टुडला तिच्या फ्लॅटवर कपडे आणि प्रसाधने आणण्यासाठी पाठवले, परंतु तरीही, किफरने नमूद केले की मॅडलिनने तिला पकडल्यानंतर फारच धैर्य दाखवले आणि तिच्याकडून आम्हाला काहीही मिळाले नाही. खानच्या स्थिर आणि ठाम नकाराने व्होग्टही प्रभावित झाला. त्याने सांगितले की ती त्याला भेटलेली सर्वांत चांगली व्यक्ती होती. तिने व्होग्टला एवढेच सांगितले की ती आरएएफची नोरा बेकर आहे. ही तिची कव्हर स्टोरी होती. व्होग्टला तिचे खरे नाव कधीच समजले नाही. त्याने जॉनला त्याच्या ताब्यात घेतलेल्या एजन्टांच्या नकाशावर 'नोरा बेकर, रॉयल एअर फोर्स' असे लिहिण्याची सूचना केली. खानच्या पुढेच जॉनची कोठडी होती. जरी तो तिला पाहू शकला

नसला तरी त्याने रात्री तिला रडताना ऐकले. जेव्हा गार्डसनी तिला त्याच्या कामाच्या ठिकाणाजवळ आणले तेव्हा त्याने पाहिले की तिचे केस हलके तपकिरी आहेत. तिने निळे स्लॅक्स, पोलो-गळ्याचा स्वेटर आणि स्पोर्ट शूज परिधान केले होते. त्याला ती फ्रेंच वाटली.

तिचा त्रास पाहून त्याने तिला एक चिठ्ठी लिहिली, 'धीर धरा. आपण एकट्या नाही आहात. कदाचित आपल्याला येथून निघून जाण्याचा मार्ग सापडेल.' तिच्याकडे जाणे अवघड होते, कारण पहारेकरी त्यांना एकटे सोडत नसत. त्याने लॅव्हेटरी वापरण्याची परवानगी मागितली. त्याने एक पेन्सिल खाली टाकली 'चुकून' खानच्या कोठडीच्या दिशेने कोपऱ्यात लाथ मारली. एका सेकंदात पहारेकऱ्याची नजर चुकवून त्याने कागद तिच्या दाराखाली ढकलला. कोणाच्याही लक्षात आले नाही. चिठ्ठीत त्याने तिला लॅव्हेटरी बेसिनच्या खाली असलेल्या भिंतीत असलेल्या तड्यामध्ये दाबून संदेशांचे आदानप्रदान करण्यास सांगितले. सकाळी जॉन तोंड धुण्यास गेला असताना तिचे उत्तर तयार होते.

जॉनने सांगितले की हा लेखी पत्रव्यवहार हे त्यांचे संवादाचे एकमेव साधन होते, कारण ते ॲव्हेन्यू फॉशमध्ये तिच्या राहण्याच्या काळात एकमेकांशी चाळीसपेक्षा जास्त शब्द बोलले नाहीत. आम्ही फक्त इतकेच म्हणू शकत होतो, 'हॅलो, चीअर अप' 'गुड मॉर्निंग 'आणि सर्वांत जास्त वेळा ती मला म्हणाली, 'तू खूप चांगले काम करशील. मी ऐकलेल्या कोणत्याही कैद्यापेक्षा जास्त.' दररोज देवाणघेवाण होणाऱ्या त्यांच्या लपवलेल्या चिठ्ठ्यांनी त्यांच्या काही बोलल्या जाणाऱ्या शब्दांपेक्षा एकमेकांना जवळ आणले. या माध्यमातून त्यांनी दोघांच्या दृष्टीने महत्त्वपूर्ण असलेल्या ध्येयावर काम केले– पळून जाणे. खानने मोर्समध्ये टॅपिंग करून जवळच असलेल्या एका कैद्याशी त्यांच्या सामायिक भिंतीवर गुप्तपणे संवाद साधला.

तो कर्नल लिओन फाये होता. तो पहिल्या महायुद्धातील एक चाळीस वर्षांचा फ्रेंच अनुभवी सैनिक, करिअर अधिकारी आणि अलायन्स नेटवर्कचा संस्थापक होता. गुप्त माहिती गोळा करणारे सर्किट म्हणून अलायन्सने एसओईऐवजी ब्रिटनच्या एमआय ६ शी संपर्क साधला होता. १६ सप्टेंबर रोजी औलने-सुस-बोईस येथे जर्मन लोकांनी जेव्हा त्याला पकडले तेव्हा फाये त्याच्या फ्रान्समधील तिसऱ्या मिशनवर होता.

खानने जॉनला विचारले की ती फायेला त्यांच्या योजनांबद्दल सांगू शकेल का? तो सहमत झाला आणि फायेनेही सांकेतिक ठिकाणी चिठ्ठ्या ठेवल्या. जॉनने नंतर सांगितले की फायेने मला विचारले की रात्री मुख्य पायऱ्यांनी खाली जाऊन आपण सुटू शकतो असे मला वाटते का? मी 'अशक्य' असे उत्तर दिले. कोठडीमधील सर्वांत सुरक्षित मार्ग लाइट शाफ्टमधून छतापर्यंत होता. लोखंडी सळ्यांनी मात्र मार्ग

अडविला होता.

जॉनने त्याच्या छतावरील बार तपासले. ते लाकडी चौकटीत तीन समांतर आधारात सुरक्षित होते. ते पिळून जागा करण्यासाठी त्याला स्क्रू सोडवणे आणि एक बार काढणे गरजेचे होते. त्याला स्क्रू ड्रायव्हरची आवश्यकता होती. खान आणि फाये यांना त्याच्या पुढील नोट्सने त्यांच्या स्कायलाइट्सबद्दल विचारले. त्यांच्या बारमध्ये त्याच्यासारख्या फ्रेम नव्हत्या. रॉड्स थेट भिंतींमध्ये घुसले होते, ज्यासाठी प्लास्टर खणून बाहेर काढणे आवश्यक होते.

त्यांनाही स्क्रू ड्रायव्हर, चाकू किंवा काही तत्सम धातूंची गरज होती. अनपेक्षित संधी समोर येईपर्यंत काहीच उपाय नव्हता. साफसफाई करणाऱ्या महिलेने, होल्वॉट्सने रक्षकांना तिचे कार्पेट स्वीपर दुरुस्त करण्यास सांगितले. पूर्व युरोपियन रक्षकांना कोणतीही मदत करायची नव्हती, म्हणून जॉनने स्वयंसेवा देऊ केली. त्याने हे मशीन गार्डरूमच्या टेबलावर ठेवले आणि ते उघडले. त्यामुळे सगळीकडे धूळ उडाली. त्याने ते झटकल्यावर पहारेकरी बेचैन झाले आणि त्यांनी त्याला घाई करायला सांगितले. साधने असल्यास कमी वेळ लागेल असे जॉनने सांगताच रक्षकांनी तिच्या साफसफाईच्या साधनांचा बॉक्स आणण्यासाठी होल्वॉट्सला पाठविले. जॉनने आरडाओरडा केला आणि त्याला एक स्क्रू ड्रायव्हर सापडला. पहारेकरी फारच जागरूक होते, म्हणून त्याने त्यास स्वत:ला दुसरी संधी देण्यासाठी अर्धेच काम करण्याची खबरदारी घेतली.

पाच दिवसांनंतर सफाई करणाऱ्या महिलेने तिचे कार्पेट स्वीपर पुन्हा बिघडले असे सांगत गार्डरूमचा दरवाजा ठोठावला. त्यांनी जॉनला परत ते ठीक करायला सांगितले आणि काम संपल्यावर त्याने स्क्रू ड्रायव्हर त्याच्यामागे असलेल्या फायरप्लेसच्या आत पॅनेलमध्ये टाकला. जर होल्वॉट्सने तक्रार केली की तो हरवला आहे तर कोणालाही त्याच्या कोठडीमध्ये तो सापडला नसता. एखाद्याला तो फायरप्लेसच्या आत सापडल्यास त्याचा संशय आला नसता. जॉन काही दिवस थांबला. त्या दरम्यान तिने स्क्रू ड्रायव्हरचा उललेख केला नाही. त्यानंतर त्याने तो स्क्रू ड्रायव्हर खानसाठी लॅव्हेटरीमध्ये लपवून ठेवला. तिने आणि फायेने आलटून पालटून बार जागेवर पक्का धरून आजूबाजूचे प्लास्टर खरडून काढले.

एका रात्री उशिरा हा उद्योग करताना खान पलंगावरून पडली. तो आवाज ऐकून गार्ड्सनी तिच्या कोठडीत धाव घेतली. तिने बहाणा केला की तिने फाशी घेण्याचा प्रयत्न केला होता. ज्यामुळे तिला व्होग्टकडून अधिक सहानुभूती मिळाली.

जॉनची स्कायलाइट पोहोचण्यासाठी खूपच उंच होती. जॉनने आपला पलंग त्याच्या जागेपासून शाफ्टच्या खाली मजल्याच्या मध्यभागी सरकवला. परंतु तिथे संशयास्पद असेल, म्हणून त्याने पलंगाला परत उलट बाजूच्या भिंतीकडे सरकवले.

एका रक्षकाला हा बदल लक्षात आला आणि त्याने व्होग्टला बोलावले. जॉनने स्पष्ट केले की त्याला एक वेगळे दृश्य हवे आहे. व्होग्टला विनोद कळला आणि तो म्हणाला, सर्व ठीक आहे. त्यानंतरच्या काही दिवसांत, त्याने पलंग दुसऱ्या भिंतीकडे आणि नंतर अजून दुसऱ्या ठिकाणी हलवला. त्याच्या विक्षिप्त वागणुकीमुळे रक्षकांचा रस संपला आणि लवकरच त्याने खोलीच्या मध्यभागी स्कायलाइटखाली पलंग लावला. पण तरीही छताला स्पर्श करणे जॉनला अवघडच होते.

त्याने गार्डरूममधून एक खुर्ची हलविण्याची संधी घेतली. एका रक्षकाने पुन्हा व्होग्टला कळवले. त्याने जॉनचे काय चालले आहे याबद्दल विचारणा केली. आपले कपडे अंथरुणावर किंवा जमिनीवर टाकण्यापेक्षा काही तरी लटकवायला हवे आहे असे जॉनने स्पष्ट केले. व्होग्टला हे ठीक वाटले आणि त्याने गार्डला त्याकडे दुर्लक्ष करायला सांगितले. त्या रात्री आपल्या सेलमध्ये एकटा असलेल्या जॉनने खुर्ची पलंगावर ठेवली आणि तो त्यावर उभा राहिला. शाफ्ट आता आवाक्यात होता. त्यानंतर जॉनने व्होग्टला पटवून दिले की त्याला आपल्या सेलच्या बाहेरील स्विचमधून एक एक्स्टेंशन वायर कनेक्ट करू द्या जेणेकरून परवानगी न विचारताच तो आपली लाइट चालू आणि बंद करू शकेल. व्होग्टने विचार केला की याचा अर्थ गार्डसाठी कमी काम करावे लागेल आणि त्याने जॉनला स्विच ठेवू दिला. जेव्हा तो निसटण्यासाठी तयार असेल तेव्हा गार्डला न विचारता तो लाइट बंद करू शकत होता. हळूहळू या योजनेला आकार येत होता.

संरक्षक खोलीत एकट्याने काम करत असताना जॉनला एक सोटा दिसला आणि त्याने तो लगेच जिथे त्याने स्क्रू ड्रायव्हर लपविला होता तिथे लपवला. सशस्त्र रक्षकाविरुद्ध लाकडी दंडुका किती प्रभावी ठरेल याची खात्री नसल्यामुळे त्यांनी फायेसाठी एक चिठ्ठी ठेवली. त्याने उत्तर दिले की दंडुका कदाचित आपल्या कामी येऊ शकेल आणि जॉनने मग तो फायेसाठी ठरलेल्या ठिकाणी ठेवला.

खान आणि फाये यांनी भिंतीवरून बाहेर काढलेल्या प्लास्टरच्या जागी ब्रेड बारीक करून आणि ओला करून कणकेसारखा बसवला. खानने जॉनला लिहिले की ते मिश्रण प्लास्टरच्या रंगासारखे नव्हते. त्याने मग ते मिश्रण रंगवण्यासाठी तिचा मेकअप वापरण्याची शिफारस केली. जेव्हा तिच्या विनंतीवरून त्याने पियरे कार्टुडला खानची सौंदर्यप्रसाधने आणि अधिक कपड्यांसाठी परत तिच्या फ्लॅटमध्ये पाठविले तेव्हा व्होग्ट नंतर एक निस्संदेह साथीदार बनला. डॉ. गोएट्झसाठी ती तिचा रेडिओ ऑपरेट करेल आणि त्याला माहिती देईल या अपेक्षेने व्होग्ट सर्व काही करत होता. तिचा मेकअप आला आणि तिने ब्रेडमध्ये फेस पावडर मिसळली. तिच्या एका कोटाच्या खिशात तिला पॅरिस मेट्रोची तिकिटे मिळाली.

जर आणि जेव्हा ते इमारतीतून बाहेर पडतील तेव्हा त्यांना तिकिटासाठी रांगेत

न थांबता ट्रेनमध्ये धाव घेता आली असती. जेव्हा फायेचे बार बाहेर खेचण्यासाठी पुरेसे सैल झाले, तेव्हा त्याने स्क्रू ड्रायव्हर परत खानकडे दिला. त्यांची तयारी अद्याप त्यांच्या अपहरणकर्त्यांच्या लक्षात आली नव्हती.

एसडीने मात्र जॉनवर सक्त नजर ठेवली. मेजर किफरने त्याच्या संरक्षक कक्षातील ड्यूटी वॉर्डरना आज्ञा दिली की त्याच्यावर सतत नजर ठेवा. त्याने स्पष्ट केले की त्याने जॉनला रेखाटण्याची कामे दिली, ज्याचे विषय गुप्त ठेवले जातील. किफरने सांगितले की जर त्याने पळ काढला तर माझ्या कार्यालयाला मोठा धोका पोचू शकतो. त्याने रक्षकांना पुन्हा पुन्हा ठासून सांगितले की बॉब कितीही प्रेमळ आणि कामसू असला तरी त्याची कोठडी सुरक्षित असली पाहिजे आणि सतत तुमचे लक्ष असले पाहिजे. किफरसाठी जॉनने केलेल्या कामांमुळे, एसडीच्या मेसेजमध्ये लंडनला जाणारे इंग्रजी नीट तपासले गेले आणि जॉनला त्याने असंख्य अटक केलेले एजन्ट, वायरलेस ऑपरेटर्सचा परिचय झाला तसेच विरोधी गुप्तचर सेवांचे संयोजक त्याला समजले.

तिन्ही कैद्यांची ब्रेकआउटची तयारी चालू असताना अॅव्हेन्यू फॉशमध्ये पकडले गेलेले ब्रिटिश एजन्ट्स येतच होते. एक होता जॉनचा पूर्वीचा रेडिओ ऑपरेटर, जॉन यंग, त्याला १८ नोव्हेंबर १९४३ रोजी क्लेरवो-ले-लाक येथे जॉनच्या माजी कुरिअर, डायना रोवडनसह पकडण्यात आले.'हा तुमचा जुना प्रमुख आहे' असे सांगत एसडीने त्याला जॉनच्या कोठडीमध्ये ठेवले. ते दोघे कुजबुजत बोलले. यंगने जॉनला सांगितले की डिजॉनमधील त्याच्या चौकशीकर्त्यांनी त्याचा रेडिओ कोठे आहे हे शोधण्यासाठी अत्यंत छळ केला. जॉनला पाठीवरचे डाग दाखविण्यासाठी त्याने त्याचा शर्ट खेचला. वेदना सोसूनही यंगने त्यांना काही सांगितले नाही. त्याचा अर्थ असा होता की, जॉनला बरे वाटले की लंडनला फसवण्यासाठी एक रेडिओ कमी होता.

गार्ड्सनी सकाळी यंगला जॉनच्या बाजूच्या कोठडीत हलवले. काही रात्री नंतर जेव्हा त्यांना वाटले की आता कोणीही ऐकत नाही, तेव्हा त्यांनी एकमेकांना मोर्सचे संदेश टॅप केले. जॉनने यंगला पळून जाण्यासाठी आमंत्रित केले. यंगने नकार दिला कारण त्याने किफरला पळून जाणार नाही म्हणून आपला शब्द दिला होता. इतर तिघांनीही त्याच्याशिवाय प्रयत्न करण्याचे मान्य केले. दरम्यान, जॉनने फ्रान्समधील एसओईमध्ये एसडीच्या शिरकावाबद्दल त्याला माहीत झालेल्या सगळ्या गोष्टी टिश्यू पेपरवर लिहून एक रेकॉर्ड तयार केले. जर तो लंडनला पोहोचला तर फंकस्पील संपले असते.

# १०

# घातपात

*स्त्रिया पुरुषांइतक्याच धाडसी आणि जबाबदार होत्या, अनेकदा अधिक.*

मॉरिस बकमास्टर

नैर्ऋत्य फ्रान्सच्या जंगलात जॉर्ज स्टार आपल्या अधीर झालेल्या अनुयायांना शस्त्रास्त्रे घेण्यास केव्हा सांगायचे हे ठरवण्यासाठी युद्धाच्या प्रगतीचा अंदाज घेत होता. ब्रिटनच्या आठव्या सैन्याने, जे उत्तर आफ्रिकेत जर्मन जनरल एर्विन रोमेलच्या पँझर्सचा पराभव करण्यासाठी प्रसिद्ध होते, ३ सप्टेंबर, १९४३ रोजी इटलीच्या मुख्य भूमीवर सिसिली येथून आक्रमण केले. सहा दिवसानंतर, अमेरिकन्स सालेर्नो येथे दाखल झाले. आक्रमण करणाऱ्यांना मदत करण्यासाठी इटालियन पक्षातील लोक अचानक येऊ लागले. रशियन आघाडीवरील रेड आर्मी, जर्मन डॅनिपर नदीकाठी वेहरमॅटचा पराभव करण्यासाठी घाई करीत रेल्वे, रस्ते आणि दूरध्वनी विस्कळीत करण्यासाठी जर्मन लाइनच्या मागे स्थानिक पक्ष तैनात करत होती.

११ सप्टेंबर रोजी, मुक्त फ्रेंच सैन्याने कोर्सिका बेट, फ्रान्सचा एक छोटासा तुकडा मुक्त केला. गॅस्कोनीमधील परिस्थिती मात्र प्रतिकारकांच्या विरुद्ध होती. एका वर्षापेक्षा जास्त काळ त्यांनी हजारो लोकांना एकत्र आणले होते. त्यांना लढण्यासाठी प्रशिक्षण दिले होते आणि हे सर्व त्यांनी इतका काळ गुप्त ठेवले होते.पण यामुळे जर्मनांना प्रतिकारक नेटवर्क्समध्ये घुसण्यासाठी आणि ते कमकुवत करण्यासाठी

वेळ मिळाला. १७ ऑक्टोबर १९४३ रोजी जॉर्जचा कुरिअर पियरे डफोयर दुचाकीवर घाबरलेल्या स्थितीत 'कॅस्टेलॅना-सूर-एल' ऑव्हिग्नॉनला गेला. जॉर्ज दूर होता, म्हणून डफोयरने मॉरिस रौनेऊ यालाच ती वाईट बातमी दिली. जर्मनांनी नुकत्याच झालेल्या पॅराशूटमधून पुरवठा करणारा ट्रक चालक पकडला होता. त्या व्यक्तीने छळानंतर तोंड उघडले होते आणि ड्रॉप साइट लंडन टी २५ चे ठिकाण सांगितले होते. जॉर्जने मेजर गेरी मोरेल यांच्यासमवेत एस-फोनद्वारे बोललेले हे फार्म उघडकीस आले होते. व्हिशी पोलीस आणि जर्मन फेल्डगेन्डरमेन, सैन्य पोलीस यांनी फार्मवर छापा टाकला. त्यांनी त्याच्या मालकावर, कोलान्जेसवर, तो डफोयरचा नातेवाईक होता, त्याच्या कुटुंबासमोर अत्याचार केले. जेव्हा त्याने जॉर्ज आणि पॅराशूट्सविषयी काही सांगण्यास नकार दिला, तेव्हा त्यांनी त्याला गोळ्या घालून ठार मारले आणि त्याच्या तरुण मुलाला अटक केली. रौनेऊचा जॉर्जबाबत वाढत असलेला वैरभाव डोके वर काढू लागला होता. त्याने लिहिले की डफोयरने जॉर्जवर कोलान्जेजच्या कॅस्टेलनाऊमधील गुप्त गोष्टी महापौर आणि जवळच्या गावातील ला रोमियूमधील प्रतिरोधक समर्थक पोलीस यांना सांगितल्याचा आरोप केला. जर जर्मन लोकांनी कोलान्जेसचा अजून जास्त छळ केला असता तर त्याने व्हीलराइट नष्ट करण्यासाठी जर्मनांना हवी ती सगळी माहिती दिली असती.

डफोयरने सांगितले की आजेनमधील त्याच्या घरी अनोळखी माणसे आली होती. आपली पत्नी, पॉलेट आणि अकरा वर्षांची मुलगी, जोसेटे यांच्या भीतीपोटी तो त्यांना पुन्हा कॅस्टेलनाऊ येथे आणण्यासाठी निघून गेला. त्यानंतर लवकरच जॉर्ज परत आला आणि त्याच्या अविवेकी वागण्याबाबत रौनेऊने त्याला आव्हान दिले. या संघर्षामुळे त्यांच्यात तणाव वाढला, परंतु आपत्ती टाळण्यासाठी त्यांना एकमेकांशी सहकार्य करावे लागले. जर जर्मन लोकांना लंडन टी २५ आणि कोलान्जेस फार्मबद्दल माहीत असेल तर ते कोणत्याही क्षणी कॅस्टेलनाऊवर हल्ला करू शकत होते.

जॉर्जने काही कपडे सुटकेसमध्ये भरले आणि म्हणाला, 'आता मी जात आहे. आज काहीही वाईट होणार नाही अशी मला आशा आहे. उद्या सकाळी अकरा वाजता, केमिने डी कॉससेन्सवरील गावाला काठावर असलेल्या ऑविग्नॉन पुलाजवळ संकेतस्थळी भेटू.' रौनेऊने कोठारातून रेडिओ सेट आणि पैसे शोधून काढले आणि ते महापौर लॅरिब्यूकडे लपवून ठेवले. धातूच्या पेट्यांमध्ये भरण्यासाठी त्याने कागदपत्रे आणि मौल्यवान वस्तू एकत्र जमा केल्या. रौनेऊने सांगितले की १९४१मध्ये एरसमधील व्हिशी न्यायाधिकरणाकडून मला देशद्रोहासाठी दोषी ठरविल्याबद्दलच्या एका वृत्तपत्राचे कटिंग मी पाहिले. जॉर्जने पेपर नष्ट केला असेल असे मला वाटत होते. मला ते विचित्र वाटले. मी आणि जीने रॉबर्टने शाळेच्या मागे तिच्या बागेत

त्या पेट्या पुरून टाकल्या.

त्या रात्री नऊ वाजता पियरे डफोयर पत्नी आणि मुलीसोबत कॅस्टेलनाऊला परतला. जेव्हा ते आता काय करायचे याबद्दल रौनेऊशी चर्चा करीत होते तेव्हा दरवाजा ठोठावला गेला. जॉर्ज आत आला आणि म्हणाला की मी आजेनहून परत येत आहे, जेथे ओलिव्हियर प्रियर, कंडोममधील कसाई मला भेटला. आपण पूर्णपणे संपलो आहोत. आपल्याला लवकर येथून बाहेर पडावे लागेल. जॉर्जने सांगितले की आजेनमधील रौनेऊच्या जुन्या प्रिंट फॅक्टरीतील एका सहकाऱ्याने सांगितले की जर्मन लोकांनी सेफ हाउसचे मालक हेलेन फाल्बेट, पियरे डफोअर आणि रौनेऊ यांच्याबद्दल टॉर्टिलॉन या टोपणनावाच्या आणखी एका प्रिंटरची चौकशी केली. जॉर्जने पुढे सांगितले की त्यांना आता सर्व काही माहीत आहे आणि ते येथे येण्यास उशीर करणार नाहीत, प्रिंट फॅक्टरीतील कर्मचाऱ्यांना माहीत आहे की तू इथे सतत येत असतोस. रौनेऊला शंका होती. प्रिंट फॅक्टरीमधील लोकांना टॉर्टिलॉन हे नाव माहीत नव्हते कारण फक्त तो आणि मॅडम फाल्बेट हे नाव वापरत असत.

तरीही त्याने जॉर्जला विचारले की आता काय करावे?

त्याने सांगितले की 'ताबडतोब आज रात्री किंवा पहाटेच्या आधी निघून जा.'

जीन रॉबर्टने तिला सकाळी शिकवायचे असल्याने याला विरोध केला.

जॉर्ज म्हणाला, 'आपल्याला तुझ्या अनुपस्थितीसाठी काहीतरी कारण शोधावे लागेल, परंतु तू येथे राहू शकत नाहीस, मी याला परवानगी देणार नाही, कारण जर तुला इजा झाली तर मी स्वतःला जबाबदार समजेन.' पुढे जॉर्जने दुःखाने म्हणाला, 'तुला माहीत नाही पण अशा काही रात्री आहेत जेव्हा मी बिचाऱ्या जेकबचा विचार करतो तेव्हा मी आपले डोळे बंद करू शकत नाही. त्याला मी निघून जाण्यास भाग पाडले नाही.'

२१ ऑगस्ट रोजी त्याच्या कुटुंबीयांसह आणि मित्रांसह चाटेउ दे ला कलॉटे येथे त्याला अटक झाल्यानंतर सर्व्हिस देस रिफ्यूजीज एट एक्स्प्यूल्सचा प्रमुख मॉरिस जेकब याचा तुलुजच्या सेंट-मिशेल कारागृहात भयंकर छळ करण्यात आला. त्यानंतर जर्मन लोकांनी त्याला फर्नांड गौचरसह जर्मनीतील छळछावण्यांत पाठविले, त्यातील शेवटचा बर्गन-बेलसन येथील डेथ कॅम्प होता. रौनेऊला जॉर्जचे जेकबबद्दलचे बोलणे 'दयनीय' वाटले.

जीन रॉबर्ट, जी मॉरिस रौनेऊशी लग्न करणार होती तिला दोघांबद्दल सहानुभूती वाटली. इलॅरच्या आगमनापूर्वी अल्बर्ट हा बॉस होता. आणि जेव्हा ते आले तेव्हा इलॅर बॉस होता. हे समजणे आवश्यक होते की सगळेच थोडे कठीण होते.

फ्रान्सबाहेर पाठवल्याबद्दल नाराजी असतानाही रौनेऊला पर्याय नव्हता. तो

आणि जॉर्ज एकत्र काम करू शकत नव्हते. जीने रॉबर्टने आपले कपडे, चांदीच्या आणि वैयक्तिक वस्तू नोव्हारिनी आणि लॅरिब्यूच्या घरांमध्ये ठेवण्यासाठी बांधल्या आणि रौनेऊने जॉर्जच्या स्टॉकमधून सिगारेटचे सहा पॅक चोरून नेले. ज्यावर दुसऱ्या दिवशी इलॅरने यांनी तीव्र असंतोष व्यक्त केला.

पहाटे दोन वाजता त्यांनी शाळा रिकामी केली. प्रयत्न करूनही झोपणे अशक्य झाल्यावर रौनेऊ, रॉबर्ट आणि डफोयर्स सहा वाजता सायकलने गेले. जीन रॉबर्ट म्हणाली की ते जात असताना जॉर्जने तिला त्याचे खरे नाव सांगितले. हे सर्ज, गॅस्टन किंवा इलॅर नव्हते, तर जॉर्ज रेजिनाल्ड स्टार होते. तिला विभक्त होताना त्रास झाला. ती म्हणाली की आम्ही जवळजवळ भाऊ आणि बहीण होतो. आम्ही एकमेकांना पूरक होतो. आम्ही चांगले मित्र होतो. तो नेहमी आपल्याकडे जे होते त्यावर समाधानी होता. त्याच्याबाबत वाईट बोलण्यासारखे काहीच नाही, फक्त चांगलेच आहे. तिचा प्रियकर रौनेऊने मात्र नंतर त्याच्या आठवणी लिहिताना जॉर्जवरचा राग क्रूरपणे व्यक्त केला. एसओई आणि फिलिप गुन्झबॉर्ग यांना लिहिलेल्या पत्रांतही त्याचा राग व्यक्त झाला. रौनेऊ, रॉबर्ट आणि डफोयर्स सायकलवरून नोव्हरीनीच्या शेतात पिनो आणि टीना यांचा निरोप घेण्यासाठी गेले. ईस्टर १९४२ मध्ये रिसिनॉ विक्टोरच्या स्थापनेतील ते त्यांचे सहकारी होते. त्यांचे मित्र दक्षिणेला तीस मैलांवर असलेल्या औचला जाण्यासाठी निघाले तेव्हा नोव्हरीनींना रडू आवरले नाही.

तेथे रॉबर्टने तिची आई आजारी होती व तिला त्यासाठी पा-द-कालॅमध्ये जाणे आवश्यक असल्याचे शिक्षण अधिकाऱ्याला समजावून सांगत आपल्या शिक्षक पदाचा राजीनामा दिला.

त्यांचे भूमिगत रेल्वेमार्ग देशभक्त कॉम्रड्सवर अवलंबून होते जे त्यांना मदत करत होते. ते सिसानला मारियस सॉर्बे यांच्या घरी गेले, ज्यांनी ऑगस्टमध्ये त्यांना आश्रय दिला होता आणि स्पेनला पळून जाणाऱ्यांसाठी नियमितपणे ते जॉर्जला नागरी कपड्यांचा पुरवठा करत असत. दुसऱ्या दिवशी ते ताजान येथे होते जेथे ते महापौरांसमवेत राहिले आणि त्यांना कळले की स्पॅनिश पोलीस चाळिशीपेक्षा कमी वयाच्या सर्व अविवाहित पुरुष निर्वासितांना आश्रय देत आहेत. महापौरांनी मार्टिन रेन्डियर नावाने रौनेऊला खोटे कागदपत्र दिले ज्याने त्यांचे वय एक्केचाळीस वर्ष केले होते. चाळीस वर्षांखालील पियरे डफोयरला मूल असलेला विवाहित पुरुष म्हणून स्पॅनिश इन्टर्नमेंटमधून सूट देण्यात आली.

बुधवारी, २० ऑक्टोबर रोजी ते मोजेर द नेस्त मधील रोलँड मॅन्सेन्कलच्या घरी थांबले. बर्फाचे वादळ डोंगराला वेढण्याची शक्यता आहे असा इशारा देत मॅन्सेन्कालने त्यांना काही दिवस राहण्याचे आवाहन केले. रौनेऊने नकार दिला.

प्रतिकारक सैन्यात एक सैनिक म्हणून त्याने आदेशांचे पालन केले होते. त्याचा असा विश्वास होता की जॉर्ज स्टार देखील फ्रान्स सोडत आहे.

> जॉर्जने सांगितले की मी त्याला घरी पाठवले, हे करण्याचा हाच मार्ग होता. पण त्याला वाटले की त्याच्याशिवाय ही जागा चालणार नाही. मी त्याला सांगितले की मीही लवकरच जात आहे, जे मी कधीच केले नाही.

जॉर्जची रौनेऊबाबतची तीव्र भावना त्याच्या मुलाखतीतील बोलण्यातून उघड झाली. त्याने सांगितले की खेड्यात एक मजेदार बदक होते. हे सामान्य बदक नव्हते आणि ते खूप मजेदार चालत असे. आम्ही त्याला रौनेऊ रन रन म्हणून संबोधले. मुलाखत घेणाऱ्याने जॉर्जला विचारले की तो स्वत:ला मार्टीनेट म्हणजे कडक शिस्त ठेवणारा अधिकारी मानतो का? तो हसला आणि उत्तरला, 'होय. असे असायलाच हवे.'

रौनेऊ सुटकेच्या मार्गाने त्याच्या छोट्या गटाला घेऊन पायरेनीसच्या पायथ्याशी असलेल्या लुरेस-बरोसेला गेला. तिथे इतर पुरुष आणि मुले त्यांच्याबरोबर देश सोडण्याच्या प्रतीक्षेत होते. त्या रात्री नऊ वाजता, मार्गदर्शकाने त्यांना छोट्या सालेचन-सिरादान रेल्वे स्थानकाकडे नेले. स्टेशनमास्तरने त्यांना त्याच्या घरी नेले, जिथे अजून माणसे निघून जाण्यासाठी अधीर झाले होती.

त्यांनी त्यांच्या शस्त्रास्त्रांचा अंदाज घेतला. सशस्त्र जर्मन बॉर्डर पेट्रोलिंगचा सामना करण्यासाठी फक्त एक टॉमी गन आणि काही पिस्तुले होती. त्यांच्यासोबत तिथपर्यंत आलेल्या मित्रांनी त्यांना अश्रुपूर्ण निरोप दिला आणि ते मोजेर द नेस्तला परत गेले. सकाळी एक वाजता रौनेऊची पार्टी पायी निघाली. दक्षिणेस लोचोनच्या दिशेने रेल्वेमार्गाच्या पाठोपाठ जाताना पावसाने त्यांना झोडपून काढले. ते पर्वतावर चढले आणि पाऊस बर्फात बदलला. अतिशीत रस्ता धोकादायक बनला होता. ते पूर्ण रात्रभर आणि सकाळी चढून गेले आणि दुपारच्या वेळीच त्यांनी विश्रांती घेतली. त्यांच्याकडचे ब्रेड गोठले होते. परंतु जीन रॉबर्टने तिच्याजवळचे काही पदार्थ वाटले. त्यांच्या मार्गदर्शकापैकी एकाने त्यांना शिखरावर शांतपणे चालायला प्रवृत्त केले. एक जर्मन सीमा चौकीजवळच होती. त्याच मार्गदर्शकाने जवळपास गोठलेल्या अकरावर्षीय जोसेट डफोयरला उचलले आणि तिला वरच्या बाजूस घेऊन गेले. ते दुसऱ्या बाजूला उतरत असताना, पॉलेट डफोयर बर्फामध्ये कोसळली. गटातील काही लोक पुढे गेले, तर बाकीचे पॉलेटबरोबर राहिले. तिने तिला तिथेच सोडून पुढे जाण्याची विनंती केली पण त्यांनी नकार दिला. तासाभरानंतर हे दोन गट पुन्हा एकत्र आले. ते तळही दिसणार नाही असे खोल विवराच्या काठावर उभे होते. आता

फ्रान्सला परतण्याशिवाय पर्याय नव्हता.

एका लाल केसांच्या तरुण अल्साटियनने जाहीर केले की तो कधीही परत जाऊ शकणार नाही. तो तसाच धडपडत पुढे निघाला. इतर खडबडीत काठावरून खाली जात राहिले. रौनेऊने सांगितले की पाऊल अगदी थोडेसे चुकले तरी बर्फ पायाखाली निसटत कोसळत होता आणि आम्ही संपलो असतो. स्थानिक मार्गदर्शकांपैकी एकाने सांगितले की, मी आतापर्यंत केलेली ही सर्वांत वाईट क्रॉसिंग आहे.

रौनेऊ बर्फात घसरला त्यामुळे छोटी जोसेटे डफोयर हसली आणि तणाव कमी झाला. ते बर्फावरून चालत असताना आशावादी झाले. अखेर बुधवारी, २७ ऑक्टोबर रोजी ते स्पेनला पोहोचले.

कॅस्टेलॅनो-सूर-ओव्हिग्नॉनमध्ये जॉर्ज आपले नेटवर्क तुकड्यातुकड्यांनी परत बांधत होता. नाममात्र कमांडर हेन्री सेवेनेटप्रमाणेच असल्याने त्याने रौनेऊची हकालपट्टी करवली होती. जेरमध्ये राहिलेला कोणताही सहकारी त्याच्या अधिकाराला आव्हान देऊ शकला नव्हता. जॉर्ज रिकाम्या शाळेतून रॉजर आणि अल्बर्टा लॅरिब्यूच्या घरात राहायला गेला. मात्र त्याचे कार्यालय शाळेच्या स्वयंपाकघरातच राहिले. रॉबर्टचे विद्यार्थी कंडोममधील हॉटेलच्या खोलीत असलेल्या वर्गात दाखल झाले.

१८ ऑक्टोबर, १९४३च्या एसओईच्या रौनेऊ निघून गेल्यानंतरच्या अहवालात असे नमूद केले की जॉर्जने रोलँड मॅन्सेन्कलची रौनेऊच्या जागी तर गुन्झबॉर्गची डफोयरच्या जागी नियुक्ती केली. त्याचे नवीन सैनिक अधीर होते. ते जर्मन सैनिकांना त्रास देण्यासाठी, रेल्वे नष्ट करण्यासाठी, टेलिफोन लाइन तोडण्यासाठी आणि पूल पाडण्यासाठी प्रतिकारक नेटवर्कमध्ये सामील झाले होते. अखेर एसओई कशाची वाट पाहत होते, हा प्रश्न पडत होता. इतर भागात कम्युनिस्ट जर्मन सैन्यावर हल्ला करत होते.

१० नोव्हेंबर १९४३ रोजी जॉर्जची कॅप्टन म्हणून पदोन्नती झाली. यामुळे त्याच्या क्षेत्रातील प्रभावात फरक पडला नाही. त्याने गणवेश घातला नाही की कॅप्टनसारखे आदेश दिले नाहीत. अर्थात या पदोन्नतीमुळे त्याच्या प्रतिकारकांना थोडासा फरक पडला. त्यांनी त्याला आधीच त्यांचा प्रमुख मानले होते. यामुळे एसओईचा फ्रान्समधील त्याच्या माणसावर असलेला विश्वास दिसला. अजून बरेच काही करणे बाकी होते.

तो हिवाळा आतापर्यंतचा सर्वाधिक थंड हिवाळा होता. डिसेंबरमधील एका रात्री, जॉर्जचे प्रतिकारक विक-फेझेन्सेकच्या दक्षिणेकडील शेतात शस्त्रास्त्रांची वाट पाहत असताना तापमान अतिशीत २० अंशांपर्यंत खाली आले. कंटेनर तरंगत खाली आले आणि कडक बर्फात खोलवर कोसळले. जॉर्जच्या माणसांनी त्यांना सोडवण्यासाठी बर्फ फोडला. ते जड धातूचे सिलिंडर्स घेऊन जात असताना ते दर

वीस पावलांवर श्वास घेण्यासाठी थांबत होते. जेव्हा ते काम संपले तेव्हा त्यांच्यापैकी एक जॉर्जेस ड्युमोंट म्हणाला, काय दिवस आहेत.

डिसेंबरचा शेवट इटलीमधील मित्रराष्ट्रांच्या सैन्यासाठीही अवघड होता, जिथे जर्मन सैन्य मजबूत बचावाच्या पार्श्वभूमीवर थांबले होते. ब्रेकआउटला विलंब लावून, वेहरमॅटने सालेर्नोचा अमेरिकन समुद्रकिनारा तोफखान्याच्या धाकाखाली ठेवून लढाईला विलंब केला. या धर्तीवर अनेक एसओई समर्थित इटालियन गनिमी जर्मनांवर हल्ले करीत होते आणि त्यांचे दळणवळण विस्कळीत करत होते. रशियाच्या फ्रंटवरच्या नाझीविरोधी पक्षांप्रमाणेच इटलीचे पक्षाभिमानी फ्रान्समधील प्रतिकारासाठी उभे ठाकले.

१९४३च्या शेवटी, कॅप्टन जॉर्ज स्टार, त्याच्या हाताखालच्या पुरुष आणि स्त्रियांप्रमाणे कृतीसाठी अधीर होत होता. फक्त तयारी यापुढे पुरेशी नव्हती. आक्रमकांना आक्रमणाची आता प्रतीक्षा करायची नव्हती. १३ डिसेंबर रोजी जॉर्जने लंडनला विचारले की, १ जानेवारी, १९४४ च्या दिवशी सकाळी ठरलेल्या हल्ल्यानंतर त्याच्या भागातील सर्व गेस्टापो मुख्यालयांवर हल्ले करण्याची परवानगी मिळावी. ही परवानगी १४ डिसेंबरला मंजूर झाली. तो जर्मन पुरवठ्याच्या लाइन्स तोडू शकत असेल किंवा कमजोर करू शकत असेल तर नागरिकांचा रोष पत्करावा अशी लंडनची इच्छा दिसत होती.

दुर्दैवी चार्ल्स ड्यूचार्डची जागा घेण्याकरता एसओईने एक विध्वंस विशेषज्ञ लेफ्टनंट कलॉड अरनॉल्ट याला पाठविण्याचे आश्वासन दिले. जॉर्जने विनंती केली नसली तरी अरनॉल्ट कुरिअर घेऊन येतच होता. व्होव्हेन कॉरम्यू म्हणाली की आता आमच्यात कुरिअर सेवा सुरू झाली. नवीन कुरिअरमध्ये ॲन-मेरी वॉल्टर्स नावाची एक तरुण इंग्रजी महिला असणार होती. अरनॉल्ट आणि वॉल्टर्स हे दोघेही वीस वर्षांचे होते आणि अस्खलित फ्रेंच बोलू शकत होते. अरनॉल्ट फ्रेंच होता आणि वॉल्टर्स जिनेव्हामध्ये मोठी झाली होती. वॉल्टर्सचे कोडनेम कोलेट आणि अरनॉल्टचे नेरॉन होते.

सोळा डिसेंबरच्या रात्री हॅलिफॅक्स बॉम्बरने वॉल्टर्स आणि अरनॉल्टला फ्रान्सला नेले, परंतु तीव्र हवामानामुळे उड्डाण करणारे लेफ्टनंट स्टॅनले निकोलसन ग्रे या पायलटला ड्रॉप साइटवर पोचता आले नाही.

आरएएफ स्युफोल्कमधील वुडब्रिज येथे परतताना ग्रेचे विमान तानघम जंगलात

कोसळले. ग्रे आणि त्याच्या क्रूमधील दोन सदस्य ठार झाले. सतरा डिसेंबरच्या अंतर्गत एसओई दस्तऐवजामध्ये नोंद झाली की वॉल्टर्स आणि अरनॉल्ट यांना जबर धक्का बसला होता. त्यांच्या अंगावर ओरखडे आणि जखमा होत्या आणि पायाचे घोटे मुरगळले होते. वैद्यकीय अधिकाऱ्यांनी संपूर्ण विश्रांतीची शिफारस केली. जॉर्जला त्याच्या स्फोटकतज्ज्ञाची वाट पाहावी लागणार होती. ख्रिसमस जवळ येताच जॉर्जने लंडनला सिगारेट आणि स्कॉच व्हिस्की मागितली. चैनीच्या गोष्टींसाठी विशेष वाहतुकीचे आदेश एसओई देऊ शकत नव्हते, म्हणून त्यांनी जॉर्जच्या पॅराशूटेजमध्ये या वस्तू पाठवल्या. परंतु आरएएफने चूक केली आणि ते सर्व जर्मन बॅरेक्समध्ये जाऊन पडले. तेव्हा जर्मन सैनिक त्याच्या सिगारेट आणि व्हिस्कीचा आनंद घेत असल्याचे जॉर्जला दु:ख झाले. काही दिवसांनंतर विमानाने ख्रिसमसचे पॅकेज योग्य ठिकाणी पोचवले. जॉर्जने मधमाशांच्या पोळ्यात त्याची व्हिस्की लपवून ठेवली.

त्यानंतर लवकरच लंडनच्या एका रेडिओ मेसेजने जॉर्जला कळवले की किंग जॉर्ज सहावा यांनी त्याला अनुकरणीय शौर्याचा सैनिकी किताब दिला आहे. त्याने उत्सव साजरा करण्याचा निर्णय घेतला. तो म्हणाला, मी अंधारात गेलो, व्हिस्कीची बाटली घेतली. ती उघडली पण मी आर्माग्नॅक जास्त प्यालो होतो त्यामुळे मला चव कळली नाही. मी बाटली जागेवर ठेवली. माझ्या माहितीनुसार, ती अजूनही तेथे आहे.

एकोणीस नोव्हेंबर १९४३ रोजी पॅरिसच्या दक्षिणेस एका उपनगरामध्ये एका फ्रेंच एसओई वायरलेस ऑपरेटरला अटक करण्यासाठी मेजर किफरने अर्नेस्ट व्होग्ट आणि इंटरप्रिटर ऑगस्ट स्केयर यांना पाठविले. मास्टर सार्जंट जोसेफ स्टॉर्क याने त्यांना रात्री अकरा वाजता गाडीने तिथे सोडले आणि दुसऱ्या एसडीच्या माणसासह कारमध्ये थांबला. व्होग्ट आणि स्केअर तिसऱ्या मजल्यावर गेले आणि ते बळजबरीने फ्लॅटमध्ये घुसले. तेव्हा आंद्रे दुबॉइस, कोडनेम हर्क्यूल किचन टेबलावर रेडिओवरून मेसेजेस पाठवत होता. अचानक त्याने उडी मारली आणि घुसखोरांवर हॅन्डगनने गोळीबार केला. त्याच्या पहिल्या शॉटमध्ये स्केयरचा मृत्यू झाला. कधीही शस्त्रास्त्रे न वापरलेल्या व्होग्टने दुबॉईसवर रिव्हॉल्व्हरने गोळीबार केला. दुबॉईस जखमी झाला पण त्याने परत व्होग्टच्या छातीत गोळी झाडली. दोघेही गोळीबार करत राहिले. व्हॉग्टने नंतर दोन रक्तबंबाळ शत्रूंचे अगदी जवळच्या अंतरावरून एकमेकांना मारण्याचा प्रयत्न करत असलेल्या दृश्याचे वर्णन केले : 'जेव्हा आमची दोन्ही पिस्तुले रिकामी होती तेव्हा आम्ही टेबलाच्या बाजूला एकमेकांना फक्त बघत उभे

होतो. आमच्या सर्व गोळ्या एकमेकांच्या शरीरात होत्या. मग माझी शुद्ध हरपू लागली.' जोसेफ स्टॉर्क आणि दुसऱ्या एका एसडीच्या माणसाने शूटिंग ऐकले आणि ते फ्लॅटकडे धावले. व्होग्ट बेशुद्ध झाला होता आणि त्याला प्रचंड रक्तस्राव होत होता. दुबॉइस गंभीर जखमी झालेला असूनही हातात शस्त्र घेऊन त्याला शक्य तितक्या वेगाने दाराकडे आणि पायऱ्या ओलांडत बाहेर पडला. सुमारे शंभर यार्डावर तो कोसळेपर्यंत जर्मन लोकांनी त्याचा पाठलाग केला. नंतर ते दोघांनाही घेऊन दे ला पिटी-साल्पेटिएर हॉपिटलला गेले. तिथे सर्जनने व्होग्टच्या शरीरातून सात गोळ्या काढल्या, त्यातली एक गोळी त्याच्या हृदयावर बसली होती.

दुखण्यातून सावरत असताना व्होग्ट दुबॉइसला शोधण्यासाठी अंथरुणावरून बाहेर पडला आणि पुढच्या वॉर्डमध्ये धडपडला. तो दुबॉइसच्या पलंगावर बसला आणि मलमपट्टी केलेल्या त्या कैद्याला म्हणाला, 'तू गोळीबार करायला नको होता. तू गोळीबार केलास तेव्हा मी गोळीबार केला.' दुबॉइसने उत्तर दिले, 'मी तुला मारून पळून जाण्याची आशा केली.'

गुरुवारी २५ नोव्हेंबर रोजी रात्री व्होग्ट हॉस्पिटलमध्येच होता, तेव्हा जॉन स्टारने ८४, अॅव्हेन्यू फॉश सोडण्याची वेळ ठरविली. त्याने नंतर सांगितले की तीन महिने मुक्काम केल्यानंतर एसडीला माहीत असलेल्या आमच्या एजन्ट्स, मैदाने आणि इतर सर्व नावे मला ठाऊक होती. जनरल हेन्री गिराड व डे गॉलेबाबतही मला सर्व माहीत होते. या माहितीचा फायदा घेऊन मी पळून जाण्याचा प्रयत्न केला. त्याने किफरच्या पोर्ट्रेटवर संरक्षक खोलीत उशिरापर्यंत काम केले तर फाये आणि खान त्यांच्या कोठड्यांमध्ये बंदिस्त होते. त्यांच्या भिंती खरवडून काढल्याचा आवाजाकडे दुर्लक्ष व्हावे म्हणून त्याने गार्ड्सशी गप्पा मारल्या आणि पेंटिंग चालू असताना मुद्दाम मोठ्याने आवाज करत हालचाली करत होता. जेव्हा सर्व शांत झाले तेव्हा त्याने एका रक्षकास त्याला त्याच्या कोठडीत नेण्यास सांगितले. दार बंद झाले. गार्डने नेहमीप्रमाणेच ते लॉक केले. जॉनने फंक्सपिलवरची माहिती लिहिलेले टिश्यूपेपर त्याच्या खिशात ठेवले आणि पलंगावर मेजर किफरसाठी एक पत्र ठेवले. त्याने लाइट बंद केला आणि खुर्ची गादीवर ठेवून वर चढला. सैल झालेला बार त्याने सरकवला आणि तो बाहेर ढकलला. जेव्हा तो शाफ्टमधून स्कायलाइटवर चढला तेव्हा त्याने आवाज न करण्याचा त्याने प्रयत्न केला. फाये छतावर त्याची वाट पाहत होता. खान मात्र तिथे नव्हती.

जॉन आणि फाये शांतपणे चालत तिच्या स्कायलाइटपर्यंत गेले. खान आतमध्ये होती आणि शाफ्टच्या पायथ्यावरील बार काढण्याचा प्रयत्न करत होती. दोघेही तिथे पोहोचले आणि त्यांनी आळीपाळीने स्क्रू ड्रायव्हर चालवला. जास्त लांब पोहोचलेल्या फायेने बहुतेक काम केले. दोन तासांच्या कठोर प्रयत्नांनंतर त्याने बारला प्लास्टरच्या

बाहेर काढले. खान गच्चीवर त्यांच्यात सामील झाली. चालताना आवाज होऊ नये म्हणून त्यांनी त्यांचे बूट गळ्यात बांधले. सोबत घेतलेल्या ब्लँकेटचे त्यांनी पट्टे फाडले आणि त्यांच्या धोकादायक पाच मजल्यावरील ड्रॉपसाठी त्याचा एक दोर बनवला. जवळपास अर्ध्यावर एका सपाट छतावर खाली उतरताना त्यांना समजले की त्यांची योजना यशस्वी होत आहे. 'आपण ते केले!' जॉनला फायेने उद्‍गार काढलेला आठवले. अचानक तिघे जागेवर खिळले. सर्चलाइट्सने आकाश अचानक उजळून निघाले.

पॅरिसच्या औद्योगिक उपनगरावर बॉम्बस्फोट करण्यासाठी अलाइड विमाने घिरट्या घालू लागली. जॉन म्हणाला की आर.ए.एफ. विमानांचे मोठे आवाज झाले आणि त्यांनी सगळ्यांना जागे केले. ठरलेल्या नियमाप्रमाणे छाप्याच्या वेळी पहारेकऱ्यांनी कोठड्या तपासल्या असता त्यांना जॉन व खान यांच्या कोठड्या रिकाम्या दिसल्या. त्यांनी मग ८४, अॅव्हेन्यू फॉशच्या अंतर्गत फ्लॅशलाइट्सने बाह्य भिंती स्कॅन केल्या. तिन्ही पळून जाणारे स्तब्ध राहिले. जेव्हा दिवे गेले, तेव्हा फायेने लोखंडी अग्निशामकाकडे मार्ग काढला. खाली गार्ड्स या रस्त्यावरून त्या रस्त्यावर धावत होते. पळून गेलेले पुन्हा ब्लँकेटच्या दोरीच्या साहाय्याने खाली उतरले आणि अॅव्हेन्यू फॉशच्या मागे हवेलीच्या कडेला चिकटून राहिले. बीस स्क्वेअर डू बुआ द बुलॉन्यू हा अॅव्हेन्यू फॉशचा मागचा भाग होता. तिथे हे तिघे होते. जबरदस्तीने पकडण्याच्या भीतीने फायेने जॉनने त्याला दिलेला सोटा टाकून दिला. जॉनने लंडनला द्यायची आपली कागदपत्रे काठावरच्या एका फ्लॉवरपॉटमध्ये लपविली. नंतर त्याने लिहिले की, 'मी गेस्टापोंच्या खिडकीपासून लपविलेल्या संरक्षक भिंतीकडे परत गेलो आणि तिथे माझी कागदपत्रे नष्ट केली. जेव्हा छतावरील खिडक्यांवरील प्रकाश चमकला तेव्हा मॅडेलिन आणि फाये छतावर सपाट पडून राहिले.' ए ८४, अॅव्हेन्यू फॉशच्या आत, मेजर किफर झोपला होता. बॉब आणि मॅडलीन गेले आहेत हे सांगण्यासाठी सुमारे तीन वाजण्याच्या सुमारास गार्ड्सनी त्याला उठविले.

किफरने परिस्थितीचा ताबा घेतला. सर्व कोठड्यांच्या तपासणीत कर्नल फायेही बेपत्ता असल्याची माहिती मिळाली. किफरने नंतर सांगितले, 'तिन्ही जण त्यांच्या कक्षातील लोखंडी पट्ट्या तोडून उंच खिडक्यांकडे गेले आणि ते सपाट गच्चीवर चढले. ब्लँकेट आणि चादरीच्या पट्ट्या एकत्र बांधून ते बाल्कनीत खाली उतरले. शेजारील घराच्या तिसऱ्या मजल्यात ते पोचले आणि तिथे एक खिडकी फोडून त्यांनी अपार्टमेंटमध्ये प्रवेश केला.'

फायेने आपले कोपर वापरून खिडकीची काच फोडली आणि तिघेजण आत शिरले. दिवे बंद असल्याने त्यांना फर्निचरच्या बाजूबाजूने जात पायऱ्यापर्यंत जाण्याचा मार्ग काढला. त्यांनी खाली धाव घेत पुढचा दरवाजा उघडला. रस्त्यावर एका

टोकाला एका उंच भिंतीसह एक वळलेली गल्ली होती आणि दुसऱ्या बाजूला एसएसची माणसे होती. फायेला एकमेव आशा दिसली, जणू अंधारातली एक धाडसी उडी. तो कसातरी पहारेकऱ्यांना ओलांडून गेला आणि तिथे गोळीबाराचा एकच धडाका उडाला. जॉन आणि खान परत हवेलीमध्ये गेले आणि दोन मजले पायऱ्या चढून गेले. आत जाऊन ते सोफ्यावर बसले. स्वातंत्र्याची त्यांची संधी गेली हे जाणून खानला अश्रू अनावर झाले. वरच्या मजल्यावरून घराची मालकीण मॅडम एस्मेरियनचा आवाज आला, 'तुम्ही कोण आहात? काय करीत आहात? चोर आहात काय?' जॉनने त्या बाईकडे पाहिले, जी डोकावून पाहत होती. त्याने काही उत्तर देण्याआधी जर्मन लोक दारातून आत घुसले.

ॲव्हेन्यू फॉशच्या प्रवेशमार्गावर त्यांचा किफरशी सामना झाला. 'तुम्हाला आता गोळ्या घालू,' किफर संतापून ओरडला. गार्ड्सनी जॉन, खान आणि जखमी फायेला त्यांच्या शिक्षेसाठी चौथ्या मजल्यावर ओढत नेले. 'मी फक्त माझे कर्तव्य केले' आहे, फाये म्हणाला. एका एसएस शिपायाने त्याच्या तोंडावर इतक्या जोरात ठोसे मारले की रक्त आले. गार्ड्सनी कैद्यांची झडती घेतली. जॉनच्या खिशात किफरने त्याला पोर्ट्रेटसाठी दिलेली छायाचित्रे होती. जॉन म्हणाला,'एक छोटी स्मरणिका. मी तुमच्यासाठी एक पत्र ठेवले आहे. ते माझ्या कोठडीमध्ये सापडेल.' तिघेही शिक्षेची वाट पाहत असताना किफरने पत्र शोधण्यासाठी गार्ड पाठवला. गार्डने ते पत्र आणून दिले. त्यात लिहिले होते –

> तुम्हाला हे मिळेल तेव्हा तुम्हाला कळलेच असेल की आम्ही निसटून जाण्याचा प्रयत्न केला. मला आशा आहे की आपण पुन्हा भेटणार नाही, परंतु येथे मिळालेल्या चांगल्या वागणुकीबद्दल मी आपले आभार मानू इच्छितो. आम्ही ते कधीही विसरणार नाही.
>
> आपल्या पाठलागासाठी आपणास शुभेच्छा, पण आमच्या स्वत:साठी जास्त शुभेच्छा,
>
> बॉब

जॉनने किफरला पाहिले तेव्हा त्याला वाटले की त्याच्या आत एक भयंकर लढाई चालू आहे. तो त्यांना ठार मारील की त्यांना वाचवेल ते कळत नव्हते. किफर जॉनकडे वळला. भयानक लढाई संपली. त्याने गोळीबार पथकाला जाण्याचा इशारा केला.

गार्ड्सनी जॉनच्या हातापायाला साखळदंड बांधले आणि त्याच्या खोलीकडे

फरफटत नेले. रात्री त्यांनी त्याला मारहाण केली. गार्ड्सपैकी एकाने फायेने छतावर ठेवलेल्या सोट्याचा वापर केला. जॉनने त्यांच्यावर त्याचा वापर केला असता म्हणून ते जास्तच चिडले होते. सकाळी त्यांनी त्याला फायेच्या रिकाम्या कोठडीमध्ये हलवले. जॉन दोन आठवड्यांपर्यंत बेड्या घातलेल्या अवस्थेत आणि पराभूत मन:स्थितीत एकाकी पडला होता. मग किफरने त्याच्याकडे स्पष्टीकरणाची मागणी केली. नंतर जॉनने किफरला सांगितले की मॅडेलिन पळून जाण्याच्या योजनेसाठी त्याच्याकडे गेली होती. एक स्त्री असूनही तिच्यात पळून जाण्याचे धैर्य होते आणि असे करण्यात यश आले असते तर इंग्लंडमध्ये त्याच्यासाठी जगणे अशक्य झाले असते. म्हणून त्यानेही धैर्य दाखवले, असे सांगितले.

सुटकेच्या अपयशानंतर जॉनची त्यांच्या पहिल्या भेटीची आठवण किफरपेक्षा वेगळी होती. त्याने सांगितले की किफर आणि व्हॉन कॅप्री दहा दिवसांनी त्याच्या कोठडीत आले आणि त्यांनी त्याला त्याचा वर्ड ऑफ ऑनर द्यायला सांगितले की तो अॅव्हेन्यू फॉशमधूनच नाही तर फ्रान्समधूनही पळून जाण्याचा प्रयत्न करणार नाही. जर तो सहमत नसेल तर ते त्याला जर्मनीला पाठवणार होते. त्याने मान्यता दिली.

दोन-तीन दिवसांनंतर, पुन्हा काम चालू ठेवण्यासाठी त्याला संरक्षक कक्षात आणले गेले आणि त्याच्या फसलेल्या पलायनाच्या वेळेपेक्षा त्याला जास्त स्वातंत्र्य मिळाले.

जॉनने सांगितले की, तो किफरला म्हणाला, 'जोपर्यंत तुम्ही मला इथे ठेवाल तोपर्यंत मी पळ काढण्याचा प्रयत्न करणार नाही, असा माझा शब्द देतो. पण जर मला कोठेही पाठवले गेले तर हे वचन बंधनकारक राहणार नाही.' त्याने नंतर एसओईला दिलेल्या माहितीत आपल्या निर्णयाचे औचित्य सिद्ध केले. ज्यात असे नोंदवले गेले आहे की तो त्याच्याकडची माहिती दुसऱ्या कैद्याला देऊ शकत होता, जो लंडनला त्या माहितीसह पळून जाऊ शकेल किंवा ती माहिती पाठवण्याची एखादी संधी समोर आली असती. किफरने जॉनशी त्याने शब्द दिल्यानंतर हस्तांदोलन केले. किफरला फ्रेंच अधिकाऱ्यांपेक्षा ब्रिटिश अधिकारी जास्त पसंत होते. त्याने सांगितले की 'फ्रेंचांच्या अगदी विरुद्ध कोणत्याही इंग्रजी अधिकाऱ्याने, फ्रान्समधील माझ्या कामादरम्यान, मला दिलेला शब्द मोडलेला नाही.' हे बोलताना तो अतिशय गंभीर झाला होता. जॉनने नकार दिला असता तर बारा एसओई एजन्टांना गोळ्या घातल्या गेल्या असत्या. खान आणि फाये यांनी मात्र त्यांचा शब्द देण्यास नकार दिला होता. मेजर किफरने सांगितले की, मॅडेलिन आणि फाये यांना त्यानंतर २६ नोव्हेंबरला बीडीएस अर्थात बेफहेल्शबर डेर सिसिरहेट्सडिन्स, मुख्य सुरक्षा अधिकारी कर्नल हेल्मट नॉचेन यांच्या आदेशानुसार स्ट्रासबर्ग किंवा कार्लस्त्रुहे येथील सुरक्षित

तुरुंगात नेण्यात आले. हा सुरक्षित तुरुंग म्हणजे छळछावणीच होती. खानला प्फोरत्सहाईमला आणि फेयेला जोनेनबेअर्गला पाठवण्यात आले.

पलायनाचा प्रयत्न अयशस्वी झाल्याची बातमी सामाजिक कार्यकर्त्या एमिली मॉरिन बालाचॉस्कीच्या माध्यमातून लंडनमधील एफ-सेक्शनपर्यंत पोहोचली. तिला जोसेफ पलेककडून ही माहिती मिळाली, ज्याला ती आपला प्रतिकारक पती, पाश्चर संस्थेच्या अल्फ्रेड सर्ज बालाकोस्कीला जर्मन कोठडीतून मुक्त करण्याच्या प्रयत्नात भेटली होती. एसडीने जुलै १९४३ मध्ये फ्रान्सिस स्विलच्या फिजिशियन सर्किटमध्ये काम करणाऱ्या प्रोफेसर बालाचॉस्कीला अटक केली होती आणि त्याला कॉम्पीयॅन्य येथे पॅरिसच्या उत्तरेकडील ट्रान्झिट कॅम्पमध्ये पाठवले होते.

तिने पलेकची आधी ॲव्हेन्यू फॉशवर आणि नंतर तिच्या घरी आणि सार्वजनिक ठिकाणी भेट घेतली. जेव्हा पलेक यांनी तिला पळून जाण्याच्या प्रयत्नाबद्दल सांगितले तेव्हा तिने एस्केप नेटवर्कद्वारे स्पेन आणि स्विस इंटेलिजेंसच्या माध्यमातून बर्नमधील एसओईला माहिती पाठविली. एफ-सेक्शन यापुढे जर्मन नूर इनायत खानचा रेडिओ वापरत आहेत याकडे दुर्लक्ष करू शकले नाही. मॅडम बालाचॉस्कीच्या अहवालाने आणखी एका गोष्टीची पुष्टी केली की जॉन स्टार जिवंत होता.

गिल्बर्ट नॉर्मन, जॉनला ॲव्हेन्यू फॉशवर भेटलेला, रेडिओ ऑपरेटर त्यानेही इमारतीतून पळून जाणार नाही अशी शपथ घेतली होती. जेव्हा एसडीला नवीन कैद्यासाठी त्याच्या कोठडीची गरज पडली तेव्हा रक्षकांनी त्याला फ्रेन्सेसमध्ये स्थानांतरित करण्यासाठी खाली एका व्हॅनकडे नेले. बाहेर त्याचे वचन यापुढे वैध नव्हते, तेथे तो गल्लीकडे पळत सुटला. कॉर्पोरल अल्फ्रेड फॉन कॅप्रीने नेम धरत त्याच्या पायावर गोळी झाडली. जर्मन लोकांनी त्याला उचलले आणि फ्रेस्नेसकडे न घेता दे ला पिटी-साल्पेटिएरला हॉस्पिटलमध्ये नेले. दुसऱ्या पलंगावर नॉर्मनने त्या माणसाला पाहिले ज्याला त्याने निसटून जाणार नाही असा शब्द दिला होता, तो अर्नेस्ट व्होग्ट होता.

नोकरशाहीच्या दोन महिन्यांच्या वाटाघाटीमुळे स्पेनमध्ये मॉरिस रौनेऊ, जीन रॉबर्ट आणि डफोयर्स यांना विलंब झाला. १४ डिसेंबरला त्यांनी स्पेनच्या भूभागावरून नो-मॅन-लँड ओलांडून ब्रिटनच्या जिब्राल्टरमध्ये प्रवेश केला आणि २९ डिसेंबरच्या मध्यरात्रीनंतर, डाकोटा सैनिकी विमानाने त्यांना घेऊन ब्रिस्टलला उड्डाण केले. लंडनमध्ये कर्नल बकमास्टर यांनी त्यांच्या कार्याबद्दल त्यांचे अभिनंदन केले आणि त्यांना पुढे काय करायचे आहे हे विचारले. रौनेऊ आणि पियरे डफोयर यांनी एका आवाजात उत्तर दिले की फ्रान्समध्ये परत जायचे आहे.

डिसेंबरच्या अखेरीस लंडनने जॉर्जला गॅस्कोनीमधील अनेक रेल्वेमार्गावरील इंजिन नष्ट करण्याचे आदेश दिले. तो आता विध्वंस तज्ज्ञ क्लॉड अरनॉल्टची वाट पाहू शकत नव्हता, जो अजूनही त्याच्या अपघातातील जखमांतून इंग्लंडमध्ये बरा होत होता. तोडफोड करायला स्वतःकडे फारसा वेळ नसल्याने त्याने इतरांना शिकवले. जॉर्जला स्फोटकांचे ज्ञान त्याच्या खाणींमध्ये काम केलेल्या अनुभवांमुळे इतके परिपूर्ण होते की त्याने दावा केला की तो त्याच्या एसओई प्रशिक्षकांना शिकवू शकतो. कदाचित यामुळेच त्याचे परीक्षक त्याला सर्वज्ञ म्हणत असत. त्याने सांगितले की मी नवीन वर्षाची संध्याकाळ निवडली, जेव्हा जर्मन उत्सव साजरा करीत असतील आणि जास्त दारू प्यायल्यामुळे सगळीकडे लक्ष देण्याच्या स्थितीत नसतील. व्होव्हेन कॉरम्यू म्हणाली की त्याने जर्मन लोकांना एका रेल्वे स्थानकात शॅम्पेनच्या बाटल्यांचे एक खोकेही पाठवले. जॉर्ज म्हणाला की सर्व इंजिने, गोलगृह आणि साइडिंग्ज कुठे असतील ते आम्ही शोधले आणि सर्वांना उडवून दिले. काही ठिकाणी रेल्वे कामगारांनी आम्हाला मदत केली. इतर ठिकाणी ते तसे करू शकले नाहीत.

त्या रात्री त्यांनी तीनशे वीस इंजिने उडवली. रेल्वे इन्स्पेक्टरसह सहानुभूतीशील रेल्वेमार्गाच्या कामगारांनी प्रतिकारकांना मदत केल्याचे कॉरम्यूने सांगितले. जॉर्जच्या लोकांनी प्रत्येक इंजिनमध्ये त्याच जागी स्फोटके ठेवली, ज्यामुळे एका इंजिनापासून ते दुसऱ्या इंजिनाला लावण्यासाठी स्पेअर पार्ट्स राहिलेच नाहीत.

१९४४च्या नवीन वर्षाच्या सकाळपर्यंत तीनशेहून अधिक इंजिने निरुपयोगी झाली होती. जॉर्जच्या सुरक्षाप्रमुखांनी लिहिले, 'नवीन वर्षाच्या संध्याकाळचा तो एक वास्तविक तडाखा होता. ते असे नाचले की जणू ते कधीच नाचले नव्हते.' मशीन्स एका ठिकाणी जमिनीवर पडलेली होती. बर्गरॅकमध्ये, तोडफोड करणाऱ्यांनी तीसपैकी पंचवीस ट्रेन इंजिन्स निकामी केली. जोमदार यश मिळाल्यानंतरही जॉर्जने ते काम स्वतः न केल्याबद्दल दिलगिरी व्यक्त केली. तो म्हणाला, 'अशा धोकादायक कामांसाठी लोकांना पाठवणे खूप अवघड होते. तुम्ही दूर असता आणि काळजी करत राहता की सगळे काही ठीक होईल. स्वतः जाऊन अशी कामे करण्यापेक्षा हे फार अवघड आहे.'

इंजिनांचा नाश झाल्याने आणि क्लॉड अरनॉल्टच्या आगमनाने नवीन वर्षात वाढत असलेल्या ऑपरेशन्सची मालिका सुरू झाली. तथापि, जॉर्जने त्याच्या क्षेत्रातील सर्व गेस्टापो मुख्यालयावर योजना आखलेल्या केंद्रित हल्ल्यांचा कोणताही पुरावा नव्हता आणि त्यासाठी १४ डिसेंबर रोजी लंडनने त्याला परवानगी दिली होती.

४ जानेवारी, १९४४ रोजी कलॉड अरनॉल्ट आणि ॲनी-मेरी वॉल्टर्स यांनी

दक्षिण-पश्चिम फ्रान्समध्ये पॅराशूटचा दुसरा प्रयत्न केला. गॅब्रिएल कॅन्टल नावाच्या सुतारांच्या नेतृत्वात जॉर्जची ग्राउंड टीम नियुक्त केलेल्या ड्रॉप झोनजवळ उभी होती. हॉलिफॅक्सची थोडीशी चूक झाली आणि टार्गेटच्या पलीकडे काही मैलांच्या अंतरावर अरनॉल्ट आणि वॉल्टर्सला सोडले गेले. कॅन्टल आणि गाबारे खेड्यातील इतर प्रतिकारकांना ही जोडी चिखलात बरबटलेली आणि मार्शलँडमध्ये सिंचन वाहिनीशेजारी त्यांचे पॅराशूट दफन करताना आढळली. जमिनीवर पंधरा कंटेनर व सहा बॉक्स पडलेले होते. नवीन लोकांना सेफ हाउसकडे नेण्याआधी त्या लोकांनी पुरवठ्याचे सामान गोळा केले. रिसेप्शन समितीपैकी एकाने नंतर ॲनी-मेरी वॉल्टर्सचे वर्णन केले.

> की ती तिच्या फ्लाइंग सूटमध्ये फादर ख्रिसमसप्रमाणे दिसत होती. तिच्या बाजूला फावडे, तिच्या बाहीला चाकू आणि खिशात रिव्हॉल्व्हर होते. औषधे, अन्न, क्षेत्र नकाशे, कंपास, ओळखपत्रे आणि इंग्लंडमध्ये छापलेले रेशन कूपन हे सगळे फ्रान्समधील बऱ्याच लोकांपेक्षा चांगले दिसत होते.

सूर्योदयानंतर वॉल्टर्स आणि अरनॉल्ट गोठलेल्या शेतातून गॅबरेटकडे गेले आणि एक दिवसानंतर जॉर्जची वाट पाहण्यासाठी कंडोमला गेले.

दुसऱ्या दिवशी सकाळी जॉर्जची मोटारसायकल कंडोममध्ये गेली तेव्हा वॉल्टर्स झोपली होती. ते आले आहेत, तिथल्या माणसाने तिला सांगितले. त्यांच्या पहिल्या भेटीचे वॉल्टर्सचे वर्णन तितके आनंदी नव्हते. तिने नंतर सांगितले,

> की त्याला टक्कल होते आणि थोड्याशा मिश्या होत्या. तो कदाचित कधीतरी दाढी करत असावा. त्याच्या मिश्यांना आकार नव्हता. त्याची नजर लबाड वाटत होती. तो बोलताना नजर टाळत असे. तो खूप तणावात असावा कारण तो सतत खोलीत फिरत होता आणि छोट्या वाक्यात बोलत होता. त्याचे फ्रेंच उच्चार इंग्लिश ढबीचे नव्हते, ते वेगळेच होते. जर्मन कानांना तर ते ओळखूच आले नसते. त्याचे वय पंचेचाळीस असावे. (प्रत्यक्षात जॉर्ज एकोणचाळीस वर्षांचा होता.)

तिला निळ्या पायजम्यामध्ये त्याने पाहिल्याने अवघडलेल्या वॉल्टर्सला जॉर्ज मैत्रीपूर्ण वाटण्याऐवजी व्यावसायिकासारखा वाटला. तो म्हणाला, 'पहिली गोष्ट म्हणजे मी शिस्तीत खूप काटेकोर आहे.' तो एकदा चूक माफ करायचा. तो पुढे

म्हणाला, 'स्पष्टपणे सांगायचे म्हणजे मी सांगत असलेल्या गोष्टी तुम्ही केल्या पाहिजेत आणि मग आपले ठीक जमेल. जर तुम्ही तसे केले नाही तर मी तुम्हाला गोळ्या घालीन.' त्याने तिला तिचे प्रशिक्षण लक्षात ठेवण्याचा सल्ला दिला, परंतु तिची कव्हर स्टोरी विसरण्याचा सल्ला दिला. कठोर चौकशीत कुठलेही कव्हर चालत नाही, हे त्याने सरळपणे सांगितले. त्याने तिला केवळ नजरेने पाहून, जोखून किंवा तिचा विश्वास असलेल्या एखाद्या व्यक्तीद्वारेच कुणाशीही वागण्याचा सल्ला दिला. त्याने सांगितले की संकेतशब्द हे विषारी सापळे आहेत. त्याने तिला सार्वजनिक ठिकाणी धूम्रपान टाळायला सांगितले, कारण त्या प्रदेशातील महिला तसे करत नसत. तिच्या लक्षात आले की तो धूम्रपान केल्याशिवाय पाच मिनिटेही घालवू शकत नव्हता. त्याच्या बोटाला निकोटीनने डाग पडले होते.

तिला घाबरवून टाकण्यासाठी जॉर्ज म्हणाला की गेस्टापोने त्याला पकडले आणि छळ केला. हा मुद्दा सिद्ध करण्यासाठी त्याने तिला पायांवरचे चट्टे दाखवले. बऱ्याच वर्षांनंतर कुणीतरी त्याने तिच्याशी खोटे बोलण्याचे कारण विचारले असता जॉर्ज म्हणाला की मला तिला प्रभावित करायचे होते. बऱ्याच जणांप्रमाणेच वॉल्टर्सनेही या कथेवर विश्वास ठेवला.

लंडनने तिला दिलेले ओळखपत्र आणि रेशन कूपन त्याने तपासले. ते चांगलेच होते, परंतु त्याने ओळखपत्रात त्रुटी असल्याचे स्पष्ट केले आणि म्हणाला की लंडन कधीकधी चुका करते. हे कार्ड दर्शवते की तुम्ही गेल्या वर्षी बेकायदेशीरपणे सीमांकन ओलांडली आहे. त्यावर चुकीचे शिक्के आहेत. जाताना त्याने ते कार्ड आपल्यासोबत घेतले आणि तो तिला बदली कार्ड आणून देईल असे सांगितले. तिचा राग अनावर झाला. ती म्हणाली, 'कागदाशिवाय मी अजिबात थांबू नये ही कल्पना मला राक्षसी वाटली.' जॉर्ज बहात्तर तासांनंतर नवीन ओळखपत्रासह परत आला. लंडनने तिची नेमणूक उत्तर फ्रान्सला केली आहे, तेव्हा ती कधी निघू शकेल अशी विचारणा तिने केली. जॉर्ज म्हणाला, 'तू इथेच बरी आहेस.' त्याला तिची गरज होती. त्याने सांगितले,

> 'मला आतापर्यंत सर्वत्र स्वतःच जावे लागत होते. चार-पाच महिन्यांपूर्वी, जर्मनांनी माझ्या डोक्यावर भारी इनाम ठेवले आणि दररोज हे अधिक कठीण होत आहे. एकदा तर मी गेस्टापो बॅरेजवर अडकलो. माझ्या सिम्का कारच्या मागील बाजूस माझे ट्रान्समीटर सेट होते आणि त्यावर माझे कॅनेडियन कोट फेकले होते. पण सुदैवाने त्यांनी गाडी शोधली नाही.'

त्यानंतरच्या रविवारी वॉल्टर्स जॉर्जबरोबर ज्येष्ठ एजन्टांना भेटण्यासाठी गेली, ज्यांच्याशी तिला जॉर्जची प्रतिनिधी म्हणून संपर्क साधायचा होता. तिची कव्हर स्टोरी अशी होती ती पॅरिसमधील एक विद्यर्थिनी होती. पॅरिस खूप महाग असल्याने ती तिचे शिक्षण सुरू ठेवू शकत नव्हती आणि तिच्या गेल्या लढाईत तिच्या वडिलांचा मित्र असणाऱ्या शेतकऱ्याच्या आश्रयाला ती आली होती.

२७ जानेवारी १९४४च्या रात्री, आरएएफच्या फ्लाइट लेफ्टनंट मॉरिस साउथगेटने त्याच्या दुसऱ्या मिशनसाठी जॉर्जच्या ऑपरेशन क्षेत्रामध्ये पॅराशूट केले. मागील नोव्हेंबरला त्याची पहिली असाइनमेंट दहा महिन्यांनंतर संपली होती. त्यादरम्यान त्याने कारखान्यांची तोडफोड केली आणि फ्रेंच पोलिसांशी जोरदार सामना केला. बकमास्टर यांनी त्यांच्याबद्दल लिहिले की स्वतःच्या सुरक्षिततेचा किंवा कल्याणाचा कोणताही विचार न करता त्याने आपले काम केले. त्याने बरेच तास काम केले. कधीकधी दिवसाचे वीस तास तो काम करत असे. त्याच्याबरोबर काम करणाऱ्या सर्वांना त्याच्या उत्कट उत्साहाने प्रेरित केले. जॉर्जने गॅब्रिएल कॅन्टलला, ज्याने तीन आठवड्यांपूर्वी वॉल्टर्स आणि अरनॉल्टचे उतरल्यावर स्वागत केले होते, त्याला साउथगेटला भेटायला पाठविले आणि त्याला स्टेशनर सर्किटचे काम पुन्हा सुरू करण्यासाठी टर्बे येथे बसने पाठवायला सांगितले.

ॲनी-मेरी वॉल्टर्सने जॉर्जच्या कामासाठी अरनॉल्टसोबत ट्रेनने प्रवास केला. ती त्याला जीन-कलॉड म्हणत असे. जॉर्जला तरुण अरनॉल्ट मेरी वॉल्टर्सच्या प्रेमात आहे, याची काळजी वाटत होती म्हणून त्याने गुन्झबॉर्गला गारॉन नदीच्या उत्तरेस त्याला काम देण्यास सांगितले. जॉर्ज आणि गुन्झबॉर्ग यांनी वॉल्टर्सला सांगितले, 'इंग्लंडहून आल्याचा दावा करणारे संशयास्पद लोक जेरभोवती चौकश्या करत होते आणि अरनॉल्ट दुसरीकडे सुरक्षित राहील. तिला बरेच आठवडे तो गेल्याचा त्रास झाला.

एकदा वॉल्टर्सला खोकला आणि तीव्र तापाचा त्रास झाला आणि तिला पडून राहावे लागले. जॉर्जने एक तरुण फिजिशियन आणि प्रतिकारक डॉक्टर जीन डेरिस याला तिच्यावर उपचार करण्यासाठी पाठवले आणि तिच्या चार दिवसांच्या आजारपणात जॉर्ज जवळजवळ दररोज येत असे. पॅराशूटमधून मिळालेल्या सामानातून इंग्लिश चहा आणि चॉकलेट तो आणत असे.

दुखण्यातून पूर्वपदावर येत असताना वॉल्टर्सने मॅसन सेन्ट्रल डी एसमधून मोठ्या प्रमाणात कैदी निसटल्याच्या अफवा ऐकल्या. पूर्वीचे बेनेडिक्टिन मठ आता तुरुंग बनले होते आणि ते सुमारे पस्तीस मैल अंतरावर शेतात होते. ३ जानेवारी १९४४ रोजी, तिने आणि अरनॉल्टने फ्रान्समध्ये पॅराशूट करण्याच्या आदल्या दिवशी वेन-ट्रिलॅकिस्टचा एसओई आयोजक फिलिप डी वोमेकोर्ट आणि मेजर

चार्ल्स हडसन यांच्या नेतृत्वाखाली चौपन्न कैदी सुटले होते.

वोमेकोर्ट आणि हडसन यांनी तेरा इतर कैद्यांसह पळून जाऊन एसपासून जवळ आश्रय घेतला. स्पेनला पोहोचण्यासाठी व्होमकोर्टला अंडरग्राउंडकडून मदतीची आवश्यकता होती. त्यांनी लिहिले – की 'हा संदेश गॅस्कोनी सर्किटच्या प्रमुखाला पाठवला गेला, जो आमच्या जाण्याची व्यवस्था करण्याच्या तयारीत होता.'

जेव्हा जॉर्ज त्यांना भेटला, तेव्हा त्याने त्यांच्या नागरी कपडे, खोटी ओळखपत्रे, स्पॅनिश सीमेवर जाण्याची सोय आणि मार्गदर्शक या सर्व गरजा पूर्ण केल्या. त्याने वॉल्टर्सला मॉन्ट्रेज्यूजवळील मॅझेरेस-डे-नेस्टे येथील जॉर्जचा प्रतिनिधी रोलँड मॅन्सेन्कलकडे सुटकेच्या योग्य मार्गाच्या माहितीसाठी पाठवले. वॉल्टर्स कंडोमहून बस बदलत टर्बेस शहराच्या बाजारपेठेत गेली, तिथे मॅन्सेन्कल त्याच्या भाच्याच्या विजेच्या दुकानात तिची वाट पाहत होता. त्यांनी वरच्या मजल्यावर जेवण केले तेव्हा मॅन्सेन्कलने तिला जबरदस्त बर्फ, हिमस्खलन, जर्मन सीमारक्षक या अडथळ्यांविषयी सांगितले. वॉल्टर्स गप्प राहिली कारण जॉर्जने तिला मॅन्सेन्कलबद्दल सांगितले होते की सर्व गोष्टींत आधी तो खूप चिडचिड करतो पण तो इतरांपेक्षा चांगले काम करतो.

मॅन्सेन्कल तिला ट्रेनमधून मॉन्ट्रेज्यूला आणि नंतर पायी सुमारे तीन मैलांवर मोजेर द नेस्त येथील त्याच्या घराकडे घेऊन गेला. तिला तिथे अचानक अरनॉल्ट भेटल्याने खूप आनंद झाला. जॉर्जने अरनॉल्टला उत्तरेला पाठवल्यापासून त्यांनी एकमेकांना पाहिले नव्हते. त्यांनी तरुण प्रेमींप्रमाणे बडबड केली. मार्गदर्शकांचा शोध घेण्यासाठी मॅन्सेन्कल निघाला आणि तीस मैल डोंगरावर सायकल चालवल्यानंतर सूर्यास्ताला परत आला. त्याने वॉल्टर्सना सांगितले की मार्गदर्शक सकाळी पस्तीस अमेरिकन एअरमेनसह स्पेनला जात होते. ते दोन आठवडे परत येणार नाहीत. तो म्हणाला, 'मी जास्तीत जास्त इतकेच करू शकलो. आमच्यासाठी काम करणारा दुसरा मार्गदर्शक सहा आठवड्यांपूर्वी गेस्टापोने पकडला होता. मला विश्वास ठेवण्यासारखा दुसरा कुणी माहीत नाही.'

वॉल्टर्स दुसऱ्या दिवशी पहाटे अंधारात चालत तुलुजला जाणारी पहाटेची ट्रेन पकडण्यासाठी गेली आणि नंतर दुसऱ्या ट्रेनने ऑचला गेली. तिने आपली सायकल परत घेतली आणि नंतर कास्टॅग्नोस नावाच्या कुटुंबाच्या शेतात गेली. हेन्री आणि ओडिला कास्टॅग्नोस आणि त्यांचा मुलगा आंद्रे यांनी मोठा धोका पत्करून तिला खोली दिली. जॉर्जला भेटण्यासाठी सायकलने जाण्यापूर्वी तिने तेथे थोडा वेळ आराम केला. त्याने तिला ते निघून जाईपर्यंत कैद्यांना लपवायला सांगितले. ॲनी-मेरीने जॉर्जचे आदेश पोचवण्यासाठी आजेनला अल्बर्ट कँबनकडे गेली आणि त्याने सगळी व्यवस्था करण्याचे आश्वासन दिले.

कॅबन एका जुन्या ट्रकमधून गेला आणि रेमेंड ऑबिन या पोलिसाची कामे करणाऱ्या सैनिकाला घेतले. नंतर त्याने गाडी चालविण्यासाठी प्रतिरोधक फ्रान्सिस पियरोट यांच्याकडे दिली. एसमधले फरारी कैदी ट्रकमधल्या ताडपत्रीखाली लपले. पियरोटने त्यांना आजेनला वॉल्टर्सकडे आणले. तिने ताडपत्री उघडली आणि पंधरा घामाघूम झालेल्या पुरुषांसह अंधाऱ्या पाच बाय सात फूट जागेत चढली. व्होमेकोर्ट यांनी नंतर सांगितले, 'आजेन शहराच्या अगदी बाहेर, एक मोहक नवागत आमच्या मागच्या पार्टीत सामील झाली. ॲनी-मेरी वॉल्टर्स नावाची एक इंग्रजी मुलगी, गॅस्कोनीमध्ये गेली होती आणि पॉलेट या नावाखाली काम करत होती. तो मार्ग जर्मन लोकांपासून सुरक्षित आहे, हे बघण्यासाठी ती सायकलवरून पुढे जात होती.' एफ-सेक्शन मेजर हडसन यांनी स्वतःचा परिचय करून दिला आणि लंडनमधील एसओई सहकाऱ्यांविषयी विचारले.

त्यांनी सहज बोलताबोलता सांगितले की त्यांनी आणि इतर माणसांनी तुरुंगात रोज चौदा तास खडक फोडले. हा सगळा काळ त्यांना जर्मनीत नेले जाईल याची प्रचंड भीती होती.

पेट्रोलपेक्षा कमी शक्ती असलेल्या युद्धाच्या वेळच्या गॅझोजेनवर चालणाऱ्या ट्रकला डोंगरावर चढणे अवघड जात होते. एका मोठ्या उतरावर ॲनी-मेरी आणि आतल्या पंधरा माणसांनी ढकलले. बाईज नदीवरील अरुंद पुलावरून सशस्त्र नागरी सैनिकांनी त्यांना थांबण्याचा आदेश दिला तेव्हा ते नेराक शहरातून जात होते. वॉल्टर्सने लिहिले की, 'माझे हृदय जोरात धडधडत होते आणि कुणालाही ते ऐकू जाऊ नये, अशी मला आशा होती.' 'फ्रेंच सैनिक' ऑबिन एका नागरी पोलिसावर ओरडला. त्याने आपला मुख्य, गुप्त प्रतिरोधक कॅप्टन रेमंड कॉस्कोलुएला यांची कागदपत्रे सादर केली ज्यात असे नमूद केले की ते अधिकृतरीत्या जात आहेत. जेव्हा नागरी सैनिकांनी ट्रकची झडती घेण्याचा प्रयत्न केला, तेव्हा ऑबिनने पियरोटला ट्रक चालवायची खूण केली.

सैनिकांनी आरडाओरडा केला. ऑबिनने ओरडून आतल्या लोकांना खाली पडून राहायला सांगितले. सैनिकांनी गोळीबार केला, परंतु पियरोटने तो पुलावर घातला आणि त्याचे गॅझोजेनवरचे इंजिन सहन करू शकेल इतक्या वेगाने गाडी चालविली.

जेव्हा ते धोक्याबाहेर गेले तेव्हा मेजर हडसन म्हणाले, 'मुला, फार उत्तम काम केलेस.'

ते एका कोठारात रात्री थांबले. ॲनी-मेरी दुसऱ्या दिवशी सकाळी कास्टॅग्नोसच्या शेतात परत आली. जेव्हा जॉर्ज आला तेव्हा तिने घडलेल्या गोष्टी सांगितल्या. तो म्हणाला, 'तू तिथे थांबायची मुळीच गरज नव्हती. आपण कोणतीही अनावश्यक जोखीम घ्यावी, अशी माझी इच्छा नाही. जर आपण पकडले गेलो तर यामुळे

आपल्याला भयानक त्रास होईल. तरीही मला आनंद आहे की ते संपले आहे.' तिला वाटले त्याचा प्रतिसाद थोडासा थंड होता.

फरारी लोक मार्गदर्शकांनी स्पेनहून परतण्याची वाट पाहत होते. व्होमकोर्ट यांनी लिहिले की काही दिवस आम्ही आराम करू शकलो. शेतात चांगले खाल्ले आणि अलार्म्सपासून मुक्ततेचा आनंद लुटला. आमच्यात शक्ती आली. शेवटी पंधरा जण स्पेनमध्ये जाण्यासाठी वाट पाहणाऱ्या मार्गदर्शकांकडे सीमेवर गेले. तिथले चढ अवघड होते परंतु त्यांनी पायरेनिस ओलांडून स्पेनमार्गे जिब्राल्टर गाठले. सोडले. त्यांनी सांगितले की त्यांना जॉर्ज स्टार आणि त्याच्या लोकांकडून मिळालेल्या मदतीशिवाय हे शक्य झाले नसते.

फ्रान्सपासून सुदूर पूर्वेकडे जाणाऱ्या शक्तींविरुद्ध भूमिगत कारवाया करण्यासाठी आणि विशेषतः 'युरोपला पेटवण्यासाठी' ब्रिटिश पंतप्रधान विन्स्टन चर्चिल यांनी ६ जुलै, १९४० रोजी स्पेशल ऑपरेशन्स एक्झिक्युटिव्ह (एसओई) ची स्थापना केली.

फ्रान्सचे स्वतंत्र नेते शार्ल द गॉल यांनी १९४० मध्ये लंडनमध्ये पलायन केले आणि नाझींच्या विरोधात फ्रेंचांना 'माझा आवाज ऐका आणि माझ्या मागे या' असे आवाहन केले.

फ्रान्सचे राज्य प्रमुख फिलिप पेताँ यांनी अडॉल्फ हिटलरची २४ ऑक्टोबर, १९४० ला मोनटोअर-सूर-ले-लोअर येथे जर्मनीला फ्रेंच सहयोग देण्यासाठी भेट घेतली. जर्मन दुभाषा पॉल स्मिट हे हिटलर आणि पेताँ यांच्यामध्ये उभे आहेत आणि जर्मन परराष्ट्रमंत्री जोआकिम फॉन रिबेंट्रॉप हे उजव्या बाजूला हिटलरच्या मागे आहेत.

जॉर्ज आणि जॉन स्टार यांनी १९३९ मध्ये रॉयल एअर फोर्ससाठी स्वयंसेवा केली, पण त्यांचे वडील अमेरिकन असल्यामुळे त्यांना नाकारले. ते ब्रिटिश सैन्यात भरती झाले आणि फ्रेंच भाषेतील प्रभुत्वामुळे एसओईने त्यांची भरती केली.

दक्षिण फ्रान्समधील कॅसिसनजीकचे 'पॉर-मिऊ कॅलँक'चे प्रवेशस्थळ, जेथे एसओईच्या सीडॉग जहाजाने जॉर्ज स्टारला फ्रान्समध्ये आणले आणि ३ नोव्हेंबर, १९४४ रोजी जॉन स्टारला घरी परत नेले.

फ्रेंच विभागातील इंटेलिजन्स ऑफिसर वेरा ॲटकिन्स तिच्या फील्ड एजन्ट्सबद्दल एकनिष्ठ होती, पण ती जॉन स्टारबद्दल म्हणाली, 'आम्हाला वाटते की त्याच्यामुळे आम्हाला कमीपणा आला.'

एफ-सेक्शन कुरिअर ओडेट सॅन्सम २ नोव्हेंबर, १९४३ रोजी जॉर्ज स्टारसोबत समुद्रमार्गे फ्रान्समध्ये पोचली. पण त्याला तिचा तिरस्कार वाटत असे आणि तिला पकडल्यानंतर आणि तिने नाझी अत्याचाराचा भयंकर सामना करूनही त्याने तिचे धैर्य कबूल केले नाही.

एफ-सेक्शनच्या प्रारंभीच्या फ्रेंच एजन्ट्सपैकी एक बॅरन फिलिप दे वोर्मकोर्टने व्हेंट्रिलोक्विस्ट सर्किटचे नेतृत्व केले. ३ जानेवारी, १९४४ रोजी फ्रान्समध्ये जर्मन बंदिवासातून धाडसाने सुटलेल्या वोर्नकोर्टला जॉर्ज स्टारने स्पेनला जाण्यास मदत केली.

एफ-सेक्शन रेडिओ ऑपरेटर कॅप्टन मार्कस ब्लूम, कोडनेम उर्बेन आणि बिशप. जॉर्ज स्टारसह समुद्रमार्गे फ्रान्समध्ये दाखल झाला. जॉर्ज स्टार आणि मॉरिस पट्र्सचुकसाठी रेडिओ चालवला. पकडल्यावर आणि छळ केल्यावर त्याने जर्मनांसाठी रेडिओ ऑपरेट करण्यास नकार दिला.

**डावीकडे :** लेफ्टनंट मॉरिस पट्र्सचुक, कोडनेम 'यूजीन', हा मूळचा रशियन ज्यू होता आणि तो इंग्लंडमध्ये मोठा झाला. वयाच्या एकविसाव्या वर्षापासून त्याने नैऋत्य फ्रान्समध्ये एफ-सेक्शनचे प्रूनस सर्किट चालवले.

**उजवीकडे :** व्होव्हेन कॉरम्यू, कोडनेम 'ॲनेट', जॉर्ज स्टारची रेडिओ ऑपरेटर होती. एफ-सेक्शनने तिला सर्वोत्तम प्रेषणकर्त्यांपैकी एक मानले.

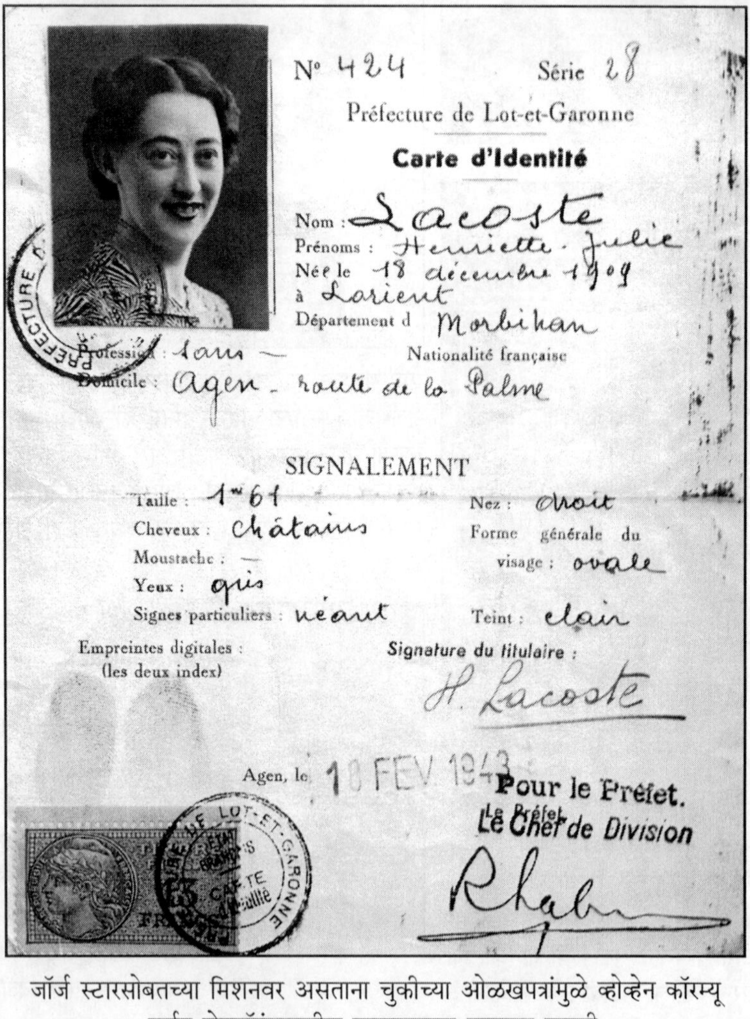

N° 424 Série 28

Préfecture de Lot-et-Garonne

**Carte d'Identité**

Nom : Lacoste

Prénoms : Henriette-Julie

Née le 18 décembre 1909

à Lorient

Département d Morbihan

Profession : sans — Nationalité française

Domicile : Agen - route de la Palme

SIGNALEMENT

Taille : 1m61 Nez : droit

Cheveux : Châtains Forme générale du visage : ovale

Moustache : —

Yeux : gris

Signes particuliers : néant Teint : clair

Empreintes digitales : (les deux index)

Signature du titulaire : H. Lacoste

Agen, le 18 FEV 1943

Pour le Préfet. Le Préfet. Le Chef de Division

जॉर्ज स्टारसोबतच्या मिशनवर असताना चुकीच्या ओळखपत्रांमुळे व्होव्हेन कॉरम्यू जर्मन चेकपॉइंट्सवरील तपासापासून सलामत सुटली.

**वर, डावीकडे :** २९ नोव्हेंबर १९४४ रोजी जॉर्ज स्टार आणि व्होव्हेन कॉरम्यू यांना फील्डवर उत्कृष्ट सेवा दिल्याबद्दल फ्रेंच कर्नल हेन्री मोनेटने क्रॉक्स दे गुएरे हा सन्मान प्रदान केला.

**वर, उजवीकडे :** स्पेनमधील बार्सिलोना जवळील मॅनरीसा येथील पिलर कॅन्युडोस रिस्टलने १९३४ मध्ये जॉर्ज स्टारशी लग्न केले आणि स्पेनमध्ये एसओईसाठी काम केले. तिला माहीत नव्हते की तिचा नवरा फ्रेंच पायरेनिसच्या सीमेवर होता.

ऑगस्ट १९४३ मध्ये व्होव्हेन कॉरम्यूने अल्फ्रेड, पिलर आणि जॉर्जिना स्टार यांचा हा फोटो फ्रान्समधील जॉर्ज स्टारकडे आणला. कॉरम्यूने तिच्या एसओई हॅन्डलरना सांगितले नाही की ती आणि तिचा दिवंगत पती ब्रुसेल्समध्ये स्टारला ओळखत होते.

ॲनी-मॅरी वॉल्टर्स, कोडनेम 'कोलेट', जानेवारी १९४४ मध्ये जॉर्ज स्टारची कुरिअर होण्यासाठी वयाच्या विसाव्या वर्षी फ्रान्समध्ये पॅराशूटने उतरली. नंतर तिने जॉर्जवर युद्धगुन्हे केल्याचा आरोप केला.

फिलिप द गुन्झबॉर्ग, एक फ्रेंच ज्यू, कोडनेम, 'फिलीबर्ट' आणि 'एडगर'. हा जॉर्ज स्टारच्या सर्वांत जवळच्या सहकाऱ्यांपैकी एक बनला. त्याच्या एका सहकाऱ्याने लिहिले की तो फ्रेंच असूनही त्याला कधीकधी इंग्रज समजले जाई. लॉरेन्स ऑफ अरेबियाच्या कॅलिबरचा महान नेता म्हणून गुन्झबॉर्गने जॉर्ज स्टारचे कौतुक केले.

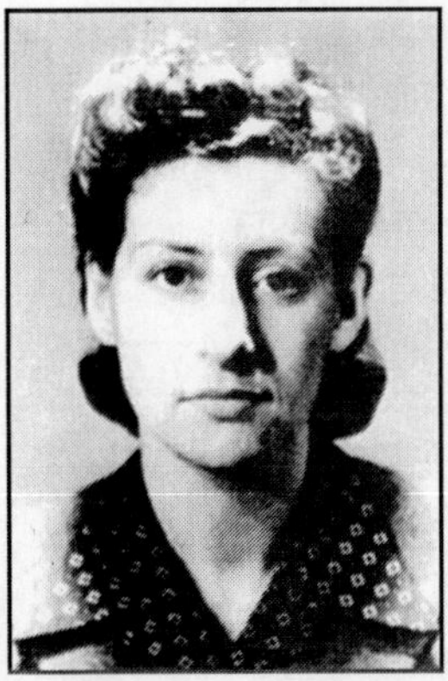

**डावीकडे :** डेनिस ब्लॉच नावाच्या एका फ्रेंच ज्यू महिलेने जॉर्ज स्टारबरोबर कुरिअर म्हणून काम केले. एफ-सेक्शनच्या व्हेंट्रिलॉक्विस्ट सर्किटच्या हेन्री पॉल सेवेनेटचा डेप्युटी पॉल सारेंटे **(उजवीकडे)** याने ब्लॉचला गेस्टापोकडून पकडले जाण्यापासून वाचविले आणि नंतर तिच्यावर जॉर्ज स्टारची प्रेयसी असल्याचा आरोप केला.

कॅप्टन अॅडॉल्फे रॉबिनोविच. पीटर चर्चिलच्या स्पिन्डल सर्किटसाठी इजिप्शियन-रशियन-ज्यू एसओई रेडिओ ऑपरेटर, कॅप्टन अॅडॉल्फे रॉबिनोविच याने जॉर्ज स्टारसाठी संदेश पाठविले आणि फ्रान्सच्या त्यांच्या पहिल्या मोहिमेत अटक होणे टाळले. जेव्हा त्याच्या दुसऱ्या मोहिमेच्या सुरुवातीला जर्मनांनी त्याला पकडले आणि त्याला अॅव्हेन्यू फॉशवर नेले तेव्हा त्याने जॉन स्टारकडे एसओईच्या दुर्लक्षाबद्दल तक्रार केली.

वयाच्या अठ्ठाविसाव्या वर्षी स्कॉड्रन ऑफिसर डायना रोव्हडेन जॉनं स्टारची कुरिअर म्हणून काम करण्यासाठी, १६ जून, १९४३ रोजी फ्रान्समध्ये पॅराशूटने उतरली. अटक झाल्यावर ८४ अॅव्हेन्यू फॉशमध्ये जॉन स्टारला तिने पुन्हा पाहिले.

जॉर्ज स्टारने नोव्हेंबर १९४२ मध्ये दक्षिण-फ्रान्समध्ये आपली गुप्त मोहीम सुरू केली होती. त्याने ऑगस्ट १९४४ मध्ये आजेनची मुक्ती साजरी केली. डी-डेच्या आधी धूम्रपान सोडल्याचा दावा करूनही तो सिगारेटसह पाहिला गेला.

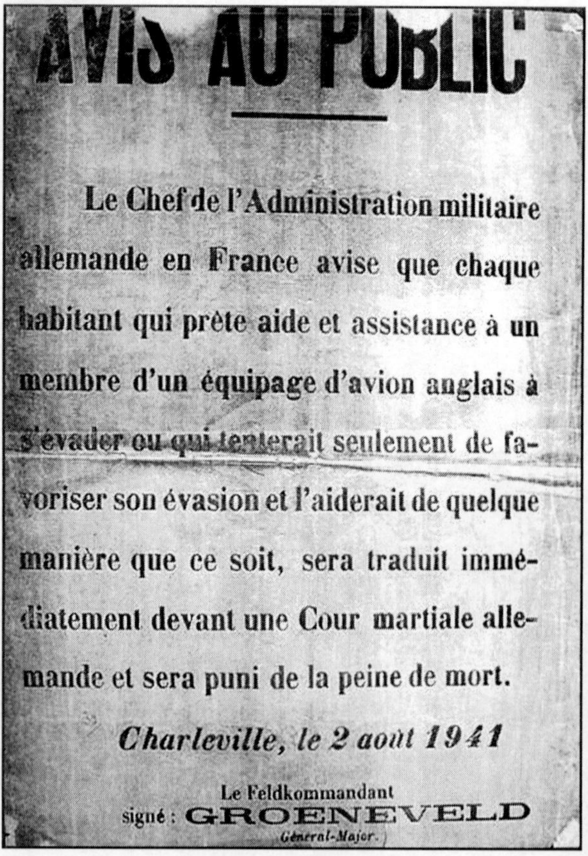

AVIS AU PUBLIC

Le Chef de l'Administration militaire allemande en France avise que chaque habitant qui prête aide et assistance à un membre d'un équipage d'avion anglais à s'évader ou qui tenterait seulement de favoriser son évasion et l'aiderait de quelque manière que ce soit, sera traduit immédiatement devant une Cour martiale allemande et sera puni de la peine de mort.

*Charleville, le 2 aout 1941*

Le Feldkommandant
signé : GROENEVELD
(Général-Major.)

१९४१ मधील या नोटिसमध्ये असे लिहिले आहे, फ्रान्समधील जर्मन सैन्य प्रशासन प्रमुखांनी असा इशारा दिला आहे की जो कोणी पळून गेलेल्या इंग्रजी एअरक्रूच्या सदस्याला मदत करील किंवा ज्याने पळून जाण्यास प्रोत्साहित करण्याचा प्रयत्न केला असेल आणि त्याला कोणत्याही प्रकारे मदत केली असेल तर त्याला ताबडतोब जर्मन कोर्टाच्या मार्शलसमोर आणले जाईल आणि त्याला मृत्युदंड ठोठावला जाईल.

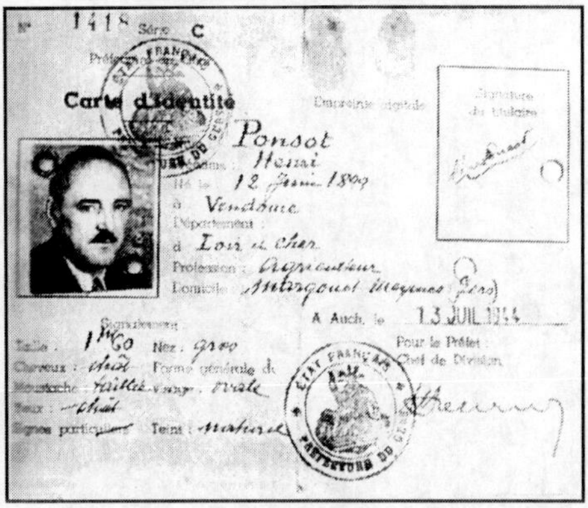


कास्तेलनो-स्युर लोविन्यॉचे महापौर रॉजर लॅरिब्यू यांनी जॉर्ज स्टारला ओळखपत्र दिले, ज्यामुळे त्यांना कोठेही प्रवास करण्याची परवानगी देण्यात आली. स्टारने मिश्या ठेवल्या होत्या. जेव्हा त्याला त्याचे रूप बदलण्याची गरज होती तेव्हा मिश्या वाढवण्यापेक्षा त्या काढणे सोपे होते.

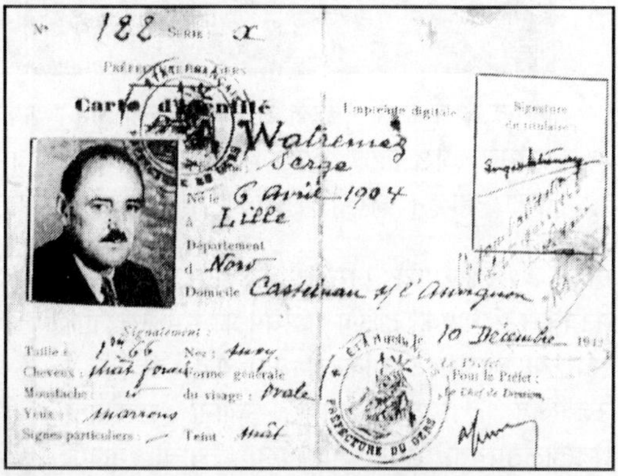


**खाली :** आजेन, १९४४ मधील जुडेक्स मिशनचे सामूहिक छायाचित्र. एसओई प्रतिकारामुळे नुकसान सोसावे लागलेल्या फ्रेंचांना खास सुविधा पुरविताना.
व्होव्हेन कॉरम्यू पुढच्या रांगेत मध्यभागी आहे आणि जॉर्ज स्टार गणवेशात डावीकडे चौथ्या क्रमांकावर आहे.

कर्नल जॉर्ज स्टार पुढच्या रांगेत आपल्या जर्मन शेफर्ड लेस्सी नावाच्या कुत्र्यासह, एसेनजवळील व्हिला हगेल येथे. युद्धाच्या शेवटी जर्मन कोळसा उद्योगाची त्याने पुनर्रचना केली. व्होव्हेन कॉरम्यू, युद्धाच्या वेळची त्याची रेडिओ ऑपरेटर त्याच्या डावीकडे.

एप्रिल १९४२मध्ये, रिसर्च व्हिक्टोर, व्हिक्टरी नेटवर्कचे संस्थापक, दक्षिण-पश्चिम फ्रान्समधील जॉर्ज स्टारच्या व्हीलराइट सर्किटचे फ्रेंच केंद्र. डावीकडून उजवीकडे : पियरे डफोयर, ज्यांनी स्टारसाठी स्वित्झर्लंडपर्यंत संदेश पोचवले, त्याची मुलगी जोसेटी, त्याची पत्नी, पॉलेट डफोयर, ज्यांनी प्रतिकार करण्यासाठी निरंतर काम केले. जिल अल कार्टी, मॉरिस रौनेऊ, ज्याने स्टारला नेटवर्कशी ओळख करून दिली आणि रौनेऊची भावी पत्नी जीन रॉबर्ट. रॉबर्टने कॅस्टेलॅनाऊ-सुर-एल-ऑविग्नॉन येथील तिच्या शाळेत स्टारला ठेवले आणि भोजन दिले.

कॅस्टेलॅनाऊ-सुर-एल-ऑविग्नॉन- २१ जून, १९४४ रोजी जर्मन सैन्याकडून हल्ला होण्यापूर्वी १९४२ ते १९४४ या काळातील जॉर्ज स्टारचे मुख्यालय. व्होव्हेन कॉरम्यूने छायाचित्राच्या मागील बाजूस लिहिले, जूनच्या लढाईनंतर मुख्य रस्ता, महापौर रॉजर लॅरिब्यूच्या घराचे अवशेष.

जॉन स्टार आणि मिशेल व्हेरगेटास ३० जून, १९३४ रोजी फ्रान्समध्ये लग्नानंतर हे जोडपे पॅरिस उपनगराच्या इस्सी-लेस-मौलिनॉक्सच्या फ्लॅटमध्ये राहत होते. जॉनने एजन्सी यवेस अलेक्झांड्रे पब्लिकमध्ये कलाकार म्हणून काम केले.

**उजवीकडे :** जून महिन्यात फ्रान्समधून पळून गेल्यानंतर १९४०मध्ये इंग्लंडच्या विंचेस्टर येथे ब्रिटिश सैन्याच्या फील्ड सिक्युरिटी पोलीस तळावर लेफ्टनंट जॉन स्टार. सैन्यासाठी प्रचार पोस्टर्स काढणाऱ्या जॉनने एसओईकडून मुलाखतीसाठी घेतलेले आमंत्रण स्वीकारले. नंतर त्याचे कोडनेम 'इमिल' बनले.

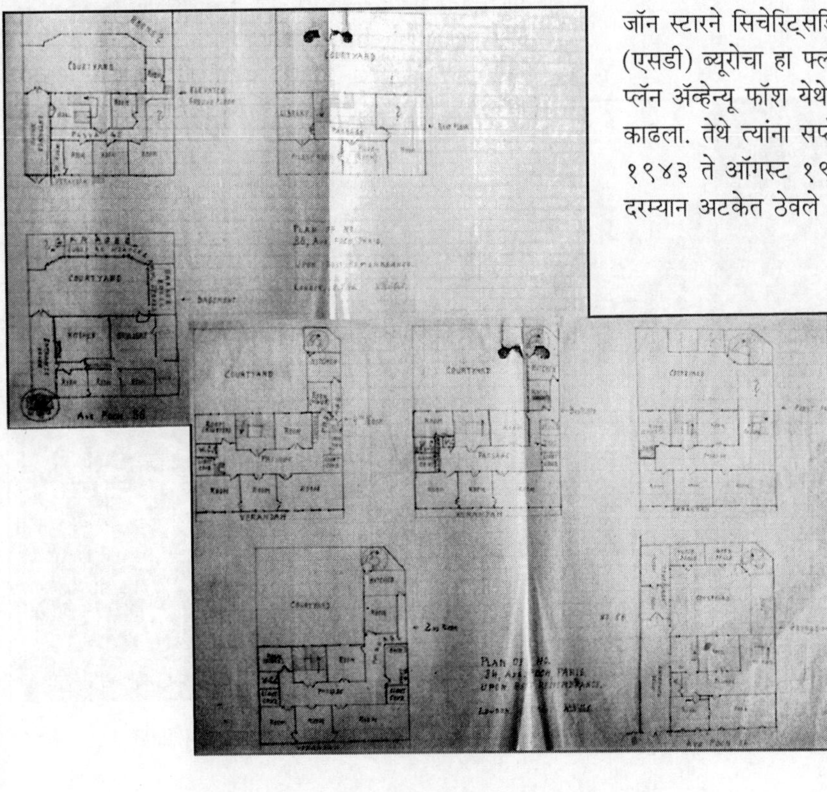

जॉन स्टारने सिचेरिट्सडिन्स्ट (एसडी) ब्यूरोचा हा फ्लोअर प्लॅन ॲव्हेन्यू फॉश येथे काढला. तेथे त्यांना सप्टेंबर १९४३ ते ऑगस्ट १९४४ दरम्यान अटकेत ठेवले गेले.

नूर इनायत खान, कोडनेम 'मॅडेलिन'. ती पॅरिसमधील एफ-सेक्शनची रेडिओ ऑपरेटर होती. मेजर किफरने सांगितले की आम्ही कित्येक महिने तिचा पाठलाग करत होतो. तिला पकडल्यानंतर, तिला अॅव्हेन्यू फॉश येथे चौकशीसाठी नेले गेले. तिने जॉन स्टार आणि फ्रेंच अधिकारी लिओन फाये यांच्यासह इमारतीतून पळून जाण्याचा प्रयत्न केला.

पॅरिसमधील नाझी एसडीचा प्रमुख हॅन्स जोसेफ किफर. जॉन स्टारने पुष्टी दिली की किफरने त्याला आणि इतर पकडलेल्या एसओई एजन्ट्सना मानवी वागणूक दिली.

पॅरिसमधील आर्क द त्रिआँफ येथून जर्मन सैन्याने परेड केलेले अॅव्हेन्यू फॉश.

जेनेराल शार्ल द गॉल १६ सप्टेंबर, १९४४ रोजी टूलूसला पोचला. विमानतळावरून येताना एका व्यक्तीने त्याला सांगितले की जॉर्ज स्टार त्याच्या अधिकारावर प्रश्न विचारत आहे. द गॉलने उत्तर दिले, तुम्ही त्याला जागेवर अटक केली नाही?

RÉPUBLIQUE FRANÇAISE

LIBERTÉ - ÉGALITÉ - FRATERNITÉ

# TOULOUSAINS

**L'Ennemi en fuite a abandonné la ville.**

**TOULOUSE est libérée.**

**Libérée à la fois du joug allemand et de l'abjection Vichyssoise.**

**Libérée grace aux offensives victorieuses de nos alliés, Anglais, Americains et Russes, aux côtés de qui se battent tant de vaillants hommes de France, libérée par l'action héroïque des Forces Françaises de l'Intérieur, cette jeune armée de la République et des Milices Patriotiques, ces soldats citoyens.**

Le peuple Français ne connait qu'un seul gouvernement : le Gouvernement Provisoire de la République, présidé par le Général De Gaulle, l'homme qui pendant ces quatre années, a incarné la résistance et pris en mains les intérêts de la Patrie.

Ce Gouvernement est représenté, dans la région de Toulouse, par le Commissaire de la République, qui s'appuie sur les Comités de Libération.

La guerre continue pour la libération totale du territoire et l'écrasement définitif du nazisme, au dehors et au dedans.

Vous êtes tous mobilisés au service de la Patrie.

Vous maintiendrez l'ordre dans Toulouse. Cet ordre ne vous est pas imposé de l'extérieur : il est votre ordre, l'ordre populaire et national.

Nous faisons appel à l'union de tous les Français, à l'exclusion des traîtres qui seront châtiés en vertu des Lois de la République.

Dans la discipline et l'enthousiasme nous relèverons les ruines laissées par l'ennemi et nous construirons tous ensemble une France grande, libre et souveraine.

**Vive la France, Vive la République, Vive la Liberté !**

Le Commissaire de la République pour la région de Toulouse,
Le Comité Régional de la [illegible],
Le Comité Départemental de la [illegible].

टूलूसच्या लोकांना सांगणारे पोस्टर,
शत्रूंनी शहर सोडले आहे.
टूलूस मुक्त झाले आहे.

ऑगस्ट १९४४मध्ये वेहरमॅटने जेर विभागाची राजधानी औचचा त्याग केला. जॉर्ज स्टार आणि मॉरिस पॅरिसोटच्या आर्माग्नॅक बटालियनने हे शहर सुरक्षित केले.

२१ ऑगस्ट, १९४४ रोजी जॉर्ज स्टार आणि व्होव्हेन कॉरम्यू यांनी मुक्त झालेल्या टूलूसमध्ये प्रवेश केला.

दक्षिण-पश्चिम फ्रान्समधील प्रतिकारक नेता सर्ज राव्हानेल. शहर मोकळे करण्यात मदत केल्यानंतर एका महिन्याने तो टूलूसमध्ये प्रमुख चार्ल्स डी गॉलेला भेटला. अभिनंदन करण्याऐवजी गॉलेने त्या तरुणाचा अपमान केला.

आर्माग्नॅक ब्रिगेडचे अधिकारी व सैनिक त्यांचा सेनापती कॅप्टन मॉरिस पॅरिसोट यांच्या अंत्यसंस्कारासाठी औचमध्ये जमले. स्पॅनिश कमांडर कॅमिलो त्याच्या कुबड्यांसह प्रथम रांगेत आणि जॉर्ज स्टार त्याच्या डावीकडे तिसऱ्या क्रमांकावर आहे.

एसओईने युद्धभर गुप्ततेने वापरलेल्या हॅम्पशायरमधील मॉंटॅगू फॅमिली इस्टेट, बीउलिउ येथे प्रशिक्षण घेतलेल्या एसओईच्या पुरुष आणि स्त्रियांचा स्मारक फलक.

२१ जून, १९४४ रोजी कास्तेलनो-स्युर लोविन्यॉच्या युद्धात ठार झालेल्या सैनिक आणि नागरिकांचे स्मारक.

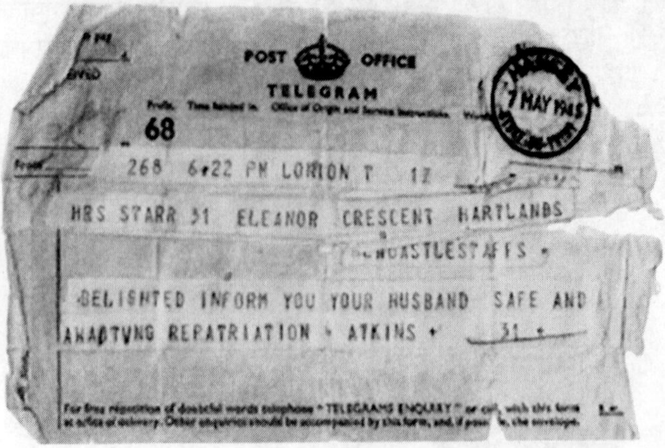
POST OFFICE TELEGRAM

68

268 6.22 PM LONDON T 17

7 MAY 1945

MRS STARR 31 ELEANOR CRESCENT HARTLANDS
NEWCASTLESTAFFS

DELIGHTED INFORM YOU YOUR HUSBAND SAFE AND
AWAITING REPATRIATION + ATKINS + 31 +

एफ-सेक्शनच्या इंटेलिजन्स ऑफिसर व्हेरा ॲटकिन्सचा मिशेल स्टारला टेलीग्राम. त्यांनी जॉन स्टार जर्मन छळछावणीतून परत आल्याची माहिती दिली.

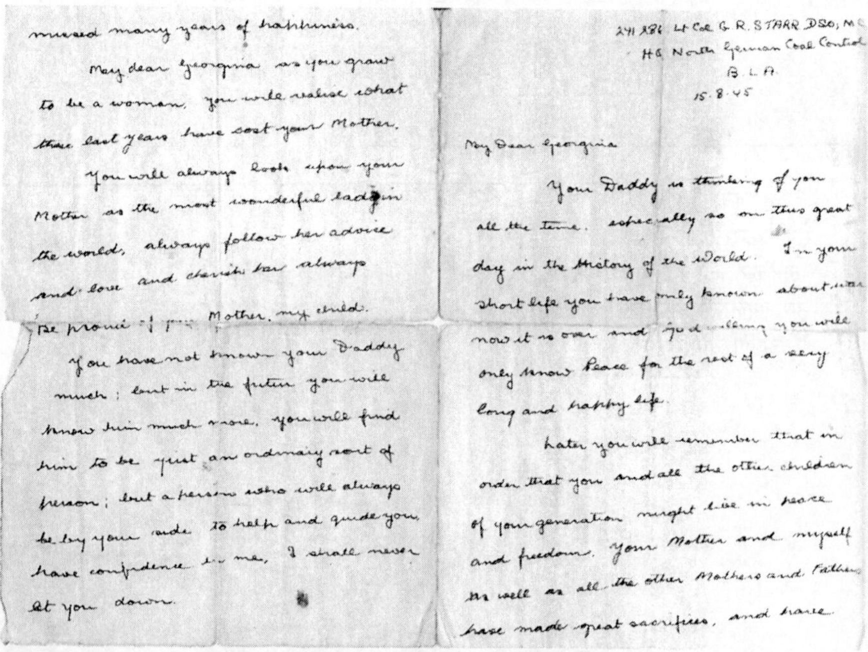
missed many years of happiness.

May dear Georgina as you grow to be a woman, you will realise what these last years have cost your Mother.

You will always look upon your Mother as the most wonderful lady in the world, always follow her advice and love and cherish her always

Be proud of your Mother, my child.

You have not known your Daddy much; but in the future you will know him much more. You will find him to be just an ordinary sort of person; but a person who will always be by your side to help and guide you, have confidence in me, I shall never let you down.

241 386 Lt Col G. R. STARR DSO; MC
HQ North German Coal Control
B.L.A.
15.8.45

My Dear Georgina

Your Daddy is thinking of you all the time, especially so on this great day in the History of the World. In your short life you have only known about war now it is over and God willing you will only know Peace for the rest of a very long and happy life.

Later you will remember that in order that you and all the other children of your generation might live in peace and freedom, your Mother and myself as well as all the other Mothers and Fathers have made great sacrifices, and have

लेफ्टनंट कर्नल जॉर्ज स्टारने त्याची मुलगी जॉर्जिना हिला दुसरे महायुद्ध संपल्याच्या दिवशी लिहिलेले पत्र.

# ११

# जॉनचा चुलतभाऊ

*युरोप अद्याप पेटलेला नव्हता, परंतु तो धुमसायला सुरुवात झाली होती.*
मॉरिस बकमास्टर

जॉर्ज स्टारचे राज्य नैर्ऋत्येकडे पसरत असताना, त्याचा भाऊ जॉनचे जग मात्र करारांनी बांधले गेले होते. त्याला एकच स्वातंत्र्य होते ते म्हणजे गार्डरूम आणि लॅव्हेटरी यांच्यामध्ये पहाऱ्याशिवाय चालणे. सर्वांत वाईट म्हणजे त्याने कैद्याची पळून जाणे ही एकमेव आशा गमावली होती. २५ नोव्हेंबरच्या रात्रीची पलायनाची योजना तो एकटा गेला असता तर कदाचित यशस्वी झाली असती. नूर इनायत खानला मदत करण्यासाठी त्याचा आणि फायेचा जो वेळ वाया गेला त्यामुळे योजना फसली. त्या रात्रीपर्यंत तो लंडनमध्ये फंक्सपिलचा पुरावा नेईल या विश्वासाने जिवंत राहिला होता. मेजर किफरनेही कबूल केले, 'जर हे तिघे पळून जाण्यात यशस्वी झाले असते तर रेडिओमधील सर्व खेळ संपले असते.' जेव्हा मेजर किफरला पळून जाणार नाही म्हणून त्याने आपला शब्द दिला तेव्हा ही शक्यता नाहीशी झाली. नायक होण्याऐवजी जॉन हा आता त्याच्या जर्मन शत्रूंचा विश्वासू माणूस बनला होता.

किफरशी केलेला करार कसा योग्य होता हे त्याने सांगितले: तो म्हणाला 'मी विचार केला आणि ठरवले की मी नकार दिल्यास मला पुन्हा कधीही पळण्याची संधी मिळणार नाही आणि मी स्वीकारले तर अजून बरेच शिकण्याची संधी मिळेल.'

कदाचित एके दिवशी माझी माहिती लंडनपर्यंत पोचवण्याची संधी मिळेल लंडनला पळून जाण्याची शक्यता असलेल्या एका दुसऱ्या कैद्याला तो फंक्सपिलचा तपशील सांगू शकेल, याची त्याला खात्री होती. तो एक जुगार होता आणि सर्वांत वाईट म्हणजे ती स्वत:ची फसवणूक होती.

त्याने सांगितले की पलायनाच्या प्रयत्नानंतर गोष्टी बदलू लागल्या. जेव्हा अर्नेस्ट दवाखान्यातून परत आला तेव्हा वरच्या मजल्यावर त्याचे कार्यालय नव्हते. त्याचे कार्यालय आता गार्डरूम बनले होते. गार्डरूम आता माझी कोठडी बनली होती.

जानेवारी १९४४च्या सुरुवातीच्या काळात अर्नेस्ट व्होग्ट बरा झाल्यावर त्याने चौथ्या मजल्यावरील नवीन कार्यालयात पकडलेल्या एसओई कैद्यांची चौकशी करण्याचे काम सुरू केले. किफरने म्हटले की खोल्यांच्या पुनर्रचनेने बॉबवर अधिक बारकाईने पहारा दिला गेला. वरच्या मजल्यावर जॉनने व्यंगचित्रे आणि पोस्टकार्ड्स बनवून कर्मचाऱ्यांना हसवले. नकाशे आणि संस्थांवरील त्यांच्या कामामुळे त्यांना एसडीबद्दल अधिक शिकता आले. परंतु हे ज्ञान निरुपयोगी होते.

जॉन आणि त्याच्या शत्रूंमध्ये एक विचित्र संबंध निर्माण झाला. पळून जाण्याच्या प्रयत्नानंतर त्याला मारहाण करणाऱ्या रशियन रक्षकांनी पुन्हा मैत्री केली तर ऑगस्ट स्केयरची विधवा पत्नी ओट्टीली जॉनकडे आकर्षित झाली आणि चांगल्या वागणुकीने तिने त्याला जिंकण्याचा प्रयत्न केला. अर्नेस्ट व्होग्टने लिहिले की मला माहीत होते की स्केयर स्टारच्या प्रेमात पडली आहे. आमच्या एका सदस्याने, सेकंड लेफ्टनंट स्टीफन गुटसेल याने त्यांच्यातील जवळीक पाहिल्यावर आम्हाला आश्चर्य वाटले. किफरलाही हे माहीत होते, कारण गुटसेलने त्याला सांगितले होते. ऑफिस क्लिनर होल्डवेट्सनेही सांगितले की स्केयर जॉनची मिस्ट्रेस आहे. दुसऱ्या एका कैद्याच्या म्हणण्यानुसार असे काहीही नव्हते. त्याने व्होग्टच्या म्हणण्याला दुजोरा देत सांगितले की त्या जर्मन बाईने गेस्टापोला जॉनला तिथे ठेवण्यासाठी कदाचित प्रभावित केले असेल. तिचा पती ऑगस्ट स्केयरला आमच्या एका एजन्टाने गोळ्या घालून ठार केले होते.

जेव्हा मास्टर सार्जंट जोसेफ पलेकने पॅरिसमधील त्याच्या आवडत्या रेस्टॉरंट्सचा उल्लेख जॉनकडे केला तेव्हा जॉनच्या मनात एक कल्पना आली.

> एक दिवस तो त्या जर्मनाला म्हणाला की तुम्ही मला जेवणासाठी बाहेर का काढत नाही? त्याने हे विनोदाने म्हटले. पण नवल म्हणजे ही कल्पना गंभीरपणे घेतली गेली. पलेकने किफरला सांगितले. त्याची काही हरकत नव्हती आणि मग एका संध्याकाळी जर्मन लोकांनी स्टारला रेस्टॉरंटमध्ये नेले.

जेव्हा ते इमारत सोडत होते, तेव्हा पलेक जॉनला म्हणाला, 'मला माहीत आहे की तू तुझा शब्द किफरला दिला आहेस पण आज रात्री तू मला वैयक्तिकरीत्या शब्द दिलास तर मला आनंद होईल.' जॉन म्हणाला की किफरचा शब्द पुरेसा आहे आणि पलेकरनेही ताणून धरले नाही. ते एका महागड्या रेस्टॉरंटमध्ये पोचले. तिथे इतर लोकांच्या लक्षात आले नाही की जर्मन अतिथींपैकी एक पकडलेला ब्रिटिश एजन्ट होता. पलेकसोबत डॉ. ब्रायोल्ट नावाचा मॅडम बालाचॉस्कीचा मित्र होता. फ्रेन्सेस येथे त्याची चौकशी केली असता पलेकने डॉक्टरला आपल्या बाजूला वळवले होते. मात्र डॉक्टर मॅडम बालाचॉस्कीला ब्रिटिशांसाठी गुप्त माहिती पुरवत होता.

नंतर डॉ. ब्रायोल्ट यांनी मॅडम बालाचॉस्कीला या रात्रीच्या जेवणाबद्दल सांगितले. तो म्हणाला की पॅरिसच्या उत्तरेस एक्रोबॅटचे एक बोगस एफ-सेक्शन नेटवर्क आपण चालवतो, अशी पलेकरने बढाई मारली होती. पकडलेल्या कॅनेडियन अधिकाऱ्यांकडून हे काम करवून घेण्यात येत होते. एसओई अजूनही बनावट सर्किटला पुरवठ्याचे पॅराशूट करत असल्याची पलेकला मजा वाटत होती. मॅडम बालाचोस्कीने ब्रायोल्टची माहिती लंडनला दिली.

जर्मन लोकांनी अनेकदा त्यांच्या कामासाठी जॉनला बाहेर नेले. पलेकच्या म्हणण्यानुसार तो बॉबला घेऊन दोन किंवा तीन वेळा बाहेर गेला होता. एकदा त्याला रेस्टॉरंटमध्ये घेऊन आणि मग सेंट क्वेन्टिनला लंडनकडून रेडिओद्वारे आलेल्या संदेशानंतर – जो संदेश त्यांनी पकडला होता आणि त्यात लंडनला परत न गेलेल्या दोन विमानांचा शोध घेण्याची माहिती होती. आणखी एकदा ब्रिटिश विमानातून खाली पडलेल्या मृतदेहांची ओळख पटवण्यासाठी जॉनला नेण्यात आले होते आणि पुन्हा एकदा डॉ. गोएत्झने जॉनला ब्रिटिश एजन्ट्स उतरू शकतील अशा साइट्स निवडण्यास सांगितले होते.

गोएत्झने आणखी एक एसओई टीम अडकवण्याची योजना आखली आहे हे ओळखून जॉनने चांगल्या साइट्स निरुपयोगी ठरवल्या. भूप्रदेशाची पाहणी करताना त्याला माहीत होते की ते आदर्श असतील, त्याने रस्त्याच्या कडेने जाणाऱ्या जर्मन सैन्याकडे लक्ष वेधले. तो म्हणाला की त्यांचे बॅरेक्स जवळच असले पाहिजेत आणि आरएएफच्या लँडिंगसाठी हे क्षेत्र नाकारेल. गोएट्झने त्याला दुसऱ्या शेतात नेले, ते ओबडधोबड होते आणि जर्मन रेडिओ पोस्टजवळ होते. आरएएफला आधीपासूनच या स्टेशनची माहिती असल्याचे गृहीत धरून त्याने गोएत्झला खात्री दिली की ही साइट योग्य आहे.

पुढे एसडीने जॉनला पलेकचे एक्रोबॅट नेटवर्क अस्सल आहे की नाही हे शोधण्यासाठी एफ-सेक्शनच्या प्रयत्नात मदत करण्यास सांगितले. हे नेटवर्क दोन

कॅनेडियन अधिकारी, कॅप्टन फ्रँक पिकर्सगिल 'बर्ट्रेंड' आणि रेडिओ ऑपरेटर 'जॉन मॅकलिस्टर व्हॅलेंटाईन' यांच्या हाताखाली होते. १८ जून रोजी वेलेन्सीच्या दहा मैलांच्या उत्तरेकडील शेतात पॅराशूटने उतरत असताना एसडीने त्यांना ताब्यात घेतले होते, परंतु त्यांच्या चौकशी करणाऱ्यांना काहीच कळू शकले नाही आणि त्यांना जर्मनीतील छळछावणीत पाठवण्यात आले. एसडी तेव्हापासून हा रेडिओ वापरत होती.

पलेक बनावट सर्किट चालवण्याबद्दल बढाई मारत आहे या मॅडम बालाचॉस्कीच्या गुप्त माहितीमुळे एफ विभाग सतर्क झाला होता. ते लवकरच कुणालातरी कॅनडियन लोकांच्या आवाजाची पडताळणी करण्यासाठी एस-फोनसह पॅराशूटच्या प्रदेशात उड्डाण करण्यासाठी पाठवणार होते. डॉ. गोएत्झने जॉनला त्याच्यासाठी एस-फोनवर बोलण्यास सांगितले, कारण एसडी अधिकाऱ्याचे जर्मन उच्चारण एसओईला कळले असते. जॉनने शत्रूला अशी मदत देण्यास नकार दिला. पण त्याने गोएत्झला मी यावर विचार करीन आणि त्यासाठी थोडा वेळ हवा असे सांगितले. दोन आठवड्यांनंतर जॉनने आपला निर्णय जाहीर केला की मी मदत करणार नाही. जर्मन उच्चाराशिवाय इंग्रजी बोलणारा माणूस शोधण्यासाठी एसडीला आता उशीर झाला होता. पलेक तरीही जॉनला साइटवर घेऊन गेला. त्याला विमानातून बोलण्यासाठी आलेल्या अधिकाऱ्याचे नाव जाणून घ्यायचे होते. जॉन म्हणाला की म्हणूनच त्यांनी मला बोलणे ऐकण्यासाठी एस-फोन दिला आणि बोलणाऱ्याचा आवाज ओळखायला सांगितले. मी जर्मन लोकांना मी त्याला ओळखत नाही, असे ठामपणे सांगितले. पण जॉन खोटे बोलला होता. त्याला मेजर गेरी मोरेलचा आवाज माहीत होता, ज्याने मागील मे महिन्यात जॉर्ज स्टारची ओळख करून दिली होती. अल्फ्रेड फॉन कॅप्री आणि व्हर्नर रुहेल मोरेलशी बोलले, परंतु एफ विभागातील त्या अधिकाऱ्याने जर्मन आवाज ऐकताच ओळखला. तेव्हा ते विमान परत फिरले आणि मोरेल लंडनला परत आला तेव्हा एसओईने जर्मनच्या कॅनेडियन सर्किटशी संवाद तोडून टाकला. पण पलेकरकडे इतर रेडिओ होते.

जॉनने ॲव्हेन्यू फॉशमधील कर्मचाऱ्यांसाठी ख्रिसमस कार्ड्स रेखाटली. किफरसाठी त्याने बनवलेल्या कार्डवर १९४४ असे लिहिले होते. जेव्हा मेजरने ते कार्ड उघडले तेव्हा कागदाच्या ब्रिटिश शिपायाने उडी मारून सरळ त्याच्यावर रायफल रोखली. 'तुला असंच वाटतंय का,' किफरने विचारले. जॉनने होकार दिला. मित्रपक्षांनी यापूर्वी उत्तर आफ्रिका, सिसिली आणि दक्षिण इटली काबीज केली होती. पूर्व आघाडीवर, वेहरमॅट युक्रेनहून माघार घेत होते. जगापासून तुटलेल्या कैद्यालाही हे स्पष्टपणे कळत होते की पुढील रणांगण फ्रान्स असणार.

नवीन वर्षाच्या संध्याकाळी, किफर जॉनच्या कामाच्या जागी त्याच्यासाठी

आणि रेडिओ ऑपरेटर जॉन यंगसाठी व्हिस्की आणि व्होडकाचा ट्रे घेऊन आला. त्याने त्यांच्याबरोबर दारूचा घोट घेतला आणि त्यांना इंग्रजीत शुभेच्छा दिल्या. नंतर त्यांना दारू प्यायला सोडून तो आपल्या कार्यालयात परतला. नवीन वर्षात एसडीने आपल्या रेडिओ गेमला गती दिली. गोएत्झने अधिक मदतीसाठी तीन साहाय्यकांची नेमणूक केली आणि तो म्हणाला की प्रत्येक माणसाकडे तीन किंवा चार खोटी प्रक्षेपणे होती आणि बहुतेक वेळा ती चालू होती. एसओईने अधिक पुरवठा पाठविला. गोएत्झने सांगितले की दोन वेळा पॅराशूटने साहित्य टाकले तेव्हा मी उपस्थित होतो. ते जानेवारी किंवा फेब्रुवारीत झाले असावे.

जॉनच्या अटकेनंतरच्या सात महिन्यांत, फ्रान्सच्या दक्षिणेस त्याच्या पहिल्या मोहिमेवर त्याच्यावर ज्या झझाऊ शैलीचा प्रभाव पडला होता, त्याप्रमाणे त्याचे केस त्याच्या खांद्यांपर्यंत वाढले होते. त्याचे केस कापण्यासाठी एसडीने त्याचा जुना न्हावी इस्सी-लेस-मौलिनॉक्सकडून अॅव्हेन्यू फॉशवर आणला. त्या माणसाने जॉनचे केस कापत असताना, त्याच्यासाठी एक संदेशाची तस्करी करण्याची ऑफर दिली. पण संशय आल्याने जॉनने नकार दिला.

**ज**र्मन लोकांना तिच्या रेडिओ लहरींवर लॉक लावण्यापासून रोखण्यासाठी व्होव्हेन कॉरम्यू अनेकदा शंभर मैलांच्या अंतरावर गॅस्कोनीत घरोघरी गेली. त्यानंतरच्या व्हीलराइटवरील एक एसओई अहवालात नोंद झाली की व्होव्हेन कॉरम्यू कर्नल स्टारच्या घरात राहत असे आणि तेथे काम करत असे. जर्मन तिचा आणि तिच्या रेडिओचा शोध घेत होते, पण तिचे स्थान शोधण्यात ते अपयशी ठरले. एसओईच्या मतानुसार शंभर मैलांच्या आत कोणतीही दिशा शोधणारी कार अस्तित्वात असल्याची माहिती जॉर्जच्या सुरक्षा विभागास नेहमीच देण्यात येत असे. कॉरम्यूच्या लंडनला सतत येणाऱ्या विनंतीच्या ओघामुळे एसओईची खात्री पटली की जॉर्ज फ्रान्समधील पुरवठा केलेल्या सर्वोत्तम एसओई संघटकांपैकी एक होता.

मित्रपक्षांचे फ्रान्सवर आक्रमण होईपर्यंत ही शस्त्रे फारशी उपयोगाची नव्हती. १९४३ सालच्या अयशस्वी आक्रमणानंतर १९४४ मध्ये कधीतरी चांगले घडेल, असा जॉर्जचा विश्वास होता.

आक्रमणाच्या तयारीमध्ये कॅस्टेलनाऊ-सूर-ऑव्हिग्नॉन हा संपूर्ण गॅस्कोनीच्या प्रतिकारकांसाठी एक किल्ला बनत चालला होता. जॉर्जने आपल्या माणसांना मीरामाँ आणि गाबारेहून कॅस्टेलनाऊ येथे शस्त्रे आणण्याचा आदेश दिला आणि ट्रकने सॅन्त मोर द पेरीयाक आणि कंडोमहून आणखी शस्त्रे आणि स्फोटके आणली गेली. ले बाटाइलिओन डी कॅस्टेलॅनो या फ्रेंच प्रतिरोधक अहवालात म्हटले आहे: हे सुमारे

पंधरा टन सामान होते. जॉर्ज आणि महापौर लॅरिब्यू यांनी शस्त्रे मधमाशांच्या पोळ्यांखाली, पुरातन किल्ल्याच्या अंधारकोठडीत आणि संपूर्ण गावात गुप्त ठिकाणी पुरून ठेवली.

आपल्या मुख्यालयाच्या बचावासाठी प्रयत्न करताना जॉर्ज ॲनी-मेरी वॉल्टर्सपेक्षा व्होव्हेन कॉरम्यूच्या अधिक जवळ राहिला. रेमंड एस्कोलिअर दोघींनाही ओळखत होते त्यांनी म्हटले की एक जण दुसरीपेक्षा वेगळी आहे. त्यांनी व्होव्हेन कॉरम्यूविषयी लिहिले की प्रतिकारक तिच्याविषयी मॅडोनासारखे बोलतात आणि सर्व गॅस्कोनीला वॉल्टर्स खरी बहीण वाटते. फिलिप द ग्युन्झबुर्गच्या मते कॉरम्यू ही उच्च अभिरुचीची स्त्री होती.

दिवसातून पन्नास मैलांपर्यंत प्रवास करणाऱ्या तिच्या अनेक सायकलिंग मोहिमेपैकी एकीत कॉरम्यूचा स्नायू ताणला गेला. एका डॉक्टरने तिला लॅरिब्यूच्या घरामध्ये अंथरुणावर पडून राहायला सांगितले, जिथे त्या वेळी ती आणि जॉर्ज राहत होते. नंतर तिने एसओई डिब्रिफरला सांगितले की मार्चमध्ये जेव्हा ती इलॅरबरोबर राहत होती तेव्हा थोडा धोका जरूर होता कारण घर अगदी लहान गावात होते. त्यांना तिची कव्हर स्टोरी की ती शरणार्थी आहे ती माहीत होती आणि त्यांना गावात तिच्या उपस्थितीची सवय झाली होती. त्यांना माहीत होते की ती आजारी आहे. तिने लॅरिबियसच्या धान्याच्या कोठाराच्या माथ्यावर पेंढ्याच्या गुंडाळ्यांखाली रेडिओ ट्रान्समीटर लपवला.

जॉर्ज आणि कॉरम्यू अनेकदा एकत्र सायकल चालवत असत आणि नंतर कॉरम्यूने मान्य केले की हे सर्व सुरक्षा प्रशिक्षणाच्या विरोधात होते परंतु सहसा भाऊ व बहीण म्हणून प्रवास केल्यामुळे अडचणी असण्याची शक्यता नव्हती. एके दिवशी एका छोट्याशा गावात सायकल चालवताना, ते गावदेखील कॅस्टेलनाऊप्रमाणे शाळा आणि टाउन हॉल असलेले होते, एका घराच्या बाजूला विश्रांतीसाठी थांबले. तिथल्या शटरला लावलेले पुरुष आणि स्त्रीला पकडण्यासाठीचे, बक्षीस जाहीर करणारे वॉन्टेड पोस्टर आणि त्यावरच्या स्वत:च्या प्रतिमा पाहून ते स्तब्ध झाले. कॉरम्यूने नंतर म्हटले की ती चित्रे अगदी अचूक होती, फक्त इलॅरच्या राखाडी डोळ्यांतली चमक त्यात नव्हती. आपले बोलणे ऐकू जाईल या भीतीने हे दोघे शब्द न बोलता विभक्त झाले. जॉर्जने तिच्याकडे एक स्थानिक कुरिअर पाठविला आणि तिला हलवणे सुरक्षित होईपर्यंत तिला तिथेच राहायला सांगितले. चार दिवसांनंतर ती सायकलने दुसऱ्या सेफ हाउसवर गेली.

जॉर्जचे नेटवर्क प्रदेशाबाहेर वाढल्याने अटक होण्याचा होण्याचा धोका वाढला. कॅस्टेलनाऊजवळचा एक अग्रगण्य प्रतिकारक म्हणाला की जर्मन लोकांनी जॉर्जला 'अदृश्य माणूस' असे संबोधले, ज्याला शोधण्यासाठी ते कठोर प्रयत्न करीत होते.

कॉरम्यूही तितकीच असुरक्षित होती. तिला समजले की गेस्टापोला माहीत आहे की एक इंग्रज स्त्री जेरमध्ये गुप्तपणे रेडिओ चालविते, आणि एक स्पॅनिश कम्युनिस्ट, जो जर्मनांना सामील झाला होता, त्याने गेस्टापोला सांगितले की ती बाई कॅस्टेलनाऊ नावाच्या खेड्यात राहत होती. तिच्या सुदैवाने त्या प्रदेशात अशी आठ गावे होती ज्यांची नावे कॅस्टेलनाऊ शब्दाने सुरू होत होती. तिने सांगितले की गेस्टापोने तिला कॅस्टेलॅनो-सूर-ओविग्नॉनमध्ये न शोधण्याचे कारण असे होते की त्या गावात पाणी किंवा वीज नव्हती. त्यांच्या पद्धतीने त्यांनी ठरवले की कोणतीही इंग्रजी स्त्री अशा आदिम परिस्थितीत राहणार नाही.

**जॉ**र्ज स्टारच्या फ्रेंच अनुयायांत नवीन वर्षात अधिक वाढ झाली. मित्रराष्ट्रे कधी येतील हा प्रश्न होता, कारण ते प्रतिकाराचे काम असेच कायम ठेवू शकत नव्हते. व्होव्हेन कॉरम्यूने त्यांची निराशा पाहिली. १९४४च्या सुरुवातीच्या काळात लोकांचा आत्मविश्वास ढळू लागला होता. हा अत्यंत वाईट काळ होता. शत्रूंचा प्रचार खूपच जोरदार होता. इंग्रज शेवटच्या फ्रेंच माणसाशी लढा देतील, असे म्हटले जात होते. फेब्रुवारी महिन्यात कॉरम्यूने लंडनला तातडीचा संदेश पाठवला– 'काहीतरी घडणार आहे याचा काही संकेत आपण आम्हाला द्याल का?' लंडनने मार्चमध्ये बीबीसीमार्फत नैर्ऋत्येकडील वेगवेगळ्या गटांना निरोप पाठवून कॉरम्यूच्या शब्दांत सांगायचे तर 'साधने घ्या आणि जे काही मुख्यालयाने वाटप केले होते त्यात सामील व्हा.' यामुळे खूप धैर्य आले. दुर्दैवाने हे जरा लवकर होते, परंतु यामुळे त्यांना प्रोत्साहन मिळाले. अनेक महिने वाईट हवामान, आजारपण आणि पोकळ आशेनंतर मार्च जॉर्जसाठी चांगला काळ ठरला.

अकरा मार्च रोजी लंडनने त्याला दुसरा रेडिओ ऑपरेटर लेफ्टनंट डेनिस पार्सन्सला पाठवले. मॉरिस पॅरिसोटने या तरुण ब्रिटिश अधिकाऱ्याचे स्वागत केले आणि कलाकार मॉरिस पोंसलेटने त्याला आधीच्या पॅराशूटवरून आलेला रेडिओ दिला. त्याचे कोडनेम पियरोट होते. एस्कोलिअरच्या शब्दांत 'तो अतिशय आनंदी मुलगा होता. शारीरिकदृष्ट्या शंभर टक्के इंग्रजी. नैतिकदृष्ट्याही तसेच. त्याच्या उच्चारणानुसार, तो इंग्रजापेक्षा अधिक स्वीस रोमन होता.' ॲनी-मेरी वॉल्टर्सप्रमाणेच पार्सन्सने युद्धापूर्वी जिनेव्हा येथे शिक्षण घेतले होते.

त्याच्या आगमनानंतर दहा दिवसांनी लंडनने जॉर्जला मेजर पदावर बढती दिली. तसेच नवीन कारवाया करण्याचा आदेश दिला, ज्यामुळे जर्मन लोकांचे जेवढे नुकसान होईल आणि प्रतिकारकांचे मनोबल वाढेल. गारॉन नदीवरील टूलूसच्या दक्षिणेस राष्ट्रीय गन-पावडर फॅक्टरी, पौडरी नॅशनल डी टूलूसची तोडफोड करणे

हे पहिले मिशन होते. १५३६ मध्ये किंग फ्रँकोइस प्रथम यांनी रॉयल वॉरंट अंतर्गत स्थापन केलेल्या या प्लांटमधून पहिल्या महायुद्धात जर्मनांविरुद्ध अनेक पावडर वापरण्यात आल्या. नोव्हेंबर १९४२ पासून जेव्हा जर्मनांनी व्हिशीच्या फ्री झोनवर कब्जा केला तेव्हा यात देशाच्या शत्रूंसाठी स्फोटके तयार केली गेली. लंडनने जॉर्जला इशारा दिला की जर त्याने कारखाना नष्ट केला नाही तर आरएएफ करेल. लंडनने असेही सांगितले की त्यांनी असे करावे अशी आमची इच्छा नाही कारण हे ठिकाण शहराच्या खूप जवळ आहे. कारखान्यात सहा हजार कामगार कामावर होते, त्यातील बरेच जण आरएएफच्या दिवसाच्या हल्ल्यात मरण पावले असते.

जॉर्जने त्याचा नवीन लेफ्टनंट क्लॉड अरनॉल्टकडे हे काम सोपवले. या तरुण फ्रेंच अधिकाऱ्याचा फॅक्टरी अक्षम करण्याचा एकमेव मार्ग म्हणजे रात्री घुसखोरी करणे हा होता ज्यामुळे कोणत्याही कामगाराचे नुकसान झाले नसते. अरनॉल्ट, ॲनी-मेरी वॉल्टर्स आणि जेंडरमे कॅप्टन रेमंड कॉस्कोलुएला, ज्याने एसमधून पलायन करणाऱ्यांना मदत केली होती, यांना सोबत घेऊन चार स्फोटकांनी भरलेल्या सुटकेससमवेत टूलूसला ट्रेनने गेले. जेव्हा ते तेथे आले तेव्हा स्टेशनच्या बाहेर पडताना पोलीस आणि गेस्टापो एजन्ट्सनी कोस्कोलुएलाला ताब्यात घेतले. वॉल्टर्स आणि अरनॉल्ट तीन सुटकेस घेऊन पलीकडे गेले. ते एका सुरक्षित घरात गेले, जेथे संध्याकाळी कॉस्कोलुएला त्यांच्यात सामील झाला. त्याच्या पोलीस निरीक्षकाच्या बॅजमुळे जर्मन लोकांना त्याच्या सुटकेस शोधता आल्या नाहीत आणि त्यांनी त्याला माफी मागून सोडले.

कारखान्यातील एका कम्युनिस्ट अभियंत्याने अरनॉल्टला तिथल्या ब्लूप्रिंट्स आणि व्हिजिटिंग इंजिनिअर पास दिले. त्यानंतरच्या आठवड्यात या दोघांनी स्फोटके चोरून फॅक्टरीमध्ये नेली. पुढचा टप्पा वॉल्टर्सच्या मते रात्री एकट्याने घुसणाऱ्या अरनॉल्टवर अवलंबून होता. पाचशे फुटाची ती इमारत पूर्णपणे प्रकाशित होती आणि तिथे दहा पहारेकरी होते. त्याने पंधरा स्फोटके बसवली आणि ती दोन तासांनी फुटतील अशी व्यवस्था केली. दुसऱ्या इमारतीत तो पुन्हा दुसरी पंधरा स्फोटके बसवत असताना पुढच्या बाजूला असलेले बॉम्ब फुटले. 'दोन तासांनी उडणारी स्फोटके पंचेचाळीस मिनिटांनंतर फुटली.' वॉल्टर्सने सांगितले, तरीही अरनॉल्ट दुसऱ्या इमारतीत आपले काम पूर्ण करण्यासाठी थांबला. वॉल्टर्स म्हणाली की जर्मन्स स्फोट करणाऱ्यांच्या मागे वेड्यासारखे धावत सुटले आणि त्यांनी सगळे बाहेर पडण्याचे मार्ग रोखले.

काटेरी तारांच्या कुंपणातून वाट काढत आणि रेल्वे पुलावरच्या तटबंदीखाली सरकत अरनॉल्ट पळून गेला. 'ते मूर्ख लोक फक्त रेल्वेच्या पलीकडे रोड पुलावर पहारा देत होते; म्हणून मी रुळांवरून रांगत गेलो आणि तेथून पळून गेलो,' त्याने

वॉल्टर्सला सांगितले. तो म्हणाला, 'नदीच्या पलीकडच्या काठावरून मी शेवटचे स्फोटक उडताना पाहिले. ते खूपच सुंदर होते.'

२८ मार्च,१९४४ ला व्हिशी पोलिसांनी दिलेल्या माहितीनुसार कारखान्यात स्फोटांची मालिका घडली. ही स्फोटके अतिशय शक्तिशाली इलेक्ट्रिक मोटर्सवर ठेवलेली होती, ज्या गन पावडर मिसळण्यासाठी वापरल्या जाणाऱ्या ग्राइंडिंग मशीनला जोडलेल्या होत्या. एकतीसपैकी तीस मोटर्स नष्ट झाल्या. परिणामी सहा आठवडे हा कारखाना बंद होता.

त्यानंतर लवकरच जर्मन लोकांनी आजेन येथे कॅप्टन रेमंड कॉस्कोलुएलाला ताब्यात घेतले. आजेनच्या मार्गावर अचानक भेट झाली तेव्हा जॉर्जकडून वॉल्टर्सला याबद्दल कळले. तेव्हा तो त्याच्या सिम्कामध्ये आणि ती तिच्या सायकलवरून जात होती. जॉर्जने सांगितले की गेस्टापो आजेनमधील एका रेस्टॉरंटवरच्या मिटिंगमध्ये घुसले. सायप्रिन अर्थात अल्बर्ट कॅम्बनने उडी मारून त्याची गन घेतली आणि गोळीबार केला. त्याने गेस्टापोच्या एका माणसाला ठार मारले आणि एकाला जखमी केले पण त्याला छातीवर पंधरा गोळ्या लागल्या आणि त्याचा लगेच मृत्यू झाला. लेपिन अर्थात कॉस्कोलुएलाला बेड्या ठोकून नेले. जॉर्जने तिला आजेन टाळण्याचा इशारा दिला आणि तिने त्याला आठवण करून दिली की कॉस्कोलुएलाजवळच्या खोट्या ड्रायव्हिंग परवान्यावर कलॉड अरनॉल्टचा फोटो होता. यामुळे गेस्टापोला त्यांच्या संग्रहात दुसऱ्या एसओई एजन्टची काहीतरी माहिती मिळाली. जर्मनीतील छळछावणीत पाठवण्याआधी गेस्टापोने कॉस्कोलुएलाचा खूप छळ केला पण त्याने काहीही सांगितले नाही.

**१९४४**च्या वसंत ऋतूपर्यंत, ॲव्हेन्यू फॉश येथे एसडीच्या मुख्यालयात पकडलेल्या एजन्ट्सची गर्दी होती. पियरे ब्रॉसोलेट नावाचा एक प्रतिकारक होता, ज्याला २२ मार्च, १९४४ रोजी सकाळी पाचव्या मजल्यावरील संरक्षकगृहात आणले गेले. लंडनमध्ये पळून गेलेला तो समाजवादी लढाऊ कार्यकर्ता होता. त्याने एप्रिल १९४२पासून चार्ल्स डी गॉलेबरोबर काम केले होते. त्याने डी गॉलेसाठी रेडिओ भाषणे केवळ लिहिली आणि सादर केली नव्हती तर तो डी गॉलेजवळच्या मोजक्या लोकांपैकी एक होता. १९४३ मध्ये ब्रॉसोलेट शेतात पॅराशूटने उतरला. एसडीने त्याला रेनेस येथे पकडले आणि तीन दिवस त्याचा छळ केला, ज्यात वेगवेगळ्या प्रकारच्या अत्याचारांचा समवेश होता. ॲव्हेन्यू फॉश येथील संरक्षक कक्षातील एका बेंचवर तो बसला असता त्याने एक उघडलेली खिडकी पाहिली. ती गाठायला त्याला फक्त काही सेकंद लागले. अर्नेस्ट व्होग्ट खाली त्याच्या

ऑफिसमध्ये काम करत होता जेव्हा त्याने आवाज ऐकला आणि त्याने ब्रॉसोलेटला खाली पडताना पाहिले. खाली पायथ्याशी ब्रॉसोलेट रक्ताच्या थारोळ्यात पडला होता. त्याची हाडे मोडली होती पण तो श्वास घेत होता

एसडीने त्याला होस्पिटल द ला पीतीये - सालपेत्रियेर येथे नेले, जिथे त्याचा मृत्यू झाला. व्होग्टचा वाटत होते की ब्रॉसोलेटचा स्वतःचा जीव घेण्याऐवजी पळून जाण्याचा हेतू होता. तेव्हापासून रक्षकांनी खिडक्या लॉक केल्या.

आणखी एक पकडलेला एजन्ट, रेडिओ ऑपरेटर अडॉल्फी रॅबिनोविचने त्याच वेळी ॲव्हेन्यू फॉशच्या पोर्टलमध्ये प्रवेश केला. १९४१मध्ये त्यांनी एकत्र प्रशिक्षण घेतले असले तरी जॉनने त्याला न ओळखण्याचे नाटक केले. काही दिवसांनंतर, रॅबिनोविचने जॉनला कुजबुजत सांगितले की त्याचा भाऊ जॉर्ज यांच्यासाठी प्रसारणे केल्यानंतर जून १९४३ मध्ये पहिल्या मोहिमेच्या शेवटी तो स्पेनमध्ये पळून गेला होता. २ मार्च १९४४ रोजी रात्रीच्या वेळी तो पॅराशूटने उतरला पण डॉ. गोएत्झ त्याची वाट पाहत होता. लंडनमुळे तो एसडीच्या हाती सापडला म्हणून राबीनोविच चिडला होता आणि जॉन निराश झाला होता कारण अधिक एजन्ट्सना जाळ्यात अडकण्यापासून रोखण्यासाठी त्याच्याकडे कोणतेही साधन नव्हते.

दर रविवारी, मेजर किफर कैद्यांना त्यांच्या कोठड्यांत चॉकलेट, बिस्किटे आणि सिगारेटचे वाटप करत असे. कधीकधी सिगारेट इंग्रजी असत. निःसंशयपणे त्या पलेकच्या खोट्या प्रसारणामुळे एसओईने पाठवलेल्या होत्या. रॅबिनोविचने जर्मन लोकांकडून भेटी स्वीकारण्यास नकार दिला, परंतु जॉनने त्याला आपला थोडा वाटा दिला. जॉनने पाहिले की रॅबिनोविच ज्यू आहे हे किफरला माहीत होते परंतु त्याने तसे दाखवले नाही. थोड्याच काळानंतर किफरने त्याला जर्मनीतील ग्रास-रोझेन छळछावणीत हद्दपार केले.

**मा**र्चच्या शेवटी, पॅरिसोट, जो जॉर्जचा सर्वांत जवळचा मित्र बनलेला सेनापती होता, त्याची टॉमस ग्युरेरो ऑर्टेगा नावाच्या स्पॅनिश माणसाशी ओळख झाली. स्पॅनिश गृहयुद्धातील सैनिकांपैकी एक तीस वर्षांचा ग्युरेरो कॅमिलो म्हणून ओळखला जाई. जानेवारी १९३९मध्ये बार्सिलोनाहून माघार घेत असताना रिपब्लिकन सैन्यातील या सर्वांत तरुण सेनापतीने त्याचा एक पाय गमावला. दीड लाख इतर शरणार्थींप्रमाणे, कॅमिलो, त्याची माणसे आणि त्यांच्या कुटुंबीयांनी छळछावणीत तुरुंगवास भोगण्यासाठी फ्रेंच सीमा पार केली. फ्रेंच सरकारने लष्करी वयातील स्पॅनिश लोकांना आपल्या मुख्य डी ओव्हरे इमिग्रे या योजनेत कामगार म्हणून काम करणे भाग पाडले आणि १९४० मध्ये जर्मनीने आक्रमण केले तेव्हा कॅमिलोने फ्रेंच सैन्याच्या एका स्पॅनिश

रेजिमेंटमध्ये युद्ध केले. व्हिशी पोलिसांनी पुन्हा एकदा स्पॅनिश लोकांना एका छळछावणीतून दुसरीत फिरवत ठेवले. एप्रिल १९४३ मध्ये जर्मन लोकांनी त्यांना स्पेनला हद्दपार करण्याची योजना आखली, जिथे फ्रँको त्यांना फाशी देण्याची वाट पाहत होता. कॅमिलोचे माजी कमांडिंग ऑफिसर कम्युनिस्ट जनरल लुईस फर्नांडीझ यांच्या मदतीने हे लोक पळून गेले. फर्नांडीझ यांनी एस्पानोल दे रेझिस्टन्स डेन्स ले जेर या ग्रूपचा चीफ म्हणून कॅमिलोची नेमणूक केली. त्यांना पस्तिसावी स्पॅनिश ब्रिगेड ऑफ गोरिला असेही म्हटले जाई. कॅमिलो सेंट-गो येथील मॉरिस पॅरिसोटजवळच्या एका घरात राहायला गेला आणि तीनशेहून अधिक माणसांना शस्त्रे आणि दारूगोळ्याच्या पुरवठ्याची विनंती करण्यासाठी त्याने पॅरिसोटशी संपर्क साधला. पॅरिसोटने त्यांची ओळख जॉर्ज स्टारशी करून दिली.

स्पॅनिश गृहयुद्धात जॉर्जची सहानुभूती त्याच्या पत्नीच्या पुराणमतवादी आणि धार्मिक कुटुंबाशी होती ज्यांनी फ्रँकोला पाठिंबा दर्शवला होता. कॅमिलो कम्युनिस्ट असला तरी जॉर्जने लॅटिन मिश्या असलेल्या या धाडसी माणसावर विश्वास ठेवला. कॅमिलोच्या स्वतंत्र बाण्याने, तो आपल्या एका पायाने वेगात मोटारी आणि मोटारसायकलींचे गिअर्स बदलताना पाहून जॉर्ज चकित झाला. फ्रेंच लोक कॅमिलोला उन-जांबे म्हणत. एका हातात एक रायफल आणि दुसऱ्या हातात कुबडी असलेला तो निडर योद्धा होता. त्याने मेरी वॉल्टर्सला विनोदाने म्हटले की कोणतीही स्त्री त्याच्याबरोबर लग्न करणार नाही. अर्थात अनेक स्त्रियांनी तसा प्रयत्न केला होता. वॉल्टर्सने लिहिले की स्पॅनियार्डचे दाट काळे केस निळसर छटेने जणू चमकत असत. त्याने ते मानेपर्यंत वाढवले होते आणि ते कापायला वेळ मिळत नाही असे सांगून तो त्याच्या देखणेपणाची जाणीव जणू लपवत असे. कम्युनिस्टांना सर्व प्रकारच्या अराजकवादी, साम्यवादी, उदारमतवादी लोकशाहीवाद्यांचे मिश्रण असे म्हणून शस्त्रे देण्यास नकार देणाऱ्या जॉर्जने कॅमिलोच्या ब्रिगेडला शस्त्रे दिली.

मार्चमध्ये हिटलरच्या एसएस पँझर विभागाच्या चिलखती रणगाड्यांपैकी एक, दास राईश द्वितीय दक्षिण-पश्चिम फ्रान्समध्ये दाखल झाला. दास राईशच्या इतिहासात १९४१ मध्ये युगोस्लाव्हियावर आक्रमण करणे आणि डनिपर नदीवर सशस्त्र सोव्हिएत सैन्याचा पराभव करणे यांचा समावेश होता. तरीही कट्टर पक्षाभिमानी, यहुदी आणि इतर नागरिकांच्या क्रूर हत्याकांडांमुळे त्याची रणांगणातील कामगिरी दुर्लक्षित झाली होती. सहा एप्रिल रोजी या एसएस पँझर विभागाने कॅस्टेलनाऊ-सूर-ऑव्हिग्नॉनच्या पूर्वेकडील पासष्ट मैलांच्या पूर्वेस मोन्टॉबॅन शहरात आपले मुख्य हेडक्वार्टर बनवले. हे स्थान भूमध्य समुद्र आणि इंग्रजी चॅनेलजवळच्या लँडिंग किनाऱ्यांपासून दोन ते चार दिवसांच्या प्रवासाइतक्या अंतरावर होते. जेणेकरून कुठेही उतरले तरी मित्रपक्षांचा सामना करणे सुलभ गेले असते. दास राईशचे सैन्य

अनेक गॅस्कॉन गावांमध्ये विखुरले आणि त्यांनी रशियन आघाडीवर हरवलेल्या हजारो सैनिकांची जागा घेतली. ह्या विभागात हंगेरी, रोमानिया, सोव्हिएत युनियन, अल्सास-लोरेन आणि इतर जिंकलेल्या प्रांतांमधून सैनिकांची भरती केली होती. बरेच जण जर्मन बोलू शकत नव्हते आणि एसएसच्या धर्मांध परंपरेचा त्यांच्यात अभाव होता. व्हीलराइटच्या लोकांनी दास राईश टाळले. सूड घेण्यासाठी कुख्यात असलेल्या या पूर्वेकडील युनिटला चिथावणी देण्याची जॉर्जची इच्छा नव्हती.

२० एप्रिल १९४४ ला डॉ. गोएत्झने जॉन स्टारला बोलावले. जेव्हा जॉन दुसऱ्या मजल्यावर गोएत्झच्या कार्यालयात गेला तेव्हा त्याने पाहिले की सर्वसाधारणपणे नागरी कपडे घालणारे करणारे जर्मन कर्मचारी त्यांच्या छातीवरच्या पदकांसह संपूर्ण सैनिकी गणवेशात होते. वातावरण गंभीर वाटत होते. ॲडॉल्फ हिटलरचा पंचावन्नावा वाढदिवस आहे हे गोएत्झने सांगितल्याशिवाय काय होत आहे हे जॉनला माहीत नव्हते. जॉन ताठ उभा राहिला आणि नाझी सलामसारखा हात उंचावत तो म्हणाला, 'हेल, चर्चिल!' डॉ गोएत्झ, जोसेफ पलेक आणि त्यांचे सहकारी हसले. त्यानंतर पलेक जॉनच्या कामाच्या ठिकाणी थांबला आणि म्हणाला, 'हेल, चर्चिल!'

काही आठवड्यांनंतर, १२ मे,१९४४ रोजी जॉनला सात स्त्रियांना गार्डरूममध्ये नेल्याचे दिसले. त्यातील एक त्याची माजी कुरिअर डायना रोव्हडन होती. १८ नोव्हेंबर १९४३ ला जर्मन लोकांनी त्याचा माजी रेडिओ ऑपरेटर जॉन यंग याच्यासह तिला पकडले होते. त्याने ओडेट सॅन्समला ओळखले. तिला त्याने नोव्हेंबर १९४२ मध्ये आपल्या भावासोबत तिच्या आगमनानंतर पाहिले होते. जॉनला त्या स्त्रियांशी बोलायचे होते, म्हणून किफरने त्याला दिलेली चॉकलेट्स घेऊन तो गार्डरूममध्ये गेला. वॉर्डर उपस्थित असताना तो आणि रोव्हडन एकमेकांना ओळखत नसल्याची बतावणी करीत होते. ती त्याला हे सांगू शकली नाही की त्याच्या साथीदारांनी पियरे मार्टिन या विश्वासघात करणाऱ्या दुहेरी एजन्टाचा शोध घेतला होता. हॅरी रीने डिजॉनमध्ये मार्टिनला मारण्याचा पहिला अयशस्वी प्रयत्न केला आणि नंतर दोन फ्रेंच प्रतिकारकांनी त्याला डिजॉनच्या कॅफे डी बेलफोर्टमध्ये गोळ्या घालून ठार मारले.

जॉनने रोव्हडन, सॅन्सम आणि इतर महिलांना मिठाई दिली. दुसरे काहीच करण्यासारखे नव्हते. जर्मन लोकांनी त्या महिलांना गार्ड रूममधून बाहेर काढले आणि तीन आठवड्यांनंतर त्यांना कार्लस्रुहे येथील छळछावणीत पाठवले.

ॲव्हेन्यू फॉश येथे जॉनने इतके एसओई एजन्ट पाहिले की जणू काही आख्खे एफ-सेक्शन एसडी कोठडीत आहे, असे वाटत होते. जॉनने लिहिले की माझ्या

खोलीचे दरवाजे बहुतेक वेळा उघडे असत. गार्ड्स पुढचे दरवाज्यात आणि पायऱ्यांवर किंवा कॉरिडॉरच्या भोवती फिरत असत आणि दारातून ते मला पाहू शकत. मोकळ्या दारातून कैद्यांनी त्याला सहसा शर्ट आणि टाय घालून काम करताना आणि रेडिओ ऐकताना पाहिले. त्याला ओळखणारा एसओईचा मॉरिस साउथगेट त्याच्या लहानपणीचा मित्र होता.

जर्मन लोकांनी त्याला ताब्यात घेतले होते. १ मे, १९४४ला आरएएफने आपल्या नवीन मोहिमेपूर्वी साउथगेटला स्क्वाड्रन लीडर म्हणून पदोन्नती दिली होती. रेडिओ डिटेक्टर व्हॅनने मॉन्टल्यूकॉनमधील सेफ हाउस शोधून काढले, जिथून त्याचा ऑपरेटर रेने मॅथियू संदेश प्रसारित करीत होता. मॉन्टल्यूकॉनमध्ये साउथगेट आणि मॅथियूने खूप वाद घालत जर्मन लोकांना खात्री पटवून दिली की साउथगेट हा एक छोटासा कुरिअर आहे. एसडीने त्या दोघांना पुढील चौकशीसाठी रेल्वेने पॅरिसला पाठविले. प्रथम फ्रेन्सेस कारागृहात चौकशीसाठी न थांबवता त्यांना थेट ॲव्हेन्यू फॉश येथे नेण्यात आले. साउथगेटने सांगितले,

> 'मी वरच्या मजल्यावर पोचलो तेव्हा समोरच्या छोट्या खोलीत जॉन स्टारला पाहून मला कमालीचा धक्का बसला. तो आरामात एका खुर्चीवर बसून सिगारेट ओढत होता. 'अरे...' अशी माझी त्वरित प्रतिक्रिया होती पण मी गप्प राहिलो. त्याने माझ्याकडे बघून डोळे मिचकावले एवढेच.'

जॉनने थोड्याच वेळापूर्वी गार्ड रूममध्ये 'लेस ॲमिस दे हेक्टर' असा संदेश वाचला होता आणि तो साउथगेटची वाट पाहत होता. त्याला साउथगेटचे कोडनेम हेक्टर आठवत होते आणि व्होग्टने त्याला दाखवलेला त्याच्या मित्राचा फोटो त्याने ओळखला होता. मात्र त्याने साउथगेटची काही माहिती असल्याचे नाकारले होते.

वॉर्डर्सनी गार्डरूममध्ये साउथगेट आणि मॅथियूला दुपारचे जेवण दिले असताना, त्यांना जॉनच्या आवाजातील 'इट्स अ लॉन्ग वे टू टिप्पेरारी' आणि 'रूल ब्रिटानिया' ही पारंपरिक इंग्रजी गाणी ऐकू आली. साउथगेटने सांगितले की या गाण्यांनी मला खूप उत्तेजन दिले.

दुपारच्या जेवणानंतर, युक्रेनियन गार्डने साउथगेटला पहिल्या मजल्यावर नेले आणि त्याला खुर्चीशी हातकडीने बांधले. मग जर्मनभाषिक पण अस्खलित फ्रेंच बोलणाऱ्या व्होग्टशी त्याची भेट झाली. साउथगेटने त्याला तो एक गरीब, दयनीय छोटा कुरिअर असल्याचे भासवले, ज्याचा अर्नेस्ट व्होग्टने विरोध केला नाही. डॉ. गोएत्झ, ज्याला साउथगेटने 'सर्व वायरलेस ट्रान्समिट करण्याच्या कामांचा सेकंड

इन कमांड' म्हटले होते, त्याने नंतर दुसऱ्या मजल्यावर त्याची चौकशी केली. साउथगेटने ती रात्र अॅव्हेन्यू फॉशवर घालविली आणि एसडीने दुसऱ्या दिवशी त्याला फ्रेन्सेसमध्ये हलवले. तेथील कोठडीतील दोन फ्रेंच सोबत्यांनी त्याला त्यांच्या रेडक्रॉस पॅकेजमधून कॉफी आणि बिस्किटे दिली आणि तो झोपी गेला. अवघ्या दहा मिनिटानंतर, रक्षकांनी त्यांना जागे केले. एका फ्रेंच गेस्टापो माणसाने त्याला ओढत नेले आणि काळ्या रंगाच्या सिट्रॉन कारच्या मागे फेकले. त्या दिवशी दुपारी साडेचार वाजता साउथगेट अॅव्हेन्यू फॉशवर परत आला.

अर्नेस्ट व्होग्ट, डॉ. गोएत्झ आणि गेस्टापो एसडीच्या त्या शाखेचा प्रमुख जर्मन कर्नल मेजर किफर यांनी तोंडभर हसत त्याचे स्वागत केले. ते तीन जर्मन लोक आनंदात होते. त्यांना समजले होते की तो एक दयनीय लहान कुरिअर नाही तर एसओईच्या स्टेशन सर्किटचा प्रमुख स्क्वाड्रन लीडर मॉरिस साउथगेट आहे. जॉनने त्याचा विश्वासघात केला आहे, अशी भीती साउथगेटला होती कारण अॅव्हेन्यू फॉशमधील कोणालाही माहीत नव्हते की तो कोण आहे. त्याला वाटले की खेळ संपला आहे. तीन आठवडे लोटले तरी त्याने जर्मन लोकांना काहीही सांगितले नाही. एसओईच्या प्रशिक्षणानुसार त्याच्या साथीदारांना गायब होण्यास अठ्ठेचाळीस तास पुरेसे होते. त्याने सांगितले :

> मला एक सभ्य गृहस्थ मानले जात होते, मला एका खोलीत नेले होते जेथे टेबल ठेवले होते आणि रात्रीचे जेवण दिले जात होते. मी सुरुवातीला ही ऑफर नाकारली पण त्यांनी आग्रह धरला की ते माझ्यासारखेच सैनिक आहेत त्यामुळे मला युद्धाचा कैदी म्हणून वागवले जाईल. मी काही खाद्यपदार्थ स्वीकारले. त्यात खरी कॉफी, चॉकलेट, स्पॅम आणि अमेरिकन पदार्थ होते.

टेलिफोन वाजला तेव्हा जॉन वरच्या मजल्यावर काम करत होता. एका रक्षकाने उत्तर देऊन त्याला फोन सोपविला. व्होग्टने विचारले की त्याने दुपारचे जेवण केले आहे का? जॉनने नाही म्हणताच त्याने तू आता तुझ्या चुलतभावाबरोबर जेवशील, असे सांगितले. जॉन चकित झाला. व्होग्ट म्हणाला, 'हेक्टर, मॉरिस साउथगेट तुझा चुलतभाऊ आहे ना?' जॉनने हुंकार दिला. त्याने गृहीत धरले की साउथगेटने व्होग्टला ते संबंधित असल्याचे सांगितले असावे. गार्ड्सनी त्याला खाली चौथ्या मजल्यावर नेले, जेथे व्होग्ट साउथगेटसोबत टेबलावर बसला होता. किफर त्याच्या ऑफिसमधून शेजारी आला आणि जर्मनमध्ये काहीतरी बोलला. व्होग्टने भाषांतर करून सांगितले की बॉब, आम्ही तुला शूट करायला पाहिजे. 'कारण हेक्टर कोण

होता हे तुला नेहमीच चांगले माहीत होते आणि तू आम्हाला सांगितले नाहीस जॉनने विचारले, 'तुम्ही माझ्याकडून तशी अपेक्षा कराल का?'

किफरने याचा विचार केला आणि म्हणाला, 'नाही.'

दुपारच्या जेवणानंतर व्होग्टने जॉन आणि साउथगेटला गार्डरूममध्ये एकत्र सोडले. लपवलेला मायक्रोफोन कदाचित त्यांच्या संभाषणांवर नजर ठेवेल असा विचार करून जॉन अगदी हळू बोलला. ही खबरदारी अनावश्यक होती कारण लढाईनंतर अर्नेस्ट व्होग्टने सांगितले की अॅव्हेन्यू फॉशच्या संपूर्ण इमारतीत कधीही एकही मायक्रोफोन नव्हता.

जॉनने साउथगेटला जर्मन लोकांसाठी केलेल्या कामाबद्दल सांगितले. साउथगेटने नंतर त्याचे औचित्य सांगितले की जॉनच्या म्हणण्यानुसार 'जर मी हे केले नाही तर दुसरे कुणीतरी करील आणि ते करत असताना मी खूप मौल्यवान माहिती गोळा करीत आहे, जी कधीतरी उपयोगी पडेल.'

जॉनच्या निष्ठेबद्दल बोलताना साउथगेटने म्हटले की तो जर्मन सैन्य आणि नाझी यांना नेहमीच कमी लेखत असे, नेहमी बढाई मारत असे आणि इंग्लंडसाठी थम्ब्स अप असे म्हणत सांगत असे की जर्मन आपल्या नशिबात आहेत.

किफरने जॉनला बीबीसीच्या दररोजच्या बातम्यांचे सारांश लिहिण्याची अतिरिक्त जबाबदारी स्वीकारण्यास सांगितले. किफरला इतर कार्यालयातून पूर्ण यादी मिळण्यापूर्वी ते वाचणे आवडत असे. एके दिवशी बीबीसी ऐकत असताना जॉनने रक्षकांना विचारले की तुम्ही आम्हाला तुमच्याबरोबर तळघरात घेऊन जात आहात काय? त्यांच्या भांबावलेल्या चेहऱ्यांकडे पाहून त्याने सांगितले की रेडिओ लँड्सने,ज्याने नागरिकांना वारंवार हवाई हल्ल्यांचा इशारा दिला होता, सांगितले होते की आरएएफ अॅव्हेन्यू फॉशवर बॉम्बहल्ला करणार होते. आरएएफने बॉम्ब ठेवला नव्हता, परंतु त्याच्या विनोदामुळे पहारेकरी तळघराकडे पळत सुटले. नंतर प्रत्येक वेळी हवाई हल्ल्याचा सायरन वाजला तरी त्यांनी कैद्यांना त्यांच्या कक्षात त्रास न देता एकटे सोडले.

साउथगेटच्या किफरने केलेल्या चौकशीदरम्यान, तो त्याला जर्मन कर्नल म्हणत असे, त्याला एसओईच्या संस्थेची रूपरेषा दर्शविणारे चार्ट दाखवले. स्कॉटलंडमधील कमांडो स्कूलमधील मॉरिस बकमास्टर, गेरी मोरेल, निकोलस बोडिंग्टन आणि कित्येक सार्जंट यांची नावे आणि छायाचित्रे पाहून साउथगेट स्तब्ध झाला. तो म्हणाला की त्याने आमच्या संघटनेवर मला असंख्य प्रश्न विचारले, परंतु मी फक्त म्हणालो की मला असे वाटते की माझ्यापेक्षा तुम्हाला त्याबद्दल अधिक माहिती आहे. कर्नलला खूप अभिमान वाटला आणि त्याचे भाषांतर झाल्यावर तो हसला.

एसडीने साउथगेटच्या कल्पनेपेक्षा जास्त खोलवर प्रवेश केला होता. जॉनने, त्याला कुणाच्या तरी माध्यमातून लंडनला पाठवण्याच्या आशेने लपवून ठेवलेले, आणखी माहिती देणारी कागदपत्रे दाखविली.

साउथगेटने पाहिले की लंडनशी केलेले वायरलेस प्रक्षेपणदेखील जर्मनांना माहीत होते. तो म्हणाला की लंडन हेडऑफिसने केलेल्या हास्यास्पद आणि मूर्ख गोष्टी पाहून आम्ही दोघेही चकीत झालो. मी त्यांना गुन्हेगार म्हणण्याइतके पुढे जाईन. लंडनने एसडी वायरलेस चालकांना सुरक्षा तपासणीसाठी विचारले आणि एफ-सेक्शन एजन्ट्स एसडीच्या रिसेप्शनमध्ये पॅराशूट करत आहेत हे ऐकून साउथगेटचा राग अनावर झाला.

त्यानंतरच्या आठवड्यात जॉनला अधिक माहिती मिळाली आणि तरीही लंडनला माहिती घेऊन पळून जाण्याची शक्यता असलेल्या एखाद्या कैद्याला सांगण्याची आशा तो करत राहिला. त्याला माहीत असलेल्या बहुतेक कैद्यांनी पळून जाणार नाही, असा शब्द दिला होता. मॉरिस साउथगेटनेही तसाच शब्द दिला होता. हा सगळा वेळ एफ-सेक्शनच्या नेटवर्कमध्ये एसडी अजून खोलवर चाललेले होते. जॉनच्या एसओईच्या त्यानंतरच्या डिबीफ्रिंग रिपोर्टमध्ये म्हटले आहे की जर्मन लोक नकाशावर नवीन सर्किट जोडत राहिले. याव्यतिरिक्त, त्यांनी दारूगोळे पुरलेली ठिकाणे आणि इतर स्त्रोत दाखविणारे लहान मुद्रित नकाशे आणले.

एका दुपारी जॉनला चौथ्या मजल्यावर किफरच्या ऑफिसमध्ये बोलावले गेले. किफरने त्याला एफ-सेक्शनसह फ्रान्सचा नकाशा दाखविला. त्यात एफ-सेक्शनची क्षेत्रे आणि ऑपरेटिव्ह जॉनच्या सुंदर हाताने स्पष्टपणे सूचित केले होते. आतापर्यंत एसडीला ज्ञात असलेल्या सर्किट्सची संख्या तेरावरून तीसपर्यंत वाढली होती. वेल्सइतके मोठे, नवीन चिन्हांकित क्षेत्र दक्षिण-पश्चिम फ्रान्सच्या पेरिगॉर्डपासून पायरेनिसपर्यंत पसरलेले होते. किफरने त्याकडे लक्ष वेधले आणि त्यावर इलॅर असे लिहिण्याची सूचना केली. इलॅर कोण आहे याची जॉनला कल्पना नव्हती. 'इर ब्रुडर' किफरने स्पष्ट केले.

'माझा भाऊ?' जॉनने विचारले. 'मला फ्रान्समध्ये कुणीही भाऊ नाही.'

**१९४४** च्या वसंत ऋतूपर्यंत, जॉर्ज स्टार जेव्हा आणि जेथे शक्य असेल तेथे जर्मनांवर हल्ले करीत होता. एफ-सेक्शनने एप्रिल महिन्यात त्याच्या व्हीलराइट सर्किट ऑफ अचिव्हमेंट्स रेकॉर्डचे संकलन केले.

एप्रिलः डोर्डोग्नेमध्ये जर्मन कॉलमवरील हल्ल्यात जर्मन जनरल ठार झाला.

२२ एप्रिल : बर्गेरीक आणि सेंट फॉय यांच्या दरम्यान जर्मन युद्धसामग्री असणाऱ्या रेल्वेवर हल्ला करण्यात आला.

२६ एप्रिल : त्याच गाडीच्या बारा वॅगन लेमोन्झी येथे स्टेशनमध्ये नष्ट करण्यात आल्या.

एप्रिल : बोसन्स येथे १५०० किलो पाणबुडी तेल जळले. कारखाना तात्पुरता थांबला. अधिक तेल आणि सहा ट्रान्सफॉर्मर्स नष्ट झाले.

एप्रिल : बोसन्सची पुढील माहिती, एक विद्युत वितरक नष्ट केला, अग्निपंपांना कारवाईपासून दूर ठेवले; १५० टन कृत्रिम वंगण पेटवून दिले.

२९ एप्रिल : मॉन्ट्रेज्यूला पेट्रोल टँकर गाडी रुळावरून घसरली.

वॉल्टर्सने लिहिले की तो एप्रिलचा शेवटचा दिवस होता. सूर्य चमकदार आणि गरम होता. चेरी गुलाबी रंगाची होती आणि फुले फुलली होती. उन्हाळा जवळजवळ प्रत्येक वस्तूतून दिसत होता. पण तिच्यासाठी सर्व काही तेजस्वी नव्हते. आजेन येथे अल्बर्ट कँबोनची हत्या आणि टोनिन्स शहरात अल्डो मोलेसिनी नावाचा आणखी एक प्रतिकारक पकडल्यापासून फ्रेंच पोलीस जेरमध्ये इंग्रजांपैकी एक तरुण कुरिअर इंग्लिश महिला शोधत होते. तिने लिहिले की गेस्टापो शोधात होते की नाही याची कोणालाही खात्री नव्हती परंतु हे बहुधा संभाव्य होते. जॉर्जने तिला टोनिन्सपासून दूर राहण्याचे आदेश दिले, जिथे अधिकाऱ्यांकडे स्वतः जॉर्ज आणि योव्ह कॉर्मेऊ यांच्यासोबत तिचे वर्णन होते. जॉर्जने तिला समुद्रमार्गे फ्रान्सला परतलेला जुना प्रतिस्पर्धी मॉरिस रौनेऊ याला भेटण्यासाठी पॅरिसला पाठवले. रौनेऊ आणि त्याचा विक्टोर कॉम्रेड पियरे डफोयर आता एसओईचे रॅकेटियर सर्किट आयोजित करीत होते. जीने रॉबर्ट इंग्लंडमध्ये मागे राहिली. ती तिच्या मुलाला जन्म देण्याच्या प्रतीक्षेत होती.

रेडिओ ऑपरेटरचा अभाव असल्यामुळे रौनेऊ लंडनमध्ये संदेश पाठविण्यास मदत करण्यासाठी जॉर्जकडे वळला. पॅराशूट साइट्सबद्दल रौनेऊच्या शंकांवर लंडनची उत्तरे वॉल्टर्सने लक्षात ठेवली आणि खोटी ओळखपत्रे वापरून पॅरिसला जाण्यासाठी ती ट्रेनने गेली. तिला त्यांच्याशी प्रत्यक्ष बोलायचे होते. तो पोचली तेव्हा रौनेऊ तिथे नव्हता आणि ती त्याची वाट पाहत बसली. राजधानीपेक्षा नैर्ऋत्येकडे अगदी वेगळे चित्र होते. गॅस्कोनीच्या शेतकऱ्यांपेक्षा पॅरिसमधील लोक अधिक टंचाईने त्रस्त होते. गॅस्कोनीत लोक आपले अन्न पिकवत आणि त्यांच्या दाराबाहेर लाकडाचे मोठे ढिगारे असत. पॅरिसमधील जर्मन प्रतिवाद अधिक दृढ होता आणि प्रतिकारकांवर तीव्र बंधने होती. बकमास्टरने लिहिले की पॅरिस काम करण्यासाठी सर्वांत दूर आणि खूप धोकादायक ठिकाण होते. ते जर्मन व सुरक्षा पोलिसांनी

गजबजले होते. कुतूहलापोटी वॉल्टर्स एके दिवशी दुपारी रुई दे सौसाईजमधील गेस्टापो मुख्यालयात गेली. बाहेरून हे पाहून तिला वाटले की इंग्लंडमध्ये मी ज्या पुरुष व स्त्रियांबरोबर प्रशिक्षण घेतले होते, त्या माझ्या स्वतःच्या किती मित्रांची त्या काळ्या भिंतीमागे सतत आणि भयानक तपासणी केली जात असेल.

पॅरिसमध्ये आल्यानंतर दोन आठवड्यांनंतर, रौनेऊंने तिच्याकडे सांगण्यासाठी एक कुरिअर पाठविला की त्याचे सर्किट ब्रेक होण्याच्या प्रक्रियेत आहे आणि व्हेनवे, पॅरिसच्या अगदी दक्षिणेस, येथे माझे संदेश सोडायला सांगितले आहे. वॉल्टर्सने त्याला एक लांब कोडलेटर लिहिले, जे तो काही दिवसांनी पॅरिसला आल्यावर त्याला मिळाले.

**फ्रा**न्समधील प्रतिकार असो वा बर्लिनमधील जर्मन हाय कमांड, अभूतपूर्व प्रमाणात समुद्र आणि हवाई आक्रमण फ्रान्समध्ये येत होते यात शंका नव्हती. फक्त प्रश्न होते, कुठे आणि केव्हा? अमेरिकन आणि ब्रिटिश हवाई दल जर्मनीवर हवाई दुहेरीमध्ये लुफ्टवाफ स्क्वॉड्रनचा नाश करीत होते. फ्रान्सच्या समुद्रकिनाऱ्यांवर सैन्याच्या संरक्षणासाठी हवाई वर्चस्व सुनिश्चित करणे अधिक चांगले होते. आरएएफ आणि अमेरिकन सैन्याच्या हवाई दलाने (एएएफ) रेल्वे लाइनवर बॉम्बस्फोट केले, मित्र देशांच्या आक्रमणकर्त्यांशी लढताना अग्रभागी सैन्याला अधिक मजबूत करण्यासाठी जर्मनीची शक्ती कमी करणे गरजेचेच होते. रेझिस्टन्स आणि फ्रेंच रेल्वे कामगार संघटनेने तोडफोडीच्या कामांना मदत केली. मित्रपक्षांनी ब्रिटिश किनारपट्टीवर आणि खाली तातडीने हल्ले करण्याची तालीम केली ज्यामुळे काही जण जखमी झाले परंतु वास्तविक लढाईत काय टाळावे हे कमांडरांना शिकता आले. अमेरिकन आणि ब्रिटिश गुप्तहेर, जर्मन जनतेला हे पटवून देण्याचा प्रयत्न करीत होते की जनरल जॉर्ज पट्टन यांचा काल्पनिक फर्स्ट यू.एस. आर्मी ग्रूप त्याच्या डोव्हरमधील त्याच्या अस्तित्वात नसलेल्या तळावरून कॅलिस येथे उतरून आक्रमण घडवून आणेल. एसओई आणि इतर गुप्तचर संस्थांनी जर्मन लोकांना गोंधळात टाकण्यासाठी हजारो रेडिओ संप्रेषणे पाठवली. हे युद्धाच्या धुक्याचे संकेत होते.

जॉर्ज स्टारला वाटले की आता जास्त करण्याची वेळ आता आली आहे. त्याने १३ मे रोजी आणखी एक विध्वंसक मोहीम पार पाडण्यासाठी क्लॉड अरनॉल्टला पाठविले. त्याचा निशाणा लॉर्डन-डायट्रिच या फॅक्टरीवर होता. ती लॉर्ड्सजवळील बॅगनेरेस-डे-बिगोर्रे येथे होती आणि त्यात जर्मन विमाने आणि वाहनांचे भाग तयार केले जात. आंद्रे कौलोम आणि इतर दोन साथीदारांसह, अरनॉल्ट लॉरेन-डायट्रिच फॅक्टरीत घुसला आणि यंत्रसामग्रीमध्ये स्फोटके पेरली. जेव्हा त्याने स्फोटकांचा स्फोट केला तेव्हा शस्त्रे बनवण्याच्या उपकरणांचे तुकडे चहूबाजूंनी उडाले. 'फक्त

एकच समस्या होती की आम्ही लवकर निघू शकलो नाही आणि डोक्यावर तुटलेल्या काचांचा वर्षाव झाला,' 'वॉल्टर्स पॅरिसहून परतल्यावर त्याने तिला सांगितले.' स्फोट केल्यावर त्यांनी रेल्वेने टर्बेला पळ काढला.

टूलूस येथे अरनॉल्टच्या पहिल्या हल्ल्यात कारखान्यातील एका माणसाचा पाय गेला होता परंतु लॉरेन-डायट्रिच फॅक्टरीमध्ये कोणतीही जीवितहानी झाली नाही. त्या तुलनेत एप्रिल आणि मेमध्ये आरएएफच्या कारखान्यांवर झालेल्या बॉम्बस्फोटात ६७ नागरिक ठार आणि ११० गंभीर जखमी झाले होते. नागरिकांना न मारता आणि त्यांच्यापासून परावृत्त न होता विनाश करण्याच्या ठिकाणी मोक्याच्या जागी बॉम्बस्फोट करण्यापेक्षा विध्वंसाची ही पद्धत अधिक प्रभावी होती. फ्रेंच लोकसंख्येचा पाठिंबा न गमावता जर्मनांची मित्रराष्ट्रांच्या आक्रमणाचा प्रतिकार करण्याची क्षमता कमी करण्याचा यामागे उद्देश होता.

एसओईचे अधिकृत इतिहासकार, एम.आर.डी.फूट यांनी लिहिले की जॉर्जने जानेवारी ते मे १९४४ दरम्यान केलेल्या कामगिऱ्या एफ-सेक्शन बढाई मारू शकेल, अशा होत्या–

> गॅस्कोनीमध्ये व्हीलराइटची वेगाने वाढ झाली. स्टारकडे बऱ्याच लपवलेल्या युरेका आणि त्यांच्या वापरासाठी प्रशिक्षित रिसेप्शन समित्या होत्या. पाच महिन्यांत एकशे पाच ड्रॉप्समध्ये त्याला बाराशेहून अधिक कंटेनर मिळाले, 'प्रॉस्पर' किंवा 'सायंटिस्ट'पेक्षाही कितीतरी जास्त होते.

नैर्ऋत्येकडील प्रतिकाराने जर्मन लोकांना वेठीस धरले होते, शस्त्रे बनवण्याचे कारखाने उडवले गेले होते आणि गाड्या रुळावरून घसरवल्या गेल्या होत्या. प्रतिकारक सशस्त्र आणि वचनबद्ध होते, परंतु त्यांना स्वतःहून देश मुक्त करता येत नव्हता. यासाठी युनायटेड स्टेट्स आणि ब्रिटिश साम्राज्याच्या सामर्थ्याची आवश्यकता होती. रेमंड एस्कोलिअरने लिहिले, 'खरे सांगायचे झाल्यास, आम्ही लँडिंगशिवाय काहीच विचार केला नाही.' पण केव्हा? प्रतिकारक विचारत राहिले. कधी?

# १२

# दास राईश

*फ्रान्सच्या जवळजवळ प्रत्येक विभागात आमची माणसे वाट बघत होती. महान दिवस जवळ आला आहे या संकेताची ते वाट पाहत होते.*

मॉरिस बकमास्टर

मे १९४४ च्या अखेरीस जॉर्ज स्टार आपला गट एकत्र ठेवण्यासाठी धडपडत होता. रेल्वेमध्ये तोडफोड आणि शस्त्रास्त्रांचे कारखाने नष्ट केल्याने जर्मन लोकांचे नुकसान झाले, परंतु त्यांची कामे सुरूच राहिली. ज्या कारणामुळे त्यांनी आपले आयुष्य धोक्यात घातले होते, ते पुन्हा पुन्हा लांबणीवर पडत होते. ब्रिटिश आणि अमेरिकन उभयचर व हवाई वाहक युनिट्सनी ३१ मे रोजी फ्रान्समध्ये जर्मन सैन्यावर हल्ला करण्याची योजना आखली होती, परंतु खराब हवामानामुळे ते अशक्य झाले.

बकमास्टरने जॉर्जबद्दल लिहिले की आतून तो खूप संयमी आणि दृढनिश्चयी होता. पण मे महिना जूनकडे वळताच जॉर्जचा संयम कमी होऊ लागला. हा अनिर्णिततेचा आणि निराशेचा काळ होता. जॉर्जने आपली सर्व कौशल्ये डिप्लोमॅट म्हणून वापरली आणि कमांडर म्हणून त्याने आपल्या गटाची निष्ठा टिकवून ठेवली.

पाच जूनच्या रात्री, कॅस्टेलॅनो-सूर-ओविग्नॉनच्या कडेवर असलेल्या लारीबियसच्या फार्महाउसमध्ये बॅरेट हॅट्स, शेतकऱ्यांचे लोकरी कपडे आणि जड बूट घालणारे सशस्त्र पुरुष गर्दी नेहमीप्रमाणे गर्दी करत होते.

मधाच्या पोळ्यातील मेणाच्या मेणबत्त्या आणि लाकडाच्या जाळाने स्वयंपाकघर उजळले होते, जेथे जॉर्ज त्याच्या मुख्य लेफ्टनंट्सची चिंताग्रस्त बैठक घेत होता. प्यायला व्हाइट वाइन आणि आर्मान्गॅक होते, बाल्टोस सिगारेट जळत होत्या युद्धाची चर्चा सुरू होती. जॉर्जने धूम्रपान व व्हाइट वाइन पिणे सोडले होते पण म्हणून इतर लोक थांबले नव्हते. दीर्घकाळ लांबलेल्या फ्रान्सवरच्या हल्ल्याची तळमळ व्यक्त करण्याची ती आणखी एक रात्र होती.

बाहेर पौर्णिमेच्या चंद्राचा थंड निळसर प्रकाश होता. विजेचा प्रकाश नसलेला बहुतेक गाव झोपलेला होता. रात्री नऊ वाजण्याच्या अगोदर बीबीसीच्या मेसेजेसची वेळ आल्यावर कॉरम्यू घरातून एकटीच बाहेर गेली. ती धान्याच्या कोठाराकडे गेली आणि शिडीने गवताच्या गंजीवर चढली. पेंढ्यात तिचा वायरलेस रिसीव्हर परिचित लपलेल्या भोकात पडला होता. तिने त्याचे चार भाग नेहमीप्रमाणे एकत्र केले, एरियल अडकवली आणि हेडफोन लावले. रेडिओ लॉन्ड्रेसचा सिग्नल तिला मिळेपर्यंत रेडिओवर जर्मन प्रसार जोरात सुरू होता. उद्घोषकाने श्रोत्यांना 'लेस फ्रँकायस पॅरलेंट ऑक्स फ्रँकायस' असे परिचित अभिवादन केले. यानंतर निरर्थक वाक्यांश बोलले गेले, ज्याचा अर्थ केवळ निवडक प्रतिकारकच लावू शकत होते. त्या संध्याकाळी बीबीसीने ३०६ संदेश पाठवले होते.' बकमास्टर यांनी लिहिले. आणि त्या रात्री पहिल्यांदाच 'प्रत्येक संदेश अर्थपूर्ण होता.'

'विल्मा सेज येस' हा एंगोलेम-बोर्डो रेल्वेमार्ग नष्ट करण्याचा कोड होता. 'इट्स हॉट इन सुएझ' या संदेशाने टेलिफोन व टेलिग्राफ केबल्स कापण्याचे आदेश दिले. 'द डाईस आर ऑन द टेबल' आणि इतर वाक्यांशांनी कॅलिस ते मॅस्सेपर्यंतच्या प्रतिकारकांना जर्मनांना विचलित करण्यासाठी दहशतवादी हिंसाचाराच्या लाटेमध्ये ओढा, तोडफोड करा आणि शत्रूला ठार मारा, असे सांगितले गेले. आणि शेवटी व्होव्हेन कॉरम्यूने ऐकले, 'इल अनी वोक्स दे फॉस्सेट'

ती नंतर म्हणाली, 'मी शिडीने उतरायचा त्रासदेखील घेतला नाही. सर्वांना त्याबद्दल सांगण्यासाठी मी सरळ खाली उडी मारली कारण आमच्या मिशनचा हा शेवटचा क्षण होता.' तिने अंगण ओलांडून घराकडे धाव घेतली आणि बीबीसीचे शब्द पुन्हा सांगितले, 'इल अनी वोक्स दे फॉस्सेट'. जॉर्ज त्याच्या लेफ्टनंट्सकडे वळला. 'चला, कामाला लागू या!' त्याने जाहीर केले. फ्रेंच पक्षाचे लोक संशयवादी होते, परंतु जॉर्जला विरोध करता येणे शक्य नव्हते. जॉर्जने सांगितले की ते उद्या पहाटेच्या वेळी उतरतील. आता क्रॅक करा. क्रॅकिंग म्हणजे त्याने मागील आठवड्यात त्यांना नियुक्त केलेल्या मोहिमेवर रात्री जाण्याचे आव्हान होते, रेल्वेमार्ग पाडणे, टेलिफोनचे खांब कोसळवणे किंवा कापून टाकणे, रस्ते बंद करणे आणि जर्मन संप्रेषण पांगविण्यासाठी पूल उडवणे. सर्वांत महत्त्वाचे म्हणजे त्याच्या गनिमी

तुकड्यांना नजीकच्या जर्मन सैन्याला, विशेषत: एसएसच्या दास राईशच्या सशस्त्र विभागातील चिलखती रणगाड्यांना नॉर्मंडी किनाऱ्यापर्यंत पोहोचण्यास उशीर करायला लावणे भाग पाडायचे होते.

ऑपरेशन नेपच्यूनचा मुख्य भाग म्हणून अमेरिकन, ब्रिटिश आणि राष्ट्रकुल सैन्य त्याच क्षणी किनाऱ्याकडे निघाले होते. रेझिस्टन्सने रोखलेल्या अधिक जर्मन सैन्याचा अर्थ असा होता की कमी जर्मन्स सहयोगी सैनिकांना तोंड देण्यास असतील. एसओई सिग्नलचे प्रमुख लिओ मार्क्स यांनी लिहिले की प्रतिकार म्हणजे शत्रुसैन्यावर हल्ला करणे, संप्रेषणात व्यत्यय आणणे आणि मजबुतीकरण रोखणे. अर्थात नेपच्यूनचा त्रिशूल म्हणून काम करणे. सुप्रीम हेडक्वार्टर अलाइड एक्सपेडिशनरी फोर्स (एसएएचएइएफ) च्या गुप्तचर अहवालात असे नमूद करण्यात आले आहे की जनरल आइसनहॉवर यांनी फ्रेंच फोर्सेस ऑफ इंटिरिअरच्या सैन्याने सैन्य दलाला (एफएफआय) अपील करून गुप्त कारवाया थांबवण्यासाठी आणि उघड्यावर येण्यासाठी नॉर्मंडी लँडिंग घडवून आणले होते. गॅस्कोनीमध्ये हजारो लोक एकत्र आले. जणू काही अंतःप्रेरणाने प्रतिकारकांची गर्दी कॅस्टेलना-सूर-ऑविग्नॉनकडे जात होती.

> व्होव्हेन कॉरम्यूने सांगितले की मला तो अत्यानंद आठवतो. आमचे लोक रात्रीच्या वेळी आले. आमच्याकडे असलेली शस्त्रे साफ करीत आम्हीही सर्व वेळ जागे होतो. आमच्याकडे बरीच शस्त्रे होती आणि ते मधमाश्यांच्या पोळ्यांखाली लपवलेली होती. आम्हाला वाटले की मधमाशा त्यांचे रक्षण करतील. हे सगळे दाराबाहेरच होते म्हणून आम्ही प्रथम त्यांच्यावर बराच मऊ साबण लावला होता जेणेकरून शस्त्रे गंजणार नाहीत. मधमाश्या पाळणाऱ्या माणसाला आता सगळी लहान पोळी हलवण्याकरता गाठणे गरजेचे होते. आम्ही नंतर सर्व सामान बाहेर काढले. ते स्वयंपाकघरात घेतले आणि शस्त्रे साफ करण्यात रात्र घालवली.

'डी-डेपूर्वी कोणतीही शस्त्रे पुरविली गेली नाहीत,' जॉर्जने सांगितले. आता त्याने प्रतिकारकांना मुबलक प्रमाणात शस्त्रपुरवठा केला, भूमिगत प्रतिकारकांना गनिमी सैनिकांत रूपांतरित केले. बहुतेक लोक आपला जीव धोक्यात घालण्यास इच्छुक होते, परंतु जॉर्जने कमीत कमी जीवितहानी होण्याची खबरदारी घेण्याची सर्वांना विनंती केली. एसओईचा गनिमी नेता टी. ई. लॉरेन्सने लिहिले की, 'आमचे बंडखोर, सैनिकांप्रमाणे केवळ लढण्याचे साहित्य नव्हते, ते आमचे मित्र होते आणि आमच्या नेतृत्वावर विश्वास ठेवत होते.' सहयोगी गुप्त माहितीनुसार नैर्ऋत्येकडे

एकूण चार हजार पाचशे प्रतिकारक होते आणि त्यापैकी केवळ अडीच हजारांकडे शस्त्रे होती. विविध राजकीय पक्षांमधील शेवटच्या क्षणी सामील झालेल्या अनेकांना नेतृत्व करणे आवश्यक होते.

रेमंड एस्कोलिअर यांनी लिहिले की फक्त दोन माणसांनी आपली हिंमत कायम ठेवली, सेंट-गोमधील पॅरिसोट आणि कॅस्टेलनाऊमधला इलॅर. कॅप्टन मॉरिस पॅरिसोट, त्याची पत्नी जीने आणि आर्माग्नॅक डिस्टिलर हाबेल सेम्पे यांनीही बीबीसी ऐकले होते. ते थेट पंजस शहरात गेले. पॅरिसोट आणि अबे लॉरेन्ट टेल्स यांनी तिथे मोठ्या प्रमाणात अन्नसाठा पाचशे किंवा त्यापेक्षा अधिक माणसांसाठी सहा टन एसओई मोर्टार, मशीनगन्स, रायफल्स, दारूगोळा आणि बॉम्ब ठेवले होते. जॉर्जच्या युनिटप्रमाणे त्यांनीही रात्री रेल्वे, इंधन डेपो, तार आणि दूरध्वनी यांच्यावर हल्ले करून नासधूस केली.

पंजस, कॅस्टेलनाऊ, आर्माग्नॅक आणि व्हीलराइटच्या प्रतिकारकांनी मैलोन्‌मैल फिरत वेहरामॅटच्या दळणवळणाच्या साधनांचा नाश केला. गारॉन नदीच्या उत्तरेस, फिलीप द ग्युन्झबुर्गच्या बंडखोरांनी पूल उडविले आणि पडलेली झाडे आणि बुबी ट्रॅप लावून रस्ते अडवले.

एकट्या जॉर्जच्या भागातील प्रतिकारकांनी रेल्वेच्या नऊशेहून अधिक विभागांना चालण्यास अक्षम बनवले. पोस्टेज, तार, दूरध्वनी विभागातील प्रतिकारक सहानुभूतीदारांनी एक्स्चेंजची मोडतोड केली आणि ती दुरुस्त करणे जर्मनांवर सोडले. फ्रान्सच्या कामगार संघटनांच्या नेहमीच प्रतिकार करणाऱ्या रेल्वे मजुरांनी त्यांच्या इंजिन्सचे उजव्या हाताकडचे सिलिंडर्स नष्ट केले आणि जंक्शनमधील पॉइंट्स आणि सिग्नल दिवे फोडून टाकले. टोनी ब्रूक्सच्या पिमेंटो सर्किटने मार्सेली व लियॉनदरम्यानच्या गाड्या थांबवल्या. या सर्व यशस्वी ऑपरेशन्सनी दोन वर्षे लपून राहणे, शस्त्रे मिळवणे, त्यांचा वापर करणे, ती लपवून ठेवणे आणि छळछावणीत सामोरे जावे लागणाऱ्या यातनामय मृत्यू या सर्व धोक्यांना एकप्रकारे न्याय दिला.

जॉर्ज स्टारसाठी पाच जूनची रात्र मोठ्या बदलाची होती. त्याच्या दीर्घकाळ चाललेल्या सावल्यांच्या युद्धातून शेवटी, बेल्जियमच्या गॅस्टनने स्वतःला कर्नल इलॅर, एफएफआयमधील लष्करी कमांडर म्हणून घोषित केले. जॉर्ज म्हणाला, 'डी-डेच्या दिवशी माझी भूमिका पूर्णपणे बदलली. मी उघड्या मैदानात आलो आणि मी झगडू शकलो.' एस्कोलिअरच्या शब्दात, 'उत्तरेकडील कथित शरणार्थीने त्याचा मुखवटा फेकला आणि तो युद्ध प्रमुख म्हणून प्रकट झाला. दुसऱ्या गावातले दोन शेतकरी दुचाकीवरून चालले होते तेव्हा जॉर्जने एकाने दुसऱ्याला सांगताना ऐकले की तो बेल्जियमचा गॅस्टन गद्दार आहे आणि तो जर्मन लोकांसाठी काम करतो. त्याचे वेषांतर कामी आले होते.

बकमास्टर यांनी लिहिले की 'आता इलॅरच्या संघटन करणाऱ्या अलौकिक बुद्धिमत्तेचा पुरेपूर फायदा झाला. त्याच्या शस्त्रास्त्रांचे साठे असे होते की प्रत्येक खेड्याला हे माहीत होते की ते स्वतः कोठे हाताळू शकतात आणि त्यांचे प्रयत्न नियंत्रित आणि निर्देशित करण्यासाठी पात्र नेते होते.' टेलिफोन व टेलिग्राफ लाइन नष्ट केल्याने एक उद्दिष्ट साध्य केले. जर्मन, रेडिओवर जास्त अवलंबून असल्यामुळे, अतिरिक्त वायरलेस रहदारीवर नजर ठेवणे आणि जर्मन फील्ड कोड उलगडणे टॉप-सीक्रेट गव्हर्नमेंट कोड व सायफर स्कूल (जीसी अँड सीसीएस) ब्लेकले पार्क, बकिंगहॅमशायरला शक्य झाले. मित्रराष्ट्रांच्या विजयाची ही सेवा होती, पण ज्यांनी हे शक्य केले ते युद्धाच्या वेळी अज्ञात राहिले.

जर्मन लोकांचा दुसरा पर्याय हा हाताने लेखी ऑर्डर पाठविणे हा होता. पण यामध्ये त्रुटी होत्या. जॉर्जने म्हटले की त्यांनी मोटारसायकल पाठवणारे चालक पाठवले, पण ते फारसे दूर जाऊ शकले नाहीत. त्यांनी प्रतिकार केल्याशिवाय आम्ही त्यांना गोळी चालविली नाही आणि त्यांना आमचा सामना करावा लागला. आमच्या माणसांनी मोटारसायकल चालकांना पाडण्यासाठी पातळ वायर ताणून अडवले नाही. मी गोळीबार न करण्याच्या सूचना दिल्या होत्या पण काही ठिकाणी जर्मन्स मारले गेले.

जॉर्जने मुख्य उत्तर-दक्षिण आणि पूर्व-पश्चिम महामार्ग रोखले. जर्मन रेस्क्यूचे सात विभाग असूनही वर दास राईश आणि इतर एसएस सैन्यदलाचा समावेश होता. सैनिकांची संख्या मोठी होती आणि सर्वांत आधुनिक उपकरणे तसेच विमाने आणि रणगाड्यांसह ते हल्ले करीत होते.

जॉर्जने कास्तेलनो-स्युर लोविन्यॉची ऐतिहासिक किल्ल्याची भूमिका परत आणली, ज्यातून मध्ययुगीन राज्यकर्ते एके काळी खाली असलेल्या मैदानावर प्रभुत्व मिळवत होते. त्याने गावाची बचावफळी अधिक मजबूत केली, पुढे चौकी स्थापन केली आणि माजी फ्रेंच लष्करी अधिकाऱ्यांना वेगवेगळ्या विभागातील सैन्याच्या कमांडमध्ये ठेवले. कमांडंट प्रॉस्ट, ज्यांनी १९३२ पासून अधिकारी म्हणून कारकीर्द गाजवली होती आणि ज्यांनी फोर्ससजवळ अनेक पॅराशूट गोळा केले होते, त्यांनी जॉर्जला लाइन ऑफ फायरबाबत मार्गदर्शन केले. तोफखान्याचा कॅप्टन रॉबर्ट ब्लॉच याने शस्त्रे आणि दारूगोळ्याचा कार्यभार आपल्याकडे घेतला. कॅप्टन हेन्री सोलाल यांनी अँटीटँक युनिटची जबाबदारी घेतली. सोलाल ही एक भाग्यवान नियुक्ती होती. सोलाल हे पहिले महायुद्ध आणि आफ्रिकेतील वसाहतवादी संघर्षाचे अनुभवी दिग्गज होते. ॲनी-मेरी वॉल्टर्सवर उपचार करणाऱ्या डॉ. जीन डेरिस यांनी वैद्यकीय दलाची जबाबदारी घेतली. जर्मनभाषिक थिओ लेवी जॉर्जच्या ड्युक्सिअम ब्युरो ऑफ इंटेलिजेंसचा प्रमुख बनला.

जार्जसाठी नागरिकही तेवढेच महत्त्वाचे होते, ज्यांचे आयुष्य युद्धामुळे विस्कळीत झालेले होते. त्याने कसाई आणि बेकर्स सहकारी संस्थांच्या प्रमुखांशी तसेच सरकारी अधिकाऱ्यांशी संपर्क साधला ज्यांना तो प्रतिकारी समर्थक म्हणून ओळखत असे. त्यांनी त्याला फक्त त्याचे प्रतिकारकच नव्हे तर शहरी लोकांनाही पोषण देण्याचे आश्वासन दिले. जॉर्ज म्हणाला की माझे एक ध्येय आहे की नागरी लोकांना त्रास होऊ नये, कारण सामान्य लोकांच्या सहानुभूतीशिवाय प्रतिकारक अस्तित्वात असू शकत नाही.

'डी-डे'चा सूर्योदय होताच, जॉर्ज आपल्या सिम्कामध्ये अनुयायांना इशारा देण्यासाठी निघाला, ज्यांना अद्याप युद्ध सुरू झाले आहे हे माहीत नव्हते. आठ वाजता कंडोमजवळील कास्टॅग्नोस कुटुंबाच्या शेतात पोहोचून तो ॲनी मेरी वॉल्टर्सच्या बेडरूमच्या खिडकीकडे पाहत ओरडला, 'ऐकले ना? ते नॉर्मंडीला उतरले आहेत.'

वॉल्टर्स खाली धावली. तिने आणि जॉर्जने ब्रिटन, अमेरिका आणि फ्रान्सची राष्ट्रगीते ऐकण्यासाठी बीबीसी लावले. हेन्री आणि ओडिला कास्टॅग्नोस आणि त्यांचा मुलगा आंद्रे यांना सांगण्यासाठी वॉल्टर्स द्राक्ष बागांमध्ये पळत घुसली.. कुटुंब घराकडे धावत गेले, जिथे शेजारीही त्यांच्या उत्सवात सामील झाले. प्रत्येकाने एकमेकांचे चुंबन घेतले आणि डोळ्यांतील अश्रू पुसले.

जॉर्जने तिला सूचनांसाठी तिथेच थांबण्यास सांगितले. यापूर्वी त्याने तिला सांगितले होते की कंडोममधील जर्मन शेजारच्या भागात राहत असलेल्या असलेल्या भुरकट केसांच्या स्त्रीच्या शोधात आहेत. जेव्हा तो कॅस्टेलनाऊला परत आला तेव्हा आजूबाजूची शहरे आणि खेड्यांमधील मुले या मोठ्या साहसात सामील झाली. वॉल्टर्सने लिहिले की 'कंडोमच्या तरुणांनी त्यांच्या वडिलांचे जुने सैन्य किट आणि काही गरम कपडे घातले आणि कामाची वाट पाहू लागले.' बरेच जण मात्र मित्रपक्ष आत्ता नैर्ऋत्येकडे लगेच उतरणार नाहीत हे पाहून निराश झाले.'

कमांडंट प्रॉस्टने कॅस्टेलनाऊकडे जाणाऱ्या मार्गांच्या संरक्षणासाठी छोट्या छोट्या जागांचे जाळे तयार केले आणि रात्री कंडोम आणि शेजारच्या खेड्यांमधील सर्व टेलिग्राफ आणि टेलिफोन लाइन कापण्यासाठी गस्त पाठवली. सोलाल यांनी पूल फोडण्यासाठी नेमले गेलेले स्वयंसेवक, खास करून मॉंट्राबेऊ-लॉसे-कंडोम यांचे कौतुक केले. मिशन कोणतीही जीवितहानी न करता साध्य केले. जेरमधील युद्धाच्या त्याच्या बऱ्याच तपशीलवार अहवालात त्यांनी नंतर लिहिले की रात्रभर जर्मन लोकांवर तोडफोड करणारे प्रतिकारक सकाळी आठ वाजता कास्तेलनो-स्युर लोविन्यॉ येथे आले आणि ताबडतोब गावाला ताब्यात घेतले. नऊ वाजता तीनरंगी ध्वज टाऊन हॉलसमोर चढवण्यात आला.

जॉर्ज म्हणाला की आता मुख्य काम शस्त्रे बाहेर काढणे आणि लोकांना सुसज्ज

करणे, त्यांची विभाग, कंपन्यांमध्ये विभागणी करणे, त्यांना खायला देणे, इतर व्यवस्था करणे आणि लंडनहून मिळालेल्या विनाशाची ऑर्डर अमलात आणण्यासाठी तातडीने विविध मोहिमा तयार करणे हे होते.

जॉर्जच्या सैनिकांनी संपूर्ण डी-डेमध्ये ऑपरेशन्स वाढवले. रेल्वे लाइन पाडल्या, टेलिग्राफच्या तारा कापल्या आणि रस्ते वापरण्यास जर्मन वाहनांना मज्जाव केला. या कामांचे रिपोर्ट पाठवले गेले. बकमास्टर यांनी लिहिले की 'संप्रेषणाची सुरक्षा पाहण्यासाठी मोठ्या संख्येने जर्मन सैन्य तैनात करावे लागले आणि या उद्देशासाठी वापरलेला प्रत्येक माणूस समुद्रकिनाऱ्यावर आक्रमण करणाऱ्या सैन्याशी लढायला एक कमी माणूस होता.'

उत्तरेकडील प्रतिकार करणाऱ्या सैनिकांनी जर्मन तटबंदी व सैन्याच्या नियुक्त्यांबद्दल मित्रपक्षांना गुप्त माहिती पुरवली. जेव्हा समुद्रकिनाऱ्यावरून सैन्य वर आले, तेव्हा फ्रेंच लोक मार्गदर्शक आणि दुभाषे म्हणून काम करीत होते. त्यांनी सैनिकांना अन्न, निवारा आणि विश्वासपात्र लोक शोधण्यात मदत केली. नॉर्मंडी रेझिस्टन्सचे मूल्य दाखवत होता. दक्षिणेकडील प्रतिकारक कमी प्रभावी नव्हते, परंतु तिथल्या आवश्यकता वेगळ्या होत्या. तिथे मदतीसाठी कोणतेही सहयोगी सैनिक नव्हते. त्याऐवजी दक्षिणेकडील रेझिस्टन्सने जर्मन लोकांना अडथळा आणला आणि उत्तरेकडे मजबुतीकरण पाठविण्याचा त्यांचा प्रयत्न रोखला. त्यांना लढाई सुरू ठेवण्यासाठी त्यांना पुरवठा आणि प्रोत्साहनाची अतिशय गरज होती. डी-डे च्या संध्याकाळी जॉर्ज आपल्या सहकाऱ्यांसोबत होता, जेव्हा जेनेराल शार्ल द गॉल आपल्या लोकांना प्रोत्साहन देण्यासाठी लंडनहून रेडिओवर आले. त्यांनी म्हटले की

> सर्वोच्च लढाई सुरू झाली आहे. ही अर्थातच फ्रान्सची आणि फ्रान्ससाठी लढाई आहे. फ्रान्सच्या मुलांसाठी, ते जिथेही असतील तिथे काहीही असो, त्यांच्याजवळ जे असेल त्याने, हरप्रकारे शत्रूशी लढा देणे, हे त्यांचे साधे आणि पवित्र कर्तव्य आहे.

काहींच्या मते, डी गॉले यांच्या भाषणाने त्यांचे भूमिगत युद्ध बळकट केले. इतरांनी अजून वेगळी मते मांडली. त्याच्या कमांड अंतर्गत जॉर्ज केवळ काही एसओई आयोजकांपैकी एक होता की जो प्रो-डे-गॉले, अँटी-डे गॉले, कम्युनिस्ट, समाजवादी, राजेशाही आणि परदेशी लोक यांच्या सैन्यांना एकत्र करून तिला एक एकत्रित शक्ती बनवले. त्याने त्यांच्या राजकीय निष्ठेचा विचार न करता त्यांना सशस्त्र केले, अन्न दिले, कपडे दिले व त्यांना कामांच्या आज्ञा दिल्या. एका उद्दिष्टाने त्यांना त्या क्षणाकरिता एकत्र बांधले ते म्हणजे – जर्मनांना हाकलून लावणे.

सातव्या दिवशी सूर्योदय होण्याच्या एक तास आधी थिओ लेवी आपल्या मोटारसायकलवरून कॅस्टेलनाऊमध्ये घुसला. त्याच्यामागे रात्रीच्या वेळी उतरलेल्या छत्तीस कंटेनरमधून आलेल्या शस्त्रांनी सज्ज केलेल्या सुमारे दोनशे माणसांचा ताफा होता. लेवीने नंतर एस्कोलिअरला सांगितले, 'छोट्या चौकात, कॅनडियन कपड्यांतील इलॅरने, त्याच्या बेल्टमध्ये कोल्ट पिस्तूल, खांद्यावर असलेल्या कातडी पट्ट्यात सबमशीनगन होते, हसत त्यांचे स्वागत केले.'

काही प्रतिकारक जॉर्जला नेहमी जुनाट ट्राउझर्स आणि शर्ट किंवा पुलओव्हरमध्ये पाहून सवय असल्याने त्याच्यातील बदलाने चकित झाले. कमांडंट प्रॉस्टने जॉर्जच्या शेतकरी पोशाखावर टीका केली आणि त्याला ब्रिटिश अधिकाऱ्याचा गणवेश घालण्याचा सल्ला दिला. जॉर्जने त्याकडे आधी दुर्लक्ष केले.

कॅस्टेलनाऊ जणू शहरासारखे वाढले. प्रत्येक घरात शस्त्रागार बनले. घराघरातली स्वयंपाकघरे म्हणजे जणू खाणावळी बनल्या. कोठारे बरॅक्स बनली होती. बाराव्या शतकातील दगडी चॅपेल, प्रतिकारकांनी पकडलेल्या शत्रूंसाठी, तुरुंगात रूपांतरित केले गेले होते. त्यात मिलिसचे सदस्य होते, ज्यांचा प्रतिकारक जर्मनांपेक्षाही जास्त तिरस्कार करत.

जॉर्जने सात जूनच्या रात्री कम्युनिस्ट फ्रॅन्कस-टायर्स एट पार्टिसन्स (एफटीपी)च्या युनिटला आश्रय दिला. त्याला सकाळी खेद वाटला. महापौर लॅरिब्यूंनी त्याला सांगितले की एफटीपीच्या या लोकांनी तुरुंगात, जे चर्चमध्ये होते, शिरून तेथील कैद्यांना लॉरीमधून पळवून नेले होते.

जॉर्जने एफटीपीच्या प्रमुखांसमवेत पुन्हा बोलून कैद्यांना परत आणले. जॉर्जने सांगितले, 'या घटनेमुळे माझ्या स्वतःच्या लोकांमध्ये काही प्रमाणात उलथापालथ झाली आणि मला त्यांचा सामना करावा लागला. सूड घेण्यासाठी तहानलेल्या लोकांना मी समजावून सांगितले की कठोर न्याय देण्याची जबाबदारी आमच्यावर नव्हती तर ती फ्रेंच कोर्टाची होती.'

दिवसा अधिक पाहुणे दिसू लागले. त्यापैकी काही स्पॅनिश रिपब्लिकन लोक होते, ज्यांच्याशी जॉर्जने त्वरित समझोता केला. त्यावेळी त्याने शक्य तितकी शस्त्रे उपलब्ध करून द्यावीत आणि उच्च कमांडच्या आदेशांची पूर्तता करण्यासाठी कोणत्याही वेळी त्याने दिलेल्या कोणत्याही लष्करी आदेशांची अंमलबजावणी करावी, अशी व्यवस्था त्या वेळी करण्यात आली होती. त्यांचा प्रमुख, कॅमिलो, त्याचा मित्र इलॅरच्या कमांड पोस्टमध्ये गेला. फ्रेंच आणि स्पॅनिश लोक, यहुदी आणि असंतुष्ट जर्मन, शेतकरी आणि जबरदस्तीने जर्मन कामगार छावण्यांमध्ये नेलेले आणि पळून आलेले तरुण, कम्युनिस्ट आणि पुराणमतवादी हे सगळे गावात एकत्र आले. जेरमधील प्रमुख प्रतिकारक चौकी म्हणून कॅस्टेलनाऊ हे मिलिटरीचे

लक्ष्य बनत होते.

जर्मनांनी कठोर कर्फ्यू आणि निर्बंध लादण्याचा प्रयत्न केला. जॉर्जच्या निवेदनात म्हटले आहे, जॉर्जने सांगितले की जर्मन गस्तींवर एफएफआयने तत्काळ हल्ले केले म्हणून काही उपयोग झाला नाही. खूपदा गस्तीवरचे जर्मन्स मारले गेले.

जर्मन हाय कमांडने उत्तरेला नॉर्मंडीला जाण्यासाठी सात जून रोजी दास राईश आरमार विभाग तयारीत ठेवला. जर्मन विभागाने आपले टँक व इतर ट्रॅक केलेली वाहने मुद्दाम बनवलेल्या रेल्वे-रोड फ्लॅटकारद्वारे वाहतूक करण्याची योजना आखली. रेल्वेने आणि इतर वाहनांनी लोक तीन दिवसांत पुढचे पाचशे मैल अंतर पार करू शकले. पण टोनी ब्रूक्सच्या रेल्वेमार्गाच्या कामगारांनी फ्लॅटकारच्या एक्सल्समधून वंगणाचे तेल काढून ते खरखरीत पेस्टने भरले. यामुळे आठ जून रोजी विभागाने ट्रॅक केलेली वाहने डांबरी रस्त्यांवरून नेणे भाग पाडले गेले. एसएसच्या पॅन्झर चतुर्थ टँकची गती ताशी चोवीस मैलांची होती, जी ट्रेनपेक्षा खूपच हळू होती. या प्रवासाने दुर्मिळ इंधन वाया घालवले, रणगाड्यांचे नुकसान झाले आणि रस्ते खराब झाले. अलाइड एअर फोर्स आणि प्रतिकारक गटांचे हल्ले टाळण्यासाठी आणि चिलखती वाहने उघडकीस येऊ नयेत म्हणून एका रेषेत चालणाऱ्या चौदाशे वाहनांनी एकमेकांपासून शंभर यार्ड अंतर राखत प्रवास केला. उत्तरेकडील प्रवासाच्या पहिल्याच दिवशी, प्रतिकारकांच्या घेऱ्यात असलेल्या तुले शहरातील वेहरमॅटच्या शिबंदीचा बचाव करण्यासाठी विभागाला थांबणे भाग पडले. दास राईशच्या पथकाने प्रतिकारकांचा पराभव केला आणि चाळीस जर्मनांच्या मृत्यूचा बदला घेण्यासाठी रस्त्यावरील दिव्यांचे खांब व बाल्कन्यांतून नव्याण्णव नागरिकांना फाशी दिली.

दास राईशचा बराचसा भाग उत्तरेकडे जात असताना त्या विभागातील काही तुकड्या प्रतिकारकांचा सामना करण्यासाठी नैर्ऋत्येलाच राहिल्या. जर्मन सैन्यावर हल्ला करून किंवा सैनिकांना पकडून जॉर्जने त्यांच्याशी सामना करण्याचा धोका पत्करला नाही. ते त्याच्या गनिमी युद्धाच्या विरुद्ध होते. त्याच्या लोकांनी दास राईश युनिट्समध्ये प्रवास करीत असताना त्यांच्यावर जोरदार हल्ले केले परंतु ते थांबले नाहीत. जॉर्जने एक युक्ती सांगितली –

> रस्त्यात एक वळण निवडा, त्यामागे जाऊन पाहा. रस्ता ओलांडून एक झाड रस्त्यात टाका. ते आले की त्यांना थांबावेच लागेल. एक छान ठिकाण निवडून तिथून गोळ्या झाडा. तुमच्याकडे असतील ती शस्त्रे वापरा आणि गोळ्या झाडत राहा. त्यांच्या मागे आणखी एक झाड टाका जेणेकरून ते दुसऱ्या मार्गाने जाऊ शकणार नाहीत. त्यांना दहा मिनिटे नरकयातना सोसू द्या आणि मग तिथून लगेच पळ काढा.

जॉर्जचे व्हीलराइट, टोनी ब्रूक्सचे पिमेंटो आणि कम्युनिस्ट एफटीपी यांनी कमकुवत झालेल्या दास राईशला डोर्डोग्ने नदीच्या पुलावर फिलिप दे गुन्झबॉर्गच्या सैनिकांनी आग लावली. गुन्झबॉर्गने सात जूनच्या रात्री बर्गरॅकच्या बाहेरच्या सर्व टेलिफोन लाईन्स कापल्या होत्या आणि जर्मनांना रस्त्याच्या प्रत्येक मैलांसाठी त्यांच्या जिवाचा मोबदला द्यावा लागला होता. गुन्झबॉर्गने नंतर लिहिले की, 'डोर्डोग्ने-सुद हा प्रदेश संपूर्ण अडथळ्याचा केंद्रबिंदू बनला. जिथे शत्रूला अडथळे बाजूला सारून पुढे जाणे अवघड बनले. त्यांचे टँक पुरून टाकले गेले आणि पेरीगुक्स व गिरोनडे येथून मदत मागवावी लागली. दास राईश विभागाला आजेनहून मॉन्टॉबॅन आणि नॉर्मंडी येथे जायचे होते परंतु रेझिस्टन्सने ताब्यात घेतलेल्या जागांमुळे ते अडकून पडले.'

पश्चिमेस जर्मनीच्या सैन्याच्या कमांडर फील्ड मार्शल गर्ड वॉन रनस्टेट यांनी दास राईशचे कमांडिंग ऑफिसर जनरल हेन्झ लॅमर्डिंग यांना एक आदेश जारी केला की 'सुव्यवस्था आणि सुरक्षेच्या पुनर्स्थापनेसाठी या प्रभावित प्रदेशातील रहिवाशांना दहशत बसवण्यासाठी सर्वांत जास्त प्रभावी उपाययोजना करणे आवश्यक आहे. प्रतिकार गटांचे स्वागत करण्याची आणि त्यांच्याद्वारे स्वतःला त्यांच्या नियंत्रणाखाली येऊ देण्याची लोकांची सवय मोडून काढावी लागेल. हा सर्व लोकांसाठी इशारा ठरेल.' नागरिकांविरुद्ध क्रूर प्रतिसादाचे असे इशारे वारंवार देण्यात आले. दास राईशवर ज्यांनी गोळीबार केला किंवा तेथील कर्मचाऱ्यांना ताब्यात घेतले तेथे नागरिकांविरुद्ध क्रूर पावले उचलण्यास सांगितले गेले. परंतु या सूड घेण्यात खूप वेळ वाया गेला आणि जर्मनांना नॉर्मंडीला जाण्यास अजून उशीर झाला.

**न**ऊ जून रोजी जॉर्जचा प्रदेश जरा शांत झाला. दास राईश उत्तरेकडच्या इतर प्रतिकारक गटांचा सामना करत होते आणि पाचशे मैल दूर अंतरावर निर्णायक युद्ध नॉर्मंडीमध्ये सुरू होते. 'पहिल्या दोन-तीन दिवसांचा उत्साह संपल्यानंतर लोक भयंकर कंटाळले,' ॲनी मेरी वॉल्टर्सने सांगितले. 'त्यांना दिवसभर काहीच करायचे नव्हते. जर्मन कॅस्टेलनाऊपासून दूर अंतरावर विखुरलेले होते आणि नवीन मोहिमा फारच कमी होत्या.'

फिलीप द ग्युन्झबुर्गने लिहिले की काही प्रतिकारगट, विशेषतः कम्युनिस्ट, तुलेप्रमाणेच प्रदेश ताब्यात घेण्याचा आणि त्यांच्यावर नियंत्रण ठेवण्याचा प्रयत्न करीत होते. गट करणे, संरक्षण करणे आणि बचाव करण्याचे डावपेच योग्य ठरले नाहीत असे म्हणून त्याने या धोरणाला कमकुवत आणि वाईट म्हटले. प्रतिकारकांचे

मूलभूत धोरण जर्मनांच्या पायाभूत सुविधा नष्ट करणे आणि नॉर्मंडीला जाण्याच्या मार्गावर जर्मन युनिट्सवर आक्रमणे करणे हे होते. तरीही जनरल आयसेनहॉवरच्या ऑफिसने गनिमींसाठी पॅराशूट कमी केले. अलाइड कमांडने रेझिस्टन्सवरचा विश्वास गमावला आहे, अशी भीती गुन्झबॉर्गला होती. खरे तर ते जर्मनांच्या पाशवी सुडापासून फ्रेंच नागरिकांना वाचवण्याचा प्रयत्न करीत होते. एफएफआयचा सेनापती जनरल पियरे कोएनिग याने फ्रान्समधील प्रतिनिधींना त्यांचे हल्ले कमी करण्याचे आदेश दिले. त्याने सांगितले की

> सध्याच्या परिस्थितीत शस्त्रास्त्रे किती आणि कधी मिळतील ते सांगता येत नाही. त्यामुळे आहेत ती जपून वापरा

ओरादूर स्युर ग्लान्दमधील नागरिकांना वाचविण्यासाठी कोइनिगच्या दहा जूनच्या आदेशाला बराच उशीर झाला कारण त्याच दिवशी एसएसने त्या गावाला भेट दिली. हे प्राचीन गाव मॉंटॉबनच्या उत्तरेस १६० मैल उत्तरेस दास राईशच्या नॉर्मंडीकडे जाण्याच्या मार्गावर होते. तुलेमध्ये प्रतिकारक दलांनी जर्मन सैन्यावर हल्ला केला होता,पण ओरादूर स्युर ग्लान्दने कुठलाही हिंसाचार पाहिला नव्हता. तरीही जर्मन लोकांचा छुप्या शत्रूबद्दलचा राग त्यांनी निरपराध लोकांवर काढला. ते लोकांना मारून टाकत होते, जखमी करीत होते आणि पकडत होते. दास राईशच्या रेजिमेंटची पहिली बटालियन, डेर फिझरर, दुपारी दोनच्या सुमारास दक्षिणेकडून गावात दाखल झाली. यामुळे रस्ते बंद झाले आणि जर्मनांनी महापौरांना लोकसंख्या एकत्रित करण्याचे आदेश दिले.

जर्मन लोकांनी सेंट-मार्टिन चर्चमध्ये महिला आणि मुलांना बंद केले. बाहेर त्यांनी मशीनगन्सनी माणसांची कत्तल केली. त्यानंतर एसएसच्या लोकांनी चारशेंवर महिला आणि मुलांना जंगलात जायला भाग पाडले आणि गोळीबार करून चर्चचा आतला भाग उद्ध्वस्त केला. नंतर त्यांनी ग्रेनेड्स फोडून चर्चला आग लावली. शेतात पळून गेलेल्या काही लोकांनी त्यांच्या नातेवाइकांचा आरडाओरडा ऐकला. मार्गूराइट रफ्रान्चे ही एकमेव महिला चर्चला राख बनवणाऱ्या या नरकात जिवंत राहिली. मृतांत ६४२ पुरुष, महिला आणि मुले होती. जवळपास संपूर्ण लोकसंख्या मारली गेली होती. रात्रीच्या वेळी, जर्मन लोकांनी कमांड पोस्ट म्हणून वापरलेल्या इमारतीशिवाय सर्व इमारती लुटून नष्ट केल्या.

कॅस्टेलॅना-सूर-ऑविग्नॉनमध्ये, उत्तरेकडील घटनेबद्दल कोणालाही माहिती नव्हते. दहा जूनची सकाळ उबदार वाटल्याने जॉर्जने आपल्या सिम्काचे छत खाली घेतले आणि तो कास्टॅग्नोस फार्मकडे गेला. ॲनी-मेरी वॉल्टर्सने रस्त्यावर रेंगाळणारी कार

पाहिली आणि हसली. गाडीत जॉर्जसोबत फ्लाइट सार्जंट लेस्ली ब्राउन होता. जॉर्जने त्याची नुकताच आमच्यात सामील झालेला न्यूझीलंडचा पायलट म्हणून ओळख करून दिली. एक महिन्यापूर्वी त्याच्यावर गोळीबार झाला होता आणि तो एका प्रतिकारक गटाकडून दुसऱ्याकडे जात होता. जॉर्जने सांगितले की काही काळ आता तो आपल्यासोबत राहील.

बारा एप्रिलपासून ब्राउन पळत होता. तेव्हाच जर्मन अँटीएअरक्राफ्टच्या लागलेल्या आगीने कॅस्टेलनाऊच्या उत्तरेस चाळीस मैलांच्या अंतरावर असलेल्या ॲन्जेक्सवर त्यांचा स्टर्लिंग जड बॉम्बर पडला. विविध प्रतिकारक गटांकडे लपल्यानंतर ब्राउन जॉर्जकडे आला. स्पेनमध्ये पळून जाण्याऐवजी सव्विसाव्या वर्षी, ज्याला फ्रेंच लोक फ्रेंच लँगलैस म्हणत असत, त्या न्यूझीलँडरने राहून लढा देण्यास स्वेच्छेने काम केले. जॉर्जने त्याला तरुण लोकांना शस्त्रे वापरण्यास शिकवण्याची जबाबदारी सोपविली होती. जरी ब्राउन फ्रेंच बोलत नसला आणि त्याच्याकडे प्रशिक्षण नसले तरी त्याने ही जबाबदारी घेतली.

जॉर्ज खूप थकलेला होता आणि त्याने वॉल्टर्सला सांगितले, 'हे सगळे सुरू झाल्यापासून मला रात्रीची एकदाही झोप आली नाही.' त्याने तिला कपडे धुणे आणि इतर घरकामात मदत करण्याकरीता कॅस्टेलनाऊ येथे येण्यास सांगितले. तिने इच्छा नसताना ऑर्डरचे पालन केले.

> वैतागून तिने म्हटले की माझ्या आयुष्यात होणारे बदल मी पाहू लागले. त्याच्याकडे आता कर्मचारी आहेत, मुख्यत: तरुण फ्रेंच अधिकारी, जे मागील महिन्यांपासून लपून बसले होते आणि रेझिस्टन्समध्ये काम करत होते. मला विश्वासात घेतले जात नव्हते. जॉर्ज खूप व्यग्र होता. आणि शेवटी मी एक स्त्री होते. सैनिकी रणनीती मला समजणार नाही, असे गृहीत होते.

जॉर्ज संशयित हेराकडे वळला. त्याच्या एजन्ट्सनी अपवादात्मक सेवा दिल्याबद्दल ॲडॉल्फ हिटलरने सुवर्णपदक दिलेल्या एका फ्रेंच व्यक्तीचा शोध लावला. त्याच्या फाशीसाठी ते पुरेसे होते. एका अधिक गुंतागुंतीच्या घटनेत दोन संशयित हेर, एक जर्मन महिला आणि तिचा पोलिश नवरा यांचा समावेश होता, ते ला रोमियूच्या मार्गावर कॅस्टेलनाऊजवळ राहत होते. रात्री जॉर्जने नाझीविरोधी एका जर्मन निर्वासिताला शोध घेण्यास पाठवले, ज्यांना एस्कोलिअरने 'हॅन्स' असे म्हटले. जर्मन गणवेश घातलेला हॅन्स आणि दोन फ्रेंच अधिकारी संपूर्ण अंधारात घरापर्यंत पोहोचले. त्याने दार ठोठावले आणि आपण ओबर्सेंट कर्नल रेईनहार्ड आहोत असे सांगितले. ती बाई

म्हणाली, 'आत या. या देशात बाहेर राहणे चांगले नाही. इकडे तिकडे सर्वत्र प्रतिकारक आहेत. अगदी आमच्या जवळच कॅस्टेलनाऊ येथे एक इंग्रज कर्नलचा भयंकर कॅम्प आहे.' हॅन्सने घरात प्रवेश केला आणि आपले पिस्तूल काढले. ते जोडपे रक्ताच्या थारोळ्यात पडले. तिघे एजन्ट निघून गेले. जेव्हा ते सकाळी परत आले तेव्हा त्यांना केवळ त्या माणसाचा मृतदेह दिसला. त्या जर्मन महिलेने मेल्याचे सोंग केले होते आणि ती तेथून पळून गेली होती. हॅन्स तिला शोधण्यासाठी गेला.

नंतर सकाळी जॉर्जने अॅस्टॅफोर्ट गावाजवळील रेल्वेपुलाची तोडफोड करण्याचे काम स्थानिक प्रतिकारक प्रमुखाकडे सोपवले. सुमारे चाळीस पौंडाहून अधिक प्लॅस्टिक विस्फोटकांचा वापर करून त्याच्या माणसांनी टार्बेसच्या शस्त्रागारातून शस्त्रास्त्रे आजेनला वाहून नेणारी लाइन उडवली.

दरम्यान हॅन्सने त्या जर्मन महिलेला पकडले, दोरीने तिचे हात बांधले आणि तिला जॉर्जच्या मुख्यालयात आणले. रशियाच्या मोर्चावर जर्मनीसाठी लढा देणाऱ्या बोल्शेव्हिझमविरुद्ध व्हिशीच्या फ्रेंच स्वयंसेवकांच्या छायाचित्रांसह युद्धाच्या ट्रॉफींनी खोली सजवलेली होती. जॉर्ज ट्रायलमध्ये न्यायाधीश म्हणून बसला. एस्कोलिअरने लिहिले –

> ती जर्मन महिला मुख्यालयात आली. ती लक्षात राहणाऱ्या निळ्या डोळ्यांची, सोनेरी केसांची कणखर स्त्री होती. तिच्या अपहरणकर्त्यांसोबत धडपडत ती पायऱ्या चढली. ती पूर्णपणे निराश झाली होती.

या महिलेने ती लॉरेनची असून फ्रेंच असल्याचे सांगितले. आपण जर्मनांचा तिरस्कार करतो आणि प्रतिकार करण्यासाठी काम करतो असेही तिने सांगितले. जॉर्जच्या एका माणसाने तिची परीक्षा घेतली. त्याने म्हटले, 'नागरी सैन्याचे सदस्य आहोत. आम्ही सर्व बोल्शेव्हिझमविरुद्ध लढणारे स्वयंसेवक आहोत आणि जर्मनांचे मित्र आहोत. भयभीत होऊ नका. ती पटकन क्षणभर सावरली आणि यामुळेच तिची चूक उघड झाली. तिने आपल्या मनगटातून दोरी काढण्यासाठी धडपड केली परंतु थोड्या वेळाने अपरिहार्यपणे ते तिने स्वीकारले. ती म्हणाली की माझ्या डोळ्यांवर पट्टी बांधा. जॉर्ज काहीच बोलला नाही. तो या हेर महिलेचा शेवट सोप्या पद्धतीने करण्याचा विचार करत होता.

जॉर्जने त्या स्त्रीला थोडे पाणी दिले. तिला तहान लागलेली नव्हती. त्याने तिला कॉफी देण्यास सांगितले. पुन्हा तिने पिण्यास नकार दिला. कॉफीत विष नाही हे दाखवण्यासाठी जॉर्जने कॉफीची चव घेतली. तिने तरीही नकार दिला. एका डॉक्टरांनी तिला झोपेचे इंजेक्शन दिले. ती झोपेत असताना एक विशेषज्ञ टीम तिला

घेऊन गेली.

एस्कोलिअरने लिहिले, 'मला वाटत नाही की उच्च स्थानांवरील कोणीही इलॅरविरुद्ध या दोन मृत्युदंडाबाबत बोलू शकेल. हे ओळखले पाहिजे की गॅस्कोनीमध्ये इलॅरचा न्याय वेगवान होता. यामुळे नेहमीच एक जोरदार धक्का बसला आणि कधीच छळ करण्याच्या घटना झाल्या नाहीत. फ्रान्समध्ये मिलिसेन्स आणि रेसिस्टंट्स यांच्यात फाशी देण्याच्या किंवा ठार मारण्याच्या खूप घटना त्या वेळी घडत होत्या. मिलिसेन्स ही अंतर्गत असंतोष दूर करण्यासाठी व्हिशी सरकारने नेमलेली सैनिकी फौज होती. मिलिसेन्सनी ताब्यात घेतलेल्या प्रतिकारकांची अमानुषपणे कत्तल केली आणि सामान्य फ्रेंच लोक आणि स्त्रिया यांनी जर्मन लोकांशी संबंध ठेवल्याच्या खोट्या आरोपांवरून त्यांनी खून केले, महिलांचे विनयभंग केले आणि त्यांना नग्न करून आणि मुंडण करून धिंडी काढल्या. मॉरिस बकमास्टर यांनी म्हटले की 'त्या काळात फ्रान्समध्ये द्वेष आणि हिंसाचार वाढत गेला आणि जवळपास संपूर्ण लोकसंख्या, चार वर्षांचा रानटीपणा, दहशतवाद आणि जुलमीपणाची किंमत मोजायला उठली.' बकमास्टर यांनी कबूल केले की, एसओईच्या सशस्त्र प्रतिकारकांनी यात भाग घेतला. त्यांनी जर्मन लोकांना गोळ्या घातल्या आणि त्यांचे मृतदेह कालव्यांमध्ये फेकून दिले.

जेरमधील अशा घटनांनी जॉर्जच्या कॅस्टेलॅनाऊ बटालियनच्या सहाशे किंवा त्यापेक्षा जास्त लढाऊ प्रशिक्षणांना गती मिळवून दिली. काही वयस्कर पुरुष ग्रेट वॉरचे अनुभवी सैनिक होते. लढाईचा अनुभव नसलेले तरुण स्टेनगन, ब्रेनगन, ग्रेनेड्स वापरायला आणि अचानक हल्ले करायला आणि चकमकीत लढायला शिकले. दारूगोळ्याच्या कमतरतेमुळे टार्गेटवर सराव शक्य नव्हता. भाषेची अडचण असूनही न्यूझीलंडचा फ्लाइट सार्जंट ब्राउन आपल्या तरुण विद्यार्थ्यांचा आवडता बनला. एक पाय असलेला कमांडर कॅमिलो याच्या नेतृत्वात स्पॅनिश तुकडी होतीच. फ्रँकोच्या सैन्याशी लढण्याचा तीन वर्षांचा अनुभव असल्याने त्यांना गनिमी युद्ध शिकण्याची गरज नव्हती. त्यांच्या प्रजासत्ताकाचे लष्करी हुकूमशाहीत रूपांतर करणाऱ्या नाझींबद्दल त्यांच्या मनात विखार आणि सुडाची भावना होती.

कॅप्टन जॉर्जेस मोनेट या फ्रेंच अधिकाऱ्याने जॉर्जच्या फ्रेंच शेतकरी, स्पॅनिश गोरिला, जर्मन असंतुष्ट आणि बऱ्याच युरोपमधील शरणार्थींच्या समूहाला 'कर्नलची हॉलिवूड ब्रिगेड' असे नाव दिले. जॉर्जला हे नाव फारच आवडले. एस्कोलिअरने लिहिले आहे की या ब्रिगेडचा सर्वांत मोठा स्टार कॅमिलो होता. मॉरिस पोंसेलेटला सलाम करण्यासाठी बारा जून रोजी कॅस्टेलनाऊ येथे पहिली औपचारिक परेड निघाली. जॉर्ज आणि मॉरिस पॅरिसोटच्या मदतीने पोंसेलेट नुकताच मिलिस तुरुंगातून निसटला होता. तिथे त्याचा अनन्वित छळ करण्यात आला होता.

एस्कोलिअर यांनी म्हटले की हॉलिवूड ब्रिगेडच्या दाढी वाढलेल्या, कपड्यांच्या चिंध्या झालेल्या पण भावनांनी भरलेल्या देखण्या माणसांना ज्वलंत सूर्याखाली हा सैन्य सन्मान मिळाला. पोंसेलेट प्रथमच जॉर्जला लॅरिब्यूच्या घरी त्याच्या खोलीत भेटला. साध्या शर्टमधील कर्नल इलॅर पाहून पोंसेलेटला आश्चर्य वाटले.

तेरा जून रोजी जॉर्ज आणि कॉरम्यू कंडोममधील शहराचा उपाध्यक्ष, सशस्त्र पोलीस दलाचा कॅप्टन आणि पोलीसप्रमुख यांच्याशी रात्रभर झालेल्या बैठकीतून पहाटे कॅस्टेलनाऊला परत आले. त्यांच्या अनुपस्थितीत काही संदेश आले आहेत की नाही हे शोधण्यासाठी महापौर लॅरिब्यू यांच्या घरी थांबल्यानंतर ते जीन रॉबर्टच्या आधीच्या शाळेत गेले. कॅमिलो, दोन अन्य स्पॅनिश आणि एक फ्रेंच नागरिक आतमध्ये त्यांनी पकडलेल्या एका व्यक्तीला मारहाण करीत होते. कैद्याच्या नाकातून रक्त येत होते. कॅमिलो आणि त्याच्या माणसांना बेकायदेशीर आणि अनैतिक वागणुकीबद्दल फटकारल्यानंतर जॉर्जने डॉ. डेरिसला प्रथमोपचार करायला आणि नंतर त्याला इतर कैद्यांसोबत चर्चमध्ये ठेवायला सांगितले. त्यानंतर कॅमिलोने कोणत्याही कैद्याचा छळ केला नाही.

त्या दिवशी उशिरा जेरमधील भ्रामक शांतता संपली. आजेनच्या मिलिसच्या एका तुकडीने अॅस्टॅफोर्ट खेड्याजवळ जॉर्जच्या एका फ्रेंच गस्तीपथकावर हल्ला केला. त्यामध्ये अॅनी-मेरी वॉल्टर्सच्या यजमानांचा, हेन्री आणि ओडिला कास्टॅग्नोस यांचा, किशोरवयीन मुलगा आंद्रे कास्टॅग्नोस हादेखील होता. सुमारे दीडशे मिलीसेन्सनी आंद्रेच्या पथकावर एका टेकडीच्या पायथ्याशी हल्ला केला. दरम्यान त्याच टेकडीच्या माथ्यावर प्रतिकारक पूर्ण लढाईच्या तयारीत येत होते. वॉल्टर्सने सांगितले की मिलीसेन्सनी आंद्रे आणि त्याच्या मित्रांना खांद्याला खांदा लावून एका ओळीत उभे राहण्याचे आदेश दिले आणि ते त्यांच्या मागे दडले. इतर प्रतिकारकांनी त्यांच्या मित्रांना शत्रूसमोर पाहून त्यांच्या डोक्यावर गोळीबार केला. मिलीसेन्स घाबरून गेले आणि त्यांनी दहा बंधकांना पाठीत गोळ्या घातल्या.

त्यातील नऊ जणांचा त्वरित मृत्यू झाला. उजव्या फुफ्फुसात गोळी गेल्याने गंभीर जखमी झालेला आंद्रे आठ तास रक्तस्राव होत असताना तसाच पडून होता. मग कोणीतरी त्याला लेक्तूरच्या जवळच्या रुग्णालयात नेले. जर्मन लोकांना हा तरुण 'दहशतवादी' सापडेल आणि रुग्णालयातील कर्मचाऱ्यांना शिक्षा करतील, अशी भीती डॉक्टरांना होती पण एका स्पॅनिश ननने डॉक्टर डेरिस आणि त्याच्या पालकांनी त्याला कंडोमच्या रुग्णालयात नेईपर्यंत त्याला सोडण्यास नकार दिला. तेथील शल्यचिकित्सकांनी अॅनी-मेरी वॉल्टर्सच्या शब्दात, फ्रेंच लोकांविरोधात फ्रेंच लोकांनी केलेल्या हत्याकांडातील एकमेव वाचलेला तरुण म्हणून त्याचे प्राण वाचवले.

अॅस्टॅफोर्टची जोरदार लढाई सुरू असताना, कॅमिलोच्या सहा गोरिलांनी आजेनच्या उत्तरेस दहा मैलांच्या अंतरावर पस्तीस तगड्या जर्मन सैनिकांच्या गटाशी युद्ध केले. एका जुन्या दगडी बुरुजाच्या मागील बाजूस लपून त्यांनी जर्मन लोकांना दीड तास खाडीमध्ये ठेवले. जेव्हा त्यांचा दारुगोळा संपला तेव्हा जर्मन लोकांनी त्यांना घेरले आणि त्यांची हत्या केली.

एका सायकल मेसेंजरने हत्येची बातमी कॅस्टेलनाऊला दिली. कॅमिलो त्याच्या जीर्ण झालेल्या रेनोमध्ये कारचे छत खाली घेत त्या जागी पोचला. मागोमाग त्याच्या साथीदारांनी भरलेले दोन ट्रक आले. जर्मन गेले होते, परंतु मृतदेह रक्तात बुडलेल्या अवस्थेत पडले होते. काही विकृत केलेले होते. कॅमिलो त्यांना परत गावी घेऊन गेला.

कॅस्टेलनाऊने पहिले सैन्य दफन केले. फ्रेंच कंपन्यांनी चौकाच्या एका बाजूला लाइन लावली तर दुसरीकडे स्पॅनिश लोक अटेन्शनमध्ये उभे राहिले. एका लाकडी गाडीत सहा मृतदेह चौकात नेले गेले. तिच्या कॉम्रेड्सच्या नग्न आणि रक्तरंजित प्रेतांकडे पाहून वॉल्टर्सला अश्रू अनावर झाले. कॅमिलोने आपली श्रद्धांजली अर्पण केली तेव्हा पुरुषांनी शस्त्रे पुढे केली आणि ते स्तब्ध राहिले. कॅमिलोची स्पॅनिश भाषा समजणे अशक्य असले तरी, वॉल्टर्सला समजले की तो द्वेष, सूड आणि सन्मानाबाबत बोलला. त्याचा चेहरा हावभाव आणि शब्दांपेक्षा अधिक बोलका होता.

याच काळात जॉर्जचे अॅनी-मेरी वॉल्टर्सशी असलेले संबंध बिघडत चालले होते. एस्कोलिअरने लिहिले की जॉर्जला संशय होता की वॉल्टर्सचे कलॉड अरनॉल्टशी प्रेमप्रकरण सुरू आहे. गुन्झबॉर्गच्या मिशनहून परतायला उशीर केल्याने आणि अरनॉल्ट प्रकरणामुळे राग आल्याने त्याने तिला गुन्झबॉर्गचा संपर्क म्हणून काढून टाकले. मुळे वॉल्टर्स निराश झाली. ती अरनॉल्टला परत लवकर भेटण्यासाठी तळमळत होती. तिची जागा मॅग्यु मर्चेझ या अँटोइन मर्चेझच्या मुलीने घेतली. अँटोइन मर्चेझ आजेनमधील बेल्जिअन प्रतिकारक होता. वॉल्टर्सने मॅग्युला प्रियकराचे पत्र नेऊन देशील का, असे विचारले. मॅग्युने आढेवेढे घेतले पण वॉल्टर्स आग्रह करत राहिली. एस्कोलिअरने लिहिले 'मॅगी, म्हणजेच मॅग्यु अखेर इच्छा नसताना तयार झाली पण अगदी शेवटच्या घडीला तिचे अवसान गळाले आणि तिने याबाबत व्होव्हेन कॉरम्यूला हे सांगितले. कॉरम्यू ही इलॅरच्या अतिशय विश्वासातील आणि त्याला समर्पित अशी एजन्ट होती.'

कॉरम्यूने जॉर्जला हे पत्र दाखवले, ज्यात लिहिले होते, 'कॅस्टेलनाऊमध्ये सर्व काही वाईट रीतीने चालू आहे. अन्नाच्या पुरवठ्यात अडचण आहे... इलॅर एक विचित्र प्राणी आहे.' जॉर्जने गॅस्कोनीत शिवी दिली आणि कॉरम्यूला वॉल्टर्सला आपल्याकडे आणायला सांगितले. वॉल्टर्स आणि तिचा प्रमुख यांच्यात प्रचंड वाद

झाला. ती त्याला तिच्या गुप्ततेचा भंग केल्याबद्दल कधीच माफ करणार नव्हती. इलॅरने त्याकडे दुर्लक्ष केले. त्याला इतर चिंता होत्या. देशात हेरांचा सुळसुळाट झाला होता. जर्मनांच्या आणि त्यांच्या इतर सहयोग्यांच्या वेषातील लोक सगळीकडे फिरत होते. वॉल्टर्स कॅस्टेलनाऊलाच राहून मनाविरुद्ध बायकांची कामे करत राहिली. ती आणि जॉर्ज यांनी एकमेकांना टाळले.

१७ जून रोजी मॉरिस पॅरिसोटने मॉन्ट-डे-मार्सन येथील लुफ्टवाफे इंधन साठा नष्ट केला आणि एका जर्मनाला ताब्यात घेतले. त्याच्या एका गस्तीपथकाने आठ जर्मन सैनिकांना पकडले, जे पॅरिसमधील जर्मन राजदूत ओटो ॲबेटझसाठी गॅस्कोनी ब्रँडीची पिंपे घेऊन जात होते. जर्मन त्यांच्या अपहरणकर्त्यांशी इतके चांगले वागले की ते कॉम्रेड झाले. पॅरिसोटच्या संपर्क अधिकाऱ्यांनी कैद्यांना कॅस्टेलनाऊ येथे नेण्याचे सुचविले, जिथे त्यांना पाहून लोकांचे मनोधैर्य उंचावले असते.

संध्याकाळी एक खुला ट्रक जर्मन लोकांना तेथे घेऊन आला. जॉर्जने त्यांना खोलीत बोलावले आणि त्यांना सिगारेटी दिल्या. तो म्हणाला की त्या वेळी मला दुसरी कामे होती. थिओडोर लेवी हा एक जर्मन ज्यू माझ्यासोबत बराच काळ राहिला होता. मला माहीत होते की कितीही द्वेष वाटत असला तरी तो त्यांना स्पर्श करणार नाही. मी त्याच्याकडे कैद्यांची जबाबदारी सोपवली कारण तो जर्मन बोलू शकत होता. जेव्हा जॉर्ज वीस मिनिटांनी परत आला, तेव्हा लेवीने त्याला सांगितले की जर्मन फेल्डवेबल सार्जंट इंग्रजी आणि फ्रेंच बोलतो. सार्जंट पुढे आला आणि इंग्रजीत म्हणाला की नॉर्मंडी येथे मित्रराष्ट्रांनी लँडिंग करण्यापूर्वी त्याने टर्बेहून अधिकाऱ्यांच्या मेससाठी दारू आणायला पॅरिस सोडले होते. त्या सार्जंटने देवाची शपथ घेतली की त्याला पकडले जाण्याचे एकमेव कारण म्हणजे ज्या शहरात त्याला पकडले गेले होते, तेथे स्त्रिया आणि मुले होती आणि त्यांना मारण्याच्या भीतीने त्याने गोळीबार करण्याचे आदेश देण्यास नकार दिला होता. जॉर्जने त्याला आणि त्याच्या माणसांना युद्धकैदी म्हणून वागवण्याचे वचन दिले.

प्रतिकारकांनी वेहरमॅटच्या लोकांना चॅपेलकडे नेले. तिथे त्यांचे मित्र म्हणवणारे मिलिसचे लोक होते. जर्मन लोकांनी आत जाण्यास नकार दिला आणि प्रमुखाला भेटण्याची मागणी केली. जॉर्ज हजर झाला आणि त्यांनी विनवणी केली, 'तुम्हाला वाटेल तिथे आम्हाला डांबून ठेवा परंतु आमच्या देशाच्या देशद्रोह्यांसह ठेवू नका.' जॉर्जने त्यांचे म्हणणे समजून घेतले आणि त्यांना डॉ. डेरिसच्या दवाखान्याच्या बाजूला असलेल्या इमारतीत ठेवले.

नंतर मोहिमांना गती आली. अठरा जून रोजी जॉर्जच्या गस्तीतील एकाने जर्मन मुख्यालयाची कार प्लरॉन्स गावाजवळ पाहिली. या कारला रोखण्यासाठी जॉर्जने एक टीम पाठवली. त्या वेळी झालेल्या चकमकीत एक जर्मन जखमी झाला आणि

पुन्हा हे दिसून आले की वेहरमॅटने रस्त्यांवरचे नियंत्रण गमावले आहे.

त्या दिवशी नंतर अबे बोए ब्लाझिएरमधील त्याच्या रेक्टरीमधून कॅसलॅनाऊला सायकलने गेला आणि हॉलिवूड ब्रिगेड आणि कॅथोलिक कैद्यांसाठी त्याने मास म्हटला. ॲनी-मेरी वॉल्टर्स यांनी लिहिले, 'ते देशभक्तीपर प्रवचनांसाठी या प्रदेशात प्रसिद्ध झाले होते. ते अगदी सोप्या आणि स्पष्ट भाषेत जर्मनाना शिव्या देत आणि त्यांचा निषेध करत. अठरा जूनच्या प्रवचनाला बहुतेक स्थानिक लोकांनी तसेच काही कैद्यांनी हजेरी लावली, जे स्वतःला देशप्रेमी म्हणत. अबे बोएने आवाहन केले की तरुणांनो, पुढे जा. देव तुमच्याबरोबर आहे.' भारावून टाकणाऱ्या आपल्या प्रवचनात बोएने म्हटले की 'फ्रान्सचे युवा, आर्माग्नॅकचे तरुण, माझ्या बंधूंनो, जोन आर्कच्या आज्ञा लक्षात ठेवा. त्यांना फ्रान्समधून बाहेर काढा.' एस्कोलिअर यांनी लिहिले, 'स्पेनच्या लोकांनीही टाळ्यांचा कडकडाट केला.' 'ऑक्स आर्म्स, सिटॉयन्स!' असा एकच आवाज घुमला. एक जर्मनही त्यांच्याबरोबर गायला.

फ्रेंच आणि कॅथोलिक असले तरी मिलिस कैदी यात सामील झाले नाहीत. ॲनी-मेरी वॉल्टर्सने लिहिले की ते गद्दार लाज वाटून भिंतीकडे वळले आणि मान खाली घालून उभे राहिले. अचानक आकाशात एक जर्मन विमान आले. त्याच्या पथकाने कोणतेही बॉम्ब सोडले नाहीत, परंतु प्राचीन चर्चमधली ओसंडून जाणारी सशस्त्र माणसे टिपण्याचा पायलटने प्रयत्न केला.

१९ जूनला आणखी एक दाखला मिळाला की कॅस्टेलॅनाऊ शांत राहणार नाही. जॉर्जला समजले की त्याच्या मुख्यालयात असलेल्या एका गद्दाराने जर्मनांना बचावात्मक युद्धाचा आदेश दिला होता. एस्कोलिअरने लिहिले की हा विश्वासघात उघडकीस आला आणि योग्य शिक्षा झाली आणि आम्ही आमचे सर्व सुरक्षा उपाय उलट केले. जॉर्जचे सैन्य सल्लागार, कमांडंट प्रॉस्ट आणि लेफ्टनंट आंद्रे हर्लिन यांनी लहान पोस्ट्सची मालिका बनवली आणि जोखमीची केंद्रे ठरवून पॉइंट्सवर असलेल्या काही मशीनगन आणि बझूकाद्वारे लांब पल्ल्याची वाहने ठेवून संरक्षण वाढवले. कॅस्टेलनाऊ अभेद्य नव्हते, परंतु जॉर्ज याची खात्री करून घेत होता की शत्रूला सहज विजय मिळणार नाही.

१३

# कॅस्टेलनाऊची लढाई

*आमचे काम नेहमीच काटेकोरपणे लष्करी होते.*

मॉरिस बकमास्टर

६ जून, १९४४ रोजी, मित्रराष्ट्रांच्या सैनिकांना नॉर्मंडी किनाऱ्यावर सोडल्यावर, ८४, अॅव्हेन्यू फॉशच्या दुसऱ्या मजल्यावरील एसडी रेडिओ विभागाला एक चमत्कारिक निर्देश मिळाला. बर्लिनने डॉ. जोसेफ गोएत्झ यांना एक संदेश पाठविण्याचा आदेश दिला. त्याने सांगितले की त्या वेळी खोटी प्रक्षेपणे प्रगतिपथावर होती. बर्लिनने सांगितले की शत्रू यामुळे घाबरून जाईल. गोएत्झला असे वाटले की एसओईला हे सांगणे चूक ठरेल की एसडी त्यांना मागील दीड वर्षांपासून फसवत आहे, परंतु अवज्ञा करणे हा पर्याय नव्हता. मेजर किफरने गोएत्झला बकमास्टरला पाठवण्यासाठी एक केबल दिली. स्पायमास्टरने स्पायमास्टरकडे केबल पाठवली. त्याचा मजकूर होता–

> आपण आमच्याकडे मोठ्या मनाने शस्त्रास्त्रांचे जे मोठे साठे पाठवले त्याबद्दल आम्ही आपले आभार मानतो. आम्ही काळजीपूर्वक आखलेल्या योजना आणि हेतूंबद्दल आपण आम्हाला वेळोवेळी दिलेल्या अनेक टिप्सबद्दल, ज्या आम्ही काळजीपूर्वक लिहून ठेवल्या आहेत, आम्ही कृतज्ञता व्यक्त करतो. आपण आमच्याकडे पाठवलेल्या पाहुण्यांच्या

> आरोग्याबद्दल आपल्याला काळजी वाटत असेल तर आम्ही तुम्हाला खात्री देऊ इच्छितो की त्यांना त्यांच्या योग्यतेनुसार वागवले जाईल.

गोएत्झने संदेश पाठवताच बर्लिनने तो आदेश मागे घेतला. पण खूप उशीर झाला होता. बकमास्टर यांनी ती केबल वाचली होती. ते वैतागलेले होते. एसओई सिग्नलचे प्रमुख लिओ मार्क्स यांना त्यांनी सांगितले की ते आपला आत्मविश्वास घालवण्याचा प्रयत्न करीत आहेत. त्यांनी किफरलाही तशाच विनोदी पद्धतीने उत्तर दिले:

> आपली सहनशक्ती संपलेली पाहून आम्हाला वाईट वाटले आणि तुमचे धैर्य आमच्याइतके प्रखर नाही. आम्हाला बर्लिनजवळचे मैदान द्यावे, म्हणजे आम्ही रिसेप्शन संघटक आणि डब्ल्यूटी ऑपरेटर पाठवू शकू. मात्र आमच्या रशियन मित्रांबरोबर आपला संघर्ष होणार नाही, याची काळजी घ्यावी.

बर्लिनची पुढची अजब कृती म्हणजे फॉशच्या एसडी कर्मचाऱ्यांना लष्करी गणवेश पाठविणे, ज्यांनी तोपर्यंत नागरी कपडेच परिधान केले होते. अर्नेस्ट व्होग्टला वाटले की मी फॅन्सी ड्रेस घालत आहे. किफरने त्याच्या नव्या गणवेशातील समुदायाला ॲव्हेन्यू फॉशच्या पायऱ्यांवर छायाचित्रांसाठी एकत्र केले. ते पोझ देत असताना व्होग्टच्या मागचे कुणीतरी कुजबुजत म्हणाले, 'हे ब्रिटिशांनी आम्हाला ओळखावे याची खात्री तर करून घेत नाहीत ना? म्हणजे ते आम्हाला फाशी देतील.'

मित्रपक्षांनी नॉर्मंडीमध्ये बीच-हेड्स सुरक्षित केल्यामुळे जॉन स्टारने किफरला उदास झाल्याचे पाहिले. वीस जून रोजी किफरच्या मनःस्थितीत सुधारणा झाली. त्याने जॉन आणि मॉरिस साउथगेटला अभिमानाने सांगितले की जर्मनी आपले गुप्त शस्त्र, व्ही -१ रॉकेट सोडत आहे. 'आम्ही विमाने न पाठवता तुमच्या शहरांवर बॉम्ब टाकू शकतो आणि संपूर्ण शहर नष्ट करण्यासाठी एक बॉम्ब पुरेसा आहे.' कॉर्पोरल अल्फ्रेड फॉन कपरीने सांगितले की आम्ही लंडन उद्ध्वस्त केले आहे. तेथे कचऱ्याशिवाय काहीच उरलेले नाही. जॉन म्हणाला की हे अशक्य आहे, परंतु तो जर्मन सांगत राहिला की लंडन जळून खाक झाले आहे. फेहररने तसे म्हटले आहे. साउथगेट यावर अत्यंत संतापला.

त्याने सांगितले की त्यांच्या बोलण्याने मला इतका वैताग आला की मी त्यांना त्यांच्या रशियन मोर्चाच्या विरोधात वापरल्या जाणाऱ्या गुप्त शस्त्रांची संख्या विचारली. मला असे वाटते की या उत्तरामुळे त्यांना अस्वस्थ केले, म्हणून त्यांनी मला तातडीने फ्रेन्सेसला पाठवले. वाचायला, लिहायला, सिगारेट ओढायला आणि कसलीही पार्सले स्वीकारायला बंदी घालून त्यांनी ऑगस्टपर्यंत मला एका कोठडीत ठेवले. नंतर मला इतर छत्तीस एजन्ट्ससह बुचनवाल्ड येथे पाठविण्यात आले.

नंतर लंडनवरील जर्मनीच्या व्ही -१ रॉकेटची डूडलबग्स म्हणून खिल्ली उडविणारी बातमी बीबीसीने ऐकताना जॉनला समजले की गुप्त शस्त्र गेम चेंजरपेक्षा अधिक उपद्रवी आहे. यामुळे लंडन नष्ट झाले नाही आणि फ्रान्समध्ये मित्र राष्ट्रांच्या प्रगतीला अडथळा आणला गेला नाही. जॉनने कीटकासारखे दिसणारे एक झिरझिरीत, पायलटविहीन विमान रेखाटले आणि त्याचे डगमगणे चिडखोर किफरला दाखवले. त्याचा अर्थ होता की जर्मनी जास्तीतजास्त तेवढेच करू शकते आणि ते युद्ध हरले आहेत.

किफरने मॉरिस साउथगेटला फ्रेन्सेसकडे रवाना केले, त्याच दिवशी नैर्ऋत्य फ्रान्समधील कर्नलच्या हॉलिवूड ब्रिगेडने वाढत्या नैराश्यात असलेल्या जर्मन लोकांवर हल्ला चढवला. कॅमिलोच्या स्पॅनिश लोकांनी फ्रान्सेस्कास गावाजवळील जर्मन सैन्यावर हल्ला केला, अनेक जर्मन सैनिक ठार केले आणि जॉर्जच्या युक्तीनुसार माघार घेत निसटले. स्पॅनिश लोकांनी पाच माणसे गमावली आणि त्यांचे मृतदेह कॅस्टेलनाऊकडे नेले. जेव्हा त्यांनी त्यांना दफन करण्याची तयारी केली, तेव्हा आणखी एक जर्मन विमान गावावरून गेले.

वीस जून रोजी मॉरिस पॅरिसोटचे गुप्तहेर पंजसला आले आणि त्यांनी सांगितले की जर्मन कॅस्टेलनाऊमधील त्याचा मित्र कर्नल इलॅरवर हल्ला करण्याची तयारी करत आहे. जॉर्जला इशारा देण्यासाठी रेडिओ नसल्याने त्याने दोन कंपन्यांना गावी जाण्यासाठी घाईने रवाना केले. पण कॅस्टेलनाऊ जर्मन व मिलिसेन्सपासून पस्तीस मैलांच्या अंतरावर, खडबडीत रस्त्यावर होते. रात्री सेंट-मार्टिन-डी-गोयने या गावातला धर्मोपदेशक कॅस्टेलनाऊला आला आणि त्याने जॉर्जला इशारा दिला की जर्मन सैन्याने त्याच्या दिशेने वाटचाल सुरू केली आहे.

जॉर्जने दीडशे फ्रेंच आणि तितक्याच स्पॅनिश लढवय्या सैनिकांना तयार राहण्याचा हुकूम दिला. २१ जून रोजी पहाटे पावणेसहाला कॅस्टेलनाऊवर सूर्य उगवला. वॉल्टर्स लॅरिबियसच्या स्वयंपाकघरात नाश्त्यासाठी ब्रेड कापत असताना

अल्बर्टा लॅरिब्यू ला रोमिउच्या रस्त्यावर गोळीबार झाल्याचे ऐकल्याचे सांगत आली. तिने वॉल्टर्सला विचारले की जॉर्ज जागा झाला आहे का? तो इतक्या दिवसांत प्रथमच नीट झोपला होता. वॉल्टर्स बाहेर गेली. तेथील काही रहिवाशांना वाटले की आवाज निशाण्यांचा सराव करणाऱ्या प्रतिकारकांकडून आला आहे. वॉल्टर्सने पहिले की जॉर्ज सायकलवर घालायच्या जॅकेटची झिप लावत धावत आला आणि कमांड पोस्टमध्ये नाहीसा झाला. प्रचंड उकाडा असल्याने लेस्ली ब्राउन त्याचा शर्ट काढत होता. त्याने विचारले की काय गडबड आहे? उत्तर देण्यापूर्वी एका प्रतिकारकाने ब्राउनला जॉर्जच्या, अर्थात संरक्षकाच्या पलंगाखालची ब्रेनगन आणण्यास सांगितले. त्यानंतर जॉर्जने जर्मन कैद्यांना गावातील शाळेत नेण्याचे आणि त्यांच्या सुरक्षेसाठी अत्यंत जाड भिंती असलेल्या एका मागच्या खोलीत ठेवण्याचे आदेश दिले.

कॅमिलोने वॉल्टर्सला सांगितले की त्याचे स्पॅनियर्ड्सला रोमीऊहून येणाऱ्या रस्त्यावर जर्मनांना उशीर करणे भाग पाडत आहेत. कंडोमच्या दिशेने, जर्मन लोकांनी ब्लॉक न केलेल्या एकमेव मार्गावर गावातल्या स्त्रियांना तेथून बाहेर काढण्यासाठी एकत्र आणायला त्याने तिला सांगितले.

कॅस्टेलनाऊच्या बचावकर्त्यांनी आपापल्या पोझिशन्स घेतल्या. सकाळचे नऊ वाजले होते. एस्कोलिअरने लिहिले की 'ही आर्मान्गॅकची पहिली महान लढाई होती. आउटपोस्टमध्ये दुबकून बसलेल्या रक्षकांनी पहिले की सुमारे दीड हजारांपेक्षा जास्त सशस्त्र सैनिकांच्या तुकड्या तोफखाना, लहान तोफा आणि मशीनगन्ससह खेड्याकडे दोन्ही बाजूंनी चाल करून येत आहेत. एका प्रत्यक्षदर्शीने सांगितले –

> शेकडोंच्या संख्येने असलेल्या दास राईश विभागाच्या काही युनिट्स आजेनहून आल्या. औचहून आलेल्या सुमारे पंधराशे जर्मनांनी कॅस्टेलनाऊवर ऑल-आउट-अटॅक सुरू केला. कमांडंट प्रॉस्ट, लेफ्टनंट आंद्रे हर्लिन आणि पोंसेलेट यांनी काही छोट्या छोट्या पोस्टची व्यवस्था केली होती, ज्यामुळे जर्मनांना कॅस्टेलनाऊपासून तीन किलोमीटर अंतरावर थांबावे लागले.

रक्षणाच्या बाहेरच्या फळ्या ढकलत जर्मन आत घुसले आणि गाव वेढण्याऐवजी त्यांनी पूर्वेकडून व दक्षिणेकडून हल्ला केला. जर्मन तोफखान्यांनी गावाच्या बाहेरील बाजूस एक पोस्ट ठोकली आणि लॅरिब्यूच्या घरात जॉर्जच्या मुख्यालयावर थेट धडक दिली. या अचूकपणे लावलेल्या आगीने कुणीतरी स्थानिकाने त्यांना माहिती दिल्याचे उघड झाले. जॉर्ज, रॉबर्ट आणि त्याच्या इतर लोकांबद्दल अफवा पसरवणाऱ्या आणि ते हेर असल्याचा दावा करणाऱ्या एका शेतकऱ्याला कॅप्टन फर्नांड पेजेसने

मागील सप्टेंबरमध्ये शिक्षा दिली होती. रौनेऊच्या म्हणण्यानुसार त्या शेतकऱ्याने जेंडरमरी आणि मिलिसला माहिती देऊन त्याचा बदला घेतला होता. प्रतिकारक आणि एसएस यांच्यात झालेल्या लढाईदरम्यान, एकाने काहीही केले नाही तरी एका जर्मनाने त्याच्या डोक्यात गोळी घातली.

जॉर्जने वॉल्टर्सना विचारले, स्त्रियांना बाहेर काढणे नीट सुरू आहे ना? गावातल्या स्त्रिया व्यवस्थित बाहेर जात होत्या परंतु तिने ती स्वतः, कॉरम्यू आणि स्पॅनिश महिला पुरुषांच्या बाजूने लढा देण्यासाठी थांबतील असा आग्रह धरला. जॉर्जची हरकत नव्हती.

अँटीटँकचा कमांडर कॅप्टन हेन्री सोलाल यांनी नंतर त्यांच्या संघर्षाच्या एका तासाबद्दल लिहिले की, 'सकाळी ९.३० वाजता कंडोमपर्यंतचा रस्ता वगळता वेढा पूर्ण झाला होता. जॉर्जने प्रतिकार करण्याचे आणि घरोघरी जाऊन गावच्या घराचे रक्षण करण्याचे आदेश दिले. सोलाल दारूगोळा पुन्हा देण्याचे आश्वासन देत प्रत्येक इमारतीत ग्रेनेड पेरण्यासाठी धावला.

एसएसच्या पाच कंपन्यांनी गावात धडक दिली. अबे बोए, वॉल्टर्स आणि रेडिओ ऑपरेटर लेफ्टनंट डेनिस पार्सन यांनी त्यांच्यावर खिडक्या आणि छपरांवरून गोळीबार केला. महापौर लॅरिब्यूच्या अठरा वर्षांच्या मुलाच्या साहाय्याने लेस्ली ब्राउनने पाण्याच्या विहिरीचे रक्षण करण्यासाठी आपली ब्रेनगन पोझिशनमध्ये ठेवली. एकाच फटक्यात तेवीस पौंड स्वयंचलित शस्त्रांनी फायरिंग करून त्याने एक संपूर्ण जर्मन तुकडी उद्ध्वस्त केली. त्याने पद्धतशीरपणे शॉटमागे शॉट मारून जर्मनांना कोंडीत पकडले.

सोलाल यांनी नंतर डायरीत ही कहाणी लिहिली : 'साडेदहा वाजता परिस्थिती अत्यंत नाजूक होती. कॅस्टेलनाऊच्या फोर्सेस मोबाइल्सने जर्मन सैन्याचा एक ट्रक उडवून दुसऱ्या वीस जर्मन घुसखोरांना ठार केले. जर्मन लोकांचे मृत्यू वाढत चालले होते, परंतु कॅस्टेलनाऊला पूर्णपणे घेराव घालण्याच्या जर्मनांच्या प्रयत्नाला यशही येत होते.'

एस्कोलिअर यांनी वैशिष्ट्यपूर्ण गॅस्कोनी शैलीत कॅस्टेलनाऊच्या लढाईचे सर्वांत रंगीबेरंगी माहिती लिहिली–

> गॅस्कॉनचा उन्हाळी दिवस जो कीटकांच्या गुणगुणीने, सिकाडासच्या गाण्याने भरलेला आणि ग्रामीण, निर्मळ आवाजांनी भरलेला होता तो पाशवी स्फोटांनी आणि बंदुकीच्या गोळ्यांनी चिरडून टाकला. फ्रान्सच्या गव्हाने हल्लेखोरांना संपवले. जर्मन्स कचऱ्यावर उडणाऱ्या हिरव्या आणि विषारी माश्यांप्रमाणे प्रतिकारकांच्या गोळ्यांनी खाली पडले.

त्यांनी जॉर्ज, डॉ. डेरिस, प्रॉस्ट, पार्सन्स आणि पोंसलेट तसेच ॲनी मेरी-वॉल्टर्स आणि स्पॅनिश महिलांचे कौतुक केले, ज्यांनी आपल्या रायफल्सनी धैर्याने लढा दिला. व्होव्हेन कॉरम्यूने इतक्या गोंधळात शांतपणे आपले रेडिओ सेट्स खाली आणले.

मॉरिस पॅरिसोटचे मदतदल तासाभरात येईल हे जॉर्जला सांगण्यासाठी पंजस येथील एक मेसेंजर जर्मन लाइनमधून चोरून आला. या परिस्थितीत एक तास म्हणजे खूपच उशीर ठरला असता. आणखी पंधरा मिनिटेही स्थिती नियंत्रणात ठेवणे कठीण होते. जॉर्जने माघार घेण्याचे आदेश दिले. तुरुंगात कैद केलेल्या जर्मन सार्जंटला त्याच्याशी बोलायचे आहे असा निरोप आल्याने जॉर्ज आगीत धुमसणाऱ्या वस्तूंमधून वाट काढत जर्मनांच्या खोलीकडे पळाला. जॉर्जने नंतर सांगितले,

> मी आत गेलो आणि फेल्डवेबल अटेन्शनमध्ये उभा राहिला आणि त्याने मला सांगितले की त्यांना वाटत होते की लवकरच त्यांना त्यांच्या लोकांद्वारे सोडण्यात येईल. त्याने मला विनंती केली की मी व त्याच्या माणसांनी यावे व त्यांनी मला सॅल्यूट करावा अशी त्यांची इच्छा होती. त्यानंतर त्यांनी तसे केले. फेल्डवेबलने म्हटले की जर त्यांचे सुटका होण्याचे सौभाग्य असेल, तर हल्ला करणाऱ्या अधिकाऱ्यांना, त्यांच्याशी आम्ही किती चांगले वर्तन केले हे ते सांगतील. आम्ही जेव्हा गाव सोडत होतो तेव्हा शेवटच्या क्षणी मी मिलिस कैदी असलेल्या चर्चमध्ये दोन फ्रेंच लोकांना ग्रेनेड टाकण्यापासून रोखू शकलो.

'त्यांनी घाबरलेल्या कैद्यांना आणि मिलिसेन्सना मुक्त केले,' एस्कोलिअर यांनी लिहिले. 'काही प्रतिकारकांनी जोरदार विरोध करूनही कर्नल इलॅर आणि पोंसलेट यांनी युद्धाचे नियम पाळले.'

जॉर्जने कॅस्टेलनाऊमधून एका कॉन्व्हॉयचे नेतृत्व करण्यासाठी आपली सर्व वैयक्तिक संपत्ती सोडली. मागचा पहारेकरी चारशे पौंड तीव्र स्फोटके आणि प्रतिकारक नेऊ शकत नसलेली शस्त्रे उडवण्यासाठी थांबला. जर्मन लोकांसाठी आमच्याविरुद्ध वापरायला, आम्ही काही सोडले नाही, असे सोलाल यांनी सांगितले. दुपारच्या वेळी जर्मन लोकांनी, गावात घुसखोरी केली. आम्ही त्यांना सर्व घरात सापडू शकणाऱ्या दारूगोळ्याबद्दल विचार केला आणि विचारविनिमय केल्यावर आम्ही गाव उडवून देण्याचा निर्णय घेतला.

कॅमिलो आणि त्याचे साथीदार सर्व शस्त्रे नाहीशी होण्याची खात्री करण्यासाठी

मागे राहिले. पण मध्येच जर्मन गावात घुसले आणि तिथे त्यांनी मागे ठेवलेल्या रक्षकाशी लढा दिला. रागाच्या भरात त्यांनी जीन रॉबर्टची शाळा, लॅरिबियसचे घर, चर्च आणि बाकीचे गाव पाडून टाकले. सोलाल यांनी लिहिले की युद्धातल्या स्फोटानंतर वाचलेल्या सर्व गोष्टी पुसण्यासाठी जर्मन लोकांनी त्यांच्या तोफखान्यांचा वापर केला. दुःखाने ते पुढे म्हणाले, की कॅस्टेलनाऊचा नाश झाला. पशुधनांचा मोठा भाग नष्ट झाला. शेतांचा नाश झाला. सुमारे तीनशे लोकांची लोकसंख्या आता उरली आहे.

एस्कोलिअरने लिहिले की हरकत नाही. गॅलो-रोमन सेटलमेंटने बचावासाठी मोठी भूमिका बजावली. रानटी लोकांना धडा मिळाला. लांडग्यांचे कॅस्टेलनाऊ आता सन्मानित झाले.

ही लढाई सहा तास चालली होती. लढाईच्या गोंधळात आकलन करणे कठीण होते. प्रत्येकाचे आकडे वेगवेगळे होते. एका प्रतिकार अहवालात असे म्हटले आहे की, 'त्या दिवशी, जर्मन लोकांचे तीनशे ऐंशी इतके नुकसान झाले, दोनशे सत्तेचाळीस ठार झाले. प्रतिकारकांनी एकशेसाठ माणसे गमावली, त्यातील एकोणीस ठार झाले.' रेमंड एस्कोलिअर यांनी लिहिले की, 'जॉर्जचे नुकसान फारच कमी होते. त्याचे सतरा लोक ठार झाले तर एकोणतीस जखमी झाले.' जखमी जर्मनांत दोनशे एकोणचाळीस ठार झाले तर साडेतीनशे जखमी झाले. फ्रेंच बाजूच्या जखमींपैकी एक होता रेडिओ ऑपरेटर लेफ्टनंट पार्सन्स. सोलाल यांनी लिहिले की, 'जर्मन हानींची संख्या अत्याधिक वाटू शकते, परंतु ते बरोबर आहे आणि जर्मन लोकांनी त्यांच्या तोंडाने याची कबुली दिली.'

उत्तरेकडे पाठ फिरवताना जर्मनांनी हॉलिवूड ब्रिगेडवर गोळीबार केला आणि कमांडंट प्रोस्ट दोन्ही पायांनी जखमी झाले. कॅप्टन सोलाल यांनी त्याला शातो द जाँसाक येथे नेले, जिथे त्यांनी रात्रभर तळ ठोकला. सूर्योदयानंतर ते निघाले आणि कंडोम येथून निघून पश्चिमेकडे आणखी सहा मैलांच्या पश्चिमेला लारोक-स्युर-लस या छोट्या गावात गेले.

जखमींच्या उपचारांसाठी आणि माघार घेताना मृत्यू झालेल्यांची संख्या मोजण्यासाठी पंजसच्या पॅरिसोटच्या मुख्यालयात जाण्यापूर्वी कंडोममधील बहुतेक कॅस्टेलनाऊ एकत्र जमले: सात स्पॅनिश आणि चार फ्रेंच मरण पावले होते. जॉर्जच्या अधिकाऱ्यांचा अंदाज होता की त्यांच्या अकरा मृतांच्या तुलनेत केवळ पाच जर्मन्स ठार झाले होते.

हॅन्डग्रेनेड्ससह आठ जर्मन ट्रक नष्ट करण्यासाठी स्पॅनिश सैनिक ला रोमिऊ येथे बराच वेळ थांबले. जेव्हा काही प्रतिकारक कॅझॉबॉन गावात पोहोचले तेव्हा आंद्रे पिटौ नावाच्या एका डॉक्टरने स्थानिक महापौरांच्या घरात कॅस्टेलनाऊतील जखमींवर उपचार केले. डॉ. पिटौ हे मिलिसेचे असले तरी त्यांनी कसल्याही हरकती न घेता

रेझिस्टन्स रुग्णांकडे लक्ष दिले.

यामुळे त्याला नंतर अटक करण्यात अडचणी येऊ शकल्या नाहीत. जॉर्जच्या अनेक लढाऊ लोकांनी कैद्यांना सोडल्याबद्दल त्याच्यावर टीका केली. तरीही त्याच्या योग्य उपचारांचा काही सकारात्मक परिणाम असावा. कॅस्टेलनाऊच्या युद्धानंतर जॉर्ज म्हणाला की आमच्यापैकी काही जखमींना जर्मन लोकांनी वाचवले होते ही अफवा सामान्यपणे होती कारण फेल्डवेबेलने त्यांच्या वतीने हस्तक्षेप केला होता आणि त्याला आणि इतर जर्मन कैद्यांना मिळालेल्या चांगल्या वागणुकीबद्दल सांगितले होते.

२१ जूनला कॅस्टेलनाऊला लढा सुरू असताना फिलीप द ग्युन्झबुर्ग उत्तरेस ऐंशी मैलांवर जिवाच्या कराराने लढा देत होता. प्राचीन गॅस्कॉनमधील बर्गरॅक या मोठ्या गावात जर्मन लोकांनी दोन हजार प्रतिकारकांवर अचानक हल्ला चढवला. तिथले लोक लढाईत पराभूत झाले आणि गोंधळात मागे हटले. कॅस्टेलनाऊ चकमकीएवढा विध्वंसक नसला तरी बर्गरॅक येथे अधिक फ्रेंच लोकांचा मृत्यू झाला. गुन्झबॉर्गने सांगितले की आमचे पन्नास लोक मारले गेले आणि दीडशेहून अधिक पुरुष, महिला आणि मुलेही मारली गेली.

> त्या दिवसाचा संपूर्ण प्रदेशाच्या मनोवृत्तीवर मोठा परिणाम झाला होता, विशेषतः तेव्हा माझ्याकडे लोकांमध्ये वितरित करण्यासाठी शस्त्रे आणि दारूगोळा नव्हता. भीतीची आणि गोंधळाची स्थिती बरेच दिवस राहिली, विशेषतः चांगल्या भाषेत लिहिलेल्या जर्मन प्रसारपत्रिका अस्वस्थता अजूनच वाढवत होत्या.

बर्गरॅक आणि कॅस्टेलनाऊ यांनी असे सिद्ध केले की एकाच ठिकाणी मोठ्या संख्येने गनिमी एकत्रित केल्यामुळे त्यांनी हल्ले केले आणि जे स्वतःचे संरक्षण करू शकले नाहीत, अशा नागरिकांवर संकट आणले. रेझिस्टन्स ही नियमित सेना नव्हती. मोबाइल गनिमी फोर्स म्हणून मात्र त्यातील यश वाढत होते.

दुसऱ्या एसएस पॅन्झर विभागाने ताब्यात घेतलेल्या कैद्यांनी त्यांची वाटचाल अतिदुर्गम भागातून केल्याचे सांगितले, असे न्यू यॉर्क टाइम्सने २३ जून १९४४ रोजी छापले. कारण मध्य फ्रान्समधील प्रतिकाराशी सामना करण्यासाठी सतत गस्त फिरवावी लागली. प्रतिकारकांचे हल्ले आणि रेल्वेची तोडफोड तसेच मित्रराष्ट्रांचे हवाई हल्ले फील्ड मार्शल जनरल यांच्या आगमनासाठी काही अंशी जबाबदार

असल्याचे सांगितले गेले. समोर एर्विन रोमेलचा चिलखत विभाग तुकड्यातुकड्यांमध्ये विभागला होता. दुसऱ्याच दिवशी न्यू यॉर्क टाइम्सने जनरल आयसेनहॉवरच्या प्रतिकारकांबद्दलची स्तुती प्रकाशित केली की त्यांचे आकार आणि कारवायांच्या प्रमाणात वाढ झाली आहे. या वर्तमानपत्राने अशी टिप्पणी केली की, हा सामर्थ्यवान आणि गुप्त शत्रू म्हणजे जर्मन लोकांसाठी कायमचा धोका आहे आणि त्याच्या सततच्या कामगिरीमुळे त्यांचे मनोबल तसेच त्यांच्या लष्करी कारभाराला आणखी धोका आहे. अंतर्गत अहवालात असे म्हटले गेले की एफएफआयने अपुऱ्या शस्त्रास्त्रांसह खूप चांगला लढा दिला.

२४ जूनला कास्तेलनो-स्युर लोविन्यॉचा नाश झाल्यानंतर तीन दिवसांनंतर दमलेला आणि क्षीण झालेला दास राईशचा दुसरा एसएस पॅन्झर विभाग नॉर्मंडीमध्ये कसातरी लडखडत घुसला. ऑपरेशन नेपच्यूनच्या लँडिंगला अठरा दिवस झाले होते आणि हल्ला करण्यास फार उशीर झाला होता.

जॉर्ज, गुन्झबॉर्ग, ब्रूक्स आणि इतर सर्किट्समधील प्रतिकारकांनी दास राईशला गुंतवून ठेवून आयसेनहॉवरला दोन आठवड्यांचा महत्त्वपूर्ण अवधी मिळवून दिला होता. शिवाय हा विभाग इतका कमकुवत झाला होता की त्याला पुन्हा लढाई होण्यापूर्वी धोकादायक प्रवासात हरवलेली उपकरणे, दारूगोळा आणि सैनिक या सगळ्यांची पुनर्रचना करून पुन्हा लढाईला तयार व्हावे लागणार होते. दास राईश, इतर एसएस आणि वेहरमॅट यांच्या तुलनेत कमी झालेली शक्ती म्हणून युद्धामध्ये उतरली असती, परंतु नॉर्मंडीच्या घनदाट आणि जुन्या झाडाझुडपांतून मित्रराष्ट्रांची आगेकूच ते रोखू शकले नसते.

फ्रान्समधील एसओईच्या अधिकृत इतिहासामध्ये एम.आर.डी.फूटने लिहिले की, ‘तीन दिवसांचा प्रवास असावा यासाठी अतिरिक्त पंधरवड्याचा उशीर नॉर्मंडी ब्रिजहेडच्या यशस्वी सुरक्षेसाठी निर्णायक असू शकतो. ब्रिजहेडमधील काम पहिल्या काही दिवसात मित्रपक्षांसाठी इतके वाईट झाले की आणखी एका पूर्णपणे सुसज्ज डिव्हिजनच्या आगमनाने तणावग्रस्त मित्रराष्ट्रांच्या काही भागाला थेट समुद्रकिनाऱ्यावर आणले असते आणि नेपच्यूनची अवस्था चिंताजनक बनली.

२८ जून रोजी, जर्मन युनिट्स पूर्वेकडून आणि पश्चिमेकडून सेफ हाउसकडे निघाल्या जेथे व्होव्हेन कॉरम्यू जॉर्जचे संदेश पाठवत होती. जेव्हा जर्मन त्या जागेच्या जवळ येऊ लागले, तेव्हा जॉर्ज त्याच्या ओपन टॉप सिम्कामध्ये हजर झाला आणि तिला आत येण्यास सांगितले. जर्मन सैनिकांनी वाहकाने रस्ता रोखण्याआधी ही जोडी काही मैलांपर्यंत दक्षिणेकडे गेली. एक सार्जंट आणि त्याच्या सैन्याने जोडीला कारमधून बाहेर काढले आणि खंदकात नेले. कॉरम्यू म्हणाली,

> 'दोन सैनिक आमच्यामध्ये होते. एकाने माझ्या आणि दुसऱ्याने इलॅरच्या पाठीला पिस्तूल लावले होते. आम्हा दोघांच्या आणि त्या दोन सैनिकांच्या पाठी एकमेकांकडे होत्या. त्या माणसाच्या कोपराला जराही धक्का लागला असता तर पुढच्याने इलॅरला गोळी घातली असती.'

त्या सार्जंटने रेडिओवरून विचारणा केली गेली की त्याने ताब्यात घेतलेल्या तंबाखू निरीक्षक आणि जिल्हा नर्सचे काय करायचे. रेडिओ कर्कश झाला, पण उत्तर आले नाही. कॉरम्यू म्हणाली की ते थांबलेले असताना तिला इतका घाम आला की माझ्या त्वचेला चिकटून राहिल्या. मी त्याही हलवू शकले नाही. जर आम्ही हललो असतो तर त्यांनी ताबडतोब गोळी झाडली गेली असती. प्रतीक्षा पुढे चालूच राहिली. जर्मनांच्या रेडिओवरून एक अस्पष्ट आवाज आला. सार्जंट त्यांच्याकडे गेला आणि म्हणाला, 'अशटंग' म्हणजे दूर व्हा. त्याने दोन्ही सैनिकांना बाजूला सरकण्याचे आदेश दिले. कॉरम्यूला वाटले की त्यांची अंमलबजावणी समीप आली आहे. तिला आश्चर्य वाटले की सार्जंटने तिला आणि जॉर्जला त्यांच्या कारमध्ये परत जाण्यास सांगितले. पण त्यांची चिंता संपली नाही. सार्जंटने तिची सुटकेस पाहिली आणि उघडून आत पाहण्याची मागणी केली. त्याने तिचे रेडिओ ट्रान्समीटर पहिले. त्याने ते काय आहे असे विचारताच तिने उत्तर दिले, 'रेडिओ.' जर्मन भाषेत रेडिओचा अर्थ एक्स-रे असू शकतो. 'आम्ही मग खूप वेगाने बाहेर पडलो,' ती म्हणाली, 'इंजिन आधीपासूनच चालू होते.'

त्या रात्री फिलीप द गुन्झबॉर्ग आणि ॲनी-मेरी वॉल्टर्स यांनी दक्षिण-पश्चिम फ्रान्समध्ये पॅराशूट करणाऱ्या पहिल्या जेडबर्ग संघाचे स्वागत केले. जेडबर्गचे युनिट तीन-चार माणसांचे असून ते मदत करण्यासाठी आणि थेट प्रतिकार दलासाठी पाठवलेले होते. हेर म्हणून गोळी घालू नये म्हणून सैनिकी गणवेशात ते उतरले. अमेरिकेची युद्धकालीन गुप्तहेर संस्था, ऑफिस ऑफ स्ट्रॅटेजिक सर्व्हिसेस (ओएसएस) एसओई आणि स्पेशल ऑपरेशन्स (एसओ) विभागाने मिळून जेडबर्ग चालवले. टीम फ्रेडरिक, टीम जॉर्ज पहिला किंवा टीम आर्चीबाल्ड या नावांनी प्रत्येक संघात सामान्यत: एक अमेरिकन, एक ब्रिटिश आणि एक फ्रेंच सदस्य होता. त्या रात्री अल्जेरियाहून डोर्डोग्ने-सुदमध्ये उतरणाऱ्या टीम बुगाट्टीचे नेतृत्व छत्तीस वर्षीय यू.एस. मरीन कॉर्प्स मेजर होरेस कोडनेम होड आणि विल्यम्स फुलर, कोडनेम कानसुल करत होते. अमेरिकेने युद्धामध्ये प्रवेश करण्यापूर्वी हार्वर्ड-शिक्षित फुलर फ्रेंच सैन्यात दाखल झाला होता आणि मे १९४० मध्ये जर्मनीशी झालेल्या युद्धात तो सहभागी होता. तो अमेरिकेत परतला, पर्ल हार्बरच्या अगोदर मरीन कॉर्प्समध्ये दाखल झाला आणि ऑगस्ट १९४२ मध्ये ग्वाल्डकॅनल येथे फर्स्ट मरीन विभागात

आला. तिथे जखमी होऊन अमेरिकेत परतल्यावर त्याने डेस्कच्या मागे काम करण्यापेक्षा ओएसएससाठी स्वयंसेवा करणे पसंत केले.

ओएसएसने फुलरला नवीन जेडबर्ग युनिटमधील एकमेव मरीन अधिकारी केले. टीम बुगाटीचे अन्य सदस्य कॅप्टन गाय दे ला रोचे डु रौझेट आणि लेफ्टनंट मार्सेल गलेमोंट हे दोन फ्रेंच अधिकारी होते.

जेव्हा जेड्स खाली उतरले, तेव्हा वॉल्टर्स आणि गुन्झबॉर्ग जॉर्ज स्टारच्या सूचनांची वाट पाहण्यासाठी त्यांना फार्महाउसमध्ये घेऊन गेले. वॉल्टर्सने फुलरला त्याचा मरीन गणवेश नागरी कपड्यात बदलण्याचा सल्ला दिला. अन्यथा, माहिती देणारे जर्मन लोकांकडे अमेरिकन अधिकाऱ्याच्या उपस्थितीची बातमी देऊ शकत होते. पकडल्यास हेर म्हणून फाशीची जोखीम असूनही फुलरने तिच्या सल्ल्याचे पालन केले. काही दिवसांनंतर जॉर्जने फुलरला बोलावले. वॉल्टर्स यांनी लिहिले, 'मी फुलर अर्थात कानसुलला इलॅरकडे आणले ज्याला या प्रदेशातील विविध राजकीय अडचणी त्याच्यासमोर मांडायच्या आणि स्पष्ट करायच्या होत्या. तेव्हापासून मी त्यांच्याशी मुख्यतः सायकलवरून संपर्क साधला. चार जुलैला फुलरने जॉर्जसोबत कामाची चर्चा केली आणि त्याने फुलरकडे दक्षिणेकडील क्षेत्र पायरेनीस सोपविले.'

टर्बे आणि इतर शहरे सोडून जाणाऱ्या जर्मनांवर जोरदार हल्ले करण्यासाठी फुलर आणि त्याच्या जेडबर्ग सहकाऱ्यांनी फिलीप द गुन्झबॉर्गच्या प्रतिकारकांसोबत काम केले. त्यांनी लुकॉन ते तुलुजकडे गेस्टापो संदेश घेऊन जाणारा कुरिअर ताब्यात घेतला आणि जर्मन युद्ध गुन्हेगार पळून जाऊ नयेत म्हणून त्यांच्या गस्तींनी स्पॅनिश सीमा सील केली.

वॉल्टर्सने सांगितले की फुलरच्या जेडबर्ग टीमच्या आगमनाने सगळ्यांचेच मनोबल वाढले. ते त्वरित खूप लोकप्रिय झाले आणि प्रांतातील प्रत्येकाने त्यांना पाठिंबा दिला पण त्यांनी सांगितल्याप्रमाणे पुरवठा कधीच पाठवला गेला नाही आणि थोडी निराशा झाली. जॉर्ज अधिक विक्षिप्त होत होता. त्याचा ताप नको म्हणून मी त्यांना गारॉन नदीच्या उत्तरेस पाठवले.

जॉर्ज आपली कॅस्टेलनाऊ बटालियन घेऊन कॅस्टेलनाऊपासून चाळीस मैलांच्या पश्चिमेला लॅन्नेमेगनन या छोट्याशा खेड्यात गेला. जर्मन तोफखाना आणि लुफ्टवाफे बॉम्बरने तेथे दोन जुलै रोजी त्यांच्यावर हल्ला केला. बटालियनने घनदाट जंगलातून पंजसपर्यंत दहा मैलांपर्यंत माघार घेतली, तिथे जॉर्ज आणि पॅरिसोट यांनी आपले सैन्य एका नवीन बटालियन आर्माग्नॅकमध्ये विलीन केले. पॅरिसोट सेनापती झाला आणि जॉर्ज त्याचा सल्लागार झाला. 'डी-डेनंतर मी आदेश दिले नाहीत. मी सूचना केल्या,' जॉर्ज म्हणाला.

या एकत्रित आर्माग्नॅक बटालियन किंवा डेमी-ब्रिगेड आर्माग्नॅकची संख्या सुमारे

१९०० होती. एस्कोलिअरने त्यांना राष्ट्रांचा वास्तविक समाज असे म्हटले. इंग्रज, न्यूझीलँडर्स, अमेरिकन, काही बेल्जिअन, बरेच स्पॅनिश, एक डेन, काही नाझीविरोधी जर्मन, काही पोर्तुगीज, काही पोलिश, एक झेक, काही इटालियन, काही रशियन आणि त्याहून अधिक सर्व फ्रेंच माणसे या बटालियनमध्ये होती. पंजस चर्चचा मुख्य धर्मोपदेशक, अबे लॉरेन्ट लोकांमध्ये फिरला आणि त्यांचे ग्लास वाइनने भरत त्यांच्या कार्याला त्याने आशीर्वाद दिला. पॅरिसॉटने त्यांना ॲव्हेरॉन-बर्गेल गावातल्या नवीन मुख्यालयात स्थापित केले.

> यापुढे संरक्षक नसला तरी जॉर्जने लढणे टाळले नाही. त्याला वाटले की त्याने लढावेच. जॉर्ज म्हणाला की याचे कारण म्हणजे मी प्रतिकारकांबरोबर राहिलो आणि त्यांच्याबरोबर लढण्यासाठी गेलो, एक खोटा प्रचार बऱ्याच काळापासून चालू होता की ब्रिटिश सर्वच फ्रेंचांना लढण्यासाठी उद्युक्त करत होते आणि नंतर नेहमीच्या ब्रिटिश पद्धतीने त्यांना सोडून देत होते. म्हणूनच मी ब्रिटिश अधिकारी आहे हे जाणून घेतलेल्या प्रतिकारकांना मी नेहमी विचारात घेत होतो, विशेषत: जेव्हा एखादी कृती किंवा समस्या असे.

जॉर्ज एका तासापेक्षा जास्त झोपत नव्हता. तीन महिन्यांपूर्वी ते चाळीस वर्षांचा झाला होता. अशा एका सैनिकासाठी ही एक अत्यंत कठीण गोष्ट होती. वॉल्टर्सने लिहिले की तो एक थोडा विचित्र बनत होता. काही आठवडे तर तो अजिबातच झोपला नव्हता. त्याने त्याच्या लोकांना एखाद्या जनरलने सैन्याला घ्यावे त्यापेक्षाही अधिक गंभीरपणे घेतले.

दारूगोळा नसल्यामुळे आर्मांग्नॅक बटालियनच्या मोहिमा दुर्बळ होत होत्या. लढ्याच्या मागील महिन्यात त्यांचे एसओई पुरवठा संपला होता. जॉर्जने अधिक पॅराशूटसाठी विनंती केली पण त्याकडे दुर्लक्ष केले गेले.

आरएएफ आणि एएएफ उत्तरेकडील मित्रराष्ट्रांच्या सैन्यासाठी आपली हवाई शक्ती केंद्रित करीत होते. प्रतिकाराला तार्किक पाठिंबा नसल्याबद्दलच्या तक्रारीं प्रेसमध्ये पसरू लागल्या. २५ जून रोजी लंडनच्या ऑब्झर्व्हरने संतप्त होऊन लिहिले की मित्रराष्ट्रांच्या शस्त्र कोठारांवर आणि पुरवठा स्टोअरवर प्रतिकारकांचा पूर्ण अधिकार आहे आणि मित्रराष्ट्रांनी फ्रान्सच्या आतील भागात लढा देणाऱ्या फ्रेंच सैन्याशी जवळीक साधण्यात त्यांचाच फायदा आहे, कारण या फ्रेंच योद्ध्यांनी इतक्या उदारपणाने आणि नकळतपणे सामान्य कारणासाठी स्वत:ला झोकून दिले आहे.'

पुरवठा कमी असूनही, लंडनने जॉर्जला एसएसवर हल्ला करण्याचे आदेश दिले. निराश होऊन जॉर्जने व्होव्हेन कॉरम्यूला सांगितले, 'हा निरोप घे. तुझा मेसेज क्रमांक वगैरे टाक. मी चांगली दखल घेतली आहे आणि मी माझ्या आदेशाखाली असलेल्या माणसांना धनुष्य व बाण तयार करण्याचे आदेश दिले आहेत. हे पूर्ण झाल्यावर आम्ही या विभागांवर हल्ला करू आणि ते नष्ट करू. निरोप लगेच पाठव.' कॉरम्यूने नकार दिला. जॉर्ज मोठ्याने ओरडून म्हणाला, 'तू ते पाठवच.' तिने ते पाठवले आणि दुसऱ्या रात्री जॉर्ज म्हणाला की सगळीकडे विमाने होती. त्यांनी आम्हाला जणू घुसमटून टाकले.

जॉर्जच्या धनुष्य आणि बाणांच्या संदेशाने लंडनला इतका धक्का बसला की शस्त्रे, दारूगोळे, कपडे आणि खाद्यपदार्थ जवळजवळ दररोज पॅराशूटने येऊ लागले. एका जहाजात तर रेशमी पायजम्याच्या सहा जोड्यासह चार सुटकेस होत्या. जॉर्ज म्हणाला की, 'मी नुसता हसत सुटलो. अनेक आठवडे मी बिछान्यावर पडलो नव्हतो. त्यांनी व्होव्हेन कॉरम्यूसाठी ज्यात बेडरूममध्ये घालायचे गुलाबी बूट आणि हंसाच्या चित्रांची जाड, मऊ रजई पाठवली.'

रेशमी पायजम्याशिवाय एसओईने जॉर्जला मेजरचा गणवेश पाठविला. त्याने तो घातला नाही.

शस्त्रे आणि कपडे येत होते, परंतु वाहनांना इंधनाची आवश्यकता होती. आर्माग्नॅक बटालियन मग योग्य स्त्रोताकडे वळली. तो म्हणजे हाबेल सेम्पे यांनी १९३४ मध्ये स्थापन केलेली आर्माग्नॅक डिस्टिलरी होती. हाबेल सेम्पे आणि एका कॅप्टनने यापूर्वी जर्मन पुरवठा डेपोमध्ये घुसखोरी करण्यासाठी जॉर्जच्या वेहरमॅट कैद्यांचे गणवेश घेतले होते आणि २५,००० लिटर गॅसोलीन चोरले होते. आता, कार चालविण्यासाठी सेम्पेने नऊ भाग शंभर टक्के अल्कोहोलसह एक भाग गॅसोलीन मिसळले. हे कमी-अधिक प्रमाणात चालले. जॉर्जने सांगितले की गाड्याही फारशा चांगल्या नव्हत्या. त्या सुरू करणे फार कठीण होते. त्यांनी त्यांना शुद्ध अल्कोहोलवरही चालवले. एकदा आपण गाडी सुरू केली की ती बंद करणे कठीण होते.

सेम्पेच्या वाहनांमध्ये पुनर्रचित आर्माग्नॅक बटालियनची गर्दी झाली आणि एका चकमकीत प्रतिकारकांनी पंधरा मिलिसेन्स पकडले. प्रतिकारकांनी त्यांना परत पंजसला नेले आणि कोठारात कैद केले. जॉर्जने कॅस्टेलनाऊत बंदिवानांशी केलेल्या वागणुकीपेक्षा पंजसमध्ये मिलिसेन्सशी व्यवहार खूप वेगळे होते.

ॲनी-मेरी वॉल्टर्स, लीग ऑफ नेशन्सच्या एका मुत्सद्द्याची मुलगी होती. तिला राग अनावर झाला. तिने सांगितले की

मिलिसेन्स आणि सहकाऱ्यांना छळ करून, मारहाण करून माहिती उघडकीस आणण्यासाठी गेस्टापोच्या पातळीपर्यंत येणे, माझ्या मते चुकीचे होते. त्यांचे सहकारी कुठे आहेत हे कैद्यांकडून वदवून घेण्यासाठी त्यांना इतकी मारहाण झाली की सर्व भिंतींवर रक्त उडाले. काहींना अत्यंत वाईट प्रकारे जाळले गेले. एकाचे दोन्ही पाय तर वीस मिनिटे आगीत ठेवले गेले होते आणि त्याचे पाय हळूहळू गुडघ्यापर्यंत जळत होते. इतर छळ तर याहूनही फारच भयानक होते. बऱ्याच लोकांना गोळ्या घालण्यात आल्या.

फ्रेंच लोकच फ्रेंच लोकांचा सूड घेत होते. कोणत्याही युद्धात युद्धगुन्हे घडतात. पण युद्धाची रणधुमाळी सुरू असताना दोषींना शिक्षा देण्यासाठी प्रयत्न केले गेले नाहीत.

# १४

# जर्मनांची माघार

*इलॅरच्या नेटवर्कने फ्रान्सच्या दक्षिण-पश्चिम भागात तैनात असलेल्या जर्मन सैन्याला नष्ट केले.*

मॉरिस बकमास्टर

तीन जुलैला पंजसच्या उत्तरेस चार मैलांच्या अंतरावर डोंगराळ प्रदेशात टेहळणी करणाऱ्या लोकांनी एस्टांग नावाच्या छोट्या खेड्याकडे एक हजाराच्या आसपास जर्मन सैन्य जाताना पहिले. ते धावतपळत मॉरिस पॅरिसोटला सांगण्यासाठी गेले. पॅरिसोट हा जॉर्ज स्टार आणि एकूण चार कंपन्यांसह बाराशे माणसांसह एस्टांगला रवाना झाला. दोन कंपन्या पाइनच्या झुडपांत लपल्या, जिथे रस्ता वळत होता आणि त्यांनी जर्मन सैनिकांवर अचानक हल्ला चढवला. जर्मनांनी माघार घेतली तर हल्ला करण्यासाठी इतर दोघांनी पोझिशन्स घेतल्या. आर्माग्नॅक जर्मन लोकांपेक्षा जास्त होते परंतु जर्मनांकडे चांगली शस्त्रे आणि लढाईचा जास्त अनुभव होता. ते अखेर एस्टांगकडे गेले. ते पॅरिसोटच्या स्थानाजवळ येताच त्याच्या दोन कंपन्यांनी स्टेनगन आणि ब्रेनगनचा तुफान मारा केला. वेहरमॅटच्या सैनिकांनी पुन्हा लढा दिला आणि रस्त्याच्या दुसऱ्या बाजूला असलेल्या खाईत उड्या टाकल्या. सायंकाळपर्यंत दोन्ही दलांमध्ये गोळीबार झाला. जॉर्जने सांगितले की मॉन्ट-दे-मार्सनला परत जायचे आहे, या उद्देशाने जर्मन लोकांनी रात्री उत्तरेकडे वाटचाल करण्याचा प्रयत्न केला पण ते रात्रभर त्यांना रोखणाऱ्या इतर दोन कंपन्यांच्या हल्ल्यात अडकले.

पहाटेच्या वेळी, सर्व शांत झाले.

सकाळी जर्मन वेढलेले आढळले. आर्मागॅनॅकने त्यांच्यावर अजून गोळीबार केला. जर्मन लोकांनी धोक्यात असल्याचे संकेत पाठवले आणि युद्धाच्या मैदानावर लुफ्टवाफचे विमान आले. त्यापाठोपाठ फॉके-वुल्फ कॉन्डोर आणि डोमिन्यर बॉम्बर्स आले आणि त्यांनी आर्मागॅनॅकच्या लोकांवर बॉम्ब टाकले.

स्वत:च्या संरक्षणासाठी कोणतीही अँटीएअरक्राफ्ट बंदूक नसल्याने आर्मागॅनॅकने त्यांचे बहुतेक ट्रक आणि कार सोडल्या आणि तेथून पायी पळ काढला. जॉर्ज म्हणाला की आम्ही खूप मोठे नुकसान न होता माघार घेतली आणि मौपसला गेलो. आमची चार माणसे आणि जवळजवळ दीडशे जर्मन मारले गेले.

जॉर्जने शिकवलेली रणनीती की त्यांना दहा मिनिटे नरकयातना द्या आणि मग त्यातून पळ काढा; यानुसार एस्टांगचा हल्ला झाला नाही. त्याऐवजी, त्यांनी रात्रभर संघर्ष केला. जर्मनांचा सूड वेगवान होता. त्यांनी एस्टांगमधील नऊ नागरिकांना फाशी दिली.

काही दिवसांनंतर, कुख्यात सेंट-मिशेल कारागृह, शस्त्रास्त्रांचे महत्त्वाचे कारखाने आणि या भागातील जर्मनीतील सर्वांत मोठी चौकी असणाऱ्या टूलूसकडे वीज वाहून नेणाऱ्या केबल्सचा प्रतिकारकांनी नाश केला. वेहरमॅट शहराच्या बचावासाठी जास्त प्रयत्न करत होते आणि गॅस्कोनीतील शेवटच्या स्थानापर्यंत बाह्य युनिट्स टूलूझमध्ये ओतली जात होती. फ्रान्सच्या राष्ट्रीय दिवशी, चौदा जुलै रोजी, आर्मागॅनॅक बटालियन कॅस्टेलॅनाऊच्या पश्चिमेला पन्नास मैलांच्या पश्चिमेला होंटॅन्क्स या छोट्या खेड्यात जमली.

जॉर्ज आणि पॅरिसोट यांनी त्यांच्या सैन्याचा आढावा घेतला. युद्धाचे चटके बसलेले प्रतिकारक, जुन्यापुराण्या कपड्यांत आपल्या जुन्या आणि नवीन शस्त्रास्त्रांसह एखाद्या नियमित सैन्याप्रमाणे गावातल्या चौकात उभे राहिले. पॅरिसोट त्यांना उद्देशून बोलायला सुरुवात करताच एक मोटारसायकल स्वार गावात शिरला आणि सरळ पॅरिसोटकडे गेला. जॉर्जने ऐकलेल्या मंद आवाजात त्या व्यक्तीने पॅरिसोटला सांगितले की दास राईश विभागातील जवळपास चार हजार लोक जवळ येत आहेत आणि ते ग्रामीण भागात झडत्या घेत आहेत. पॅरिसोटने शांतपणे आपले भाषण संपवले, सर्वांना मोकळे केले आणि त्या स्वाराला प्रश्न विचारण्यासाठी तात्पुरत्या कमांड पोस्टमध्ये आपल्या अधिकाऱ्यांना बोलावले. त्या व्यक्तीने सांगितले की त्याने दास राईशच्या विशिष्ट लांडग्याच्या सापळ्यांच्या चिन्हांनी रंगवलेले रणगाडे प्रत्यक्ष पहिले आहेत. आता काही शंका नव्हती. दास राईश त्यांच्यासाठीच येत होते.

दुसऱ्या एसएस रणगाडा विभागाच्या सामन्यात आर्मागॅनॅक बटालियनच्या

नाशाचा धोका होता. जॉर्ज म्हणाला की कॅप्टन पॅरिसोटने ठरवले की आमची एकमेव आशा म्हणजे लपून राहणे,जर्मन लोकांवर लक्ष ठेवणे आणि युद्ध कसेही करून टाळणे. मी सुचवले की गॅबरेट येथील लोकांना आणि गॅब्रिएलच्या (कॅन्टल) लोकांना ऑर्डर देण्यासाठी एका स्वयंसेवकाला पाठवून सांगितले पाहिजे की त्यांनी जर्मन येणार असलेल्या रस्त्यावर खोल खड्डे तयार करावेत आणि त्याच ठिकाणी जर्मन परत येतील याची खात्री करून घ्यावी. आर्मार्ग्नॅकचे लोक रस्त्याच्या लपून राहिले आणि जर्मन लोकांचे त्यांनी जवळून निरीक्षण केले. रणगाडे पुढे येत होते आणि त्यांच्या प्रचंड तोफा सूर्यप्रकाशामध्ये चमकत होत्या. प्राणघातक हल्ल्याची तयारी पाहून जॉर्ज जरा धास्तावला. जर्मन वाहनांची रेषा जवळ येताच ते थांबले. जॉर्जने ते पाहिले. इतकी प्रचंड शस्त्रे असल्यावर त्यांनी काही मिनिटांतच आर्मार्ग्नॅकचे अस्तित्व पुसून टाकले असते.

अचानक रस्त्यावर मध्यभागी ते अवाढव्य रणगाडे थांबले. त्यांच्या अधिकाऱ्यांनी पुढचा मार्ग तपासला. कसलाही इशारा न देता, रणगाडे उलट्या दिशेने वळले आणि चालू लागले. जॉर्जने याला 'एक चमत्कार' म्हटले.

जॉर्जला भीती वाटत होती की टर्बेमधील जर्मन सैन्य दक्षिणेकडून त्यांना त्यांच्यात आणि दास राईश यांच्यात आपणास चिरडून टाकण्यासाठी येईल. त्याने नैर्ऋत्येकडे जाण्याचे ठरवले. जॉर्जच्या सुरक्षिततेबद्दल काळजीत असलेल्या पॅरिसोटने दोन ब्रेनगन, एक मागे आणि एक पुढे, अशा त्याच्या कारशी जोडल्या.

त्याने संरक्षणासाठी दोन एस्कॉर्ट्सदेखील पाठविले. त्यापैकी बुरेसी नावाचा एक धिप्पाड रशियन पूर्वी फ्रेंच विदेशी सैन्यात होता आणि तो कुणाच्याही भूतकाळाची चौकशी करत नसे. त्या रात्री आठपर्यंत त्यांनी ग्रामीण भागात प्रवास केला जेव्हा जॉर्जला कळले की त्याची हल्ल्याची भीती निराधार आहे.

ते होटॅन्क्सकडे परत आले तेव्हा एक सिट्रॉइन कार वेगात त्यांच्या दिशेला आली. बुरेसीने ब्रेनगनने लक्ष्य केले आणि जॉर्जला गोळीबार करण्याची परवानगी मागितली. जॉर्जने त्याला थांबण्याची आज्ञा केली. कार तेथून निघून गेली आणि जॉर्जने तिचा खोल अरुंद दरीपर्यंत पाठलाग केला. ड्रायव्हर हा एक सामान्य जर्मन पुरुष होता, तो सुमारे पन्नास वर्षांचा होता आणि त्याच्यासोबत एक वीस वर्षांची गर्भवती महिला होती. त्या माणसाने आपल्या बाजूच्या सीटवरचे रिव्हॉल्व्हर घेण्याचा प्रयत्न केला नाही. 'काय दुर्दैव आहे,' तो त्या बाईला म्हणाला, 'आपण रेझिस्टन्सच्या हाती गेलो आहोत.' ते स्पेनकडे पलायन करत होते. त्या दोघांची जलद झडती घेतली असता त्यांच्या बॅजवरून ते गेस्टापोशी संबधित असल्याचे सिद्ध झाले.

जॉर्जने त्यांना आपल्या कमांड पोस्टवर नेले. जॉर्जच्या प्रश्नांची उत्तरे देण्यास जर्मनाने नकार दिला. बुरेसीने त्याला दूर नेले आणि तो त्या बाईला घेऊन आला.

जेव्हा तीसुद्धा काहीच बोलली नाही तेव्हा जॉर्जने बुरेसीला तिला कोठडीत ठेवण्यास सांगितले. तिने विनवणी केली की मला फ्रेंच लोकांच्या ताब्यात देऊ नका. तुम्ही एक ब्रिटिश अधिकारी आणि एक सद्‌गृहस्थ आहात. माझ्या पोटातल्या मुलाला वाचवा. ती रडू लागली. जॉर्जने साधे कपडे घातले होते. त्याने तो ब्रिटिश अधिकारी असल्याचे सांगितले नव्हते. त्याने त्या महिलेला उत्तर दिले की तुम्ही चुकत आहात. मी ब्रिटिश अधिकारी नाही आणि सद्‌गृहस्थही नाही. जर ती महिला पळून गेली असती किंवा त्यांची सुटका झाली असती तर जॉर्ज कोण आणि कोठे आहे हे तिने सांगू नये, असे त्याला वाटले.

जॉर्ज पहाटे दोन वाजता ॲव्हरॉन-बर्गेलमधील आर्मांग्नॅक बटालियनच्या मुख्यालयात परतला. त्याने सांगितले की 'कॅप्टन पॅरिसोट अजूनही माझी वाट पाहत होता. आमच्यात मैत्रीचे नाते होते आणि सहसा आम्ही एकमेकांची वाट पाहत असू.' पॅरिसोटने त्याला बाहेर जायचे असल्यास नेहमीच एखादा अंगरक्षक सोबत न्यावा, अशी विनंती केली. जॉर्जला ते नको होते पण पॅरिसोटने आग्रह धरला. त्याने म्हटले की प्रत्येक वेळी तुम्ही बाहेर जाताना मला सांगण्याची गरज नाही. फक्त सोबत कुणीतरी असू द्या. त्याने बुरेसीचे नाव सुचवले. जॉर्ज तयार झाला. आणीबाणीच्या परिस्थितीत विसंबून राहण्यासाठी तो चांगला लढाऊ माणूस होता.

तीन दिवसांनंतर ॲव्हेरॉन-बर्गेलमध्ये, जॉर्ज रस्त्यावर पकडलेल्या जर्मन कैद्याला भेटला. तो म्हणाला की मी त्याच्याशी बोललो. त्याने मला सांगितले की जागा बदलली असती तर मी त्याच्याशी जसे वागलो तसेच त्याने मला वागवले असते. याचा अर्थ असा होता की प्रतिकारकांनी त्याला शिवीगाळ केली होती, परंतु जॉर्जला छळ केल्याचे कोणतेही चिन्ह दिसले नाही. मी त्याला पुन्हा कधीच पाहिले नाही, जॉर्जने सांगितले.

> त्यानंतरच्या काही दिवसांत अफवा पसरल्या की बुरेसीने त्या जर्मनाला त्रास दिला. त्याने चौकशी केली तेव्हा आढळले की त्या व्यक्तीवर अत्याचार केले गेले होते आणि डॉक्टर डेरिस यांनी याची पुष्टी केली. बुरेसीने गेस्टापो एजन्टच्या एका पायाला दोर बांधून कप्पीला लटकत ठेवले होते. तसेच अजून तिरस्करणीय अत्याचार केले गेले होते.

घटना पुढे चालूच राहिल्या. एका संध्याकाळी गेस्टापोच्या दोन एजन्टांना गोळ्या घालण्यात आल्या आणि सार्जंट टेश जखमी झाला. पॅरिसोटने त्याला त्याच्या सेंट-जीओ मधील छोट्या खेड्यात पाठवले. तिथे जीने पॅरिसोटने त्याची देखरेख केली आणि जर्मनांपासून त्याला लपवून ठेवले.

कॅस्टेलनाऊच्या युद्धात त्याच्याबरोबर लढलेल्या काही फ्रेंच अधिकाऱ्यांनी जॉर्जला एक घड्याळ दिले. कॅस्टेलनाऊमध्ये इतर सर्व वस्तू गमावल्याने त्याने ते स्वीकारले. जॉर्जला पुन्हा आठवले की ते घड्याळ चौकशी करीत असताना त्याने गेस्टापो एजन्टच्या मनगटावर पाहिले होते. तो म्हणाला की ते गेस्टापोच्या माणसाचे नव्हते असे त्यांनी म्हटले नाही, पण मला ते स्वीकारण्यास सांगितले. मी तसे केले. नकाराने काहीही साध्य झाले नसते. त्यांनी त्याला व्होव्हेन कॉरम्यूसाठी लेडीज मनगटी घड्याळदेखील दिले. ते गेस्टापो बाईचे होते की नाही हे त्यांनी त्याला सांगितले नाही आणि त्याने विचारले नाही.

'**जु**लै १९४४ च्या सुरुवातीस' मेजर किफरने सांगितले की 'पॅरिसच्या दक्षिणेस ड्रॉपिंग ऑपरेशन होणार आहे याचा (रेडिओ फसवणुकीच्या योजनेच्या वेळी) मला त्रास झाला.' त्याचा रेडिओ विभाग पॅराशूट्स आयोजित करण्यात आणि एसओईकडून शस्त्रे घेण्यात तज्ज्ञ होता. दक्षिणेकडील कामे किफर ब्यूरोऐवजी कोमांडोज डेर सिसेरिट्सपोलीझी आणि एसडीची जबाबदारी होती. त्यांनी किफरला त्याची माणसे ऑपरेशनसाठी नेमण्यास सांगितले जेणेकरून रिसेप्शन दिवे व सिग्नल योग्य प्रकारे दाखवले जातील. त्याने एका लेफ्टनंटसह सार्जंट हॉग आणि स्टॉर्क यांना पाठवले.

पाच जुलैच्या पहाटे एसडी जवानांनी त्यांना अपेक्षित पुरवठा होण्याऐवजी ब्रिटनच्या स्पेशल एअर सर्व्हिसेसच्या रेजिमेंटच्या बारा कमांडोंचे पॅराशूट पाहिले. हे एसएएस युनिट अर्थातच विध्वंसक मोहिमेवर होते. त्या कमांडोजनी युद्धाचा गणवेश आणि एसएएस रेड बेरेट्स परिधान केले होते. गव्हाच्या शेतात ड्रॉप झोनमध्ये उतरल्यावर तेही जर्मनांसारखेच चकित झाले. मैत्रीपूर्ण सत्काराच्या ऐवजी त्यांना गोळीबाराला तोंड द्यावे लागले. झेकमध्ये जन्मलेल्या फ्रेंच कमांडो सर्ज व्हॅकुलिक यांनी नंतर लिहिले की मला असे वाटले की अचानक आम्ही एका भयंकर हल्ल्यात सापडलो. व्हॅकुलिकने वाहक कबुतराला गडबडीत चिठ्ठी बांधली की 'बॅड लक. जर्मन आमची वाटच पाहत होते. देव आम्हाला मदत करेल.' कमांडोंनी प्रतिकार केला केले पण जर्मन लोकांनी त्यातील चार जणांना ठार केले, तीन जखमी झाले व बाकीच्यांना ताब्यात घेतले गेले. त्यांनी जखमींना हॉस्पिटल डे ला पिटी-सालेपेटेर येथे नेले आणि जखमींना मेजर किफरकडे चौकशीसाठी पाठवले. दुभाषा अल्फ्रेड फॉन कपरीसोबत किफरने ॲव्हेन्यू फॉश येथे त्यांची भेट घेतली.

कमांडोजनी त्यांच्या संप्रेषणांविषयी आणि प्रतिकारकांशी त्यांच्या संबंधाविषयी किफरच्या प्रश्नांची उत्तरे नाकारली. व्हॅकुलिक हा त्यांच्यातला एकमेव फ्रेंच नागरिक

असल्याने त्याने कबूल केले की तो फ्रेंच बोलतो आणि तो प्रतिकारकांच्या समूहाचा संपर्क ठरला असता. आपल्या फनस्पीलसाठी त्यांना वापरण्याची आशा असलेल्या किफरने असा निष्कर्ष काढला की ते रेडिओ फसवणुकीची योजना राबवण्यासाठी आवश्यक ते तपशील देऊ शकत नाहीत. त्याने एरिक ओट्टोच्या रेडिओ विभागाला अधिक कसून चौकशी करण्याचे आदेश दिले आणि जखमींची माहिती घेण्यासाठी एक पथक रुग्णालयात पाठवले. पण चौकशीसाठी कोणीही तंदुरुस्त नव्हते.

संध्याकाळी पॅरिसमधील एसडी कमांडर यांनी किफरला पाच सुदृढ कमांडोजना अ‍ॅव्हेन्यू फॉश येथे ठेवण्याचे आदेश दिले. किफरकडच्या कोठड्या पूर्ण भरलेल्या होत्या म्हणून त्याने त्यांना जवळच्या दुसऱ्या जर्मन सुरक्षा कार्यालयात दे जेता ज्युनी येथे स्थानांतरित केले. किफरने सांगितले की कैद्यांना योग्य ठिकाणी सामावून घ्यावे व त्यांना खायला मिळावे या हेतूने त्याने मास्टर सार्जंट स्टॉर्कची नेमणूक केली आहे. चौकशी करणाऱ्यांनी त्यांना बाथटबमध्ये भिजवले आणि त्यांच्या कातडीवर जळत्या सिगारेटचे चटके दिले.

कैद्यांनी बोलण्यास नकार दिल्याने किफरला हे स्पष्ट झाले की रेडिओ फसवणुकीची योजना किंवा चौकशीच्या पुढील अहवालाची अपेक्षा करता येणार नाही. जखमी कैद्यांपैकी एकाचा रुग्णालयात मृत्यू झाला, तर इतर दोघे देस एटॅट्स-युनिस इथे हलविण्याइतके बरे झाले. किफरच्या सेक्रेटरीने सांगितले की त्याने कैद्यांना लुफ्टवेफे पीओडब्ल्यू कॅम्पमध्ये स्थानांतरित करावे, असा प्रस्ताव दिला. तथापि, किफरचा बॉस नोचेन याला बर्लिनकडून ऑर्डर मिळेपर्यंत ते तिथेच अडकले.

बर्लिनला रशिया आणि नॉर्मंडी या दोन्ही ठिकाणी पराभवाचा धोका होता. जर्मनीला विनाश करण्यापासून वाचवण्यासाठी काही वेहरमॅट अधिकाऱ्यांची, मित्रपक्षांचे बिनशर्त समर्पण हे धोरण असूनही, बोलणी करायची इच्छा होती. २० जुलै रोजी लेफ्टनंट कर्नल क्लॉज शेन्क फॉन स्टॉफनबर्गने पूर्व प्रशियामधील वुल्फ चेअर वॉल्फ शॅन्झ येथे बॉम्ब लपविला. तिथे अ‍ॅडॉल्फ हिटलर लष्करी कर्मचाऱ्यांशी चर्चा करीत होता. स्फोट ऐकून स्टॉफनबर्गचा विश्वास बसला की फ्यूरर मेला. पॅरिसमध्ये, हिटलरविरोधी षड्यंत्रकारांनी हेल्मुट क्नॉखेन आणि इतर वरिष्ठ एसडी आणि गेस्टापो अधिकाऱ्यांना कैद केले. त्या रात्री किफरला स्वतःच्या अटकेची घटना सुस्पष्ट दिसली. अर्नेस्ट व्होग्टने लिहिले की किफर अ‍ॅव्हेन्यू फॉशवर एकटा होता आणि हे घडत असताना मी घरी होतो.

पॅरिसला जेव्हा ही बातमी कळली की हिटलर थोडा जखमी झाला तरी बचावला, तेव्हा एसडी आणि गेस्टापोने त्यांना पकडणाऱ्या वेहरमॅटच्या लोकांवर हल्ला करून त्यांनाच अटक केली. अ‍ॅव्हेन्यू फॉशवर, वरच्या मजल्यावर, जॉन स्टार आणि इतर एसओई कैदी या नाटकाविषयी अनभिज्ञ राहिले.

स्टॉफनबर्गच्या सरकार उलथून टाकण्याच्या हिंसक प्रयत्नापूर्वी एक दिवस आधी, चोवीस वर्षांचा सर्ज आशेर, जो सर्ज रावनेल या नावाने वावरत असे, तो जॉर्ज स्टार आणि मॉरिस पॅरिसोट यांना भेटायला एव्हेरॉन-बर्गेलला गेला. तो प्रतिकारकांपैकी एक अधिक निर्भय नेता होता. मिश्र ज्यू-कॅथोलिक-प्रोटेस्टंट आणि स्विस पार्श्वभूमी असलेला सर्ज १९४०मध्ये जेव्हा जर्मन लोकांनी आक्रमण केले तेव्हा एक तोफखाना अधिकारी होण्याच्या मार्गावर होता. तो लवकरच प्रतिकारात सामील झाला आणि मार्च १९४३ मध्ये जर्मन लोकांनी त्याला लियॉनमध्ये पकडले. जॉन स्टार बंदिवासात येण्यापूर्वी फ्रेन्सेस कारागृहात आत्महत्या केलेल्या बर्टी अल्ब्रेक्टने तुरुंगातील रुग्णालयातून सर्जला बाहेर काढले. त्याने प्रतिकारक संघटित केले आणि ते एफएफआयचा कर्नल आणि प्रादेशिक कमांडर बनला. जॉर्जने सांगितले की मी १९ जुलैला रावनेलला प्रत्यक्ष भेटलो. तेव्हापासून रावनेल माझ्या मुख्यालयात पूर्णपणे वास्तव्यास होता. त्याच्या आधी फिलीप द गुन्झबॉर्ग प्रमाणेच, रावनेलने जॉर्जमध्ये आणखी एक लॉरेन्स ऑफ अरेबिया, बुद्धिमान व्यावसायिक पाहिला. रावनेलने जॉर्जला एसओईशी संपर्क साधण्याची जबाबदारी दिली.

जुलैच्या शेवटी, एसओईने मेजर स्टारला लेफ्टनंट कर्नल म्हणून पदोन्नती देऊन त्याचा आत्मविश्वास वाढविला. हे यश गुप्त कामगिरी करणाऱ्या अधिकाऱ्यांसाठी अद्वितीय होते. केवळ दोन एफ-सेक्शन फील्ड एजन्ट्सना हा सन्मान प्राप्त झाला होता. कर्नल इलॅर आता एक खरा कर्नल बनला होता.

दरम्यान जॉर्ज आणि वॉल्टर्स यांच्यातला कलह वाढत चालला होता. २५ जुलै रोजी, जॉर्जच्या पदोन्नतीच्या दोन दिवस आधी त्याच्या रशियन अंगरक्षकाने, बुरेसीने वॉल्टर्सला अटक केली. तिने नंतर लिहिले की त्याने तिला संपूर्ण रात्र मिलिस कैद्यांसह एका तात्पुरत्या कारागृहात बंदिस्त केले. सकाळी गार्डने तिला अक्षरशः ओढत जॉर्जकडे आणले. त्याने आपला संताप व्यक्त केला आणि तिच्यावर अनुशासनात्मक, प्रेमप्रकरणांचा आणि कॉरम्यूशी असलेल्या त्याच्या संबंधाबद्दल खोटी अफवा पसरवल्याचा आरोप लावला. नुकतीच एकवीस वर्षांची झालेली आणि वर्षभर जॉर्जची सेवा करणारी वॉल्टर्स संतापली आणि तिने हे सर्व आरोप फेटाळून लावले. जॉर्जने तिला शिक्षा केली नाही, परंतु त्यांच्या भांडणामुळे गटातील तिचे स्थान डळमळीत झाल्याचे तिला समजले.

३१ जुलै रोजी जॉर्जने वॉल्टर्सला इंग्लंडला परत जाण्याचा आदेश दिला. तिच्यामुळे तो फार वैतागला होता परंतु सर्वांत महत्त्वाचे म्हणजे त्याच्या परिस्थितीचा अहवाल एसओईपर्यंत जावा अशी त्याची इच्छा होती.

त्याला लंडनला फ्रान्सची मते कळवायची होती. त्याने कर्नल हेन्री मॉनेटला एक अहवाल लिहायला सांगितले. जॉर्जने सांगितले की मी तो अहवाल वॉल्टर्सला दिला आणि तिला ठासून सांगिले की हे अर्जंट आहे. तो तिला कर्नल बकमास्टरकडे द्यावा लागेल. मी तिला सांगितले की ती कामासाठी योग्य आहे हे दर्शविण्याची ही संधी आहे. स्वत:चे मत व्यक्त करण्यासाठी ती तेथे असणे आवश्यक आहे आणि फ्रेंच लोकांचा दृष्टिकोनही तिने त्यांना सांगावा.

वॉल्टर्सने फूलरला विश्वासात घेऊन सांगितले की तिला फ्रान्समध्येच राहणे पसंत आहे. त्या युवतीच्या विनंतीमुळे सहानुभूती वाटून त्याने विचारले, 'तुम्हाला वाटते का की आपण आमच्या मोहिमेवर अल्जियर्सला जाऊ शकाल?' मुख्यालयासाठी माझ्याकडे एक दीर्घ अहवाल आहे. तोही पाठवायचा आहे. शिवाय मार्शल सिगॉड रेडिओवरून खूप काम करत आहे. तुमची मदत होईल.' तिला अल्जियर्सला जाण्यासाठी लंडनची परवानगी हवी होती आणि नंतर बॅकमास्टर म्हणाले की परवानगी हेड ऑफिसकडून देण्यात आली होती,माझ्या विभागाकडून नाही. तिने फुलरचा अहवाल जॉर्जच्या अहवालासोबत तिच्या खांद्याच्या पॅडवर शिवला. ती परत जायला निघाली तेव्हा कॅमिलो आणि त्याच्या सहा स्पॅनिश साथीदारांनी तिला निरोप दिला. ती खूप रडली.

एस्कोलिअरने लिहिले की, तिने इलॅरला, युद्धापासून दूर ठेवल्यामुळे आणि तिच्या प्रिय आर्माग्नॅकपासून तोडल्यामुळे क्षमा केली नाही. तिने स्पेनला प्रस्थान केल्याच्या काही तासांतच जॉर्जने आपला संदेश क्रमांक ४८, एफ-सेक्शनमध्ये पाठविला–

> वॉल्टर्स यांना परत पाठवावे लागले कारण येथे आल्यापासून तिला प्रशिक्षण देण्याच्या माझ्या प्रयत्नांना तिने जुमानले नाही. ती अतिशय बेशिस्त आहे. ती अत्यंत अविवेकी आणि अतिशय उद्धट आहे. ती कसल्याच आज्ञा नीट पाळत नाही. त्यात तिची प्रेमप्रकरणे अडचणीची ठरत आहेत. हे सगळे केवळ तिच्याच नव्हे तर प्रत्येकाच्याच सुरक्षेसाठी धोकादायक आहे. दुसरीकडे तिच्यात धैर्याची कमतरता नाही. कोणत्याही मोहिमेवर जाण्यास ती तयार असते. पण जबाबदारी घेण्यासाठी ती योग्य नाही. आमच्या गटासाठी काम करण्यासाठी तिला परत कधीही फ्रान्सला पाठवू नये.

स्पॅनिश मार्गदर्शकांनी वॉल्टर्स आणि काही अमेरिकन वैमानिकांना पायरेनिसवरून स्पेनला नेले. बार्सिलोनाहून, जॉर्जने लंडनला जाण्याच्या आज्ञेचे पालन करण्याऐवजी वॉल्टर्सने फूलरच्या अहवालासह अल्जेरियात पलायन केले. जेव्हा तिने अल्जेरियामधील ओएसएस मुख्यालयात फूलरचा कमांडिंग ऑफिसर मेजर मार्टिनची भेट घेतली तेव्हा त्याने तिला फ्रान्सला जेडबर्ग संघांना संपर्कात मदत करण्यासाठी परत पाठवण्याची ऑफर दिली. वॉल्टर्सने लिहिले की मी जेड्सना मदत केली. त्यांचे डीब्रीफही मी केले. मात्र एसओईने तिला लंडनला परत बोलावले. जॉर्जच्या संदेशाने तिच्याबाबत एफ-सेक्शन पूर्वग्रहदूषित झाले होते. लंडनला तिने स्वत:चा बचाव केला आणि जॉर्जवर आरोप केला की त्याने मिलिसेन्स आणि इतर कैद्यांचा अमानुष छळ केला.

तीन ऑगस्टला एका खबऱ्याने जर्मनांना सांगितले की दहशतवाद्यांनी तीन मैल पश्चिमेला एका गावात मशीनगन्स लपवल्या आहेत. जर्मनांनी स्मशानभूमी धुंडाळून काढली, पण प्रतिकारकांनी आधीच शस्त्रे हलवली होती. जर्मनांनी चिडून पाच लोकांना ताब्यात घेतले. त्याच माहिती देणाऱ्याने अधिक मौल्यवान माहिती दिली की रेझिस्टन्सचा प्रमुख, मॉरिस पॅरिसोट सेंट-गोजवळ राहत होता.

अठ्ठेचाळीस जर्मन अधिकाऱ्यांच्या सैन्याने मोटारी व ट्रकने गावात धाव घेतली. पॅरिसोट डी-डेपासून तिथून दूर होता आणि जीन पॅरिसोट तिच्या नवऱ्याच्या कामासाठी औचमध्ये होती. पॅरिसॉटचा वीस वर्षांची पोलिश हाउसकीपर जोसेफा मिकोलाजाझिकने सैन्याला येताना पाहिले आणि सार्जंट टेशला हलविण्यासाठी आत पळत गेली. तो अजूनही जखमांतून सावरत होता. हाउसकीपरने त्याला पुढच्या घराच्या दरवाजाच्या पोटमाळ्यावर लपवले. बाहेर एका जर्मन अधिकाऱ्याने मोडक्यातोडक्या फ्रेंच भाषेत सगळ्यांना बाहेर यायला फर्मावले. त्या खबऱ्याला घरातली व्यवस्था माहीत होती. त्यांना सापडलेल्या इतर लोकांमध्ये पॅरिसोटची नऊ वर्षांची मुलगी, फ्रॅन्कोइस आणि व्होव्हेन कॉलिन नावाचे एक कौटुंबिक मित्र होते. जर्मन लोकांनी फ्रॅन्कोइस, व्होव्हेन आणि जोसेफा यांची चौकशी केली तर काहींनी घरात तोडफोड केली. त्यांनी लपविलेले पॅराशूट्स, कौटुंबिक कागदपत्रे आणि छायाचित्रे जप्त केली.

त्यांनी ग्रेनेडने घराला आग लावली आणि सर्व खोल्यांमध्ये पेट्रोल शिंपडले. जीने पॅरिसोटने एस्कोलिअरला सांगितले की त्यांनी लोकरीचा उपयोग पेटवण्यासाठी केला. एक मेसेंजर वेगाने पॅरिसॉटच्या अवघ्या आठ मैलांवर असलेल्या मुख्यालयात पोचला आणि त्याने सर्व माहिती दिली. जीने पॅरिसॉट म्हणाली की त्या दिवशी मी घरी नव्हते हे माझ्या नवऱ्याला माहीत होते पण मी परत कधी येणार याची त्याला

कल्पना नव्हती. पण आमची छोटी मुलगी घरात आहे, हे त्याला नक्की माहीत होते. हे ऐकल्यावर त्याच्या चेहऱ्यावरची रेषाही हलली नाही. त्याने शांतपणे आपले काम संपविले आणि नंतर त्याने या घटनेकडे लक्ष देण्याचे ठरविले. पॅरिसोटच्या चौदाशे माणसांनी अठ्ठेचाळीस जर्मनांपासून हे घर वाचवले असते. पण ओरादूर स्युर ग्लान्द येथे झालेल्या हत्याकांडाची आठवण ठेवून त्याने घराची राख होणे स्वीकारले. त्यानंतर कोणताही दिवस प्रतिकारक आणि जर्मन यांच्यातल्या संघर्षाशिवाय गेला नाही.

> युनायटेड प्रेसने, ऑगस्टला बातमी दिली की बायोनजवळील नैर्ऋत्य फ्रान्समध्ये देशभक्तांच्या एका गटाने नॉर्मंडीच्या दिशेने जाणाऱ्या जर्मन शस्त्रांच्या ट्रेनवर हल्ला केला. बावीस मोटारी जाळल्या आणि स्फोटात स्टेशनमध्ये उभ्या असलेल्या सत्तेचाळीस बंद पडल्या. दक्षिण फ्रान्समधील टूलूसच्या उत्तरेस, एफएफआयच्या तुकड्यांनी जर्मन सैन्यावर हल्ला केला, ज्यामध्ये बाहत्तर अधिकारी ठार झाले आणि चौपन्न गंभीरपणे जखमी झाले. दोन वाहने ताब्यात घेण्यात आली आणि नऊ नष्ट केली गेली.

जॉर्ज, पॅरिसोट आणि आर्मार्ग्नॅक बटालियनने जर्मन लोकांना त्रास देण्याची एकही संधी सोडली नाही. पुढची लढाई बारा ऑगस्टला झाली, जेव्हा पॅरिसोटने एडेलवेस विभागावर हल्ला केला जे आयरे-सूर-एल-अदूरपासून माघार घेत होते. जॉर्ज म्हणाला की हा हल्ला सर्वांत यशस्वी झाला. शहराचे कमी नुकसान झाले आणि ते मुक्त झाले. शत्रूचे खूप नुकसान झाले आणि त्यांना शेवटी मॉन्ट डी मार्सानकडे माघार घ्यावी लागली. आम्ही आमच्या चार माणसांना गमावले.

पॅरिसॉटच्या कुरिअरने जॉर्जला आयरे-सूर-एल-अदूरच्या विजयाबद्दल सांगितले. जॉर्जने त्यांच्या मुख्यालयाकडून त्याच्या मित्राला परत संदेश पाठविला –

> तेथे माझ्यापेक्षा तू चांगला दिसतोस. वेळ मिळाला तर आयरेला जा आणि तेथे काही घेण्यासारखे आहे का ते पाहा. तुला काही लागले तर मला निरोप पाठव.
>
> इलॅर

जॉर्जचे थोडेसे बाजूला राहणे एसओईच्या फ्रान्सला जाणाऱ्या एजन्ट्सना रुचले नाही. युवा एफएफआयचा नेता सर्ज रावनेल प्रतिस्पर्धी प्रतिकारक गटांना एकत्र

करण्यासाठी संपूर्ण नैर्ऋत्य फ्रान्समध्ये गटागटामध्ये फिरला. त्याचे प्रभावी व्यक्तित्व आणि बुद्धिमत्तेने बऱ्याच जणांना खात्री पटवून दिली की एकमेकांशी लढत बसण्यापेक्षा जर्मनांशी युद्ध करणे कधीही चांगले आहे. चौदा ऑगस्टला सर्ज जॉर्ज आणि पॅरिसोटकडे अॅव्हेरॉन-बार्जेल येथे परत आला. त्यांनी त्यांच्या पुढील प्रमुख उद्दिष्टावर चर्चा केली, ते म्हणजे मिडीपायरेनिसमधील सर्वांत महत्त्वाचे महानगर टूलूस. या शहराला मुक्त करण्यासाठी आजूबाजूची शहरे आणि गावे ताब्यात घेण्याची आवश्यकता होती. जॉर्ज आणि पॅरिसॉटच्या मुख्यालयाबाहेर काम करीत रावनेलने त्यांची रणनीती आखली.

लंडनने मात्र दक्षिणेकडील रेझिस्टन्टसना आणखी एक महत्त्वाचे अभियान सोपविले, ऑपरेशन ड्रॅगून, यात रिव्हिएराच्या किनाऱ्यावर अमेरिकन आणि फ्रेंच सैन्याच्या लँडिंगला पाठिंबा द्यायचा होता.

अखेर सहा जूनपासून नॉर्मंडीमध्ये सुरू झालेले मित्रपक्षाचे युद्ध दक्षिणेस येत होते. दक्षिणेकडील प्रतिकार हा मोहिमेचा एक महत्त्वाचा घटक होता. १५ ऑगस्ट रोजी पहाटे फ्रेंच आणि अमेरिकन लोकांनी पहाटेच्या वेळी कोटे दे अझुरवर जोरदार हल्ला केला तेव्हा प्रतिकारकांनी त्यांच्या जर्मन शत्रूंना चांगलेच कमजोर केले होते. मित्रसैन्य पुढे सरकले तसे अमेरिकेच्या जनरल अलेक्झांडर पॅचच्या सातव्या सैन्याने भूमध्यरेखापासून रोन व्हॅली पर्यंत जाण्यासाठी वेग वाढविण्यासाठी प्रतिकारकांनी जर्मनांवर जोरदार हल्ले केले. हे युद्धाच्या सर्वांत वेगवान सहयोगी हल्ल्यांपैकी एक बनले, जेव्हा रसद वाहून नेणारी युनिट्स पायदळ चालू ठेवण्यासाठी संघर्ष करत होती.

अमेरिकेच्या लष्कराच्या अभ्यासानुसार, त्यांनी फ्रान्समधील कारवायांनी तो जर्मन लोकांसाठी कायमचा नरक बनविला. आयसेनहॉवर यांनी आपल्या सैनिकांचा जीव वाचविल्याबद्दल मूळ गनिमी सैनिकांचे पुन्हा आभार मानले.

मित्रपक्ष उत्तर आणि पूर्वेकडे सरकले, परंतु नैर्ऋत्य त्यांच्या लढाईच्या योजनेचा भाग नव्हता. तेथील प्रतिकारक स्वतःहून जर्मनांशी सामना करायला सोडले होते. आर्माग्नॅक बटालियन हळू हळू सरकले आणि टूलूसच्या दिशेने गेले. त्यांनी जवळपासची गावे जिंकली आणि जर्मनांना बाहेर काढल्यानंतर इतरांचा ताबा घेतला. जेव्हा ते टूलूसच्या पश्चिमेला साठ मैल अंतरावर मॉंट्रेज्यूमध्ये गेले तेव्हा तेथील रहिवासी त्यांचे स्वागत करण्यासाठी बाहेर पडले. महिलांनी पक्षातील लोकांचे चुंबन घेतले आणि संगीतकारांनी देशभक्तीचा सूर लावला. तेथे भावनिक भाषणे झाली. कर्नल होड फूलर यांनी अमेरिकन उच्चारात फ्रेंच भाषेत भाषण केले. फूलर जेव्हा प्रतिकारकांचे अमेरिकेवरील ऋण कबूल करत होता तेव्हाच एका जर्मन युनिटने गावात प्रवेश केला. सुदैवाने त्यांनी गोळीबार न करता टर्बेकडे जाणारा मुख्य चौक

ओलांडला.

स्थानिक पोलिसांनी जॉर्जला माहिती दिली की जेरची विभागीय राजधानी औच येथील जर्मन सैन्याने शहर सोडले आहे. वेहरमॅट १९ ऑगस्ट रोजी निघून गेले होते आणि आर्मार्ग्नॅक बटालियन तेथे पोचली. जॉर्जच्या तेथील बऱ्याच मिशनदरम्यान डी-डे होण्यापूर्वी त्याने संशयास्पद नजरा टाळल्या होत्या आणि नजरेआड राहणेच पसंत केले होते. शेवटी थेट विजयी आर्मार्ग्नॅकच्या ओळीच्या अग्रभागी गावात गेला. लोकांनी हाबेल सेम्पे यांच्या मोटारी आणि वाहने चालवणाऱ्या शूर लोकांची प्रशंसा केली. एका महिलेने जॉर्जला पाहिले. तिने पाहिलेल्या पहिल्या ब्रिटिश सैनिकाला देण्यासाठी १९४० पासून जतन केलेली चहाची एक टोपली आणि मुरंबा तिने त्याला दिला.

थोड्या वेळाने, एका फ्रेंच नागरिकाने जॉर्जला विचारले, 'मला सांगा कमांडर कुठे आहे हे माहीत आहे का?' जॉर्जने त्याच्या जोरदार ब्रिटिश उच्चारात फ्रेंच भाषेत उत्तर दिले, 'नाही. तुला त्याचा शोध घ्यावा लागेल.' जॉर्ज आणि पॅरिसोट यांनी आपले मुख्यालय औचच्या पोलीस दलाच्या मुख्य कचेरीत स्थापन केले.

बायऑन-टूलूस महामार्गावरून, जर्मन सैनिकांनी आपल्या सैन्याच्या दोन तुकड्या करून, ऑचपासून पूर्वेकडे पलायन केले. खराब झालेले पूल आणि रस्त्यांमुळे त्यांची गती मंदावली आणि ते अधिकाधिक प्रतिकूल प्रदेशात गेले. सेव्ह नदीवरील पुलावर स्थानिक सैनिकांनी आयल-जर्डेनच्याबाहेरील बाजूस त्यांना रोखण्यासाठी तात्पुरते बॅरिकेड तयार केले. वेहरमॅटच्या काफिल्याने दुसऱ्या काठावर प्रतिकारक फोर्सचा आकार निश्चित करण्यासाठी जरा वेळ वाट पाहिली. कॅमिलोचे स्पॅनिश सहकारी मॉन्टॅबॅनपासून जर्मनांना रोखण्यासाठी त्यांच्या मागच्या बाजूने गेले. नदीच्या पलीकडे गोळीबार न करता दोन्ही प्रतिस्पर्धी सैन्याचा सामना झाला. सूर्य मावळला आणि रात्री नऊ वाजता पॅरिसोटने हल्ल्याचा आदेश दिला. बचावकर्त्यांनी त्यांचे मैदान काबूत ठेवले. रात्रभर लढाई सुरू होती पण दोन्ही बाजूंना विजय मिळवता आला नाही. वीस ऑगस्टला सूर्योदयानंतर लगेचच कॅप्टन पॅरिसोटने त्याच्या पाठीवर एक रायफल घेतली आणि जर्मनांच्या बाजूला गेला. जर्मन भाषेत त्याने शत्रूला शरण येण्याचे आवाहन केले. एक जर्मन कर्नल ओरडला, नाही. पॅरिसोट आपल्या माणसांकडे परत आला. क्षणिक युद्धविराम वापरून जर्मनांनी रेल्वेमार्गाच्या कडेला असलेल्या कुरणात सैन्य हलवले आणि फ्रेंचांवर हल्ला करण्याची धमकी दिली.

पॅरिसॉटने जॉर्जला तातडीचा संदेश पाठवला. जॉर्जने सुमारे सहाशे माणसांच्या दोन कंपन्या पाठवल्या. त्यांची वाट पाहत असताना पॅरिसॉटच्या वॉटर टॉवरमधील मशीनगनर्सनी सेंट बर्नार्ड चर्चच्या छपराच्या वर जाणाऱ्या मनोऱ्यावरून खाली

असलेल्या जर्मन लोकांवर आगीचा वर्षाव केला. जॉर्जने पाठविलेल्या दोन कंपन्या पोहोचल्या आणि विरोधी सैन्याने दुसऱ्या रात्रीपर्यंत चढाई केली. दिवस उजाडण्याच्या वेळी अठ्ठेचाळीस तास चाललेली लढाई थांबली. नऊ फ्रेंच लोक मरण पावले. जर्मन लोकांनी पांढरा झेंडा उभारला. पॅरिसोटने दोन कर्नलसह एकूण १९२ जर्मन कैदी ताब्यात घेतले. जॉर्जच्या आयल-जर्डेनच्या लढाईबद्दल लिहिले की आम्ही अनेक लॉरी, पेट्रोल आणि इतर स्टोअर ताब्यात घेतले. चार जर्मन अधिकारी बचावले आणि ते प्रतिकार तपासणी केंद्रावर अडखळत गेले. त्यांनी त्यांची रिव्हॉल्व्हर्स बाहेर काढली आणि ओरडले, 'हेल, हिटलर!' आणि त्यांनी स्वत:ला गोळ्या घातल्या.

आयरे-सूर-एल-अदूर आणि आयल-जर्डेनच्या पॅरिसॉटच्या विजयाबद्दल लंडनला जॉर्जने दिलेला अहवाल, त्याच्या मित्रासाठी भरभरून कौतुक करून संपला. त्याने लिहिले, की त्याच्या शौर्याने, समर्पणाने, आपल्या माणसांच्या कर्तव्याने आणि नेतृत्वाने ही बटालियन या प्रदेशातील जर्मन सैन्यासाठी एक दहशत बनली. जॉर्जने पॅरिसोट, कॉरम्यू आणि चाळीस आर्माग्नॅकच्या सहकाऱ्यांसोबत भव्य मेजवानीत हा विजय साजरा केला.

> ते रात्रीच्या जेवणाआधी मद्यपान करीत होते, तेव्हा प्रतिकारकांनी नुकत्याच ताब्यात घेतलेल्या तीन जर्मन सैनिकांना खोलीत नेले. जर्मन बोलणाऱ्या कॅप्टन गॅब्रिएल टर्मिगनॉन यांनी सर्वांसमोर त्यांची विचारपूस केली. कैदी फारच सावकाश उत्तर देत होते. कैद्यांना टर्मिगनॉनचे अशुद्ध जर्मन समजण्यात त्रास झाला असावा, असे जॉर्जने म्हटले. टर्मिगनॉन संतापला आणि त्याने कैद्यांना मारहाण करण्यास सुरुवात केली. त्यांचे सामान त्याने काढून घेतले आणि ते आपल्या लोकांना दिले. जॉर्ज म्हणाला की मला ते सहन झाले नाही. मी ब्रिटिश मेजरपदावर होतो. मी उठलो आणि त्याच्याकडे गेलो आणि सर्वांसमोर त्याला सांगितले की सैनिक असलेल्या कैद्यांशी वागण्याचा हा मार्ग नाही आणि जे काही त्यांनी केले, ते त्यांच्या ऑर्डरनुसार होते. योग्य मार्ग म्हणजे त्यांना सशस्त्र पोलीस दलाच्या ताब्यात देण्यात यावे.

जॉर्जने नंतर सांगितले की टूलूसच्या सेंट-मिशेल कारागृहात टर्मिगनॉनला जर्मनांकडून असह्य छळ सहन करावा लागला होता, जिथून तो नुकताच सुटला होता.

जॉर्ज स्टारने नोव्हेंबर १९४२ मध्ये काम सुरू केले होते. जेरमधील आयल-जर्डेनची लढाई शेवटची होती. आता संपूर्ण विभाग झाला होता.

सैन्याने फ्रॅन्कायझ दे ल इंटेरियरने कर्नल म्हणून पदोन्नती देऊन कॅप्टन पॅरिसॉटच्या कर्तृत्वाची कबुली दिली. हा मान त्याने नाकारला. माझ्याकडे फक्त पट्टे आहेत, त्याने म्हटले. जेरमधील एफएफआयच्या प्रमुखांनी जीन्ने पॅरिसोटला आवाहन केले की तुमच्या पतीला त्याला कर्नलचे पट्टे घालण्याचा आदेश देण्यासाठी मी तुम्हाला लिहीत आहे. तो कॅप्टन म्हणून दोन हजार माणसांना आज्ञा देऊ शकत नव्हता तरीही पॅरिसोट कॅप्टन राहिला आणि त्याने कमांड देणे चालूच ठेवले.

हॉटे-गारॉन विभागात जर्मन तुकड्या टूलूसमध्ये माघार घेत होत्या. एफएफआय ब्रिगेड्सने त्यांनी सोडलेले प्रत्येक गाव ताब्यात घेतले. अठरा ऑगस्टला कर्नल फिलीप द ग्युन्झबुर्गच्या लोकांसह होड फुलरच्या जेडबर्गसनी टर्बे ताब्यात घेतले. फुलरने त्याच्या अल्जिरियाच्या मुख्यालयाला निरोप पाठविला की 'आमच्या लोकांनी टर्बे आणि लुबॉनला मुक्त केले आहे. जर्मन स्पेनमध्ये पळून जात आहेत. माझ्याकडे एक जर्मन जनरल लिओ मेयर आणि त्याचे कर्मचारी कैदी आहेत.'

न्यू यॉर्क टाइम्सने एफएफआयच्या विजयाची बातमी 'एफएफआय मास्टर्स ऑफ पायरेनीज' या मथळ्याखाली दिली –

> अटलांटिकपासून भूमध्य समुद्रापर्यंतचा नैर्ऋत्य फ्रान्सचा संपूर्ण पायरेनिस प्रदेश आता एफएफआयच्या ताब्यात आहे. स्पॅनिश सीमेच्या अगदी उत्तरेस असलेले सर्व जर्मन सैन्य उत्तर दिशेने जर्मनीकडे मागे सरकले आणि एफएफआयने तो प्रदेश ताबडतोब ताब्यात घेतला आणि नवीन नागरी प्रशासकांची नेमणूक केली.

टूलूस हा जर्मनीचा या प्रदेशातील शेवटचा आणि सर्वांत मोठा बुरूज होता. शहरावर विजय मिळवून त्याला मुक्त करण्याची आशा धोक्यात आली. प्रतिकारक सावधगिरीने पुढे गेले. १९ ऑगस्टला टूलूसच्या उपनगरामध्ये जाणाऱ्या रेझिस्टन्स युनिटचे रहिवाशांनी आनंदाने स्वागत केले. शहराच्या आत जर्मन लोक कागदपत्रे आणि त्यांची मुख्यालये जाळत होते. त्यांनी त्यांचे सामान आणि लूटमार करून जमवलेले साहित्य घेतले आणि शहर सोडले. फ्रेंच लेखक आंद्रे मान्लाक्ससह चारशेहून अधिक राजकीय कैद्यांना मुक्त करून एफएफआयने सेंट-मिशेल कारागृह ताब्यात घेतले. त्यांनी जर्मन ट्रक जाळले, मागे राहिलेल्या जर्मन रक्षकांशी चकमकी केल्या. रस्ते आणि रेल्वेने जाणारे जर्मन्स रोखण्यासाठी त्यांनी बॅरिकेड्स उभारले.

उत्साही प्रतिकारक पाठलाग करत असताना जर्मन लोक कारकॅसोनेच्या मुख्य महामार्गावरून पळून गेले. सकाळपर्यंत शहर मुक्त झाले होते. २१ ऑगस्टला न्यू यॉर्क टाइम्सने अमेरिकन जनतेला माहिती दिली की, 'फ्रेंच फोर्सेस ऑफ इंटिरियरने

टूलूसला ताब्यात घेतले आहे.'

शहरातील स्मारकांवर फ्रेंच झेंडा फडकला आणि प्रतिकारकांनी प्रमुख सरकारी इमारतींवर नियंत्रण ठेवले. तीस हजाराहून अधिक टूलूसवासीयांनी त्यांच्या मुक्तिदात्यांचे स्वागत करण्यासाठी डू कॅपिटल या जागेवर गर्दी केली. रेझिस्टन्सच्या प्रत्येक गटाने नव्याने मुक्त झालेल्या लोकांची प्रशंसा आनंदाने ऐकली. जॉर्ज स्टार आणि कॉरम्यू यांनी दोन हजार विजयी गॅस्कॉन्स आणि त्यांचे परदेशी साथीदार यांच्यासह शहरात प्रवेश केला. मोटारसायकलवरील एका फ्रेंच अधिकाऱ्याने त्यांचा काफिला थांबविला आणि ब्रिटिश कर्नलशी बोलण्याची इच्छा व्यक्त केली. जॉर्जसोबत त्याच्या जुन्या सिम्कामध्ये बसलेले कॉरम्यू आणि टिनी नावाचा एक उंच अमेरिकन जेडबर्ग यांनी सांगितले,

> 'त्या अधिकाऱ्याने पूर्ण रस्ता थांबवला. आम्ही टूलूस गावात प्रवेश करण्याच्या ठिकाणी असतानाच तो गाडीवर युनियन जॅक लावून गाडी चालवत होता. त्याने त्याच्या खिशातून त्याच्या पत्नीने पॅराशूटच्या कपड्यापासून बनवलेला एक युनियन जॅक काढून आम्हाला दिला.'

त्यांनी गाडीवर तो घरगुती ध्वज लावला. आणि टोनी म्हणाला, 'अरे, ओल्ड ग्लोरी इथेच असते तर.' कोरम्यूने त्याच्या गणवेशातून ध्वज ओढून काढला आणि गाडीच्या विंडशील्डवर लावला. ग्रेट ब्रिटन आणि अमेरिकेच्या रंगांचा आनंद घेत स्टार आणि कॉरम्यू यांनी आपल्या साथीदारांना स्वतंत्र शहरात आणले. कॅस्टेलनाऊ व पंजसमधील वाचलेल्या सैनिकांनी तुलुजच्या लोकांसोबत आनंद साजरा केला. रात्रभर जल्लोष चालू राहिला.

सकाळी आर्माग्नॅक बटालियन नील बॅरेक्समध्ये स्थिरावली. एफएफआयने त्यांना लष्करी गणवेश दिले आणि त्यांना फ्रेंच सैन्याचे नियमित युनिट म्हणून घोषित केले. बऱ्याच स्वतंत्र लोकांना हे रुचले नाही. एस्कोलिअर म्हणाले की, एका व्यक्तीने तक्रार केली की 'माझ्या बंधूंनो, आम्ही येथे पिंजऱ्यात आहोत. प्रतिकार संपला आहे. येथे आमची बॅरेक्स आणि आमचे नवीन खाकी गणवेश आहेत. बदल पूर्ण झाला आहे. गनीम आता सैनिक होते.'

युनायटेड प्रेसच्या वृत्तानुसार दक्षिणी फ्रान्समधील पन्नास हजार चौरस मैलांपेक्षा जास्त अंतर एफएफआयने या वेळी नियंत्रित केले, परंतु त्यांचे युद्ध संपले नाही. काही दिवसातच जर्मन सैन्याने माघार घेण्याच्या प्रयत्नात आर्माग्नॅक बटालियन विलेफ्राँ-डे-लॉरागाइस येथे तैनात केले गेले पण जॉर्ज स्टार त्यांच्याबरोबर गेला नाही.

सहा ऑगस्ट रोजी जॉन स्टारचा छत्तिसावा वाढदिवस होता. त्यादिवशी ॲव्हेन्यू फॉश येथे काहीतरी अनपेक्षित घडले. त्याच्या डीब्रीफमध्ये एसओईने नोंदवले की

> त्याच्या वाढदिवशी, जर्मन लोकांनी भेटवस्तू दिल्या आणि त्याच्या खोलीत फुले ठेवली. संध्याकाळी त्यांनी मेजवानी दिली आणि कमांडंट जॉनच्या कोठडीत आले. त्यांनी शॅम्पेनची आणि कॉग्नाकची बाटली आणली.

पॅरिसमधील जर्मन अधिकारी १९४०ला ब्रिटिश आणि फ्रेंचांप्रमाणेच आपल्या फायली जाळत होते. फ्रेंच राजधानी रिकामी करणे ही एक मोठी डोकेदुखी होती. शेवटच्या तासांमध्ये विरोधकांनी जर्मन गस्तीवर हल्ले केले. रेल्वे कामगारांनी गाड्यांची तोडफोड केली. पूर्वेकडील जर्मनांच्या जाण्याच्या मार्गावर ब्रिटिश आणि अमेरिकन हवाई दलाने बॉम्बस्फोट केले. जर्मनांपुढे कैद्यांची समस्या होती. शेकडो लोकांना फ्रेन्सेस कारागृहात आणि जार्डिन डू लक्समबर्गमध्ये फाशी देण्यात आले.

जॉनच्या वाढदिवसाच्या एक दिवसानंतर, कर्नल हेल्मुट क्नॉखेनने मेजर किफरला ॲव्हेन्यू फॉशवर त्याच्या मुख्यालयात अहवाल देण्याचे आदेश दिले. बर्लिनने ब्रिटिश एसएएस कमांडोजना डेस एटॅट्स-युनिस येथे तुरुंगात टाकण्याचा निर्णय घेतला होता. किफरने नॉचिनने नुकताच त्याला पाठवलेला एक टेलिप्रिंट वाचला होता, त्यातील मजकूर असा होता की

> फिऱ्हर आणि वेहरमॅटचा सर्वोच्च कमांडर यांच्या आदेशानुसार एसएएसमधील कैद्यांना मृत्यूदंड देणे गरजेचे आहे. फाशी देण्यापूर्वी कैद्यांनी नागरी कपडे घालणे आवश्यक होते आणि कठोर गुप्ततेसाठी नॉचिन वैयक्तिकरीत्या जबाबदार होते.

ऑक्टोबर १९४२च्या ॲडॉल्फ हिटलरच्या कुप्रसिद्ध 'कमांडो ऑर्डर' च्या अनुषंगाने बर्लिनच्या आदेशानुसार, युरोप किंवा आफ्रिकेत तथाकथित कमांडो छाप्यांमध्ये जर्मन सैन्याविरुद्ध काम करणाऱ्या शेवटच्या माणसाला नष्ट केले जावे, असे नमूद केले होते. हिटलरने आपल्या सैनिकांना आदेश दिले की सर्व कमांडो मग ते युनिफॉर्ममधील सैनिक असोत किंवा स्वतःला कैदी म्हणवणारे असोत, सगळ्यांना ठार करा. या आदेशाचे पालन करणे हा युद्ध अपराध होता आणि नॉचिनने ते गुप्त

ठेवण्याचा प्रयत्न केला. विभागातील सदस्यांना या प्रकरणाची माहिती आधीच होती. त्याने हॉग आणि स्ट्रोक यांना या ऑपरेशनसाठी नेमले. त्यांनी आम्हालाच यासाठी का निवडले, असे विचारले. पण त्यांना निवड देण्यात आली नाही. तसेच एसएएसच्या कैद्यांनाही संधी नव्हती. त्यांना एसडीने ७ ऑगस्टच्या रात्री नागरी कपडे घालणे भाग पाडले.

८ ऑगस्टला सूर्योदय होण्यापूर्वी ऑपरेशनला सुरुवात झाली. रक्षकांनी कमांडोंना हातकड्या घातल्या आणि त्यांना ते अॅव्हेन्यू फॉशला घेऊन गेले. एक एसडी मोटरचालक फ्रिट्ज हिलडेमन, त्यांना घेण्यासाठी त्याच्या ट्रकमध्ये आला. तो म्हणाला की त्यांना बेड्या घातल्या आहेत की नाही हे मला समजले नाही, पण त्यांच्यासाठी सँडविचसुद्धा घेतल्याचे मी पाहिले. हिलडेमन पुढे म्हणाला की मी असे मानले की ही माणसे लढाऊ ऑपरेशनच्या संदर्भात किंवा नेहमीप्रमाणे पॅराशूटच्या स्वागताच्या वेळी काहीतरी मदत करणार आहेत. इतर ड्रायव्हर्सकडून ते ही कामे करतात, हे मला माहीत होते. त्यांनी पॅरिसच्या वायव्य दिशेला चाळीस मैलांपर्यंत प्रवास केला. नंतर हिलडेमॅनला दाट झाडीच्या प्रदेशाजवळ नोएल्स शहराच्या उत्तरेस ट्रक थांबविण्याचे आदेश देण्यात आले.

रस्त्यापासून काही यार्ड अंतरावर एसडीचे दोन अधिकारी जंगलातून जवळच्या मक्याच्या शेताच्या दिशेने गेले. त्यांनी परत येऊन कैद्यांना बाहेर निघायची ऑर्डर दिली. ऑपरेशनच्या उद्देशाबद्दल हिलडेमन आश्चर्यचकित झाला. तो म्हणाला की आमचे सैन्य आमच्यापासून फार दूर नसल्यामुळे, मला वाटले की कदाचित कैदी आम्हाला जंगलात काहीतरी दाखवतील, ज्याने कॉम्बआउट ऑपरेशनला मदत होऊ शकेल. ताडपत्रीने झाकलेला आणि खालीही ताडपत्री अंथरलेला एक दुसरा ट्रक तिथे आला.

हिलडेमन मक्याच्या शेतात गेला तेव्हा त्याने पहिले की हातकड्या घातलेले सर्व कैदी एका रांगेत उभे आहेत. किफरच्या कॅप्टन रिचर्ड श्नूर याने जर्मनमधील 'फ्यूररच्या नावे' असे एक दीर्घ विधान वाचले. जेव्हा अल्फ्रेड फॉन कपरी यांचे इंग्रजी भाषांतर 'तेव्हा त्यांना गोळ्या घातले जातील,' इथपर्यंत आले तेव्हा सगळे कमांडोज वेगात पळत सुटले आणि मक्याच्या शेतातून जंगलात विखुरले. कमांडो सर्ज व्हॅकुलिकने नंतर लिहिले की 'गोंधळलेल्या जर्मन लोकांनी लगेच गोळीबार केला नाही आणि आम्ही नाशापासून वाचलो.' त्या काही क्षणांनी कमांडोंना पळण्यासाठी वेळ मिळवून दिला. जर्मनांनी एसओईकडून लबाडीने मिळवलेल्या स्टेनगन्सनी पळत सुटलेल्या कैद्यांवर गोळीबार केला. नंतर व्हॅकुलिकने सांगितले,

> ‘मी माझ्या घड्याळाच्या स्प्रिंगने माझे हातकडी उघडली आणि मी टेकडीखाली पळून गेलो. काही गोळीबार झाला. पण मला गोळी लागली नाही. वॉन कपरीजवळ एक इंग्रजी स्टेनगन होती आणि हॉगकडे अमेरिकन रिपीटिंग रायफल होती. इतरांकडे स्वयंचलित पिस्तुले होती. मी पळत असताना मला माझा एकही साथीदार दिसला नाही. नंतर मी फ्रेंच गावात जाण्यासाठी मार्ग सोडला आणि त्यानंतर मी फ्रेंच प्रतिकारात सामील झालो.’

जोन्सने नंतर सांगितले, ‘मी जिवाच्या कराराने धावत सुटलो. मी काही याड्‌र्स दूर गेलो आणि पडलो. हातकड्यामुळे माझा तोल गेला.’ जर्मन लोकांनी झुडपांत रांगणाऱ्या जोन्सला जखमी केले. तिथे त्याला त्याच्या चार साथीदारांचे मृतदेह दिसले. जोन्सने शिताफीने जर्मनांना हूल दिली आणि तो पळून गेला.

जर्मन लोकांनी पाच कमांडोंना ठार केले. काही जण धावताना ठार झाले तर काही जखमी होऊन पडले असताना ठार केले गेले. जर्मनांनी त्यांचे मृतदेह शेटिओ दे पॅरिसिस-फोंटेनच्या बागेत पुरले. कुणाला काही कळले तर त्यांनी सिव्हिलियन कपड्यांमध्ये सुटलेल्या हेरांना गोळ्या घातल्या, असे ते सांगू शकत होते. हिलडेमॅनने नंतर सांगितले की मृतदेह नेण्यासाठी जवळच्या लुफ्टवाफे बेसवरून ट्रक मागवावे लागले. हत्याकांड कायमचे गुप्त ठेवले गेले तरी दोन हयात एसएएस कमांडोपासून ते लुफ्टवाफे दफन विभागापर्यंत काय घडले हे बऱ्याच लोकांना माहीत होते.

> त्या संध्याकाळी काय घडले हे किफरने ऐकले. तो म्हणाला की त्या वेळी मी उपस्थित नव्हतो आणि श्नूरने मला ते सांगितले. त्यानुसार सर्व कैदी फाशीचा आदेश त्यांना ऐकताच पळून गेल्याचे सांगितले. फक्त दोन कैदी सुटू शकले. जेव्हा त्यांनी मला हुकुमाची अंमलबजावणी झाल्याची खबर दिली तेव्हा श्नूर खूप निराश झाला. तसेच हॉग आणि स्टॉर्क यामुळे निराश होते.

पॅरिस सोडण्यापूर्वी एसडीलाही ॲव्हेन्यू फॉश इथल्या कैद्यांचा प्रश्न मिटवायचा होता. ते त्यांना तसेच सोडून देऊ शकत नव्हते. खास करून जॉन स्टारला तर फंकस्पीलबद्दल आणि बरेच काही माहीत होते. बकमास्टरबरोबर संदेशांची देवाणघेवाण करून, पॅरिस सोडल्यानंतर किफर आणि गोएत्झ यांनी एसओईला आणखी खोटे निरोप पाठविण्याचे ठरवले. रेडिओ विभागाच्या कॉर्पोरल व्हर्नर रुहेलने सांगितले की बर्लिनहून एक टेलिग्राम आला होता आणि आम्हाला पॅरिसमधील सर्व एजन्टांना

मारून टाकण्याची सूचना दिली गेली. या आदेशामुळे रेडिओ विभागप्रमुख एरिक ओट्टो चिडले. रुहेल म्हणाले की ओट्टो ऑफिसमध्ये आले आणि डेस्कवर कागदपत्रे आदळली आणि म्हणाले की, ही बदनामी आहे, असे सांगून मी हा आदेश पाळण्यास नकार देतो. गोएत्झ आणि ओट्टो खूप उत्साही होते आणि त्यांनी म्हटले की त्या वेळी पॅरिसमध्ये एजन्टांना गोळ्या घालण्यात आल्या नाहीत. एसएएस कमांडोच्या हत्येच्या आदेशाचे पालन करणाऱ्या किफरने आपल्या कैद्यांना फाशी दिली नाही. त्याऐवजी त्याने त्यांना जर्मनीला पाठवण्याची व्यवस्था केली.

किफरने जॉन स्टारला निरोप दिला. दोघांनीही आपल्या निरोपाची कसलीही नोंद केली नाही. त्या दोन शत्रूंना परस्परांचा आदर होता. जॉनला वाटले की किफरने त्याला योग्य वागणूक दिली. आपल्या साथीदारांचा विश्वासघात करण्यास नकार दिल्यामुळे आणि सुटका करण्याचा प्रयत्न पुन्हा करू नये म्हणून त्याने वचन पाळले यासाठी किफरला जॉनचा आदर वाटला. नंतर कॉर्पोरल रुएल जॉनला म्हणाला की 'आता तू जात आहेस तेव्हा एक गोष्ट तुला माहीत असावी असे मला वाटते - किफरला तीन वेळा तुला गोळी घालण्याचा आदेश मिळाला आणि प्रत्येक वेळी त्याने त्याचे पालन करण्यास नकार दिला.' पण किफरचे त्याच्या आयुष्याबद्दल आभार मानण्यासाठी खूप उशीर झाला होता.

जॉनने पहाऱ्यात पॅरिस सोडले आणि तो रेल्वेने जर्मनीला गेला. आठ दिवसांनंतर ही गाडी सारब्रुकेनच्या बाहेर थांबली. न्यु ब्रेम छळछावण्या रशियन, पोलिश आणि इतर कैद्यांनी भरलेल्या होत्या. जॉन आणि बाकीचे कैदी चार दिवस एका सीलबंद वॅगनमध्ये थांबवले गेले. शरीराच्या क्रियांसाठी एक कथलाचे टीन आणि ब्रेडचे तुकडे यावर त्यांनी दिवस काढले. नंतर त्यांना बुचेनवाल्डला नेण्यासाठी एक नवीन ट्रेन आली. थर्ड राईशची बुचेनवाल्ड छळछावणीसुद्धा भरलेली होता. जॉनचे पुढची स्थान ओरियनिएनबर्गमधील बर्लिनच्या उत्तरेस असलेली साचसेनहॉसेन छळछावणी होती. तिची क्षमता पासष्ट हजार कैद्यांची होती, पण त्यांनी नवीन कैद्यांना प्रवेश दिला.

जॉन छावणीच्या बाहेरच्या बाकावर दोन हजार इतर कैद्यांसोबत बसला. त्यातील काही जण इतके तहानलेले होते की त्यांनी तिथल्या खराब पाण्याच्या पाइपमधून पाणी प्यायले आणि त्यांना हगवणीचा त्रास सुरू झाला. कित्येक तास वाट पाहिल्यानंतर गार्ड्सनी त्यांना कपडे काढायला लावले, त्यांचे मुंडन केले आणि तहानेने आणि भुकेने व्याकुळ झालेल्या कैद्यांना मोडक्या झोपड्यांत कोंबले, जिथे आधीच कैद्यांची गर्दी होती. जॉन ब्लॉक ४९ मध्ये दाखल झाला, जेथे एका एसएस गार्डने त्याला रोखून पाहिले आणि म्हणाला की 'तू इंग्रज असूनही इतका उंच नाहीस.' जॉनने उत्तर दिले, 'होय आणि तुम्ही जर्मन असूनही इतके लठ्ठ नाहीत.'

तुरुंगातील कामाचा तपशील सोपविण्यात आला तेव्हा जॉनला स्ट्रॅफ कमांडो किंवा शिक्षेचा आदेश मिळाला. इतर कॅरेबियन कैदेत नाविक अधिकारी होते, ते बहुतेक नॉर्वेचे होते आणि ते स्ट्रेफ ब्लॉकमध्ये राहत होते. नॉर्वेजियन लोकांनी त्यांचे रेडक्रॉस फूड पार्सल ब्रिटिशांसोबत वाटून घेतले, ज्यांना काहीही स्वीकारण्याची परवानगी नव्हती. जॉन नंतर वेगळ्या ब्लॉकहाउसमध्ये राहत होता, परंतु तो दररोज सकाळी नॉर्वेच्या लोकांसह जमिनीच्या दगडी चौकात आणि आजूबाजूला फिरत हलक्या प्रतीच्या चामड्याचे बनलेले बूट तपासण्याचे काम करत असे. दिवसा जर्मन त्यांना विश्रांती घेऊ देत नसत आणि जॉनसह इतर लोक दररोज बरेच मैल चालत असत.

जॉनने स्वत:ला छळछावणीच्या वातावरणातून आणि विवंचनेपासून विचलित करण्यासाठी आपल्या ब्लॉकच्या आतील भिंतींवर टेकड्या, जंगले आणि न्युरेमबर्गभोवती असलेल्या नद्यांची चित्रे काढली. त्याला शिक्षा करण्याऐवजी रक्षकांनी त्याला इतर झोपड्या रंगवण्याचे आदेश दिले. त्यामुळे तेथील चिखल, घाण, गांडूळ, उवा आणि छळ या वास्तवाला काही काळ तरी दूर सारणे त्याला जमले. कैद्यांना यातना संपविण्याची एकमेव आशा येणाऱ्या अफवांवरून वाटली की पूर्वेकडून सोव्हिएत प्रगती करीत होते आणि मित्र देश बेल्जियममधून जर्मनीमध्ये घुसले होते. जर या अफवा सत्य असतील तर त्यापैकी कोणी छावणीच्या मुक्तीचे साक्षीदार म्हणून जगेल काय, हा प्रश्न होता.

१५

# मी गॉलेचा निषेध केला

*फ्रेंच राष्ट्रभावना पुनर्संचयित करण्यासाठी प्रतिरोध*
*हा एक महत्त्वाचा घटक होता.*

मॉरिस बकमास्टर

मुक्त झालेल्या टूलूसमध्ये क्रांतिकारक उत्साह पसरला होता. गर्दीत सहयोगी तसेच जर्मन लोकांना सहकार्य केल्याचा संशय घेतला गेलेल्या निरपराध लोकांचाही समावेश होता. कम्युनिस्ट लोकांनी सरकारी इमारती ताब्यात घेत लाल झेंडा उभा केला. एफएफआयचे कमांडर सर्ज रावनेलने सुरुवातीपासूनच जर्मनांना मदत करणारे राष्ट्रीय पोलीस दल जेंडरमेरी निलंबित केले. शहरातील प्राचीन ज्यू समुदायाच्या दडपशाहीमध्ये आणि एसटीओच्या कामगार बटालियनमध्ये सेवा करण्यासाठी तरुणांना जबरदस्तीने एकत्रित करण्यातही जेंडरमेरीचा महत्त्वपूर्ण सहभाग होता. जेंडरच्या लोकांनी ज्या प्रतिकारकांना अटक केली व छळ केला त्यांनी रावनेलचे समर्थन केले. चार्ल्स डी गॉलेसमोर मात्र रावनेलच्या कृत्याने, त्याच्या अधिकारासमोर एक आव्हान निर्माण केले.

> त्यांनी लिहिले की रावनेलच्या आसपासच्या सशस्त्र युनिट्सच्या नेत्यांनी सोव्हिएतसारखे काहीतरी तयार केले. या लोकांनी शुद्धीकरण करण्याचा प्रयत्न केला आणि जेंडरमेरी आणि गार्डेच्या लोकांना दुर्गम बॅरेकमध्ये

> बंदिस्त केले गेले. याव्यतिरिक्त, बार्सिलोना येथे कूच करण्याच्या मोठ्या उद्देशाने त्या प्रदेशात एक स्पॅनिश विभाग तयार झाला. या सर्वांमध्ये मुख्य म्हणजे, कर्नल इलॅर म्हणून ओळखला जाणारा ब्रिटिश सेवेद्वारे जेर प्रतिकारकांमध्ये त्यांची ओळख झाली. त्यांनी त्यांच्या आदेशानुसार अनेक युनिट्स आयोजित केली आणि लंडनहून ऑर्डर घेतल्या.

फ्री फ्रेंच एअर फोर्सने सप्टेंबरच्या सुरुवातीस अल्जीयर्सहून तुलुज येथे दोन हडसन बॉम्बर पाठविले, त्या प्रदेशात डी गॉलेचे तात्पुरते सरकार स्थापन करण्याच्या प्रक्रियेचा हा एक भाग होता. अमेरिकन बनावटीच्या या विमानाने फ्रान्सवर असंख्य उड्डाणे केलेली होती, परंतु टूलूस येथे उतरणारे हे पहिले एफएएफएल विमान होते. शहराजवळील फ्रान्सॅझल मिलिटरी एअरफील्डमध्ये त्याच्या स्वागतासाठी सर्ज रावानेलने मॉरिस पॅरिसोट आणि जॉर्ज स्टार यांना पाठविले.

सहा सप्टेंबरच्या रात्री जॉर्ज, पॅरिसोट आणि त्यांच्या माणसांनी धावपट्टीच्या बाजूला एक ऑनर गार्डची व्यवस्था केली. आकाशातल्या दोन विमानांनी त्यांचे लक्ष वेधले. पहिले विमान उतरले आणि त्याच्या कर्मचाऱ्यांना आर्मार्ग्नॅक सलाम दिला गेला. नंतर दुसरे विमान वेगाने खाली आले. त्याची चाके गरगरत फिरली आणि ऑनर गार्ड उडी मारून त्याच्या मार्गातून कसाबसा बाहेर पडला.

> नंतर जॉर्ज म्हणाला, की मी पॅरिसोटच्या अगदी जवळ उभा होतो. आम्ही बोलत होतो. विमानाची चाके फिरताना मी पाहिली आणि मी ओरडलो, 'खाली!' लगेच मी एका गोळ्यासारखा खाली पडलो. माझ्या डोक्यावरची टोपी उडून पडली पण चाकांचा मला स्पर्श झाला नाही. माझ्या बाजूलाच उभे असलेले दोघे ठार झाले.

पॅरिसोटने आपल्या माणसांना ओरडताना ऐकले नाही. एस्कोलिअर यांनी लिहिले की पॅरिसॉट एक नेता म्हणून आपल्या परंपरेला कायम राहिला.

तो शेवटपर्यंत उभा राहिला आणि मग त्याच्यावर प्राणघातक हल्ला झाला. पॅरिसॉटचे अक्षरशः तुकडे झाले. तो आणि जॉर्ज जवळजवळ तीन वर्षांपासून एकमेकांच्या बाजूला घातक हल्ले आणि युद्धात बचावले होते. कधीही न रडणारा जॉर्ज आपल्या जिवलग जवळच्या कॉम्रेडचा मृत्यू पाहून ढसढसा रडला.

पॅरिसॉटचे अंत्यसंस्कार दोन दिवसानंतर ऑचमध्ये झाले. ऑगस्टमध्ये पॅरिसोट, जॉर्ज आणि त्यांच्या लोकांनी हे शहर स्वतंत्र केले तेव्हा ते आनंदात होते. आता सगळेच दुःखी होते. जॉर्ज फिकट दिसत होता. त्याच्या बाजूला कॅमिलो आणि

पॅरिसोटचा उत्तराधिकारी हेन्री मॉनेट होता. एफएफआयचे विभागीय प्रमुख कर्नल मार्सेल लेसूर यांनी म्हटले, 'पॅरिसोट खरा नेता होता. त्याच्यात आत्मसंयम आणि हिंमत होती. त्याचे योगदान कुणीही नाकारू शकत नाही. माझे सहकारी त्याच्याकडे फ्रेंच प्रतिकारांचा शुद्ध चेहरा म्हणून पाहतील.' फिलीप द गुन्झबॉर्ग म्हणाला, 'पॅरिसोट ही सर्वांत धैर्यवान आणि उत्कृष्ट काम करणारी, जेरमधील सर्वांत उल्लेखनीय व्यक्ती होती.' जॉर्ज आदरांजली वाहताना म्हणाला, 'कॅप्टन पॅरिसोट हा केवळ एक शूर सैनिक नव्हता, तर तो एक सच्चा माणूस होता.' त्याचा मृत्यू त्याच्या मित्रांसाठीच नाही, पण फ्रान्ससाठीही तोटा होता.

दोन दिवसांनंतर, कॅमिलोने लग्न केले. या स्पॅनिश कमांडरने वॉल्टर्सला सांगितले होते की कोणतीही स्त्री त्याच्यासारख्या एका पायाच्या माणसाशी लग्न करणार नाही. जेरमध्ये लढताना त्याला भेटलेली एक तरुण स्पॅनिश महिला एवा ओडेट बेरीटो हिच्याशी त्याने लग्न केले. हनीमूनसाठी वेळ नव्हता. युद्ध संपले नव्हते आणि कॅमिलोचे काही गनिमी सैनिक हुकूमशहा फ्रान्सिस्कोविरुद्ध स्पेनला संघर्ष करण्यासाठी जाण्याचा आग्रह करत होते पण कॅमिलोने नकार दिला. तो स्पेनमधील गृहयुद्ध पुन्हा जिवंत करणार नव्हता, परंतु तो जर्मन फ्रान्सच्या बाहेर जाईपर्यंत लढा देणार होता. ज्या देशासाठी त्याने संघर्ष केला त्या देशात तो आपल्या कुटुंबाचे पालनपोषण करणार होता.

जॉर्ज स्टार, ज्याची ब्रिटन आणि फ्रान्सशी निष्ठा होती, तो आता टूलूसच्या मुक्तीनंतर प्रत्येक ठिकाणी फ्रेंच लोकांशी संघर्ष करत होता. एका शहरात पन्नास हजार सशस्त्र सैनिक एकमेकांशी विसंगत वागत होते आणि नियमित पोलीस आणि सैन्याच्या अनुपस्थितीमुळे कायद्याच्या पुनर्बांधणीची आशा करणे व्यर्थ होते. तरीही जॉर्ज आणि त्याच्या माणसांनी कम्युनिस्टांना सिटी हॉलमधून हाकलून लावले. त्यांचा लाल झेंडा खाली केला आणि इमारत चार्ल्स डी गॉलच्या प्रतिनिधींकडे दिली. त्यांनी अशा जिल्ह्यांमध्ये नियमितता आणण्यास मदत केली जिथे प्रतिस्पर्धी प्रतिकारक नियंत्रण मिळविण्याचा प्रयत्न करत होते. युद्धकाळातील फायद्यासाठी दंड वसूल करणे आणि सहयोगींना दंड देण्यासारखे या प्रतिकारकांनी अधिकार गृहीत धरले होते. जॉर्जने त्यांना सक्तीने कैदी सोडण्यास भाग पाडले. एफएफआय आणि इतर फ्रेंच लोकांनी अटक केलेले हे लोक पूर्णपणे निर्दोष होते. जॉर्जला तो साधा न्याय वाटला. टूलूसमधील डी गॉलेच्या लोकांच्या मते हा त्यांच्या देशातील कामात ब्रिटिश हस्तक्षेप होता.

त्यात लंडनने जॉर्जसाठी अधिक मोहिमा ठरवल्या होत्या. पहिले मिशन होते ते म्हणजे टूलूसच्या बलाग्नाक एअरफील्डमध्ये लुफ्टवाफेने मागे सोडलेले हेन्केल १७७ ए-५ बॉम्बर. ब्रिटिश आणि फ्रेंच दोघेही या क्रांतिकारी जेट इंजिन तंत्रज्ञानाचा

अभ्यास करण्यास इच्छुक होते, परंतु फ्रेंच त्यांच्या ब्रिटिश मित्रपक्षांना प्रवेश नाकारत होते. ज्या ब्रिटिशांनी त्यांना मदत केली त्यांचे काम करण्यास जॉर्जचे लोक उत्सुक होते. ते एअरबेसवर खाली उतरले आणि विमानातील एकावर प्राइझ दे गुरे अशी घोषणा लिहिली. जॉर्जने ते विमान आरएएफचे मुख्य चाचणी पायलट, विंग कमांडर रोलँड फाल्क यांच्याकडे दिले, ज्यांनी ते युद्धाचे पारितोषिक म्हणून इंग्लंडमधील फर्नबरो येथे नेले. गॉलिस्ट संतप्त झाले आणि त्यांनी पुन्हा आपल्या मातीवर कपट केल्यामुळे ब्रिटिशांविषयी रोष व्यक्त केला. सप्टेंबरच्या मध्यात, डी गॉले दक्षिण फ्रान्समध्ये आला. फ्रेंच प्रतिरोधक एक नवीन डावे सरकार स्थापन करण्याचा प्रयत्न करत होते. अमेरिकेने, व्याप्त प्रांतावर, अमेरिकन मिलिटरी सरकार लादण्याची योजना आखली. या दोघांनाही न जुमानता तात्पुरते सरकार स्थापन करणे हे डी गॉलेचे उद्दिष्ट होते.

डी गॉले सोळा सप्टेंबरला सकाळी टूलूस येथे आल्यावर पियरे बर्टाक्स नावाच्या समाजवादाकडे कल असलेल्या प्रतिकारकाने विमानतळावर त्यांची भेट घेतली. शहरातून जाण्याच्या दरम्यान त्यांचे संभाषण टूलूसमधील ब्रिटिश अधिकारी लेफ्टनंट कर्नल जॉर्ज स्टारकडे वळले. बर्टाक्सने डी गॉलेला सांगितले की जॉर्जने त्याला एकदा म्हटले होते की, 'मी कर्नल इलॅर आहे. माझ्या हाताखाली सातशे माणसे आहेत. माझ्या खिशात चर्चिल आणि डी गॉले यांनी सही केलेली ऑर्डर ठेवली आहे आणि या गोंधळात मी येथे आज्ञा देतो.' डी गॉलेने विचारले की 'तुम्ही त्याला जागेवर अटक का केली नाही?' बर्टाक्स सातशे सशस्त्र सैनिकांना आज्ञा देणाऱ्या माणसाला अटक करू शकला नव्हता. डी गॉले यांनी विचारले की तुम्ही त्याला माझ्यासोबत जेवणाला आमंत्रित केले नाही? बर्टाक्सने होकार दिला कारण जॉर्जने डी गॉलेच्या नावाखाली लढा दिला होता. डी गॉले यांनी त्याला जॉर्जचे आमंत्रण रद्द करण्यास सांगितले. तो दुपारच्या जेवणानंतर या इंग्रजी कर्नलशी बोलेल, असे बर्टाक्सला सांगितले.

जेव्हा जॉर्ज जेवणासाठी आला, तेव्हा एका अधिकाऱ्याने त्याला जेवणाचे निमंत्रण नसून जेवणे होईपर्यंत थांबण्यास सांगितले. तिथल्या प्रत्येक मिनिटाला जॉर्जचा राग वाढत गेला. शेवटी डी गॉले आत आला. जॉर्जचे स्वागत न करता त्याने त्याला भाडोत्री म्हटले आणि त्याला देश सोडण्याचा आदेश दिला. जॉर्जने फ्रेंच भाषेत उत्तर दिले की 'मी कर्तव्यावर असलेला एक ब्रिटिश सैनिक आहे. मला कामाची आज्ञा आहे. लंडनमध्ये माझ्या वरिष्ठांच्या आदेशाशिवाय मी देश सोडणार नाही. मी तुझा निषेध करतो. मित्रपक्ष ओळखत नसलेल्या अस्थायी सरकारचा तू प्रमुख आहेस.' जॉर्ज रागाच्या भरात बाहेर पडला. तो जात असताना जॉर्जने म्हटल्याचे अँटीचेम्बरमधील लोकांनी ऐकले की आय सेड शीट टू डी गॉले. फ्रेंच

मुक्तीचे इतिहासकार रॉबर्टरॉन यांनी लिहिले की डी गॉल यांनी पियरे बर्टाक्सला सांगितले की तू त्याला फ्रेंच प्रदेश सोडण्यासाठी चोवीस तास दे. जर तो राहिला तर त्याला अटक करा.

डी गॉलेच्या संस्मरणांमध्ये या घटनेचा उल्लेख नाही. गॉलेने एवढेच लिहिले की 'शेवटी कर्नल इलॅरला दोन तासांतच त्याला लियॉनला पाठवण्यात आले आणि तेथून तो त्वरित इंग्लंडला परत गेला.' पण ते खोटे होते. जॉर्ज दोन तासांच्या आत गेला नाही. तो परत नील बॅरेक्सला परत गेला, तिथे व्होव्हेन कॉरम्यूने पाहिले की तो खूप निराश होता. त्याला भाडोत्री म्हणून संबोधले गेल्याने तो अस्वस्थ होता. त्याने तिला एक संदेश दिला आणि तो एनकोड करून लंडनला पाठवायला सांगितले. त्यात त्याने झालेल्या घटनेबाबत माहिती देऊन सूचना देण्याची विनंती एसओईला केली होती. त्यांनी फ्रेंचमध्ये जनरल गॉलेला एक पत्र लिहून स्पष्ट केले की आम्हाला आदेश पाळावे लागतील आणि आम्ही पाठविलेल्या तारांच्या उत्तराची वाट पाहत आहोत. जर चोवीस तासांच्या आत आम्ही बाहेर पडू शकलो नाही तर आम्हाला माफ करावे. जॉर्ज म्हणाला की नंतर त्यांच्याकडून काही कळले नाही आणि आम्ही अठ्ठेचाळीस तास थांबलो.

केवळ जॉर्जच डी गॉलेच्या जिभेचा बळी नव्हता. सर्ज रावनेल जेव्हा त्याच्या कर्नलच्या गणवेशात त्याला भेटला तेव्हा गॉलेने उपहासाने म्हटले, हा दुसरा लेफ्टनंट आशेर आहे. त्याने रावनेलच्या लिबरेशन क्रॉस घालण्याच्या हक्कावर प्रश्न विचारला. हे लिबरेशन क्रॉस त्याच्या तात्पुरत्या सरकारने तरुण अधिकाऱ्यास दिले होते. रावनेलने नेहमी लंडनमध्ये वास्तव्य केले होते आणि फ्रान्समध्ये दोन वर्षे लढाईत खर्च केली होती. त्याने डी गॉलेची नायक म्हणून नेहमीच प्रशंसा केली होती. काहींनी म्हटले की डी गॉलेने त्याचा अपमान केल्यावर तो बाहेर गेला आणि रडला.

दुसऱ्या दिवशी गॉले बोर्डेक्स येथे गेला आणि जॉर्ज आणि रावनेलप्रमाणे गाजलेला एफ-सेक्शन ऑर्गनायझर रॉजर लॅन्डस, कोडनेम एरिस्टीड याला शिवीगाळ केली. बोर्डेक्सला मुक्त केल्याबद्दल लॅन्डसचे आभार मानण्याऐवजी जनरलने त्याला काढून टाकले. आणखी एक एसओई एजन्ट, पीटर लेक, डी गॉलेला भेटण्यासाठी बोर्डोक्सच्या उत्तरेस, सेन्टे शहरात गेला, तेव्हा जनरलने त्याला देशाबाहेर घालवण्याची आज्ञा केली. फ्रेंच मातीतून ब्रिटिश एजन्ट्सच्या हकालपट्टीमुळे प्रतिकारक इतिहासाच्या गॉलिस्ट आवृत्तीतून त्यांचे नाव मिटवले गेले.

जॉर्जला फ्रान्स सोडण्याची घाई नव्हती तर नैर्ऋत्येकडील त्याची कामे अपूर्ण होती. जॉर्जने ठरवले की तितका वेळ त्यांच्याजवळ होता. व्होव्हेन कॉरम्यूने सांगितले की आमच्याकडे काही पैसे शिल्लक असल्याने आम्हाला मदत करणाऱ्या माणसांना

मदत करायला तिथे परत जायचे होते. ते बोर्डेक्सजवळील सेंट-एंटोईन-डु-क्विरेट येथे बोचौ फॅमिली फार्ममध्ये गेले, जेथे कॉरम्यूने ऑगस्ट १९४३ मध्ये फ्रान्समध्ये पॅराशूट केले होते. चौदा, सोळा आणि सतरा वर्षांच्या बोचौ कुटुंबातील मुली आपल्या आजीसमवेत गरिबीत राहत होत्या. जर्मन लोकांनी त्यांच्या आईवडिलांना छळछावणीत हद्दपार केले होते. कॉरम्यूने सांगितले की आम्ही त्यांना खायला काही पैसे देऊ शकलो याचा आम्हाला आनंद झाला. सप्टेंबर १९४३ पासून ते सगळे कसेतरी जगत होते.

२५ सप्टेंबरला जॉर्ज स्टार आणि व्होव्हेन कॉरम्यूने बोर्डेक्सहून इंग्लंडला उड्डाण केले. कॉरम्यूला तिची मुलगी युवेट भेटली. पण जॉर्जचे मायदेशी परत येणे कडवट होते. नोव्हेंबर १९४२ पासून सततच्या धोक्यातून आणि हलाखीतून वाचून त्याला आता पिलर आणि मुलांना भेटण्याची इच्छा होती. परंतु ते स्पेनमध्ये अडकले होते आणि फ्रॅन्को सरकार त्यांना एक्झिट व्हिसा नाकारत होते. जॉर्जचे वजन घटले होते आणि तो अतिशय थकला होता. फ्रान्समध्ये नुकताच त्याने सर्वांत जवळचा मित्र मॉरिस पॅरिसोट गमावला होता. त्याचे मित्र हरवले होते. फ्री फ्रान्सच्या नेत्याने त्याचा अपमान केला होता. सर्वांत वाईट गोष्ट म्हणजे, आपला धाकटा भाऊ जिवंत आहे की मेला हेही त्याला माहीत नव्हते.

कर्नल मॉरिस बकमास्टर यांनी जॉर्जचे ऑर्चर्ड कोर्टमध्ये एखाद्या हिरोप्रमाणे स्वागत केले आणि फ्रान्समधील त्यांच्या कार्याबद्दल अहवाल लिहण्यास सांगितले. जॉर्जने उत्तर दिले, 'मी अहवाल लिहीत नाही.' पण एसओई डिब्रीफिंग अधिकाऱ्यांच्या प्रश्नांची उत्तरे देण्याची त्याने तयारी दाखवली. मेजर बोर्न-पॅटरसन यांनी एफ-सेक्शनच्या कार्याच्या पहिल्या अधिकृत अहवालात लिहिले आहे की, इलॅर दुर्दैवाने एक अत्यंत अवघड व्यक्ती आहे आणि त्याच्या कृतींबद्दलचे त्यांचे स्वतःचे अहवाल अगदी थोडक्यात आहेत. जॉर्जचे म्हणणे की 'एखादे काम संपल्यावर त्याच्यावर लिहीत कशाला बसायचे?' बकमास्टरने पुढच्या गुप्त कामांसाठी ब्रिटिश प्रतिवादक खाते एम आय ५ वर त्यांची शिफारस केली.

जॉर्जची कामे लोकांपासून गुप्त राहिली असली तरी, त्याला एसओईच्या लोकांकडून प्रतिष्ठा आणि मान मिळाला.

हॅम्पशायरमधील ग्रूप बी स्पेशल ट्रेनिंग स्कूल, एसटीएस, बीउलिउ येथील सहकाऱ्यांनी परत आल्याच्या एक महिन्यानंतर त्यांच्या विद्यार्थ्यांना रात्रीच्या जेवणासाठी आमंत्रित केले. जॉर्ज तीस ऑक्टोबरच्या रात्री जराशा अनिच्छेने तेथे गेला. तो म्हणाला की मी खूप थकलो होतो आणि खूप काळजीत होतो. माझ्या बायकोची

आणि मुलांची मला चिंता वाटत होती कारण मला त्या दिवशी सकाळी कळले होते की फ्रँको त्रासदायक बनत चालला होता आणि त्याला माझी बायको ब्रिटिश एजन्ट आहे, असा संशय आला होता.

१९४१मधल्या प्रशिक्षण कोर्समधील मित्रांना पाहून त्याला बरे वाटले, परंतु बहुतेक अधिकारी त्यांच्यासाठी नवीन होते. जॉर्जने सांगितले की मी रात्री आठच्या सुमारास तेथे पोहोचलो. माझी मेजर फॉलिसशी भेट झाली. ते माझे होस्ट होते आणि नंतर आम्ही मद्यपान केले. प्रसिद्ध अभिनेता पीटर फॉलिस यांनी तेथे वेषांतर करण्याची कला शिकविली. फोलिसने एफ-सेक्शनच्या नरेन रीओल्सला सांगितले होते की खोटी दाढी विसरा. ती ओळखू येते. त्याऐवजी आपले केस रंगवा. केसांचा भांग किंवा रचना वेगळी करा. चश्मा घाला आणि आपल्या बुटात एक गारगोटी ठेवा त्यामुळे तुम्ही जरासे लंगडत चालाल. फॉलिसने जॉर्जला त्याचा भाऊ आणि त्याचा चुलतभाऊ, निःसंशयपणे मॉरिस साउथगेटबद्दल विचारले. जॉर्ज म्हणाला की ते जिवंत असतील तर ते छळछावण्यांत असतील. फॉलिसला तिथे होणाऱ्या छळाबद्दल काळजी वाटली. जॉर्ज म्हणाला की गेस्टापोंनी ज्यांना पकडले त्यांचे त्यांनी काय केले हे मला माहीत आहे. फॉलिस जॉर्जला म्हणाला की, 'इतक्या त्रासातून तुम्ही सुटलात. तुम्ही सुदैवी आहात.'

शिबिराचे कमांडंट लेफ्टनंट कर्नल स्टेनली एच. सी. वूलरीच खोलीत शिरले. ते एक कमी उंचीचे, पन्नाशीचे, टक्कल पडलेले अधिकारी होते. वूलरीच जॉर्जच्या येथे बीउलिउच्या कार्यकाळात मुख्य शिक्षक होता. जॉर्जबरोबर त्याने मद्यपान केले आणि फॉलिसप्रमाणेच त्यांनीही गेस्टापोंच्या छळाचा विषय काढला.

बीउलिउ येथील अभ्यासक्रमात जीवघेण्या चौकश्यांतून कसे वाचावे यासाठी काही तंत्रे शिकवली जात. शिक्षकांपेक्षा गेस्टापो पद्धतींविषयी अधिक माहिती असणाऱ्या जॉर्जने उत्तर दिले की सर्वांत सामान्य प्रथा म्हणजे कैद्यांचे पाय लटकवून ठेवतात आणि नंतर मूत्रमार्गात लाल-गरम सुया घालतात. वूलरीचने विचारले की रेझिस्टन्सचे लोकदेखील छळ करतात. का? जॉर्जने उत्तर दिले की हो. त्यांना काहीही नवीन शोध लावण्याची गरज नाही. ते फक्त गेस्टापोची कॉपी करतात.

वूलरीचने जॉर्जला परत गेस्टापोचा अनुभव आहे की नाही असे विचारले तेव्हा जॉर्जने तो आणि त्याचा रशियन अंगरक्षक बुरेसी यांनी जुलैमध्ये ताब्यात घेतलेल्या गेस्टापो जोडप्याचा उल्लेख केला. त्याचा विश्वास होता की या जोडप्यावर अत्याचार केले गेले होते परंतु त्याने ते पाहिले नव्हते. त्यानंतर फॉलिसने जॉर्जच्या वेगळ्या दिसणाऱ्या घड्याळाबद्दल विचारले, तेव्हा जॉर्जने सांगितले की ते गेस्टापोच्या माणसाचे होते. नंतर ते जेवायला गेले. वूलरीच यांनी जॉर्जला त्यानंतर भाषण देण्यास सांगितले. जॉर्ज म्हणाला, मला तेव्हा कळले की मी भाषण देणार आहे.

'अर्थातच मी काहीही तयारी केली नव्हती.' त्याने काय बोलावे हे विचारले. वूलरीचने फ्रान्समधील त्याचे काम, त्याचे सर्किट आणि गेस्टापोच्या पुरुष आणि महिलेचा छळ सुचविला. त्याने म्हटले की 'मला असे वाटले नाही की छळाचा या कामावर काही परिणाम होतो आणि तो खरोखर आहे की याची मला पुष्टी करायची आहे.'

जॉर्ज आणि त्याचे चौदा सहकारी नंतर जेवायला बसले. जॉर्ज म्हणाला, 'जेवणानंतर आम्ही पुन्हा मेसमध्ये परतलो आणि मला कॅप्टन हॅरिस दिसला. आम्ही गप्पा मारण्यास सुरवात केली. आम्ही बोलत असताना कॅप्टन हॅरिस म्हणाला की आपण गप्पा मारणे बंद करू कारण तुला कर्नलकडे जायला हवे. कर्नल बेचैन होत आहे.' जॉर्ज कर्नलकडे गेला. त्याने जॉर्जला विचारले 'येथे एक बाई उपस्थित आहेत. तिच्या उपस्थितीमुळे तुम्हाला अवघडल्यासारखं वाटेल का? मी तिला जायला सांगू का?' ही महिला फर्स्ट एड नर्सिंग येओमॅनरीची लेफ्टनंट व्हायलेट डूंडस होती. तिच्या असण्याला जॉर्जची हरकत नव्हती. पण कर्नल वूलरीचने असे विचारण्याचे कारण गेस्टापो दाम्पत्याच्या छळामुळे कदाचित एखाद्या स्त्रीला त्रास होऊ शकत होता.

जीन रॉबर्टच्या स्वयंपाकघरातील टेबलाभोवतीच्या कथांनी आपल्या प्रतीकांवर नियंत्रण ठेवलेल्या जॉर्जला औपचारिक भाषण देणे आवडत नव्हते. तो मग नोव्हेंबर १९४२ मध्ये त्याचे पोर्ट-मिउमधले आगमन, गॅस्कोनीमधील त्यांचे सर्किट, स्वयंसेवकांची भरती करणे, पॅराशूट करणे, पकडले जाणे टाळणे, विश्वासघात, गमावलेले सहकारी आणि डी-डे-युद्धाबद्दल बोलला. त्याचा शेवट झाल्यावर त्याने गेस्टापो दाम्पत्याबद्दल सांगितले की 'त्या माणसावर अत्याचार झाला होता असा माझा विश्वास होता.' त्याने टांगलेल्या पायांचा उल्लेख केला पण पुढचा भयंकर उल्लेख टाळला.

त्यांची चर्चा दोन तास चालली. नंतर त्यांनी पुन्हा मद्यपान केले.

जॉर्जने सांगितले की वातावरण अनौपचारिक आणि मैत्रीपूर्ण होते. माझ्या उजव्या, डाव्या बाजूंनी प्रश्नांचा भडिमार होत होता. कॅप्टन लोफ्ट्स नावाचा एक अधिकारी लवकर निघून गेला हे त्याच्या लक्षात आले नाही. लोफ्ट्सने स्पष्ट केले की भाषणानंतर मला त्या बाईच्या घटनेने वाईट वाटले. मला असे वाटले की मला आणखी काही ऐकायचे नाही. संध्याकाळी अकरा वाजता मेजर फॉलिसने जॉर्जला त्याच्या खोलीत सोडले.

सकाळी जॉर्ज अधिकाऱ्यांच्या मेसमध्ये नाश्ता करण्यासाठी कर्नल वूलरीच आणि काही कर्मचाऱ्यांना भेटला. वूलरीच अत्यंत सौहार्दपूर्ण होते आणि त्यांनी जॉर्जला बीउलिउ येथील प्रशिक्षणाबद्दल त्याचे मत विचारले, विशेषत: कोणत्या गोष्टींनी त्याला सर्वांत जास्त मदत केली, हे त्यांना जाणून घ्यायचे होते. जरी

नॉर्मंडी, पॅरिस आणि फ्रान्सचा दक्षिण भाग मुक्त झाला होता, तरी एसओई खंडातील मुक्त न झालेल्या भागांत एजन्ट पाठवत होती. जॉर्जसारख्या अनुभवी माणसाची प्रतिक्रिया महत्त्वाची होती. नाश्ता झाल्यावर ते मेजर फोलीसच्या कार्यालयात गेले. साडे नऊला एक कार जॉर्जला लंडनला घेऊन गेली.

कॅप्टन एफ. डब्ल्यू. रोड्सने सांगितले की 'या चर्चेचा एक परिणाम म्हणून मी तत्कालीन साहाय्यक मुख्य शिक्षक मेजर हंटला भेटायला गेलो आणि सांगितले की छळ करण्याच्या संबंधात कर्नल स्टारची कृत्ये आतापर्यंत तिरस्करणीय आहेत असे मला वाटले.' असे वाटणारा रोड्स एकटा नव्हता. कॅप्टन लोफ्ट्स म्हणाले, 'त्यानंतरच्या दुपारी मी कर्नल वूलरीच आणि मेजर हंटला लाउंजमध्ये पाहिले. मी माझे मत व्यक्त केले . विशेषतः त्या महिलेच्या घटनेबद्दल मला घृणा होती. मी कर्नल वूलरीचला म्हणालो की मला वाटले की ही एक भयानक कहाणी आहे आणि अशी कहाणी कधीही उघड होणार नाही.' लोफ्ट्स म्हणाला की तो आणि इतर अधिकारी कित्येक दिवस या गोष्टीवर चर्चा करीत होते. पण काही दिवसानंतर मेजर हंट यांनी आम्हाला सूचना दिली की कमांडिंग ऑफिसर कर्नल वूलरीच हे प्रकरण पुढील चर्चेचा विषय बनवू इच्छित नाहीत.

आपल्या कर्मचाऱ्यांकडून आग्रहामुळे कर्नल वूलरीच यांनी जॉर्जचे भाषण उच्च अधिकाऱ्यांकडे नेले. ते म्हणाले की 'दोन दिवसांनंतर मी कर्नल स्टारने जे सांगितले त्या संदर्भात एअर कमोडोर आर्ची रॉबर्ट बॉयल, एसओई इंटेलिजेंस सिक्युरिटी डायरेक्टरेटचे प्रमुख यांना मी हे सांगितले आणि हेही सांगितले की

> प्रत्यक्ष फील्डवर कर्नल स्टारने जे मोठे काम केले आहे त्याचे श्रेय कुणीही नाकारू शकत नाही. आम्ही सर्व जण प्रभावित झालो आहोत. परंतु त्या क्रूर घटनेमुळे, त्याने स्वतः ते केले नसूनही त्याची प्रतिमा कलंकित झाली. जॉर्जने आम्हाला काय सांगितले ते पाहा. त्याने गेस्टापोच्या पुरुष आणि स्त्रीबद्दलची घटना सांगितली आणि असे म्हटले की यामुळे माझ्या काही लोकांमध्ये थोडीशी वादावादी झाली होती. त्यातील दोन जण या प्रकरणात माझ्याकडे आले होते.

आपल्या भाषणामुळे किती हलकल्लोळ माजला आहे, हे जॉर्जला ठाऊक नव्हते. त्याला संध्याकाळी उशिरा कर्नल बकमास्टर यांचा फोन आला आणि त्यांनी त्याला ॲनेट म्हणजेच व्होव्हेन कॉरम्यूसोबत भेटायला बोलावले. ते भेटले तेव्हा बकमास्टर यांनी त्याला घडलेल्या अत्याचाराबद्दल विचारले. या प्रश्नामुळे जॉर्ज चिडला, परंतु त्याचा राग बकमास्टरवर नव्हता. तो म्हणाला, 'नक्कीच वॉल्टर्स

माझ्या विरोधात काही बोलली होती. मी स्वत:ला आधीही म्हणालो होतो की ती मला संकटात आणणार. मी इंग्लंडला परत आल्यावर तिने तमाशा केला होता. तिने तेच केले होते. तिचे वडील प्रभावी होते. तिचे खूप मित्र होते आणि मला त्यांनी गाठले.

नोव्हेंबरमध्ये, जॉर्ज आणि कॉरम्यू ज्युडेक्स मिशनवर बकमास्टरला जर्मन लोकांच्या काळात एसओईसाठी काम केलेल्या लोकांना शोधण्यासाठी आणि त्यांना मदत करण्यासाठी फ्रान्सला गेले. त्यांनी जुन्या मित्रांची भेट घेतली आणि २९ नोव्हेंबरला औपचारिक सैन्य परेडमध्ये हजेरी लावली. त्यांचा युद्धातील कॉम्रेड कर्नल हेन्री मोनेटने जॉर्जचा शत्रू बनलेला जेनेराल शार्ल द गॉलच्या नावाने जॉर्ज आणि कॉरम्यू या दोघांनाही युद्धाचा क्रॉस प्रदान केला. जेव्हा ते इंग्लंडला परत आले, तेव्हा जॉर्जला समजले की त्याच्यावरील खटला वेग घेत आहे. जॉर्ज कोणाचाही छळ करू शकतो हे ठामपणे नाकारणाऱ्या बकमास्टरने त्याला इंग्लंडच्या उत्तरेकडे आईवडिलांसोबत ख्रिसमसची सुट्टी घालवण्याचा आग्रह केला. जॉर्ज म्हणाला की काहीही असो. शेवटी मी ख्रिसमस घरी घालवला. ते महत्त्वाचे होते. पिलर आणि मुले स्पेनमध्ये अडकली होती. ख्रिसमसच्या पूर्वसंध्येला तो उत्तरेस न्यूकॅसल-अंडर-लाइम येथे गेला. त्याच्या मुलीचा हा आठवा वाढदिवस होता. जेव्हा तो घरी आला तेव्हा तो चकित झाला कारण पिलर, जॉर्जिना आणि अल्फ्रेड तेथे होते.

बकमास्टर यांनी बार्सिलोना येथील ब्रिटिश वाणिज्य दूतावासात त्यांना स्पॅनिश एक्झिट व्हिसा मिळण्याची व्यवस्था केली होती. मुलांनी ओळखले नाही म्हणून जॉर्ज उदास झाला होता. पाच वर्षे तो त्यांना भेटला नव्हता. सहा वर्षांचा मुलगा अल्फ्रेड पाच वर्षांत प्रथमच वडिलांना पाहत होता. मिश्या असलेल्या सडपातळ जॉर्जला मुले घाबरत होती. मॅनरेसामध्ये त्यांनी पाहिलेला वडिलांचा फोटो स्वच्छ दाढी केलेला आणि भरदार अंगाचा असा होता.

जेव्हा जॉर्जने ख्रिसमस साजरा केला तेव्हा लंडनमधील सैन्य न्यायालयात त्याच्या खटल्याची प्रक्रिया चालू झाली होती. २८ डिसेंबर रोजी बकमास्टरने जॉर्जच्या बचावासाठी कर्नल वूलरीच यांच्या निदर्शनास आणून दिले की,

> व्हीलराइट सर्किटचे काम केवळ जॉर्जच्या कामाचा आणि इतर ताण सहन करण्याची असीम क्षमता आणि त्याचा उत्तम मुत्सद्दीपणा आणि हजरजबाबीपणा यामुळेच शक्य झाले. आमच्याकडे असलेल्या तीन सर्वांत लोकप्रिय संघटकांपैकी तो एक होता.

वूलरीच आणि त्याचे कर्मचारी संतापले की प्रशिक्षित अधिकारी कुणाला तरी असे अत्याचार करण्याचे आदेश कसे देऊ शकतो? अत्याचार हे नाझींचे धोरण

होते. मित्रराष्ट्रांनी युद्धानंतर त्याच्यावर खटला चालविण्याची योजना आखली होती. ॲनी-मेरी वॉल्टर्सच्या आरोपांमुळे जॉर्जच्या संकटात आणखी भर पडली. ती अल्जीयर्सहून परत आल्यावर तिने जॉर्जच्या भाषणाच्या अधिकृत तपासणीची मागणी केली. बकमास्टर जॉर्जच्या बचावासाठी पुढे आले आणि त्यांनी ३० डिसेंबर रोजी एसओई ऑपरेशनचे प्रमुख ब्रिगेडियर ईई मॉकलर-फेरीमन यांना लिहिले की त्यांनी जर्मन अधिकाऱ्यांच्या कथित अत्याचाराच्या घटनेसंदर्भात त्यांनी लेफ्टनंट कर्नल जी. आर. स्टार यांच्यावरील आरोपांची काळजीपूर्वक चौकशी केली आणि निश्चितपणे हे आरोप पूर्णपणे खोटे असल्याचे समजले. त्यांनी म्हटले की कर्नल स्टारला विकृत ठरवले गेले ही वस्तुस्थिती आहे.

तीन महिन्यांपूर्वी वॉल्टर्सने कळविले की कैद्यांचा छळ करण्यास जॉर्ज जबाबदार आहे, एफ-सेक्शन अधिकाऱ्यांनी ठरविले की उत्तर देण्यासारखे असे कोणतेही प्रकरण नाही. बीउलिउ घटनेने त्याना उत्तर देणे भाग पाडले गेले. एसओईचे संचालक मेजर जनरल कॉलिन गुबबिन्स यांनी ५ जानेवारी १९४५ ला मॉकलर-फेरीमन यांना लिहिले की 'कर्नल स्टारला निर्दोष मानण्यासाठी आरोप करणारे वॉल्टर्स, बीउलिउचे तक्रारदार आणि स्वत: जॉर्ज स्टार यांच्याकडे एसओईने चौकशी करणे आवश्यक आहे. हे केल्याशिवाय मी कर्नल स्टारला या आरोपांबद्दल निर्दोष असल्याचे मानू शकत नाही आणि त्याचा साहजिक परिणाम त्याच्यावर पुढील कोणत्याही कामाची जबाबदारी देण्यावर होईल. तीन दिवसांनंतर, बकमास्टर यांनी मॉकलर-फेरीमनला आणखी एक मेमो लिहिला. ज्यामध्ये त्याने वॉल्टर्सबाबत स्पष्टपणे उल्लेख केला की तिच्या संपर्कात येणाऱ्या प्रत्येक पुरुषाला ती प्रेमात पाडू पाहते आणि जॉर्जने तिचा भ्रमनिरास केल्यामुळे तिला त्रास झाला आणि तिने स्टारविरुद्ध रोष मनात ठेवला. कारण त्याने तिचे ऐकले नाही.'

पण यामुळे जॉर्जच्या स्थितीत आणि प्रकरणात फरक पडला नाही. २० जानेवारी रोजी, वूलरीच यांनी ३० ऑक्टोबर रोजी जॉर्जला अत्याचाराबद्दल बोलताना ऐकलेल्या चौदा अधिकाऱ्यांची नावे तपास करणाऱ्यांना दिली. यातील बहुतेक साक्षीदार उपलब्ध होते.

जॉर्ज एमआय५ वर काम शोधत होता, परंतु त्याच्यावरील आरोप त्याच्या नियुक्तीस उशीर करीत होते. वॉल्टर्स आणि वूलरीच जरी त्याला दोषी समजत असले तरी आपल्या निर्दोषीपणाची त्याला खात्री होती. परंतु न्यायालयातच तो निर्दोषित्व सिद्ध करू शकत होता. तो नंतर म्हणाला की,

> 'ठीक आहे. वॉल्टर्सने याची सुरुवात केली होती. म्हणून फ्रान्सनंतर मी तिला घरी पाठवले. नक्कीच, जेव्हा ती परत आली तेव्हा तिने मला

कधीच क्षमा केली नाही. मी लंडनला परत आल्यावर हे माझ्या कानावर पडले. कमीत कमी आमच्याकडे चौकशीचे एक कोर्ट तरी आहे.'

कोर्ट हा शेवटी एक जुगार होता. ते त्याची प्रतिष्ठा वाचवू शकत होते किंवा त्याला अप्रामाणिक ठरवून तुरुंगात पाठवू शकत होते. ही चौकशी २६ जानेवारी १९४५ रोजी सुरू झाली. कोर्टाचे अध्यक्ष रॉयल रेजिमेंट ऑफ आर्टिलरीचे लेफ्टनंट कर्नल जे. डब्ल्यू. मून होते आणि त्याचे सदस्य लेफ्टनंट कर्नल जॉन एम. ग्रे आणि मेजर फ्रँक सॉस्कीस होते. कोर्टाच्या दस्तऐवजात असे नमूद केले गेले की 'कर्नल स्टारच्या मिशनच्या काळात कोणत्याही वेळी त्याच्या सहकाऱ्याच्या ताब्यात असलेल्या किंवा त्यांच्या नियंत्रणाखाली आलेल्या कोणत्याही शत्रूकैद्यांविषयी त्याचे आचरण आणि कृती तपासणे त्यांचे काम होते. त्याच्या तत्काळ आज्ञा किंवा नियंत्रणाखाली सैन्य किंवा प्रतिकार शक्तीच्या कृत्यांबाबतही हे लागू होते. जॉर्जने कर्नलच्या अधिकारात ताब्यात घेतलेल्या जर्मन गेस्टापो एजन्ट्स, पुरुष व स्त्री, यांचा छळ करण्याच्या आज्ञा बुरेसीला किंवा त्याच्या इतर अनुयायांना दिल्या की नाही हेही निश्चित केले जाईल.'

५ फेब्रुवारी १९४५ रोजी सोमवारी सकाळी दहा वाजता कोर्टाने लंडनमधील नॉर्जेबी हाउस, बेकर स्ट्रीट येथील एसओई मुख्यालयातील बोर्डरूममध्ये सर्वांना बोलावले. कायदेशीर प्रतिनिधी मिळवण्याचा हक्क असला तरी जॉर्ज म्हणाला, 'मी बचाव अधिकारी न निवडण्याचे ठरवले. मी माझा बचाव करू शकतो.' पहिला साक्षीदार कर्नल वूलरीच होता, ज्याने शपथ घेतली आणि ३० ऑक्टोबर रोजी जॉर्जच्या भाषणाला आणि चर्चेला उपस्थित असल्याचे सांगितले. कर्नल स्टारने त्यांना सांगितले होते की, डी-डेनंतर एका प्रसंगी ते आपल्या कारने बाहेर गेलो होतो. त्याच्यासोबत त्याचा रशियन बॉडीगार्ड होता त्या व्यक्तीचे नाव बुरेसी आहे आणि त्यांना दक्षिणेकडे वेगाने जाणारी मोठी जर्मन कार त्यांनी पाहिली. ते जर्मन आहेत यावर विश्वास ठेवून आम्ही अनेक मैल त्यांचा पाठलाग केला आणि शेवटी त्यांची कार एका खड्ड्यात पाडली. जबरदस्तीने वदवून घेण्यासाठी कारमधल्या पुरुष आणि स्त्रीला बुरेसीच्या ताब्यात दिले. त्या स्त्रीने तिच्यासाठी नाही तर बाळासाठी तिचा जीव वाचवा, अशी विनंती केली. विनंती नाकारली गेली. ती कर्नल स्टारला म्हणाली, मला वाटले होते की आपण ब्रिटिश अधिकारी सज्जन गृहस्थ असतात. जॉर्जने उत्तर दिले, ठीक आहे. पण तो नाही जो आपणास भेटला आहे.

वूलरीचने सांगितले की त्या माणसाच्या जननेंद्रियात पिन घालून त्याला उलटे टांगले गेले. या क्रौर्यामुळे बीउलिउच्या अधिकाऱ्यांना राग आला. कोर्टाचे सदस्य

लेफ्टनंट कर्नल जॉन ग्रे यांनी एक प्रश्न विचारला पण त्याची लेखी नोंद झाली नव्हती. त्यावर वूलरीच उत्तरले की कर्नल स्टार जे बोलले त्यावरून त्यांना हा छळ तिरस्करणीय वाटला नाही, हे मला जाणवले.

जॉर्ज, स्वत:चा वकील म्हणून उलटतपासणीत म्हणाला की, 'दोन वर्षांपासून मी इंग्रजी बोलत नसल्यामुळे मी चुकीचे अर्थ निघू शकले अशा वाक्यांशांचा उपयोग केला.' वूलरीचने उत्तर दिले, मला वाटते की तुमचा गैरसमज झाला होता हे संभव नाही. माझे बहुतेक शिक्षक फ्रेंच भाषिक आहेत. जॉर्जचा पुढचा प्रश्न होता की 'माझ्या नर्व्हस स्मितामुळे या अप्रिय तपशीलाबद्दल पुन्हा विचारणा केल्यावरही, मी या प्रकरणावर सहजपणे वागलो असा समज झाला असावा का?' वूलरीचने उत्तर दिले, 'होय.'

जॉर्जच्या भाषणाबद्दल प्रथम चिंता व्यक्त करणारे कॅप्टन रोड्स साक्षीदाराच्या कठड्यात होते. त्यांनी वूलरीचच्या सांगण्याची पुनरावृत्ती केली आणि गेस्टापो दाम्पत्याबद्दल तपशील जोडला, स्टार म्हणाला की 'त्यांनी बोलण्यास नकार दिल्याने त्याने त्यांना गोळी घातली आणि गोळ्या घालण्याआधीच महिलेने त्याच्याकडे न जन्मलेल्या मुलासाठी दयेची याचना केली होती.'

कॅप्टन रोड्स यांनीही वूलरीचचे म्हणणे परत मांडले की ब्रिटिश अधिकारी सद्गृहस्थ असल्याच्या विधानावर जॉर्जचे उत्तर अजब होते. ते म्हणाले की जॉर्जने त्यांनाही बुरेसीबद्दल सांगितले की एका माणसाचे पाय त्याने आगीत धरले आणि गुडघ्यांपर्यंत जाळून टाकले.

दोन अधिकाऱ्यांच्या या निंदनीय आरोपांमुळे जॉर्जवरील खटला बळकट झाला. रोड्सने म्हटले की जॉर्जच्या चेहऱ्यावरून मला असे वाटले की तो या सगळ्यांचा आनंद घेत आहे.जॉर्जने हरकत घेताच रोड्सने परत म्हटले की तुझ्या चेहऱ्यावरचे ते हसू मी पहिले नसते तर मला कदापि असे वाटले नसते की छळातून तुला आनंद मिळाला. अतिक्रूरपणा हा एक अति गंभीर आरोप होता. संशयितांकडून माहिती घेताना युद्धाच्या तीव्रतेत छळ करण्यास परवानगी देणे तितकेच वाईट होते. परंतु ते आनंदासाठी करणे नीचपणाचे होते. जॉर्जने असा प्रश्न विचारला की त्याची प्रासंगिकता कोर्टाला स्पष्ट नव्हती परंतु त्याच्या बचावासाठी ते महत्त्वपूर्ण होते, त्या वेळी मी माझा गणवेश घातला नव्हता असे मी म्हटले नव्हते काय? रोड्सने उत्तर दिले, तुम्ही हे सांगितल्याचे मला आठवत नाही.

तिसरा साक्षीदार कॅप्टन एफ. लोफ्ट्स होता, जो तिटकाऱ्याने जॉर्जच्या चर्चेतून निघून गेला होता. गेस्टापोच्या महिलेच्या आवाहनाला जॉर्जच्या प्रतिसादावर वूलरीच आणि रोड्सचे त्यांच्या साक्षीने समर्थन केले आणि तो म्हणाला की, 'त्या क्षणी मी मेस सोडली आणि काहीही ऐकले नाही.' कोर्टाचे सदस्य मेजर सोस्कीस यांच्या

एका प्रश्नावर रोड्सने उत्तर दिले की, 'त्या महिलेच्या कथेविषयी माझी घृणा फक्त तिच्या न जन्मलेल्या मुलासाठी होती. कर्नल स्टारकडे तिने याचना करूनही तिला गोळ्या घालण्यात आल्या.'

लोफ्ट्सच्या साक्षीने पहिल्या दिवसाची कार्यवाही पूर्ण केली. पुढील दिवसांत जे काही घडले ते अनुमानावरच आधारित आहे. कारण वकील सॅम सिल्किन यांनी लिहिलेले हस्तलिखित रेकॉर्ड, जो नंतर ब्रिटनचा ॲटर्नी जनरल होणार होता, लोफ्ट्सच्या साक्षीने पृष्ठ १७ वर थांबला. १८ ते १७२ ही पृष्ठे सरकारी फायलींमधून गहाळ झाली. ६ ते ९ फेब्रुवारी आणि १२ ते १४ फेब्रुवारी या सात महत्त्वपूर्ण दिवसांमध्ये जॉर्जची रेडिओ ऑपरेटर, व्होव्हेन कॉरम्यू, लेफ्टनंट डेनिस पार्सन्स आणि न्यूझीलंडचा फ्लाइट सार्जंट लेस्ली ब्राउन यांच्या पुराव्यांचा समावेश होता. कॅस्टेलनाऊच्या युद्धाच्या वेळी तिघांनी जॉर्जच्या बाजूने युद्ध केले होते.

गुरुवार, १५ फेब्रुवारीच्या सत्रात पृष्ठ क्रमांक १७३ वर पुन्हा कामकाज सुरू झाले. वॉल्टर्स जॉर्जच्या उलटतपासणीनंतर तिचे मुद्दे मांडत होती. त्यानंतरच्या वक्तव्यात आपले प्रश्न प्रतिकूल असल्याचे त्याने संकेत दिले. वॉल्टर्सला मी नाइलाजाने डांबून ठेवले. मला माहीत आहे की बचाव करणाऱ्या अधिकाऱ्याला हे माहीत नाही. वॉल्टर्स म्हणाली की मी लोकांवर अत्याचार केले, असे सांगितले गेले. पण कुणालाही दुखावणे माझ्या स्वभावात नाही.' तिच्याबद्दल त्याचे दुर्लक्ष निरपेक्ष होते. त्याने तिला शेवटी बेईमान असे म्हटले.

> खटला पुढे चालला होता. कोर्टाचे सदस्य लेफ्टनंट कर्नल ग्रे यांच्या प्रश्नाला वॉल्टर्सने दिलेल्या उत्तरामुळे जॉर्जवरील खटल्याची तीव्रता कमी झाली. तिने म्हटले की मी इलॅरवर आरोप करण्याच्या हेतूने १८ सप्टेंबर १९४४ रोजी माझा अहवाल लिहिला नाही. मी त्याची वैयक्तिक कुरिअर असूनही तो आता प्रतिकारकांचा प्रमुख नव्हता हे मला माहीत नव्हते. म्हणूनच मी त्याच्यावर छळ करण्याची परवानगी दिल्याचा आरोप केला. पण तरीही छळ थांबविण्याचा प्रयत्न न करण्यासाठी इलॅर जबाबदार होते. मी ठासून सांगू इच्छिते की मला वाटले की तो प्रमुख होता. मला मान्य आहे की मी जे बोलते ते इलॅरवरील आरोप म्हणून घेतले गेले. मला वाटते की मला प्रशासकीय बदलाविषयी सांगितले जाणे आवश्यक होते की ते आता प्रमुख नव्हते.

जॉर्जच्या बचावातील एक निर्णायक घटक म्हणजे जेव्हा या घटना घडल्या तेव्हा तो कमांडमध्ये नव्हता. तो कसल्याही आज्ञा देऊ शकत नव्हता त्यामुळे हे

उघड होते की त्याने छळ करण्याचा आदेश दिला नव्हता. पॅरिसोटच्या कमांडमध्ये आर्माग्नॅक बटालियन म्हणून कॅस्टेलनाऊ व पंजस फॉर्मेशन्स एकत्र झाल्यावर त्याने आज्ञा करणे सोडले होते. पॅरिसॉटचा सल्लागार आणि शस्त्रे पुरवठादार म्हणून जॉर्जचा प्रभाव होता पण अधिकार नव्हता.

वॉल्टर्सने साक्षीदाराचा कठडा सोडला आणि जॉर्ज त्यात जाऊन उभा राहिला. त्याने सत्य सांगण्याची शपथ घेतली. तीन दिवसांत त्यांनी आपले निवेदन मांडले आणि कोर्टाच्या प्रश्नांची उत्तरे दिली. त्याच्या साक्षीत सिल्कीनच्या हस्ताक्षरातील तीसपेक्षा जास्त पानांचा समावेश होता. हा थोडक्यात त्याच्या कामाच्या चौतीस महिन्यांचा अहवाल होता, जो द्यायला त्याने बकमास्टरला नकार दिला होता. यात जॉर्जचे कॅस्टेलनाऊ-सूर-एल ऑविग्नॉनमध्ये गुप्त नेटवर्क तयार करणे, सहकाऱ्यांना प्रशिक्षण देणे आणि सशस्त्र करणे, निरनिराळ्या मोहिमा बनवून त्या पूर्ण करणे, हल्ले, चकमकी, तोडफोड अशा सगळ्या गोष्टी समोर आल्या. छळ आणि जमावाच्या हल्ल्यांबद्दलचा त्याचा तिरस्कार त्याच्या अनेक कामांवरून उघड झाला. लोकांना इजा करण्याचा नाही तर त्यांना वाचवण्याचा त्याचा नेहमीच प्रयत्न होता, हेही समोर आले. जॉर्जने दोन स्थानिक प्रतिकारकांचा उल्लेख केला, जी त्याच्या ओळखीच्या माणसाची मुले होती. त्यांची नावे कॅइल आणि रिझॉन अशी होती.

> लिंच कायदा या त्यांच्यावर लागू होईल या भीतीने जॉर्जने त्यांच्या स्वतःच्या सुरक्षेसाठी त्यांना अटक केली होती. त्याने सांगितले की मी स्वतः एकट्याने फिझन रिझॉनची मुलाखत घेतली होती. जॉर्जने सांगितले की मी त्याला म्हणालो की तुम्हाला घाबरण्याची गरज नाही. मी येथे न्याय करण्यासाठी किंवा शिक्षा देण्यासाठी नाही. मी तुम्हाला फक्त सावध करीत आहे की तुमची पेताँ आणि त्याच्या प्रचारामुळे दिशाभूल केली गेली आहे. एका फ्रेंच नागरिकाचे खरे कर्तव्य म्हणजे देशाच्या शत्रूविरुद्ध लढा देणे आहे. तुम्ही यावर विचार करा. जर तुम्ही लढा देण्यास आणि स्वतःला एक चांगला फ्रेंच नागरिक सिद्ध करण्यास तयार असाल तर मी तुम्हाला एक चांगला फ्रेंच नागरिक असल्याचे सिद्ध करण्याची संधी देईन आणि आपण आमच्यात सामील होऊ शकता. त्यानंतर मी कॅइलला भेटलो आणि त्यालाही तेच सांगितले. त्या रात्री म्हणजेच सात-आठ जूनला आमच्याकडे लॉट-एट-गारॉनच्या एफटीपी माकिसशी संबंधित पक्षाकडून भेट होती, ज्यात मला अर्थातच कोणताही अधिकार नव्हता. एफटीपीसाठी कधीच काम केले नाही.

तो म्हणाला की कम्युनिस्ट एफटीपीचे लोक कॅस्टेलनाऊत रात्रभर मुक्काम करत असत. सकाळी महापौर लॅरिब्यू यांनी जॉर्जला सांगितले की त्यांनी चर्चमध्ये प्रवेश केला आहे, कैद्यांवर हल्ला केला आहे आणि त्यांना ट्रकमध्ये चढवले आहे. ते कैद्यांना नेतील यात काही शंका नाही. जॉर्जने कोर्टाला सांगितले की

> मी बाहेर पळत गेलो आणि अत्यंत जोरदार वादावादीनंतर मी एफटीपी पक्षाच्या प्रमुखाला हे चुकीचे असल्याचे पटवून दिले आणि त्याने मला कैदी परत दिले. मला अगदी नीटपणे आठवते की कैद्यांना या प्रकरणात झालेल्या अतीव त्रासाबद्दल मी त्यांची माफी मागितली होती. मला वाटते की ही घटना आहे ज्याचा ब्राउन किंवा पार्सनने गहाळ झालेल्या साक्षीत उल्लेख केला आहे.

जॉर्ज म्हणाला की मिलिसेन्सना वाचवण्यामुळे त्याच्या लोकांना संताप आला होता, परंतु त्यांनी त्यांचे मत मान्य केले की त्यांचा न्याय करण्याचे काम कोर्टाचे आहे. त्याने कॅइल आणि रिझॉन या दोन मिलिसेन्सना दुसऱ्या रेझिस्टन्स ग्रूपमध्ये सेवा देण्यासाठी पाठवले, जिथे त्यांनी जर्मन विरुद्ध संघर्ष केला. कॅइल आणि रिझॉनच्या कुटुंबाला जॉर्ज ओळखत होता. फ्रान्समधील मित्रांनी नंतर त्याला सांगितले की फ्रेंच कोर्टाने कॅइलला आधीच्या मिलिस सेवेसाठी कठोर श्रमाची वीस वर्षांची शिक्षा ठोठावली.

जॉर्जने कमांडर कॅमिलोच्या स्पॅनिश सैन्यदलाबद्दल सांगितले. त्याने त्यांचे कौतुक केले पण हेही सांगितले की त्यांनी पकडलेल्या एक कैद्याला त्यांनी नाकातून रक्त येईपर्यंत मारले होते. जॉर्जने म्हटले की कॅमिलोबरोबर माझा वाद झाला आणि मी त्याला सांगितले की स्पॅनिश स्वातंत्र्य म्हणजे कसेही वागणे नाही.

> माझ्या घरात या प्रकारची गोष्ट चालणार नाही. त्याने वचन दिले की आपण पुन्हा तसे करणार नाही. शिस्त पाळण्याच्या बाबतीत मला खूप अडचणी आल्या कारण शिक्षेचे तिथे कोणतेही साधन नव्हते.

जॉर्जने कॅस्टेलनाऊच्या लढाईपासून गेस्टापोच्या दोन एजन्ट्सच्या चौकशीपर्यंत त्याची कहाणी सुरूच ठेवली. त्याने म्हटले की त्या वेळी मी नेहमीचे साधे कपडे घातले होते. म्हणजेच मी ब्रिटिश गणवेशात नव्हतो. जेव्हा त्या जर्मन स्त्रीने मी ब्रिटिश असल्याचे सांगितले तेव्हा साहजिकच मला भीती वाटली की गेस्टापोने दिलेल्या कर्नल इलॅरच्या वर्णनावरून तिने मला ओळखले आहे. मी तिला मुद्दामच

सांगितले की मी ब्रिटिश अधिकारी व सद्गृहस्थ नाही. बीउलिउच्या अधिकाऱ्यांनी आरोप केला की हे अगदी वेगळे सांगितले होते. जॉर्ज म्हणाला होता की तो एक ब्रिटिश अधिकारी होता,जो सद्गृहस्थ नव्हता.

मेजर सोस्काइसने एक प्रश्न विचारल्यावर जॉर्जने पुन्हा सांगितले की ती महिला सात महिन्यांची गर्भवती होती. तिचे फ्रेंच खूप चांगले होते. ती म्हणाली की ती जर्मन आहे. तिच्या पेपर्सवरून तसे दिसत होते. तिचे उच्चारण जर्मन होते. त्याने जर्मन पुरुषाविषयी ऐकले होते पण त्या महिलेबाबत नाही. दोघांनाही फाशी देण्यात आले होते. त्यानंतर जॉर्जने कॅप्टन गॅब्रिएल टर्मिग्ननकडून केल्या गेलेल्या त्या जर्मन कैद्यांच्या चौकशीबद्दल कोर्टाला सांगितले. जेव्हा टर्मिग्ननने त्यांना मारहाण केली, तेव्हा जॉर्ज त्याच्याकडे गेला आणि सर्वांसमोर त्याला सांगितले की युद्धकैदी सैनिक आहेत आणि ते त्यांना मिळालेल्या आदेशानुसार वागले आहेत. ही त्यांना वागवण्याची पद्धत नाही. त्याने सांगितले की नंतर स्वतंत्र टूलूसमध्ये त्याने एफएफआयच्या ताब्यात बरेच कैदी पाहिले.

> जॉर्जने सांगितले की बऱ्याच प्रकरणांमध्ये मी हस्तक्षेप करून पूर्णपणे निष्पाप असलेल्या कैद्यांना जनतेच्या उन्माद आणि सूडाची शिकार होण्यापासून वाचवले. उदाहरणार्थ, प्यूट्स डी पेट्रोल डी सेंट-गौडन्सचा संचालक मी सोडवला.

जॉर्ज नंतर बीउलिउ येथील भाषणाकडे वळला, ज्यामुळे त्याच्या सहकाऱ्यांनी त्याच्यावर आरोप केले होते. त्याने सांगितले की मला पूर्णतः चुकीच्या पद्धतीने पाहिले गेले आणि माझ्याबद्दल मोठा गैरसमज झाला. त्याने गेस्टापो महिलेला जे उत्तर दिले त्याचे नेमके शब्द पाहता हे सिद्ध झाले की तो ब्रिटिश अधिकारी आहे ही गोष्ट त्याने तिच्यापासून लपवली आणि त्याने तिच्यावर अत्याचार करण्याची कसलीही आज्ञा केली नव्हती. जेव्हा ही घटना घडली तेव्हा तो अधिकारावर नव्हता, हा त्याचा मुख्य बचाव होता. तो सक्षम होता तेव्हा त्याने छळ रोखला होता. कॅस्टेलनाऊच्या लढाईनंतर कॅप्टन पॅरिसोट आणि कर्नल रावनेल यांच्याकडे सर्व नियंत्रण असल्याचे सिद्ध करणारी कागदपत्रे त्याने सादर केली. त्याचे शेवटचे शब्द मात्र त्याचा मित्र पॅरिसोटचा बचाव होता.

> तो सक्षम होता तेव्हा त्याने छळ रोखला होता. त्याने पुन्हा म्हटले की कॅप्टन पॅरिसोट हा केवळ एक शूर सैनिक नव्हता, पण तो खूप चांगला माणूस होता. मला असे वाटते की त्याने त्याच्या नेटवर्कमध्ये कोणतेही

गंभीर गैरवर्तन होऊ दिले नाही.

कोर्टाने निर्णयावर विचार करण्यासाठी कामकाज १७ फेब्रुवारीपर्यंत तहकूब केले. चौकशी अकरा दिवस चालली होती. आता जॉर्ज स्टारचे नशीब आणि प्रतिष्ठा पणाला लागले होते.

शेवटी २८ फेब्रुवारी रोजी कोर्टाने आपला निर्णय जाहीर केला. कोर्टाने म्हटले की,

> निःसंशयपणे लेफ्टनंट कर्नल स्टार इतर संघटक आणि प्रतिकारक नेत्यांप्रमाणे जागरूक होते, प्रसंगी शत्रूकैद्यांना वाईट वागणूक दिली जात असे. तथापि, तो स्वत: कधीच अशा प्रकारच्या गैरवर्तन किंवा छळाच्या घटनांना मान्यता देत नव्हता. लेफ्टनंट कर्नल स्टारविरुद्ध कोणत्याही प्रकारच्या शत्रूच्या कैद्यावर त्याच्या नियंत्रणाखाली किंवा सैन्य किंवा प्रतिकारक सैन्याच्या नियंत्रणाखाली किंवा त्याच्या तत्काळ आदेश किंवा नियंत्रणाखाली अमानुष किंवा क्रूर वागणूक दिल्याबद्दल कोणतेही औचित्य नाही.

कोर्टाने पुढे जाऊन जॉर्जच्या निंदानालस्तीचा आरोप करणाऱ्यांचा निषेध केला. ॲनी-मेरी वॉल्टर्सच्या वक्तव्यांविषयी असे म्हटले आहे की, कोर्टाला असे आढळले आहे की यापैकी प्रत्येक हानिकारक आरोप पूर्णपणे निराधार आणि खोटे आहेत. कोर्टाने लेफ्टनंट कर्नल वूलरीच यांच्यावर दुसऱ्या अधिकाऱ्यावर पात्रता नसताना गंभीर आरोप करण्याबाबत टीका केली. कोर्टाने म्हटले की इतके गंभीर आरोप करण्याआधी वूलरीच यांनी स्टार यांच्याबाबत कुठलीही माहिती घेतली नव्हती.

जॉर्जबाबत कोर्टाने घेतलेला निर्णय आणि आरोप करणाऱ्यांचा कठोर निषेध हे केवळ त्याच्या निर्दोष ठरविण्यातच नव्हे तर ज्यांनी त्याच्या विरोधात साक्ष दिली त्या प्रत्येकाला एक सणसणीत चपराक होती. एमआय ५ ने मात्र त्याला एजन्ट म्हणून कामावर घेतले नाही. त्याची नियुक्ती रोखण्यामागील कारणे कळली नाहीत, परंतु लंडनमध्ये त्याच्या भावाच्या ॲव्हेन्यू फॉश येथील वर्तनाबद्दल अफवांनी यात भूमिका बजावली असण्याची शक्यता होती.

**जा**नेवारी १९४५ मध्ये साचसेनहॉसेनच्या छळछावणीत नाझींनी सामूहिक फाशीला सुरुवात केली. यात बळी पडलेल्यांमध्ये स्ट्रेफ ब्लॉकमधील जॉन स्टारचे

नॉर्वेजियन मित्र होते. त्यांना पाच फेब्रुवारीला फाशी देण्यात आली. जॉन या हत्याकांडातून वाचलेला एकमेव स्ट्रेफ कोम्मांडोचा सदस्य होता, कारण जेव्हा वॉर्डर्स त्याला नेण्यासाठी आले तेव्हा तो त्याच्या ब्लॉक-हाउसमध्ये नव्हता. त्या छळछावणीत दहा वर्षांहून अधिक काळ सेवा केलेल्या जाकोब नावाच्या जर्मन पर्यवेक्षकाने जॉनला इशारा दिला की त्याला ठार मारण्याची योजना केली जात आहे. फ्रेंच कैद्यांसमवेत निसटून जाणे ही त्याची एकमेव संधी होती कारण जर्मन दूर पूर्वेस असलेल्या छावण्या मोकळ्या करत होते.

जेव्हा फ्रेंच कैदी छळछावणीच्या वेशीवरून कूच करीत होते, तेव्हा जाकोबने जॉनला सांगितले की पट्कन त्याच्यात घुसून जा. हे ठिकाण तुझ्यासाठी चांगले नाही. जॉन चोरून त्या कैद्यांच्या रांगेत आणि तिथून पुढे रेल्वेत घुसला. त्या घाणेरड्या बॉक्सकार्समधून अडीच हजार कैद्यांनी तीन दिवस प्रवास केला पण अति गर्दी, हवेचा आणि पाण्याच्या अभावामुळे त्यांच्यापैकी आठशे जण मरण पावले. १७ फेब्रुवारील ऑस्ट्रियामधील मौथौसेन येथे सतराशे माणसे धडपडत रेल्वेबाहेर पडली. गार्ड्सनी त्यांना फटके देत जबरदस्तीच्या कामगार शिबिरात हाकलत नेले. मौथौसेनचे नागरिक लाज वाटून हे पाहत राहिले आणि जॉन म्हणाला, ते उघडपणे रडले.

शिबिराच्या प्रवेशद्वारावर कोरलेल्या वाक्याने कैद्यांना त्यांच्या भवितव्याबद्दल काहीही शंका उरली नाही, डू कॉमस्ट, निमाल्स राऊस. म्हणजे तुम्ही पोचता, पण कधीही जाऊ शकत नाही. मौथौसेन येथील कारभारापुढे सचेनहॉसेनचे क्रौर्य सौम्य वाटत होते. जॉनने सांगितले की छावणीत पोहोचताच जे आजारी होते त्यांना स्वतंत्रपणे उभे केले गेले आणि त्यांना कपडे काढायला लावले. त्या दिवशी खूप थंडी होती आणि त्यांना संपूर्ण दिवस नग्न अवस्थेत ठेवण्यात आले होते.

> संध्याकाळी आजारी कैद्यांना सोट्याने जबर मारहाण करत गरम पाण्याने अंघोळ करण्यास भाग पाडले गेले आणि नंतर त्यांना त्याच पद्धतीने मारत बिनकपड्यांचे बाहेर थांबवले गेले. पुन्हा पहाटे त्यांना तसेच थंड पाण्याच्या शॉवरखाली अर्धा तास ठेवले गेले. परत त्यांना उघड्यावर थांबवले गेले. यातून फारच थोडे आजारी कैदी वाचले. बाकी कैद्यांना त्याच क्रूरपणे मारहाण करत अंघोळ करणे भाग पाडले गेले आणि नंतर त्यांना केवळ एक अंडरपॅन्ट आणि एक बनियन दिले गेले. एकही अपवाद न सोडता तिथले सर्व कर्मचारी अक्षरश: राक्षस होते. नंबर तीनच्या इमारतीत लाकडांच्या झोपड्यांपैकी एकात जॉनला इतर हजार कैद्यांसह ठेवले होते. त्याचा पलंग म्हणजे चिखलाने माखलेली फळी

होती. न्याहारीला फक्त गरम पाणी होते आणि दुपारचे जेवण एक प्रकारचे पातळ सूप होते. जॉनने त्याच्या इतर साथीदारांप्रमाणेच मारहाण आणि अमानुष अत्याचार सहन केले. गार्ड्सनी काम करताना कोसळलेल्या किंवा सकाळच्या हजेरीसाठी उभे न राहू शकलेल्या कैद्यांना फाशी दिली. त्यांनी काहीही कारण नसताना काही जणांची हत्या केली.

हिवाळ्यात पाऊस पडल्यावर तर हिंसाचार अजूनच तीव्र झाला. शिबिरातील रस्ते बर्फाच्या चिखलाने भरून गेले. थर्ड राईश कोसळत असल्याने तेथील अधिकाऱ्यांनी त्यांच्या क्रौर्याचे कोणतेही साक्षीदार जिवंत न सोडण्याचा प्रयत्न केला. एप्रिलमध्ये मात्र स्विस रेडक्रॉस, स्वीडिश मध्यस्थ आणि नाझी अधिकाऱ्यांच्या वाटाघाटींमुळे अनेक छळछावण्यांमधून कैद्यांना बाहेर काढले गेले. मौथौसेनमध्ये स्विस रेडक्रॉसने महिला कैद्यांना पांढऱ्या बसमधून नेले. फ्रेंच आणि बेल्जिअन पुरुष कैद्यांना पाठोपाठ सोडण्यात येणार होते. अमेरिकन मुळाचा ब्रिटन म्हणून जॉन या मानवतावादी बचावासाठी पात्र ठरला नाही.

एक फ्रेंच कैदी जॉनच्या मदतीला आला. त्याने त्याचे ब्रिटिश ओळखपत्र फाडले आणि तो फ्रेंच असल्याचे बनावट ओळखपत्र त्याला दिले. फ्रेंच आणि बेल्जिअन कैदी जाण्याच्या दिवशी, एसएस वॉर्डर जो सचेनहॉसेन येथे होता त्याने जॉनला ओळखले आणि तो म्हणाला, 'पण तू फ्रेंच नागरिक नाहीस.' जॉनने उत्तर दिले, 'होय, परंतु थोड्या काळातच युद्धाचा अंत होईल आणि काहीही न बोलता तुम्ही स्वत:ला चांगली मदत करू शकाल आणि कदाचित मी तुमच्यासाठी चांगल्या शब्दात बोलू शकेन.' गार्ड काहीच बोलला नाही. जॉन फ्रेंच आणि बेल्जिअन कैद्यांसह ट्रकच्या ताफ्यामध्ये घुसला आणि ते फाटकातून बाहेर गेले. जर्मन छळापासून अखेर सुटल्याने सर्व कैद्यांनी आभाळाकडे पाहत ला मॅर्स्सेस हे गीत गायले. ऑस्ट्रियाच्या मार्गावर, खेडुतांनी उपाशी लोकांना खायला दिले. रेडक्रॉसच्या ताफ्याने तीन दिवसानंतर स्विस सीमा ओलांडली. फ्रान्सला घेऊन जाण्यासाठी ट्रेन येईपर्यंत हे लोक पाच दिवस स्वित्झर्लंडमध्ये थांबले. फ्रेंच सीमेवरील पहिल्या गावात रहिवाशांनी तेथील सर्वांना पुरेशी वाइन आणि अन्न दिले. दुसऱ्या दिवशी, जॉन रेल्वेतून धडपडत पॅरिसमध्ये इस्सी-लेस-मौलिनॉक्समधील आपल्या अपार्टमेंटमध्ये परतला. मेजर किफरच्या पोर्ट्रेटसाठी पेंट ब्रश गोळा करताना त्याने फ्लॅट शेवटचा पाहिला होता. दरवानाने त्याला रिकाम्या फ्लॅटमध्ये नेऊन सोडले. घरी पोचून कृश झालेला, थकलेला जॉन पलंगावर पडला. सकाळी त्याने एजन्सी यवेज अलेक्झांड्रे पब्लिक येथे आपल्या युद्धपूर्व सहकाऱ्यांना भेट दिली. त्यांनी त्या छळछावण्यांतून जिवंत राहिलेल्या हडकलेल्या जॉनला कसेबसे

ओळखले कारण बहुतेक परत आलेच नव्हते.

त्यानंतर जॉन ब्रिटिश दूतावासातील लष्करी संलग्नक कार्यालयात रु ड्यू फॉबर्ग सेंट-होनोर येथे गेला. ते बंद होते पण दूतावासातील अधिकाऱ्याने त्याला थोड्या अंतरावरच्या हॉटेल ब्रिस्टलला जायला सांगितले. ब्रिस्टल बारमध्ये ब्रिटिश अधिकारी त्यांच्या अनेक आघात झालेल्या कॉम्रेडच्या आसपास जमले. त्याचा हडकुळेपणाच तो कुठे होता हे सांगण्यासाठी पुरेसा होता. लष्कराच्या गुप्तचर विभागाने त्याला नवीन गणवेशासाठी रोख रक्कम व काही कूपन्स दिले. जॉनने वसंत ऋतूच्या सकाळच्या उबदार हवेमध्ये बाहेर पाऊल ठेवले. चॅम्प्स-एलिसीसच्या दिशेने जाताना, त्याने हजारो पॅरिसवासीयांना ध्वज फडकावत आणि आर्क डी ट्रायम्फेच्या दिशेने छोट्या रस्त्याने आणि दुतर्फा झाडे असलेल्या रुंद रस्त्याने गाताना पाहिले. तो दिवस ८ मे, १९४५ होता आणि जर्मनीने शरणागती पत्करली होती.

**दु**सऱ्याच दिवशी, जॉन पॅरिसच्या ले बोर्जेट विमानतळावर इंग्लंडला जाण्यासाठी गेला. विमान भरले होते, परंतु वैमानिकाने त्याला कार्गो होल्डमध्ये ठेवण्याची ऑफर दिली. जॉन म्हणाला की तो मौथौसेनपासून अशक्त झाला आहे आणि तो हे करू शकणार नाही. मौथौसेन हा शब्द ऐकून आणि जॉनची अवस्था पाहून वैमानिकाने त्याला कॉकपिटमध्ये बसवले आणि त्याला हेडफोन दिले जेणेकरून तो बीबीसी ऐकू शकेल. इंग्रजी किनाऱ्यावर डोव्हरचे पांढरे पट्टे दिसू लागताच बीबीसीने 'गॉड सेव्ह द किंग' हे गाणे प्रसारित केले आणि जॉन रडण्यापासून स्वतःला रोखू शकला नाही. परीक्षा संपली होती. आता आणखी एक सुरुवात होती. एफ-सेक्शनचे अधिकारी त्याला घ्यायला विमानतळावर आले होते. ते त्याला कारने गिल्डफोर्ड, सरेजवळ एसटीएस २८ म्हणून ओळखल्या जाणाऱ्या टायटिंग हाउस येथे घेऊन गेले. सतराव्या शतकातील ही इमारत खंडातून परत आलेल्या एजन्ट्सच्या एसओईच्या डिब्रीफिंग सेंटरपैकी एक होते. तिथल्या अधिकाऱ्यांनी त्याला फ्रान्स आणि जर्मनीमधील त्याच्या अनुभवांबद्दल संपूर्ण अहवाल लिहिण्याचे आदेश दिले. पण जॉन म्हणाला की त्याला प्रथम आपली पत्नी मिशेल, त्यांची मुले आणि न्यूकॅसल-अंडर-लाइममध्ये राहणारे त्याचे आईवडील यांना भेटायचे होते.

तो कोठेही जाण्यापूर्वी त्याने अहवाल अगोदर त्यांनी पूर्ण करावा, असा अधिकाऱ्यांचा आग्रह होता. आपल्या भावाप्रमाणे अहवाल लिहिणार नाही असे त्याने म्हटले नाही. तीन पानांचा एक रफ रिपोर्ट लिहून त्याने तडजोड केली. त्या छोट्या अहवालात त्याने प्रत्यक्ष फील्डवरचा वेळ आणि दिझोन, पॅरिस आणि जर्मनीत तो

कैदेत असतानाचे ठळक मुद्दे दिले. त्याने सांगितले की माझ्या अकरा महिन्यांच्या अॅव्हेन्यू फॉश येथील मुक्कामात फ्रान्समध्ये अटक करण्यात आलेल्या आपल्या सर्व एजन्टांना मी एकतर पाहिले किंवा ऐकले होते. त्या एजन्ट्सच्या अटकेनंतर किती काळ आणि किती सर्किट्स काम करत राहिल्या याबद्दल मी सांगू शकतो. आमच्या एजन्ट्सच्या अटकेनंतर सर्किट काम करत असलेल्या सूचनेमुळे वाद निर्माण होणे निश्चित होते. काही ऐकून घेण्याआधीच वरिष्ठ अधिकाऱ्यांनी त्याला जर्मन फसवणुकीला बळी पडण्यास जबाबदार धरले. त्यांनी टाइप केलेल्या पानांवर स्वाक्षरी केली आणि आपल्या खाली लिहिले की 'संपूर्ण तपशिलासह अहवाल लिहायला कित्येक आठवडे लागतील. मला अशा प्रकारच्या अहवालाची आवश्यकता लक्षात आली आणि मी ते लिहायलादेखील तयार आहे. तरीही मला असे वाटते की सर्वांत महत्त्वाचे म्हणजे मला काही तास तरी माझ्या कुटुंबाला भेटायचे आहे.'

जॉनने त्याच्या आई-वडिलांच्या घरी कौटुंबिक पुनर्मिलन झाल्याबद्दल काही लिहिले नाही मात्र अनेक वर्षांनंतर त्याची मुलगी एथेलने याबाबत लिहिले. तिच्या आजीचेही नाव इथेल होते. त्यांनी तिच्या आवडत्या मुलासाठी एक कोंबडी भाजली. छोटी एथेल म्हणाली की तिच्या वडिलांनी त्या पक्ष्याकडे पाहिले आणि अजिबात न थांबता सर्व काही खाल्ले. तो फार काळ थांबला नाही. एथेलने लिहिले की 'तिच्या वडिलांनी म्हटले की मी लंडनमध्ये अंकल जॉर्जला भेटणार आहे. मी लवकरच परत येईन.' लंडनमध्ये हे भाऊ भेटले, परंतु त्याची कोणतीही नोंद उपलब्ध नाही. प्रत्येक स्टारने एका वेगळ्या युद्धाचा अनुभव घेतला होता. जॉर्जने क्षेत्रीय नेटवर्कचे काम मुक्तीपर्यंत केले होते आणि जॉनचा अनुभव विश्वासघात, छळ, तडजोड आणि एकांतवासाचा होता. जॉनने आपल्या युद्धानंतरच्या पत्रांत दोन्ही भावांमध्ये कायमची मैत्री आणि परस्पर निष्ठा व्यक्त केली. प्रत्येक जण नेहमीच दुसऱ्याच्या बचावासाठी उभा राहिला.

लंडनमध्ये जॉर्जला भेटल्यानंतर जॉनने सरे येथील एसटीएस २८ मध्ये परत येऊन एक दीर्घ अहवाल लिहिला. त्यामध्ये त्याने जर्मनीच्या एफ-सेक्शनमधील घुसखोरीविषयी आणि जर्मन लोकांनी दिशाभूल करून एसओईकडून पॅराशूट केलेल्या एजन्ट्सच्या बलिदानाबद्दल त्याला माहीत असलेल्या सर्व गोष्टींचा समावेश केला. त्याने त्याला माहीत झालेल्या गोष्टी स्पष्टपणे लिहिल्या आणि मेजर किफर आणि अर्नेस्ट व्होग्ट यांच्या कामाचे वर्णन केले. आपल्या सहकार्यामुळेच त्या सर्व गोष्टी शिकण्यास सक्षम झाल्याचे त्याने म्हटले, जेव्हा नोव्हेंबर १९४३ मध्ये लंडनला पळून जाण्यात तो यशस्वी होत असतानाच पकडला गेला.

जॉनने हा अहवाल युद्ध कार्यालयाला सादर केला व त्यांना तो योग्य वाटला. एसओईची केवळ टिप्पणी एफ-सेक्शनच्या गुप्त माहिती प्रमुख, वेरा अॅटकिन्सकडून

आली, जेव्हा जॉनने ऑर्चर्ड कोर्टात तिच्या कार्यालयात कॉल केला. तिने सांगितले की तुझ्या अहवालात काही मनोरंजक गोष्टी होत्या. तो अधिक ऐकण्याची वाट पाहत होता. पण पुढे बोलणे झाले नाही. जॉन स्टारवरचा संशय एसओईमध्ये वाढत होता. कॅप्टन जे. ए. स्टारची चौकशी या नावाच्या नोटमध्ये नमूद केले गेले की 'त्याच्या वागणुकीबाबत काही अफवा होत्या. त्या खऱ्या असल्यास त्याला विश्वासघातकी म्हणून वर्गीकृत केले जाईल.' जर्मनांनी ताब्यात घेतलेले आणि वाचलेले इतर एसओई एजन्ट इंग्लंडमध्ये जॉन अर्थात 'बॉब'च्या कथा सांगत होते. त्यांनी सांगितले की जॉन अॅव्हेन्यू फॉश येथे जर्मनांच्या सहवासात आरामात राहत होता, सर्व सुविधा घेत होता आणि आरामदायक नागरी पोशाख परिधान करत होता.

माजी एजन्टांकडून वारंवार सोहो पबमध्ये अल्फ्रेड आणि हेन्री न्यूटन या भावांची जॉनशी अचानक भेट होईपर्यंत कोणीही त्याला या आरोपांबद्दल सांगितले नाही. न्यूटन बंधूंनी वॅनबरो मॅनोर येथे त्याच्याबरोबर प्रशिक्षण घेतले होते आणि त्याला अॅव्हेन्यू फॉश येथे पाहिले होते. जॉनप्रमाणेच त्यांनीदेखील छळछावणीतले अत्याचार सहन केले होते आणि सुदैवाने ते त्यातून बचावले होते. त्या भावांनी त्याला सांगितले की जेव्हा आम्ही परत आलो तेव्हा आम्हाला सांगण्यात आले की आम्ही तुला भेटलो तरी आमच्यापैकी कोणीही तुझ्याशी बोलणार नाही. जॉनने का असे विचारताच त्यांनी माहीत नाही असे उत्तर दिले. जॉनला माहीत नव्हते की हेच न्यूटन बंधू त्याच्यावर आरोप करणारे होते.

एका एसओई अहवालात म्हटले आहे की ते जॉनविषयी अत्यंत टीका करत होते. पण दुसरीकडे पीटर चर्चिल आणि मॉरिस साउथगेटसारख्या उच्चस्तरीय आणि अनुभवी एजन्ट्सना, स्टारच्या वर्तनात टीका करण्यासारखे विशेष काहीही दिसले नाही.

हेन्री न्यूटनने एसओईला सांगितले की जॉनने इतर कैद्यांची व्यवस्था करण्यात जर्मनांना मदत केली होती. दोन मेला एकाने डीब्रीफरला सांगितले की जॉनने त्याला अॅव्हेन्यू फॉश येथे सांगितले होते की त्यांना बंदुकीच्या दिशेने नेऊ नका. तसे करणे निरुपयोगी आहे. त्यांना सर्व काही माहीत आहे. डिब्रीफरने कबूल केले की जॉनने त्यांचा विश्वासघात केला आहे यावर न्यूटन बंधूंनी विश्वास ठेवला नव्हता. हे भाऊ नॉर्मन या नावाने काम करत होते आणि त्यांना ठाऊक होते की जॉनने त्यांचे खरे नाव कधीच सांगितले नाही.

२१ मे रोजी झालेल्या चौकशीत पीटर चर्चिलने आपल्या जुन्या कॉम्रेडचा बचाव केला. चर्चिलला चौकशीत सोर्स संबोधले गेले तर जॉनला एमिली असे संबोधले गेले. ते कॅन्समध्ये एकत्रित राहताना जॉनचे हे कोडनेम होते.

> एमिलीबाबत त्यांचे मत विचारले असता सोर्स म्हणाला की त्याला वाटते की तो पूर्णपणे निर्दोष आहे. त्याच्या माहितीनुसार एमिलीने सोर्स किंवा त्याच्या संघटनेबद्दल कसलीही माहिती शत्रूला दिलेली नाही. ॲव्हेन्यू फॉशवर एमिलीच्या उपस्थितीचे स्पष्टीकरण जर्मनांची स्वतःबद्दलची फुशारकी आणि त्यांचे पोर्ट्रेट रंगविण्याबद्दलचे प्रेम असले पाहिजे. जर एमिलीने चौकशीत सांगितले असेल की तो एक कलाकार आहे, तर सोर्स असा विचार करतो की कदाचित जर्मन लोकांनी त्याला येऊन ॲव्हेन्यू फॉशवर त्यांचे चित्र रंगवायचे सुचवले असेल.

जॉनच्या वर्तनाचा तपास जसजसा पुढे सरकला, तसतसे फ्रान्समधील खटल्याच्या प्रतीक्षेत असलेल्या फ्रेंच सहयोगकर्त्यांकडून आलेल्या साक्षीने परिस्थिती त्याच्या विरुद्ध गेली. तरीही पॅरिसच्या कारागृहात पुरुष व स्त्रियांच्या विधानांमध्ये विश्वासार्हता नव्हती. एक आरोपी पियरे बोनी होता, तो पूर्वीचा पोलीस कर्मचारी होता आणि त्याने बोनी लाफोंट गँगमध्ये हेन्री लाफोंट नावाच्या गुन्हेगाराबरोबर काम केले होते. तो ज्यू लोक आणि विरोधकांविरुद्ध पॅरिसमध्ये गेस्टापोचे घाणेरडे काम करत असे. तो जॉनला कधीच भेटला नव्हता परंतु तो भेटला असल्याचा दावा त्याने केला.

> जॉन जर्मनांशी एकनिष्ठ असल्याने तो लंडनमधून आलेले मोर्स संदेश घेत असे आणि बाहेर पाठवत असे. अफाट स्मरणशक्ती लाभल्यामुळे तो पेन्सिलने काढलेल्या रेखाचित्रांद्वारे त्याला माहीत असलेल्या इंग्रजी आणि फ्रेंच एजन्टची चित्रे काढत असे. त्यामुळे त्या व्यक्तीला एका नजरेत ओळखणे सोपे जात असे.

बोनीच्या प्रतिज्ञापत्रातील एका चिठ्ठीत असा इशारा देण्यात आला होता की हे विधान एका व्यक्तीने केले होते जेव्हा त्याचा जीवनमरणाचा खटला चालू होता आणि म्हणून तो विश्वासार्ह मानला जाऊ शकत नाही. बोनीला नंतर फाशी देण्यात आले.

किफरचा शोफर आणि इतर कामे करणाऱ्या मिशेल बॉयलॉनने तुरुंगातून साक्ष दिली की जेव्हा जॉन पॅरिसला आला तेव्हा त्याने त्यांना सर्व काही सांगितले. संदेशासह सर्व मदत केली, एजन्ट्स ओळखले आणि त्यांनी त्यांच्याबरोबर खूप काम केले. तो आणि जॉन भावासारखे असल्याचा दावा बॉयलॉनने केला. एक अविश्वसनीय प्रतिपादन असे होते की त्याने जॉनला पळून जाण्यास मदत केली होती, पण ती कथा उभी राहिली नाही. बॉयलॉनने सांगितले की जॉन नूर इनायत खान आणि लिओन फाये यांचा उल्लेख न करता ॲव्हेन्यू फॉशवरून एकट्याने पळून गेला. एसडीने जॉनला पुढच्या दारात

पकडले असले तरी तो छतावर सापडला, असे बॉयलॉनने सांगितले. जॉनला जिब्राल्टरकडे जाण्यासाठी जोसेफ पलेकच्या कारमध्ये थांबल्याचा दावाही बॉयलॉनने केला. पियरे बोनीप्रमाणेच लवकरच देशद्रोहाच्या कारणावरून त्याला फाशी देण्यात आली.

खटल्याच्या प्रतीक्षेत असताना अॅव्हेन्यू फॉशमधील सफाई कामगार रोझ मेरी होल्डवेट्सनेही तुरुंगातून साक्ष दिली. पॅरिसमधून ब्रिटिश लेफ्टनंट कर्नल वॉर्डनने लिहिले की बॉबबद्दल तिच्या मनात जास्त कटुता होती. तिने म्हटले की बॉबने अर्थात जॉनने मॉरिस साउथगेट आणि नूर इनायत खान या दोघांचाही विश्वासघात केला. साउथगेटने हे नाकारले आणि जॉनबरोबर पळण्याच्या नूरच्या प्रयत्नाने तिचा विश्वासच दर्शवला होता. जॉन स्टारच्या विरुद्ध प्रथमदर्शनी पुरावा वाढत गेला, परंतु त्यातून काहीच सिद्ध झाले नाही. एमआय५च्या लेफ्टनंट कर्नल ई.जे.पी. कुसेन यांनी ४ जुलै १९४५ रोजी लेफ्टनंट कर्नल टी. जी. रोचे यांना लिहिले,

> तेरा जूनच्या आपल्या पत्राबद्दल बरेच आभार. ज्यात जॉन स्टारच्या कामाबद्दल त्याने स्वतःच्या अहवालात लिहिलेले होते. आपल्या विभागाचा चौकशी अहवाल, आपल्या चौकशीकर्त्याच्या मतांची टिपणी आणि आपल्या इतर एजन्ट्सच्या विशिष्ट संबंधित चौकशीतून पुढे आलेले सत्य मी पाहिले. आपण म्हणता त्याप्रमाणे कोणत्याही कोर्ट मार्शलची खात्री असणे आवश्यक आहे की नाही याबद्दल मला शंका आहे. आपण केलेल्या निर्णयाशी मी आदरपूर्वक सहमत आहे. मी असे समजतो की आपण आपल्या विभागास स्टारविरुद्ध कोणतीही कारवाई करण्यास सल्ला देण्याचा प्रस्ताव देत नाही. जर संभाव्य एजन्ट्समध्ये याचा विचार केला गेला तर ही फारच वाईट गोष्ट असू शकते कारण यातून असे दिसेल की पकडले गेल्यावर शत्रूला धोका देण्याच्या कोणत्याही प्रयत्नांचा परिणाम असा होतो की परतल्यावर तुमच्यावर कोर्टमार्शलचा खटला भरला जातो.

एफ-सेक्शनच्या इंटेलिजन्स ऑफिसर वेरा अॅटकिन्स यांनी तरीही आग्रह धरला, 'आम्हाला वाटते की त्याने आमची मान खाली केली आणि फक्त त्यानेच हे केले.'

न्यूटन बंधूंबरोबर सोहोमध्ये झालेल्या जॉनच्या अचानक भेटीमुळे त्यांची व्यावसायिक भागीदारी सुरू झाली. शो बिझिनेसमधल्या पालकांसह मोठे झालेल्या या तिघांनी स्टॅफोर्डशायरच्या हॅनली येथे नाइट क्लब उघडला. या उपक्रमात म्हणावे तसे यश आले नाही, कारण छळछावण्यांनी त्या सर्वांवर खोलवर आघात केले होते. ब्रिटिश

खासदार डेनिस वॉल्टर्स यांनी संसदेला दिलेल्या प्रस्तावात नमूद केले की 'अल्फ्रेड न्यूटन यांना त्यांच्या अटकेनंतर भयानक वागणूक सहन करावी लागली आणि परिणामी त्याला १०० टक्के अपंगत्व पेन्शन प्राप्त झाले नाझी छळ पीडितांना मिळालेल्या निधीतून कोणत्याही व्यक्तीला जास्तीतजास्त भरपाई दिली जाईल.

शेवटी जॉन स्टार आपल्या पत्नीसह आणि मुलांसह पॅरिसमध्ये परतला. ते त्यांच्या इस्सी-लेस-मौलिनॉक्स फ्लॅटमध्ये पुन्हा राहू लागले, जिथे जॉनने आपल्या पत्नीची भांडी जर्मनांपासून वाचवली होती. एजन्सी यवेस अलेक्झांड्रे पबिलकसह व्यावसायिक कलाकार म्हणून आपली कारकीर्द पुन्हा सुरू करून जॉनने युद्धाला मागे सोडून देण्याचा प्रयत्न केला. अर्थातच हे सोपे असणार नव्हते.

**११** जुलै, १९४५ रोजी ब्रिटनने लेफ्टनंट कर्नल जॉर्ज स्टारला मिलिटरी क्रॉस आणि फ्रेंच क्रोएक्स डी गुएरे सोबत प्रतिष्ठेची सर्व्हिस ऑर्डर प्रदान केली. जॉर्जने जनरल डी गॉलेशी झुंज देऊनही फ्रान्सने त्याला प्रतिकार पदक आणि लिजन ऑफ ऑनर प्रदान केले. अमेरिकेने त्याला सिल्व्हर पामसह स्वातंत्र्य पदक दिले. त्याचे युद्ध सन्मानाने संपले होते. ब्रिटिशच्या विभागातील जर्मन कोळसा उद्योगाची पुनर्रचना करून युद्धाने जे काही नष्ट केले होते, त्यापैकी त्याने काही परत उभे केले. माजी खाण कामगार आणि खाण अभियंता म्हणून तो या कामासाठी योग्य माणूस होता.

जॉर्जने एस्सेनच्या बाहेरील व्हिला ह्यूगल हे राहण्याचे ठिकाण निवडले. त्यांच्या देशातील सर्व आधुनिक युद्धांसाठी शस्त्रे बनवणारे जर्मन उद्योजक क्रुप कुटुंबाची ती या देशातील हवेली होती. रुहर नदीच्या वरच्या भागाच्या जवळजवळ तीनशे खोल्यांच्या या हवेलीत त्याच्याबरोबर ब्रिटिश पुरुष अधिकारी राहत होते. कर्मचाऱ्यांमधील एकमेव महिला म्हणजे व्होव्हेन कॉरम्यू होती. कॉरम्यूने तिच्या मुलीबद्दल सांगितले की 'ती घरगुती बाजू चांगली सांभाळत होती.'

जपानने आत्मसमर्पण केले तेव्हा १५ ऑगस्टला, व्ही-जे डेला जॉर्ज व्हिला ह्यूगल येथे होता. इंग्लंडमधील पिलर आणि मुलांसमवेत दुसऱ्या महायुद्धाची समाप्ती साजरी करणे त्याला शक्य नव्हते. त्याने आपली आठ वर्षांची मुलगी जॉर्जिना एथल मार्गारिटा स्टार हिला १५ ऑगस्ट १९४५ ला एक पत्र लिहिले.

प्रिय जॉर्जिना,

तुझे वडील नेहमीच तुझ्याबद्दल विचार करतात. विशेषत: जगाच्या इतिहासातील या महान दिवशी तर तुझी आठवण प्रकर्षाने झाली.

आपल्या छोट्या आयुष्यात तुला फक्त युद्धाबद्दल माहिती असेल. आता हे संपले आहे आणि देवही अशी इच्छा करतो की तुम्हा सगळ्यांना तुमच्या दीर्घ आणि आनंदी जीवनात शांती मिळेल.

तू आणि तुझ्या पिढीतील इतर सर्व मुले शांतता आणि स्वातंत्र्याने जगू शकतील. तुझी आई आणि मी व इतर सर्व आई-वडील यांनी अनेक त्याग केले आणि बऱ्याच वर्षांचा आनंद गमावला.

माझ्या प्रिय जॉर्जिना, जेव्हा तू एक स्त्री होशील तेव्हा तुला समजेल की या गेल्या काही वर्षांत तुझ्या आईने काय किंमत मोजली आहे.

तू तुझ्या आईकडे जगातील सर्वांत अप्रतिम महिला म्हणून नेहमीच पाहशील. तिच्या सल्ल्याचे नेहमीच अनुसरण कर आणि तिच्यावर खूप खूप प्रेम कर. तिची नेहमी काळजी घे. माझ्या मुली, तुझ्या आईचा अभिमान बाळग.

तुला तुझ्या वडिलांची जास्त माहिती नाही; परंतु भविष्यात तू मला अधिक जाणून घेशील. तुला कळेल की मी एक सामान्य माणूस आहे परंतु तुला मदत करण्यासाठी आणि मार्गदर्शन करण्यासाठी नेहमीच मी तुझ्या बाजूने असेन, यावर विश्वास ठेव. मी तुला कधीही निराश करणार नाही.

तू हे पत्र ठेवावेस अशी माझी इच्छा आहे, जेणेकरून तू मोठी होताना वेळोवेळी ते वाचू शकशील.

मी तुला पुढच्या संपूर्ण आयुष्यासाठी एक सुवर्ण नियम देतो, इतरांनी तुझ्याशी जसे वागावे असे तुला वाटते, तसेच तूही इतरांशी वाग.

खूप खूप प्रेम आणि गोड पापी.

तुझाच डॅडी

थोड्याच वेळानंतर जॉर्जने आणखी एक पत्र लिहिले. त्यात कर्नल बकमास्टर यांना त्याने विचारले की एफ-सेक्शनने त्याचा भाऊ जॉनशी इतर परतलेल्या एजन्टांपेक्षा वेगळी वागणूक का दिली आणि जॉनला सन्मान का मिळाले नाहीत कर्नल बकमास्टर यांनी उत्तर दिले नाही.

पंतप्रधान क्लेमेंट ॲटलीच्या नवीन कामगार सरकारने वर्षभरानंतर १५ जानेवारी १९४६ रोजी एसओईला अधिकृतपणे काढून टाकले. त्यानंतर एम आय ६ ची विशेष ऑपरेशन्स शाखा म्हणून अल्प काळ तिने काम केले.

## १६

# स्टार्सवर खटले

*युद्धाच्या इतर विभागातही असीम धैर्य होते, मात्र त्याकडे लक्ष गेले नाही.*
मॉरिस बकमास्टर

युद्धाच्या समाप्तीनंतर हिशेबांची वेळ आली. मित्रपक्षांनी मग युद्ध-गुन्हे आणि मानवतेविरुद्धचे गुन्हे दाखल केलेल्यांवर खटला चालवण्यासाठी न्यायाधिकरणाची स्थापना केली. सर्वांत उल्लेखनीय म्हणजे न्युरेमबर्ग चाचण्या, ज्याबाबत मुख्य ब्रिटिश वकील, हार्टले शॉक्रॉस यांनी म्हटले की

> न्युरेमबर्ग येथे प्रतिवादी, नाझी जर्मनीचे नेते केवळ सामान्य मारेकरीच नव्हते तर आक्रमक युद्धाच्या गुन्ह्यासाठीही दोषी होते. हे गुन्हे मानवतेलाच काळिमा फासणारे होते.

मार्च १९४७ मध्ये जर्मनीतील वुपरताल येथे काही नाझी मारेकऱ्यांचे खटले चालले. ऑशविट्झ, ट्रेबलिंका आणि इतर छळछावण्यांमध्ये लाखो लोकांची क्रूरपणे हत्याकांडे करणाऱ्या खटल्यांपेक्षा हे कदाचित कमी महत्त्वाचे असतील पण मित्रराष्ट्रे आणि आंतरराष्ट्रीय कायद्यांसाठी हे महत्त्वाचे होते. फ्रान्समधील नोएल्सजवळ ८ ऑगस्ट १९४४ रोजी सिचेरिट्सडिएन्स्टने पाच एसएएस कमांडोना कट करून ठार मारल्याबद्दल दोषी ठरवले जाऊ शकले नाही. ब्रिटिशांनी आपल्या कर्मचाऱ्यांवर

गणवेश घालणे आवश्यक मानले होते आणि भविष्यातील लढाऊ लोकांना हे माहीत असणे आवश्यक होते की पकडलेल्या सैनिकांच्या हत्येसाठी निर्बंध आहेत.

माजी एसएस मेजर हॅन्स जोसेफ किफर प्रतिवादी होता. त्याचा वरिष्ठ अधिकारी हेल्मुट नॉचेन आणि रिचर्ड श्नूर आणि कार्ल हॉग यांच्यासह किफरच्या कमांडखाली असलेले आणखी काही लोक त्यात होते. किफरचा वकील डॉ. लाउटरजंग याने आपल्या कलायंटच्या बचावात सांगितले की ब्रिटिश सैनिकांना ठार मारण्याची नोचेनने दिलेली आज्ञा त्याच्या पक्षकारांनी फक्त बजावली होती.

किफरने सांगितले की, मला आज्ञेचे पालन करावेच लागले कारण संपूर्ण प्रकरण हिटलरची हत्या करण्याच्या प्रयत्नानंतर घडले होते. तेव्हा विरोध अशक्य होता. जर मी नकार दिला असता तर मी कैद्यांना वाचवू शकलो नसतो. डॉ. लाउटरजंग यांनी जॉन स्टारला वुपरताल येथे येऊन किफरच्या वतीने साक्ष देण्यास सांगितले. जरी जॉनला एसएएस कमांडोजच्या हत्यांबद्दल काहीही माहिती नव्हते, तरीही तो ॲव्हेन्यू फॉशमध्ये एसएएस कैद्यांना किफरने दिलेल्या मानवी वागणुकीची साक्ष देऊ शकत होता. किफरच्या खटल्याच्या शेवटच्या दिवशी बारा मार्चला त्याने वायव्य जर्मनीतील वुपरतालला उड्डाण केले. तो उद्ध्वस्त झालेल्या शहरातून कोर्टाकडे गेला. तेथे मित्रपक्षांच्या बॉम्बस्फोटामुळे पंचवीस हजारहून अधिक नागरिक ठार झाले होते आणि आणखी साडेतीन लाख लोक बेघर झाले होते. तो कोर्टात आला तेव्हा दोन वाजले होते. अर्ध्या तासानंतर तो साक्षीदाराच्या पिंजऱ्यात गेला. या भयंकर हत्याकांडातून वाचलेले सर्ज व्हॅकुलिक आणि थॉमस जोन्स हे दोघे तेथे होते. ज्या माणसाने त्याचा जीव वाचवला त्याला वाचवण्यासाठी तो तिथे गेला होता. डॉ. लाउटरजंगने त्याला शपथ घ्यायला लावली. जॉन म्हणाला की,

> मी आरोपी किफरला ओळखतो आणि त्याची माझी ओळख आहे. मी त्याला ॲव्हेन्यू फॉशवर भेटलो. मी त्याचा कैदी होतो. त्याने मला खरोखरच चांगली वागणूक दिली. मला मिळालेले अन्न माझ्या रक्षकासारखेच होते. ॲव्हेन्यू फॉशवरमधील इतर कैद्यांशीही अशीच वागणूक देण्यात आली. मी सुटण्याचा प्रयत्न केल्यानंतरही मला वाईट वागणूक मिळाली नाही. किफर अनेकदा कैद्यांना चॉकलेट आणि सिगारेट वाटत असे. मी ॲव्हेन्यू फॉशवर होतो तोपर्यंत मी पुन्हा सुटणार नाही असा माझा शब्द मी त्याला दिला. त्यानंतर माझा दरवाजा लॉक केला गेला नाही. त्याच्या वागण्यावरून मला असे वाटत नाही की ब्रिटिश कैद्यांच्या जाणीवपूर्वक खून करण्यात तो भाग घेईल.

कोर्ट तहकूब झाले. दोन तासांनंतर न्यायमूर्ती परत आले. सर्ज व्हॅकुलिकने सांगितले, कोर्टाच्या अध्यक्षांनी किफरला सांगितले की वुपरताल येथील कोर्ट मार्शलने आपल्याला पाच ब्रिटिश सैनिकांचा हेतुपुरस्सर खून केल्याबद्दल दोषी ठरवले आहे आणि फाशीद्वारे मृत्युदंड ठोठावला आहे. जेव्हा किफरच्या शिक्षेचे जर्मन भाषांतर केले गेले तेव्हा व्हॅकुलिकने लिहिले की किफरच्या पापण्या मिटल्या, पण तो गडबडला नाही. एका रक्षकाने आज्ञा केली, राइट टर्न! क्विक मार्च! व्हॅकुलिकने किफरला बाहेर जाताना पाहिले. त्याचे डोके उंचावले होते आणि त्याचा चेहरा आणि मान नेहमीसारखे लाल झाले होते. जॉनही त्याच्याकडे पाहत होता. किफर क्षणभर थबकला, त्याने आपल्या माजी कैद्याकडे पाहिले आणि डोके झुकवले. किफरने त्याच्या अपिलात आवाहन केले की आजही मी देव, ख्रिस्त आणि माझा विवेक यांच्यासमोर निष्पाप आहे, कारण मला दिलेल्या आदेशाच्या बेकायदेशीरपणाविषयी मला माहिती नव्हती. तीन महिन्यांपूर्वी माझ्या पत्नीचा मृत्यू झाल्यापासून आई नसतानाही माझ्या तीन अल्पवयीन मुलांच्या दृष्टीने त्याने आपली शिक्षा कमी करण्याची विनंती केली. कोर्टाने त्यांची विनंती नाकारली. फाशी देणाऱ्या ब्रिटिश माणसाने २६ जून, १९४७ रोजी हॅमलिनच्या तुरुंगात श्नूर आणि हॉग यांच्यासह किफरला फाशी दिली. न्यायालयाने या हत्याकांडाचा सूत्रधार कमांडर हेल्मुट नॉचन यांची फाशीची शिक्षा कमी करून ती वीस वर्षांची केली. त्याने पंधरा वर्षे तुरुंगात घालवली.

भूतकाळाने जॉन स्टारचा पॅरिसपर्यंत पाठलाग केला. तेथे फ्रेंच तपासनीस ब्रिटिशांनी सोडून दिलेल्या केसेसचे पुनरुज्जीवन करीत होते. फ्रेंच माजी कैद्यांकडून जॉनचा निषेध करण्यात आला. माजी एसडी अधिकारी डॉ. जोसेफ गोएत्झ, जोसेफ पलेक आणि व्हर्नर रुहल यांनी जर्मन पद्धतीने या प्रकरणात भर घातली. एका वर्षाहून जास्त काळ पॅरिसमधील १३, र्यू देस सौसेज येथील डायरेक्शन डे ला सर्विलांस टेरिटोर 'डीएसटी)च्या पोलिसांनी साक्षीदारांच्या मुलाखती घेतल्या. १ एप्रिल १९४६ रोजी पलेकरने एका पोलीस निरीक्षकाला सांगितले की जॉन आमच्याबरोबर काम करण्यास पूर्णपणे तयार होता. लंडनला संदेश पाठविण्यामध्ये त्यांनी आम्हाला खूपच मदत केली. त्याच्याबरोबर पॅरिसच्या एका रेस्टॉरंटमध्ये आणि पॅराशूट ड्रॉपसाठी मैदाने पाहण्यास बाहेर जाण्याच्या गोष्टी तपास करणाऱ्यांना सहकार्यासारख्याच वाटल्या तर नवल नव्हते.

तेरा डिसेंबरला झालेल्या चौकशीत झालेली डॉ. गोएत्झची साक्ष जॉनच्या विरोधातच जाणारी होती. गोएत्झने सांगितले की

'जॉन स्टारने माझ्या स्पेलिंगमधील काही चुका दुरुस्त केल्या, मला तांत्रिक संदेश पाठवण्याचा योग्य मार्ग दाखवला आणि त्याच्या कोठडीत रात्री परत जाईपर्यंत मिळालेल्या मर्यादित स्वातंत्र्याचा त्याने आनंद घेतला.'

मेजर किफरसाठी नकाशे काढणे आणि संस्थात्मक तक्त्यांमध्ये जॉनने केलेल्या सहकार्याबद्दल गोएत्झने दिलेल्या माहितीने तर जणू संभाव्य खटल्याचा पुरावाच रचला. पण गोएत्झने कबूल केले की जॉनने कोणतीही उपयुक्त माहिती दिली नव्हती आणि कोणत्याही सहकाऱ्यांचा विश्वासघात केला नव्हता.

त्याच दिवशी जॉन रुए देस सॉसॅइजला गेला. तेथे पोलीस अधीक्षक रेने गौलौद यांनी फ्रान्समध्ये एसओईच्या मोहिमेवर जाण्यापूर्वीचा काळ, बालपण, विवाह आणि खाजगी आयुष्याबद्दल प्रश्न विचारले. त्यानंतरचे प्रश्न त्याच्या अकरा महिन्याच्या अॅव्हेन्यू फॉशवरच्या वास्तव्याबद्दलचे होते. जॉनने गॉलिस्ट आणि गिराउडिस्ट संस्था यांचे नकाशे रेखाटल्याचे कबूल केले. तो एस-फोन ऑपरेशनमध्ये मदत करण्यासाठी आणि इतर कामांसाठी योजेफ प्लाक यांच्यासोबत सेंट-क्वेंटीन येथे गेला होता, हेही त्याने कबूल केले. पण नोव्हेंबर १९४३मध्ये लिओन फाये आणि नूर इनायत खान यांच्यासमवेत पळून जाण्याचा प्रयत्न हा त्यांच्या बाजूचा सर्वांत मजबूत घटक होता. त्यांच्या उत्तरांची नोंद केली गेली.

सहा जानेवारी १९४८ रोजी पुन्हा डीएसटी ब्यूरो येथे रुए देस सॉसॅइजला ही प्रक्रिया पुन्हा सुरू झाली. जॉनने पोलीस अधीक्षक रेने गौलौद यांच्या पलेकरशी असलेल्या त्याच्या संबंधाबद्दल प्रश्नांची उत्तरे दिली. याच पलेकने खोटी आमिषे दाखवून एसओई आणि त्यांच्या लोकांना मरणाच्या दाढेत लोटले होते. जॉनने कबूल केले की मी पलेकसोबत अनेकदा बाहेर गेलो होतो. एकदा तो मला बाहेर जेवायलाही घेऊन गेला होता पण मी त्याच्या सेवेत मात्र कधीच नव्हतो. जॉनने हेही सांगितले की त्याने मला पुन्हा एकदा एका अपार्टमेंटमध्ये नेले जेथे गृहप्रवेशाचा कार्यक्रम होता. मात्र त्याने फंकस्पिलला मदत करण्यास नकार दिला होता. त्याने म्हटले की 'पलेक दावा करत असल्याप्रमाणे मी त्यांच्या संपादनात किंवा प्रसारणात कधी भाग घेतला नाही. त्याने गोएत्झच्या विधानांचा निषेध केला.

त्याने सांगितले की मी तर कधीच गोएत्झसाठी काम केले नाही. मात्र त्याने मला वेगवेगळ्या प्रसंगी त्याच्या कार्यालयात बोलाविले आणि त्याने पाठविलेल्या किंवा प्राप्त झालेल्या संदेशांमध्ये काही शब्दलेखन

> दुरुस्त करण्यास सांगितले. त्याच्यासाठी मी बीबीसीचे संदेश लिहिले कारण जर मी ते केले नसते तर जर्मन लोक ते करायला होतेच. एकाच वेळी प्रसारणे ऐकण्यासाठी त्यांच्याकडे सहा किंवा सात रेडिओ होते. मी पुन्हा सांगतो की मी कधीही ओळखत असलेल्या एजन्ट्सची माहिती आहे, असे दाखवले नाही. मी ते करू शकलो नाही.'

दोन दिवसांनंतर जॉन पुन्हा रुए देस सॉसेइजला परत आला. पोलीस अधीक्षक रेने गौलौद यांनी त्याला अटकेच्या अगोदरच्या काळाबद्दल विचारले. जॉनचा विश्वासघात करणाऱ्या फ्रेंच नागरिक पियरे मार्टिनविषयी त्यांना जाणून घ्यायचे होते. जॉनने त्याला सांगितले तो डबल एजन्ट होता आणि दुसऱ्या रेझिस्टन्स ग्रूपने त्याची हत्या केली. डिजॉनमध्ये त्याने सहन केलेला छळ, फ्रेन्सेस तुरुंग आणि अॅव्हेन्यू फॉश येथील त्यांचे अनुभव आणि शेवटी छळछावणीतील अनुभव त्याने सांगितले. 'दहा दिवसांनंतर पुढचा साक्षीदार वर्नर रुहेल होता. रुहेलने सांगितले की जॉनने रे मॅनेसमध्ये विध्वंसासाठी शक्य असलेल्या साइट्स शोधण्यासाठी तपासणीचा दौरा केला होता होता. याच वेळी त्याने रेडिओ प्रक्षेपणासाठी जागाही पाहिल्या होत्या. रुहेलच्या मते जॉनला फ्रान्समध्ये विध्वंस करण्यासाठी पाठवले गेले होते आणि तो लंडनला सफाईने पटवून देऊ शकत होता की खोटे रेझिस्टन्स नेटवर्क पूल आणि रेल्वे मार्गांना उडवत आहे.

जॉनच्या स्वतःच्या कबुलीबरोबरच पलेक, गोएत्झ आणि रुहेल यांच्या साक्षींमुळे परिस्थितीचा तराजू त्याच्या विरुद्ध बाजूने झुकत चालला होता. जूनमध्ये तपास करणाऱ्यांनी जॉनला चांगले ओळखत असलेल्या अर्नेस्ट व्होग्टची चौकशी केली. व्होग्ट तब्बल चार वर्षे इकडून तिकडे फिरत होता. त्याने लिहिले की 'ऑगस्ट १९४४ मध्ये पॅरिसहून माघार घेतल्यानंतर आम्ही आमच्याबरोबर एक रेडिओ आणला होता आणि आम्ही यशस्वीपणे नॅन्सी, ऑफेनबर्ग आणि नंतर फ्रान्सबर्गहून येथून लंडनला आमचे प्रसारण चालू ठेवले. मग लेक कॉन्स्टन्सच्या किनाऱ्यावरूनही आम्ही प्रसारणे केली.' मात्र तेव्हा युद्ध संपले तेव्हा अर्नेस्ट व्होग्ट लपून राहिला. २९ मे १९४६ रोजी अमेरिकन सैन्याने जेव्हा त्याचा माग काढला तेव्हा तो एका डेअरीमध्ये काम करीत होता. अमेरिकन लोकांना आपण त्याच्यावर कोणताही खटला करू शकत नाही, हे ठरवण्यासाठी तब्बल एक वर्ष लागले. त्यांनी त्याला इंग्रजांकडे पाठविले. इंग्रजांनी त्याला अमेरिकेकडे परत पाठवण्यापूर्वी तीन महिने तुरुंगात टाकले. पश्चिम जर्मनीच्या नवीन सरकारने व्होग्टला ताब्यात घेतले आणि त्याला डाचाऊ शिबिरात ठेवले. पाश्चात्त्य गुप्तचर सेवांनी त्याला भरती करण्याचा प्रयत्न केला. त्यांनी इतर अनेक जर्मन हेरांना आपल्या सेवेत घेतले होते पण व्होग्टने

तो प्रस्ताव नाकारला. आपल्या पत्नीला फ्रेंच नजरकैदेतून सोडण्यासाठी तो फ्रान्समध्ये परत आला होता.

१९ जून, १९४८ रोजी त्याने जॉनबद्दलच्या प्रश्नांची उत्तरे दिली. त्याने सांगितले की

> ‘मला माहीत आहे की बॉबने फक्त डॉ. गोएत्झच्या संप्रेषणाचा मजकूर दुरुस्त केला जेणेकरून ते जर्मन भाषांतर आहे, हे समजू शकले नाही. त्याने स्वतः काहीही मजकूर लिहिला नाही. त्याने फ्रेंच विभागाच्या संघटनेच्या सदस्यांची किंवा इतर कोणत्याही संघटनेच्या किंवा प्रतिकार चळवळीतील कोणत्याही सदस्यांची कधीही निंदा केली नाही. माझ्या माहितीनुसार त्याच्यामुळे कोणीही पकडले गेले नाही. त्याने मला स्पष्टपणे सांगितले होते की तो कधीही आमच्या एजन्ट किंवा विभागातील खबऱ्या होणार नाही किंवा इतर कोणातीही माहिती देणार नाही.’

फ्रेंचांनी लंडनला माहिती दिली व सहकार्याची विनंती केली. ब्रिटिशांनी हे मान्य केले पण ते खटला दाखल करण्याबाबत संदिग्ध होते. वॉर ऑफिसमधील लष्करी ऑपरेशन्समधील वरिष्ठ अधिकाऱ्यांनी २८ सप्टेंबर, १९४८ रोजी एमआय ५च्या मिस जे. रसेल किंग यांना लिहिले की ‘मलासुद्धा वाटते की स्टार तारखेच्या प्रकरणात झालेल्या साक्षी हे यशस्वी खटल्यासाठी फार आशादायक आधार ठरणार नाहीत. परंतु आपण म्हणता तसे फ्रेंच न्यायाच्या प्रक्रियेचा अंदाज बांधला जाऊ शकत नाही.’

डीएसटीने स्टार प्रकरणाच्या सर्व बाजू तपासून पहिल्या पण त्यांना कोणताही निष्कर्ष काढता आला नाही. त्यांनी जॉनच्या केसची कागदपत्रे डॉसियर पॅरिसच्या सैन्य न्यायाधिकरणाकडे सोपवली. न्यायाधिकरणाने या पुराव्यांचा अभ्यास केला आणि १३ डिसेंबर, १९४८ रोजी शत्रूला गुप्त माहिती देण्याच्या दंड संहितेच्या अनुच्छेद ७५ नुसार कॅप्टन जॉन रेनशॉ स्टारवर अधिकृतपणे गुन्हा दाखल केला.

या गुन्ह्यात जास्तीत जास्त दंड मृत्यू हाच होता. हे प्रकरण कॅप्टन जे. मर्सियर नावाच्या एका कर्तव्यदक्ष तरुण अधिकाऱ्याकडे आले. एका ब्रिटिश निरीक्षकाने मर्सियरचे वर्णन अतिशय हुशार म्हणून केले. फ्रान्स, इंग्लंड आणि जर्मनीमध्ये पुरावे शोधत मर्सियरचे विस्तृत जाळे पसरले. तपास न्यायाधीश म्हणून त्याची भूमिका महत्त्वाची होती. त्याच्या शब्दांमुळे हे निश्चित होणार होते की जॉनला फ्रेंच कोर्टमार्शलला तोंड द्यावे लागेल का, जे सरळ त्याला शिरच्छेदाकडे नेऊ शकणार होते.

मर्सियरने इस्सी-लेस-मौलिनॉक्समधील स्थानिक पोलिसांना जॉनच्या चारित्र्य तपासणीची

विनंती केली. २३ डिसेंबर १९४८ च्या अहवालात नमूद केले गेले की त्याचे आचरण आणि नैतिकता उत्कृष्ट आहे. आमच्या माहितीनुसार त्याचा पूर्वीचा कोणताही गुन्हेगारी इतिहास नाही.

१९४९ सालात कागदपत्रांची चौकशी आणि तपासणी चालू राहिली. चौकशीच्या दरम्यान जॉनला जीन ओव्हरटन फुलर या ब्रिटिश लेखिकेच्या रूपाने एक अनपेक्षित सहकारी मिळाला. फुलर तिची मैत्रीण आणि लंडनमधील शेजारी नूर इनायत खानचे चरित्र लिहीत होती. जर्मनांनी खानची दाचाऊमध्ये हत्या केली होती. एफ-सेक्शनमधील माजी गुप्तचर अधिकारी व्हेरा अॅटकिन्स यांनी फुलरला सांगितले की खान तुरुंगात होती तेव्हा जॉन अॅव्हेन्यू फॉश येथे होता. त्याच्याशी कसा संपर्क साधायचा हे माहीत नसल्याने तिने फुलरला ब्रुसेल्समधील जॉर्ज स्टारचा पत्ता दिला. जॉर्जने पॅरिसमधला भावाचा पत्ता फुलरला पाठविला. फुलरने जॉनला पत्र लिहिले आणि १४ सप्टेंबर १९४९ रोजी तिने इस्सी-लेस-मौलिनॉक्स येथे जॉनच्या घरी भेट दिली.

जॉनने फुलरला खानचे अॅव्हेन्यू फॉशमधील धैर्य आणि त्यांच्या पलायनाच्या प्रयत्नाबद्दल सांगितले. त्याने फंकस्पिलचाही उल्लेख केला, परंतु त्याने फुलरला इशारा दिली की तिने जर्मनांनी केलेल्या एसओईच्या यशस्वी फसवणुकीबद्दल लिहिले तर तिच्या चरित्रात मदत करणारे माजी एसओई अधिकारी तिला नाकारू शकतात. लंडनमध्ये गेल्यावर फुलरने कर्नल बकमास्टरना भेटून खानबद्दल चर्चा केली. मुलाखतीच्या शेवटी, तिने विचारले, 'तुम्हाला स्टारबद्दल काय वाटते?' बकमास्टरच्या उत्तरातल्या रागाने ती चकित झाली. त्यांनी म्हटले, 'काहीही नाही! गेस्टापोने त्याला पकडल्यानंतर वर्षभर त्याला सांगितलेल्या सर्व गोष्टी त्याने केल्या. जवळजवळ सर्व काही.' फुलरने तिच्या नवीन मित्राचा बचाव केला. बकमास्टर यांनी कबूल केले की जॉनने बहुधा जर्मन लोकांना कोणतीही माहिती दिली नाही, परंतु त्याने खान आणि फाये यांच्याबरोबर पळून जाण्याचा प्रयत्न का केला नाही याबद्दल त्यांना आश्चर्य वाटले. फुलरने सांगितले की त्याने पळण्याचा प्रयत्न केला होता. जेव्हा फुलरने त्यांना जॉनशी झालेले संभाषण सांगितले तेव्हा त्यांनी उत्तर दिले की तुम्ही फक्त त्याचे बोलणे ऐकले आहे. त्याला काही मूल्य नाही. काही क्षणानंतर ते पुढे म्हणाले की 'मी सुरुवातीपासूनच त्याच्यावर कधीच विश्वास ठेवला नाही.'

जॉनला खात्री होती की एफ-सेक्शनच्या पूर्वीच्या कर्मचाऱ्यांच्या मनात त्याच्याविरुद्ध सूडबुद्धी आहे, कारण त्याच्या अहवालात त्यांच्या प्राणघातक चुका त्याने उघडकीस आणल्या होत्या. त्याने वॉर ऑफिसला दिलेला अहवाल अदृश्य झाला होता आणि एसओईने तो हरवला नसून दडपल्याची त्याची खात्री पटली होती.

१५ नोव्हेंबर १९४९ला सकाळी दहा वाजता जॉन पॅरिसमधील र्यू दे र्यूली येथे

असलेल्या सैन्य न्यायाधिकरणाच्या मुख्यालयात गेला. कॅप्टन मर्सियरने त्याला सांगितले की तुम्ही वकील देऊ शकता पण इंग्लंडमधील न्यायालयात चौकशीच्या वेळी जॉनचा त्याच्या भावाप्रमाणेच आपल्या निर्दोष असण्यावर ठाम विश्वास होता. त्याने सांगितले की मला वकिलाची उपस्थिती असणे आवश्यक वाटत नाही आणि तुमच्या सर्व प्रश्नांची उत्तरे देण्यासाठी मी आता तयार आहे.

मर्सियरने दिलेल्या दोन टाइप केलेल्या पानांत त्याला विचारण्यात येणारे प्रश्न होते. जॉनने ते वाचले आणि त्यात झटपट किरकोळ दुरुस्त्या केल्या, जशा तो ॲव्हेन्यू फॉशवर असताना तो एसडीसाठी करत असे. जॉन मर्सियरला म्हणाला, 'तिथेही मी हेच करत असे. त्यांना ही मी केलेली मदत वाटत असे पण मी हे काम माझ्या संस्थेबद्दल त्यांना किती माहिती आहे आणि ते काय करत आहेत हे जाणून घेण्यासाठी करत असे.'

मर्सियरने त्याला अर्नेस्ट व्होग्टची साक्ष वाचायला दिली आणि त्याचे मत विचारले. जॉनने उत्तर दिले की

> मी आता तुम्हाला तेच सांगितले. मी त्यांना छोट्या सेवा दिल्या. संदेशांचे प्रसारण किंवा फ्रेंच-सेक्शनच्या संस्थेबद्दल मी कोणतीही उपयुक्त माहिती दिली नाही. मला खात्री आहे की मी नेहमी एकनिष्ठपणे वागलो.

कॅप्टन मर्सियरने फ्रेन्सेस तुरुंगातील जॉनच्या कोठडीतील दोन सोबती शोधून काढले. जीन-कलॉड कॉमर्ट आणि जीन अर्जेस अशी त्यांची नावे होती. जॉनने माहिती मिळवण्यासाठी ॲव्हेन्यू फॉशमध्ये एसडीला सहकार्य करावे की नाही या विषयी त्यांच्या चर्चेबद्दल जॉनने त्यांना सर्व काही सांगितले, याची पुष्टी दोघांनी केली. कॉमर्टने २२ नोव्हेंबरला न्यायाधिकरणास सांगितले की त्यांनी फ्रान्समधील ब्रिटिश कारवायांमधील जर्मन घुसखोरी आणि लंडनच्या एसडीला शस्त्रे पाठविण्याविषयी चर्चा केली होती. जॉनने त्यांना सांगितले होते की जर्मन इतक्या हुशारीने दगाबाजी करत होते की लंडनमध्ये त्यांचा जन्म गेला असावा.

दुसऱ्याच दिवशी मर्सियरने लंडनमधील फ्रेंच राजदूत रेने मॅसिगली यांना पत्र लिहिले. त्यांनी या प्रकरणाची माहिती त्यांना कळवली आणि आपल्या शंका व्यक्त केल्या. मर्सियरने म्हटले की जॉन स्टार असे सांगतो की त्याने केलेली कामे कुणालाही त्रास देणारी नव्हती आणि मित्रपक्षांच्या हितसंबंधांना इजा पोहोचवण्याची तर शक्यताच नव्हती. त्याच्या कामातून त्याला जर्मन लोकांना ब्रिटिश नेटवर्कविषयी काय माहीत आहे हे माहिती करून घ्यायचे होते. त्याची इच्छा होती की कसेही करून त्याने ते लंडनला कळवावे म्हणजे ते हे सगळे थांबवू शकतील. मर्सियरने या प्रकरणातील एक त्रासदायक बाब मान्य केली की जर्मन साक्षीवरून एका

अधिकाऱ्याला शिक्षा किवा फाशी देणे कठीण वाटते. त्याने राजदूतांना कळवले की फ्रेंच किंवा मित्रपक्षांची थेट साक्ष नाही. जॉनने एफ-सेक्शनचा विश्वासघात केल्याबद्दल किंवा त्याच्या कृत्याने संघटनेला नुकसान केले आहे का हे कर्नल बकमास्टर यांना विचारण्यास मर्सियरने सांगितले. न्यायाधिकरणाच्या प्रश्नाला बकमास्टरकडून कोणताही प्रतिसाद आला नाही.

पॅरिसमधील ब्रिटिश वाणिज्य दूतावासाने जॉनला देश सोडून जाण्याचा सल्ला दिला. त्याने नकार दिला. त्याने फुलरला सांगितले, 'जर मी आता या देशाबाहेर गेलो तर मी येथे किंवा जगातील कोठेही माझा चेहरा पुन्हा दाखवू शकणार नाही.'

तपासणी नवीन वर्षात ढकलली गेली. ३ जानेवारी, १९५० रोजी मर्सियरला एक यश मिळले. तेव्हा तो अॅव्हेन्यू फॉशला जॉन, फाये आणि खान यांनी पलायनाचा प्रयत्न केलेली जागा पाहण्यासाठी गेला होता. जर्मनांनी १३ सप्टेंबर १९४४ रोजी खानला डाचाऊ येथे आणि फायेला ३० जानेवारी १९४५ रोजी जोनेनबेअर्ग येथे फाशी दिली होती. जॉन एकटा वाचला होता आणि मर्सियरला जे काही घडले त्याबद्दल जॉनच्या शब्दांपेक्षा अजून जास्त माहीत करून घ्यायचे होते.

मर्सियर जॉन, जीन फुलर आणि त्याच्या वकिलासह माजी एसडी मुख्यालयावर गेला. जेव्हा ते अॅव्हेन्यू फॉशकडे वळले तेव्हा जॉन एकदम म्हणाला, 'अॅव्हेन्यू बॉश!'

त्यांनी ८४ क्रमांकाची घंटी वाजविली आणि ते आत गेले. चौथा आणि पाचवा मजला आता स्वतंत्र घर बनले होते आणि त्याच्या मालकाने त्यांना तपासणी करण्यास परवानगी दिली. जर्मन गेल्यानंतर काही बदल झाले होते. एक नवीन दरवाजा जिथे पूर्वी एक भिंत होती आणि गार्डरूम आणि शौचालयादरम्यान एके काळी परिचित कॉरिडॉरमध्ये एक भिंत होती. जॉनने जुन्या मांडणीचे वर्णन केले आणि जणू नाटकातील दृश्यांसारखे इतरांना सांगितले. मर्सियरने लिहिले की 'कॅप्टन स्टारने आम्हाला त्याची कोठडी दाखवली. त्याने फाये आणि खानच्या कोठड्याही दाखवल्या. त्याने खोल्यांमध्ये प्रकाशझोत टाकणारे स्कायलाइट्स दाखवले जिथून ते तिघे निसटून छतावर गेले होते.' जॉन, फाये आणि खान यांनी ज्या लोखंडी पट्ट्या हटवण्यासाठी संघर्ष केला, त्या आता तिथे नव्हत्या.

> जीन ओव्हर्टन फुलरने सांगितले की स्टार आम्हाला गार्डरूममध्ये घेऊन गेला. तो खूप उत्साहात होता आणि इकडेतिकडे फिरत होता. त्याने आम्हाला बेसिन दाखवले, ज्याच्या खाली त्यांनी एकमेकांना निरोप लिहिलेले कागद आणि स्क्रू ड्रायव्हर लपवले होते. आम्ही खाली वाकून ते पाहिले.

ते सगळे नंतर बीस स्क्वेअर डू बुआ द बुलॉन्यू येथे शेजारच्या घरात गेले, जेथे जॉन, फाये आणि खान घुसले होते आणि एसडीने त्यांना ताब्यात घेतले होते. जॉन उद्गारला, 'पाहा, आम्ही फोडलेल्या खिडकीत त्यांनी अजून नवीन तावदान लावलेले नाही.' इमारतीत प्रवेश करण्यासाठी जिथे फायेने काच फोडली होती तिथे लोखंडाची पट्टी लावलेली होती. मर्सियरने लिहिले की 'मॅडम इस्मेरियन या मालकिणीने आम्हाला छतावर जाण्याची परवानगी दिली आणि कॅप्टन स्टारने आम्हाला त्याचा मार्ग दाखविला.'

फुलरने चार वर्षांनंतर असे लिहिले, 'इस्मेरियन जॉनला पाहून उद्गारली की

> युद्धाच्या वेळी तुम्हीच रात्री माझ्या घरात प्रवेश केला होता! पहिल्या मजल्यावरील खोलीत कोचावर तुम्ही एका तरुणीसोबत बसला होता. जेव्हा मी खाली आले आणि तुम्हाला पाहिले. मी तुम्हाला विचारलेही होते की तुम्ही चोर आहात काय आणि मग मी त्या तरुणीला रडताना पाहिले आणि समजले की तुम्ही तेच कैदी असणार, जे ॲव्हेन्यू फॉशमधून पळून गेले होते.

परंतु मर्सियरने त्याच दिवशी आपल्या अहवालात म्हटले आहे की 'मॅडम इस्मेरियन कॅप्टन स्टारला ओळखत नव्हती परंतु तिला एक पुरुष आणि एका महिलेला तिच्या घरात अटक करण्यात आली होती हे आठवत होते. त्यानंतर कर्नल फाये इमारतीतून बाहेर गेला आणि गोळीबार झाला.' फुलर आणि मर्सियरच्या आठवणींनी मॅडम इस्मेरियन जॉनला ओळखले की नाही याबद्दल मतभेद असले तरी त्यांच्या प्रत्यक्ष साक्षी असण्याने जॉनने सांगितलेल्या घटना सत्य असल्याचे निष्पन्न झाले.

मर्सिअरने आपली चौकशी सुरू ठेवली आणि जॉनच्या त्याने बऱ्याच भेटी घेतल्या. त्याने जॉनला सांगितले की त्याने कर्नल बकमास्टरकडून त्याच्याविषयी माहिती मागितली आहे. पण त्याला बकमास्टर यांचे उत्तर मिळाले नव्हते. जॉनने मर्सिअरला म्हटले की मला वाटत नाही की तुम्हाला काही उत्तर मिळेल.

न्यायालयात कोणतीही औपचारिक सुनावणी झाली नाही आणि जॉनला, त्याचा भाऊ जॉर्जला जसा इंग्लंडमध्ये आरोप करणाऱ्यांशी सामना करावा लागला होता, तसे काही झाले नाही. फ्रेंच व्यवस्थेप्रमाणे मर्सियरने पुरावे तपासून काढले, त्यांचा अभ्यास केला, स्वतः वेळ घेतला आणि साक्षीदारांना न्यायालयात येऊन आणखी साक्ष देण्यास सांगितले. न्यायाधिकरणाने त्याच्यावर आरोप लावला तेव्हापासून म्हणजे १३ डिसेंबर १९४८ पासून जॉन निकालाची वाट पाहत होता. एकतर तो निर्दोष ठरला असता किंवा

त्याच्यावर कोर्टमार्शल झाले असते. १९ जून १९५० रोजी अखेर कॅप्टन मर्सियरने आपला निर्णय जाहीर केला.

मर्सियरच्या कार्यालयाने जॉनला तसे पत्र पाठवले. जॉनला ते पत्र एका आठवड्यानंतर २७ जूनला मिळाले. ऑर्डोन्सन्स डी नॉन-लियू यांनी घोषित केले की वरील नावाच्या व्यक्तींचा पाठपुरावा करण्यासाठी कोणतेही प्रकरण नाही.

जीन ओव्हर्टन फुलर त्या दिवशी पॅरिसला परत आली आणि कॅप्टन मर्सियरला फोन केला. त्याने तिला सांगितले की 'मला खात्री आहे की स्टार एक चांगला, खूप निष्ठावान आणि एकनिष्ठ इंग्रज आहे आणि फ्रान्सवरही त्याचे प्रेम आहे.' त्याचे नाव साफ झाले असले तरी त्याने शत्रूला सहकार्य केले असा काही साथीदारांच्या मनात संशय आला, ज्याने आयुष्यभर त्याचा पाठपुरावा केला.

जीन ओव्हर्टन फुलरच्या नंतरच्या पुस्तकांच्या मालिकेत तिने एसओईच्या अपयशाचा पाठपुरावा केला. व्हेरा ॲटकिन्स यांनी तिला १७ जुलै १९५४ रोजी लिहिले होते की लंडनने चुका केल्या आणि युद्धात झालेल्या चुकांमधे पुरुष आणि स्त्रियांच्या जीवनाचा समावेश आहे, हे निश्चितच खरे आहे. परंतु बकमास्टर यांनी कधीही कबूल केले नाही की एसडीचे फंकस्पिल त्याला फसवण्यास यशस्वी ठरले आणि आपल्या संस्मरणात त्यांनी लिहिले की आमच्या माणसांचा विश्वासघात झाल्याचा धोका आम्ही घेऊ शकत नव्हतो आणि आमच्यावर संशय असल्यासारखे दिसत असलेल्या सर्व वायरलेस ऑपरेटर आणि सेक्शन प्रमुखांशी संपर्क साधला. या चुका उघडकीस आणल्याबद्दल वेरा ॲटकिन्स किंवा कर्नल बकमास्टर दोघांनीही जॉन स्टारचे आभार मानले नाहीत.

**जॉ**र्ज लंडनमध्ये बॅकमास्टरला भेटला तेव्हा त्याने काही महिन्यांपूर्वी आपल्या पत्राद्वारे विचारलेल्या प्रश्नाची उत्तरे देण्याची मागणी केली. युद्धाच्या सेवेबद्दल त्याच्या भावाला पुरस्कार का नाकारला गेला?

बकमास्टरने उत्तर दिले की एका कुटुंबासाठी पुरेसे पुरस्कार आपल्याकडे आहेत. जार्ज कधीही नैर्ऋत्य फ्रान्सला परत गेला नाही. अनुभवी प्रतिकारकांनी त्याला स्मारक आणि पुनर्मिलनामध्ये सहभागी होण्यासाठी आमंत्रित केले. तेव्हा त्याने सांगितले की आपण असा विचार करा की नैर्ऋत्य फ्रान्सला मी मुक्त केले नाही, फ्रेंच लोकांनी केले. आता मी माझे नाक तिथे का खुपसावे? २ सप्टेंबर, १९८० रोजी वयाच्या चौऱ्याहत्तराव्या वर्षी फ्रान्समधील सेनलिस येथे जॉर्ज स्टारचे निधन झाले. मिशेलशी घटस्फोट घेतल्यानंतर जॉनने पुन्हा लग्न केले आणि स्वित्झर्लंडमध्ये स्थायिक झाला. १९९६ मध्ये जॉन स्टारचे वयाच्या अठ्ठ्याऐंशीव्या

वर्षी तिथेच निधन झाले.

**यु**द्धानंतर कॅस्टेलनाऊच्या लोकांनी त्यांचे दगडांचे खेडे एसएसने जमीनदोस्त करण्यापूर्वी जसे होते तसे वसवले. त्यांनी मध्यवर्ती चौकाचे नाव रॉजर लॅरिब्यू असे ठेवले कारण महापौर लॅरिब्यू यांनी गॅस्टन ले बेल्गे या परदेशी व्यक्तीशी मैत्री केली होती आणि आपल्या देशास मुक्त करण्यासाठी आपल्या मालकीच्या सर्व गोष्टींचा त्याग केला होता. २१ जून, २०१६ रोजी, जीने रॉबर्ट, वयाच्या १०२ व्या वर्षी, गावातल्या कॅस्टेलॅनाच्या युद्धाच्या वार्षिक स्मरणार्थ उपस्थित राहिली. याच गावी तिला युद्धातल्या कठीण काळात घर मिळाले होते. समारंभात फ्रेंच सरकारने तिला लीजियन ऑफ ऑनर चेव्हायलेर ही पदवी प्रदान केली. पंधरा महिन्यांनंतर तिचा मृत्यू झाला. रिसर्च व्हिक्टोरची ती शेवटची अनुभवी महिला होती. जॉर्ज स्टारने एक कल्पित वाटावी अशी प्रखर विचारांची करारी रेझिस्टन्स फौज तयार केली होती. या फौजेने कब्जा करणाऱ्या जर्मनांना गॅस्कोनीतून हुसकावून लावले.

मॅडम डेलॅट्रेच्या जुन्या शाळेत ते अजूनही मुलांना 'कर्नल इलॅर'ची कथा शिकवतात.

# श्रेयनिर्देश

माझ्या आधीच्या दुसऱ्या महायुद्धावरच्या 'द डेझर्टर्स : ए हिडन हिस्ट्री ऑफ वर्ल्ड वॉर II' या पुस्तकानंतर मी युद्धात लढणाऱ्या लढाऊ सैनिकांबद्दल लिहिण्याचे ठरविले, जे त्यांच्या सहकाऱ्यांपासून दूर, जगापासून अज्ञात राहून, केवळ स्वत:च्या जबाबदारीवर शत्रूच्या जवळपास त्यांच्यातल्या हिमतीवर आणि चातुर्यावर टिकून राहिले. माझा मित्र कर्नल टिम स्पायसर, फॉल्कलॉन्द वॉरचा अनुभवी सैनिक होता. त्याने ब्रिटनच्या स्कॉट्स गार्ड्स रेजिमेंटमध्ये काम केले होते. त्याने सुचवले की मी उशिरा का होईना पण अँथनी ब्रूक्सच्या कारकिर्दीकडे पाहावे. वयाच्या विसाव्या वर्षी १९४२ मध्ये ब्रूक्स एसओई एफ-सेक्शनने व्यापलेल्या फ्रान्समध्ये पाठविलेला सर्वांत तरुण एजन्ट होता. त्याची कारकीर्द, तोडफोड ऑपरेशन्समधले चातुर्य आणि यश आणि फील्डवर परतण्यासाठी गेस्टापो चौकशीत टिकून राहण्याची जिद्द एसओईच्या कडक मानकांद्वारे देखील नेत्रदीपकच होते. मी ब्रूक्सच्या फ्रान्समधील विविध प्रसंगांनी भरलेल्या जीवनाचे आणि नंतर युद्ध संपल्यानंतरच्या ब्रिटिश गुप्तचर खात्यातील त्याच्या जीवनाचे संशोधन केले. यामुळे माझी इतिहासकार मार्क सीमन यांची भेट झाली, ज्यांनी परराष्ट्र कार्यालय आणि इम्पीरियल वॉर संग्रहालयात एसओईवर काम केले होते. जेव्हा आम्ही भेटलो, तेव्हा सीमन यांनी मला माहिती दिली की ते स्वतः ब्रूक्सचे चरित्र लिहीत आहेत. ब्रूक्सची बरीचशी वैयक्तिक कागदपत्रे सीमन यांच्याकडे होती आणि त्याची एसओईची विशेष कौशल्ये त्यांना माहीत होती. मी स्टार बंधूंबद्दल ऐकले आहे की नाही हे विचारून त्यांनी माझे औदासीन्य कमी केले. तीच या पुस्तकाची सुरुवात होती ज्याबद्दल मी टिम स्पायसर आणि मार्क सीमन

यांचे आभार मानतो.

असंख्य मित्र, सहकारी, नातेवाईक, यजमान, संशोधक आणि संपादकांचे सहकार्य आणि प्रोत्साहनाशिवाय मला हे पुस्तक पूर्ण करता आले नसते. माझा हुशार आणि धाडसी एजन्ट एड व्हिक्टरचे माझ्यावर सर्वाधिक ऋण आहे, ज्याने मी स्टार बंधूंची गोष्ट सांगताच तिचे अनन्यसाधारण महत्त्व त्या क्षणापासूनच ओळखले. माझ्या संपूर्ण संशोधन व लिखाणात त्याने नैतिक व संपादकीय पाठबळ दिले. तो दोन दिवसांपूर्वीच अंतिम मसुदा वाचत होता आणि त्याचे ग्राहक, असंख्य मित्र आणि कुटुंबाला अचानक दुःखाच्या खाईत लोटून त्याचा मृत्यू झाला. एडच्या एजन्सीचे चार्ली ब्रूदस्टोंन यांनी नंतर या पुस्तकाच्या प्रकाशनाची जबाबदारी घेतली. मी त्यांचे आणि त्याच्या एजन्सीतील सहकारी एडिना इमरिक, लिंडा व्हॅन, हितेश शाह, जॉर्जिना ले ग्रीस आणि बर्ट साल्व्हरी यांचा आभारी आहे. एड व्हिक्टरच्या उत्कृष्ट गुणांपैकी एक म्हणजे त्याने आपल्या कार्यासाठी प्रथम श्रेणीची टीम तयार केली होती.

दोन समर्थ महिलांचे कठोर परिश्रम यात अमूल्य ठरले, पॅरिसच्या संशोधक लिसा वाप्ने आणि पेंग्विन प्रेसमधील माझ्या संपादिका ॲन गोडॉफ. वाप्नेच्या आग्रही कामामुळे मला गॅस्कोनीमधील स्थानिक संग्रहात जाता आले, जिथे प्रतिकारकांची संस्मरणे, डायरीज आणि पत्रव्यवहार मला वाचायला मिळाला. पॅरिस, लंडन आणि वॉशिंग्टनच्या राष्ट्रीय अभिलेखागारांमधील कागदपत्रांइतकीच माहितीच्या या खजिन्यात अमूल्य माहिती आहे. वाप्नेने माझी ओळख जॉर्ज स्टारची युद्धकाळातील सहकारी जीने रॉबर्टशी करून दिली. ती आता बोर्डेक्सजवळील घरी सेवानिवृत्त आयुष्य जगत होती आणि तिने आमच्या चर्चेत पूर्ण सहभाग घेतला. जीनने कॅस्टेलॅनाऊचे महापौर मोरिस बॉईसन तसेच स्थानिक इतिहासकार अलेन गे, डेस अमीस डू रिसॅझो विक्टोअर असोसिएशनचे अध्यक्ष आणि जॅकलिन गे यांच्याशी माझा संपर्क करवून दिला.

तिला खूप खूप धन्यवाद. मी रॉबर्ट डॅरॉक्सलाही भेटलो. १९४३ मध्ये फक्त बारा वर्षांचा असताना त्याने जॉर्ज स्टारबरोबर प्रतिकार करण्याच्या कृतीत त्याचे वडील, स्थानिक कॅफे प्रोप्रायटर जोसेफ डॅरॉक्स यांना मदत करण्यास सुरुवात केली आणि त्याने अनेक मनोरंजक आठवणी सांगितल्या. या फ्रेंच लोकांपैकी ज्यांचा त्यांचा देश खरोखरी अभिमान बाळगू शकतो, त्यांनी महापौरांच्या कार्यालयात बरेच तास जॉर्ज स्टार, व्होव्हेन कॉरम्यू, ॲनी-मेरी वॉल्टर्स, रॉजर लॅरिब्यू या आणि इतर नायक व नायिका यांच्याबद्दल खूप काही सांगितले. ॲन गॉडॉफने एड व्हिक्टरने तिला पुस्तकाची कल्पना सादर केल्याक्षणी विश्वास दाखविला, तिने माझ्या प्रगतीवर बारीक नजर ठेवली.

जेव्हा मी पहिला आराखडा लांब हस्तलिखिताच्या रूपात सादर केला, तेव्हा तिने मला स्टार बंधूंच्या कामाची माहिती, त्यातले धोके, जोखमी, थरार, संदिग्धता यांची सुव्यवस्थित मांडणी करण्यास सांगितले. ॲन गॉडॉफचे सूक्ष्म संपादन प्रकाशनांच्या सुवर्णकाळाची आठवण करून देणारे आहे. ती केवळ संपादक नव्हे तर माझी सहकारी लेखिकादेखील आहे. या प्रवासात लिसा आणि ॲन या दोघींशी झालेल्या मतभेदांबद्दल मी दिलगिरी व्यक्त करतो आणि त्यांनी जी मोलाची मदत केली त्याबद्दल मनापासून आभार मानतो. डेव्हिड हेवसन, जेरमधील एसओईचे इतिहासकार आणि माजी घरगुती कॅव्हलरी अधिकारी ज्यांच्याशी मी आयर्लंडच्या ब्लॅकवॉटर व्हॅलीवरचे प्रेम शेअर केले, त्यांचे अफाट ज्ञान, सल्ले, कौशल्य, संपर्क आणि वेळोवेळी केलेल्या तथ्यांच्या तपासणीसाठी मी त्यांचे आभार मानतो. त्यांच्या मदतीशिवाय या पुस्तकात अनेक चुका आणि त्यांच्या स्रोतांनी पुरविल्या गेलेल्या कथांचा अभाव असला असता. त्यांनी मला आणखी एक जबाबदार एसओई अधिकारी डेव्हिड हॅरिसन यांच्याशी संपर्क साधून दिला आणि हॅरिसन यांच्या अनुभवी, शहाणपणाच्या मार्गदर्शनाने मला बरेच मार्ग दाखवले. निःसंशयपणे त्यांचे कौशल्य माझ्यापेक्षा कितीतरी पटीने जास्त आहे. दोन्ही डेव्हिड्सनी आपला वेळ आणि ज्ञान मला उदारपणे दिले.

मी जीन रॉबर्टचे देखील मनापासून आभार मानतो. तिने मला जॉर्ज स्टारबरोबर कॅस्टेलना-सूर-ऑविग्नॉनमधील जीवनाबद्दल सांगण्यासाठी तिचा भरपूर वेळ दिला. तिची ऊर्जा आणि उत्साह अमर्याद होता. वय झालेले असूनही आणि त्यात तिच्या मुलीचे, मिशेलचे नुकतेच निधन झालेले असूनही तिने मला उदार मनाने मदत केली.

हस्तलिखितातील त्रुटी काढून टाकण्यासाठी, छायाचित्रे आणि पत्रे पुरविल्याबद्दल आणि दोन्ही भावांच्या स्वभाव आणि वृत्तीची तपशीलवार माहिती दिल्याबद्दल मी स्टार कुटुंबातील सदस्यांचे आभार मानतो. जॉर्ज स्टार यांचा मुलगा अल्फ्रेड स्टार, त्याचा नातू डेव्हिड कोशू आणि जॉन स्टारची मुलगी इथेल स्टार लागियर, त्यांच्याशिवाय हे पुस्तक शक्य झाले नसते.

रूपर्ट स्कॉट या जुन्या मित्राचे, हॅम्पशायर येथील बीउलिउ येथे जुन्या प्रशिक्षण मैदानावर मला मार्गदर्शन केल्याबद्दल आभार मानले पाहिजेत, जिथे स्टार्स आणि जवळजवळ तीन हजार एसओई एजन्टांनी ट्रेनिंग घेतले आहे. तसेच बीउलिउच्या आर्काइव्हिस्ट स्यू टॉमकिन्स यांचेही मी आभार मानतो. फिल टोमॅसेली यांनी केव येथील ब्रिटिश नॅशनल आर्काइव्ह्जच्या एसओई फाइल्सच्या चक्रव्यूहातून मला मदत केली, जी त्यांच्याशिवाय इतर कोणालाही माहिती नाही. त्यांचे मनापासून आभार. स्टार कथेचा प्रत्येक तपशील शोधून टाकण्याच्या

दृढ संकल्पात त्यांची सर कुणालाही येणार नाही. मी संशोधक स्टीफन क्रिपॅक्स, स्टीव्हन टायस आणि आर. डब्ल्यू. ओहारा यांचे आभार मानतो.

माझे जुने मित्र आणि सहकारी जोनाथन रँडल, सारा हेल्म, आणि अलेन मासी तसेच एसओई तज्ज्ञ एल्स्पेथ फोर्ब्स-रॉबर्टसन, पॉल मॅकक्वे, नॉरेन रिओल्स, ॲन व्हाइटसाईड, यवेट पिट आणि रोझी फ्रेअर यांचे माझ्यावर ऋण आहे. पॅरिसमधील एलिझा पेनेल आणि मार्सेलो सायमोनेटाचा मी आभारी आहे. फ्रान्सिस जे. सुट्टील, एसओई आयोजक मेजर फ्रान्सिस सुट्टील यांचा मुलगा आणि आणि वडिलांच्या 'शॅडोज इन द फॉग' या चरित्राचे लेखक यांचा मी कृतज्ञ आहे.

लंडनमध्ये लॉरेन स्मिथने विनातक्रार अनेक तास छपाईत आणि हजारो कागदपत्रे स्कॅन करण्यात घालवले. ब्रिटन आणि फ्रान्समधील आर्किव्हिस्ट्सनी मला मोलाचे योगदान दिले. ब्रिटिश नॅशनल आर्काइव्हजचे नील कोबेटेट, आर्काइव्ह्ज डिपार्टमेन्टॅलेस डे जेर येथील मॅडम रे, लंडनमधील इम्पिरियल वॉर म्युझियम रिसर्च रूमची अमेलिया ब्रिएरिस, ज्युली बाफेट आणि चँपग्नी-सूर-मार्ने येथील म्युसे डी ला रेझिस्टेशन नॅशनलमधील कर्मचारी, कॅन्टरबरी कॅथेड्रल आर्काइव्ह्ज संग्रहण साहाय्यक डॅनियल कोराची-अलाऊई, आर्काइव्ह्ज विभाग हौटे-गॅरोनेचे चैंतल पेजेस, कलेअर लॅन्डिस, डायरेक्शन देस एफॅफेर्स ज्युरिडिक्रस, संरक्षण मंत्रालय, पॅरिस, बेल्जिअन डिप्लोमॅटिक आर्काइव्हज डॉक्युमेंटलिस्ट डिडियर अमौरी, आणि लंडनच्या बेल्जिअन दूतावासातील प्रिस्किलला डी स्काएत्झेन यांचा मी खूप आभारी आहे. मी सेंटर डी'एट्यूड एट डे रीचेरे डे ला रेझिस्टन्स टूलूसिनचे संचालक आणि कर्मचारी यांचेही आभार मानतो. आर्काइव्हज डू कॉमाइट डी हिस्टोअर डी ला सिकोंडेचे गुरे मोंड्यिाले, ॲमिकाले डू रीसॅसा इलॅर-बकमास्टर औ माईरी डी लॉस इन लेस लॅन्डस आणि सर्व्हिस हिस्टरीक डे ला डिफेन्स, पॅरिस या सर्वांचे मी आभार मानतो.

फ्रान्समध्ये राहून काम करणाऱ्या कोणालाही हट्टी नोकरशाहीचा अडथळा येतो. मला काही संशोधन कागदपत्रे मिळवण्यासाठी विशिष्ट अधिकाऱ्यांच्या विरोधाला सामोरे जावे लागले. फ्रान्सचे माजी पत्रकार आणि संरक्षण मंत्रालयाचे माजी प्रवक्ते, पियरे बायले यांच्या जोरदार हस्तक्षेपाशिवाय संरक्षण मंत्रालयाने जॉन स्टारच्या विरोधात सहकार्याच्या आरोपाच्या चौकशीची नोंद दिली नसती. मंत्रालयाने सत्तर वर्ष जुन्या फाइल्स देण्याला पाच वर्षे खर्ची घातली, ज्यामध्ये कोणत्याही जिवंत व्यक्तींचा उल्लेख नव्हता आणि राष्ट्रीय सुरक्षेचा प्रश्न तर येतच नव्हता. ही कागदपत्रे मिळवून देण्याचे अतिशय महत्त्वाचे काम केल्याबद्दल, ज्यांना फ्रेंच मित्र 'जादू' म्हणतात त्या पियरे बायले यांचा मी आभारी आहे.

लंडनच्या स्पेशल फोर्सेस क्लबचे संचालक आणि कर्मचाऱ्यांना त्यांचे विस्तृत ग्रंथालय व इतर सुविधांमध्ये मला दिल्याबद्दल मी त्यांचे आभार मानतो.

स्पेशल ऑपरेशन्स एक्झिक्युटिव्ह याहूचे सदस्य एसओई ऑपरेशनच्या जवळजवळ प्रत्येक पैलूवर लिहीत असत आणि त्यांच्या पोस्ट माहितीपूर्ण होत्या.

एका प्रोव्हेंटल गावात मी निवांतपणे लिहिण्यासाठी घर विकत घेतले पण तिथल्या अराजक कारभारामुळे ते जमू शकले नाही. तिथली टोकाची उदासीनता किंवा दुर्लक्ष पाहून जर्मनव्याप्त फ्रेंच आस्थापनातील बऱ्याच गोष्टींची आठवण मला झाली. त्या काळातल्या लोकप्रिय नसलेल्या अल्पसंख्याकांच्या धैर्याने त्यांची सुटका झाली होती. माझ्या फिरस्त्या जीवनामुळे मला अनोळखी व्यक्तींमधल्या चांगल्या मित्रांच्या दयाळूपणावर अवलंबून राहावे लागले. बऱ्याच लोकांनी त्यांच्या घरांमध्ये माझ्या लिखाणाचे स्वागत केले. मला त्रास कसा होणार नाही, याची त्यांनी दक्षता घेतली. न्यू यॉर्क येथील पूर्व हॅम्प्टनमधील ख्रिस व्हिटल आणि प्रिस्किला रट्टाझी-व्हिटल यांच्या आदरातिथ्याला काही मर्यादा नव्हती आणि त्यांचे औदार्य अमर्याद होते. पोलंडमधील सिटना गोरा, कर्तुझी, जॉन आणि ॲनीया बोररेल यांचा सहवास मनाला शांती देणारा होता. इटलीच्या मॉन्टेस्पर्टोली येथील कॅस्टेलो सोन्निनो येथील बॅरोन ॲलेसॅन्ड्रो आणि बॅरोनेसा कॅटरिना डी रेन्झिस यांचा चवदार द्राक्षरस आणि चांगले विनोद यामुळे माझा लिहिण्याचा हुरूप वाढला. इंग्लंडच्या हॅम्पशायरच्या समुद्रकिनाऱ्याजवळ मी थोड्या वेळासाठी नताशा ग्रेनफेल यांच्याकडे मुक्काम केला. इंग्लंडच्या लिंकनशायर येथे रुपर्ट आणि व्हेनेसा फेअरफॅक्ससोबतच्या शानदार प्रवासात मी त्यांच्या कंपनीत अनेक आनंदाचे तास घालवले आणि तेथून त्यांनी प्रेमळपणे मला जवळच्या घोड्यांच्या शर्यतींना नेले. माझे सर्व यजमान आणि यजमानीण नेहमीच सहिष्णु, उदार आणि दयाळू होते आणि कुठेतरी, कशीही परतफेड करण्याची मला आशा आहे.

जेरचा शोध घेताना मी लॅरेसिंगलमधील लॅकासॅग्ने मैसन डी'होट्स येथे थांबलो. तिथल्या मॅडर पापेलोरी यांनी मला उत्कृष्ट गॅस्कॉन अन्न दिले, ज्याचे पूर्वीच्या काळात जॉर्ज स्टारने कौतुक केले होते आणि तेथील इतिहासाचे ज्ञान तिला सांगितले होते.

मी माझे बरेच लिखाण वेगळ्या खोल्यांपेक्षा कॅफेमध्ये करतो आणि फ्रान्समधील कॅफे डू मिडी आणि ला रोक डी अँथेरॉनमधील कॅफे डेस सॅरिसिसची चांगली सेवा आणि चांगली कॉफी मला आठवत राहील. कुकुरोन मधील कॅफे डी एल इटांग; लॉरमारिनमधील कॅफे गॅबी; आणि रिलेन्ने मधील कॅफे डू कोर्स इथेही

मला चांगली सेवा मिळाली. इटलीमध्ये माझ्या जन्मजात कार्यक्षेत्रांमध्ये फलॉरेन्सची गॅफे रिक्ची आणि पेस्टेशेरिया पाओलिनी आणि मॉन्टेस्पर्टोली मधील लो चालेट आणि जॅक बार होते. लाँग आयलँडमध्ये मी सेगटाऊन कॉफी आणि साग हार्बरमधील अमेरिकन हॉटेल बार, वॅनस्कॉटमधील पोक्सॅबोग्यू फेअरवे रेस्टॉरंट आणि पूर्व हॅम्प्टनमधील जॉन पापा कॅफे येथे वारंवार गेलो. लिंकनशायरच्या स्टॅमफोर्ड येथील क्राउन हॉटेलच्या बागेत छान कॉफी आणि विपुल सेवा देण्यात आल्या. बेरूतमध्ये, जरीफमधील कॅफिन, हम्रामधील युनेस आणि वार्डिह स्क्वेअरमधील डार बिस्टरो येथे उत्कृष्ट कॉफी मिळाली. आपणा सर्वांचे खूप खूप आभार.

शेवटी, पेंग्विन प्रेसमधील साहाय्यक संपादक केसी डेनिस, कॉपी एडिटर जेन कॅव्होलिना आणि प्रॉडक्शन एडिटर रायन बॉयल या कर्मचाऱ्यांनी हा प्रकल्प शेवटच्या मार्गावर नेला. ते पुस्तकातील सामर्थ्याचे श्रेय या सगळ्यांचे आहे मात्र त्यातील त्रुटी माझ्या आहेत.

**चार्ल्स ग्लास,**
कॅस्टेलो सोन्निनो मॉंटेस्पर्टोली,
फ्लोरेन्स, इटली

# स्पाय प्रिन्सेस

## गुप्तहेर युवराज्ञी नूर इनायत खान यांचा जीवनप्रवास

प्रस्तावना :

**एम.आर.डी. फुट**

लेखिका

**श्राबनी बासू**

अनुवाद

**भारती पांडे**

टिपू सुलतानाची वंशज असलेली एक भारतीय राजकन्या दुसऱ्या महायुद्धात सामील होते, ब्रिटिश गुप्तहेर बनून!

नसानसांत अपार धैर्य भिनलेली ही शूर वाघीण, अखेर जर्मनांच्या हाती लागते. विश्वासघात, अनन्वित छळ आणि प्राणांतिक यातना...

पिस्तुलाची गोळीच तिची यातून मुक्तता करते. शौर्याचं अनोखं स्फुल्लिंग जागतं ठेवणारी...

# नाइट

## एली वायझल

अनुवाद
**आशा कर्दळे**

दुसऱ्या महायुद्धात हिटलरच्या नाझी भस्मासुराने लक्षावधी ज्यूंचा क्रूर नरमेध केला. त्या क्रौर्याच्या कहाण्या आजही काळीज फाडून टाकतात. हिटलरच्या छळछावण्यांमध्ये आणि तुरुंगांमध्ये ज्या ज्यूंनी अमानुष छळ सोसला आणि त्या मृत्यूच्या सापळ्यांमधूनही वाचून जे जिवंत राहिले, त्यांचे अनुभव म्हणजे वाहती जखम आहे. अशीच एक भळभळती जखम म्हणजे 'नाइट' हे पुस्तक. डॉ. एली वायझेल यांना वयाच्या अवघ्या पंधराव्या वर्षी ऑशवित्झ आणि बुशेनवाल्ड इथल्या नाझींच्या तुरुंगात नेण्यात आले. त्यांचे आई-वडील, लहान बहीण – सर्वांनाच जर्मनांनी पकडून नेले. त्या तुरुंगामधल्या यमयातनांमधून फक्त डॉ. एली वायझेल वाचले. आपल्या प्राणप्रिय आई-वडील-बहीण यांचे मृत्यू त्यांना कोवळ्या वयात सोसावे लागले. हा सगळा या विदारक अनुभव त्यांनी या पुस्तकात कमालीच्या प्रत्ययकारी भाषेत मांडला आहे. हे पुस्तक म्हणजे सखोल जीवनचिंतन आहे. स्वतःच्या दुःखाच्या वर्णनाबरोबर मानवी स्वभावावरील त्यांचे भाष्य अत्यंत अर्थघन आहे. पुस्तकाच्या पानापानांमध्ये त्या काळरात्रींचा जिवंत अनुभव ठासून भरला आहे.